राष्ट्राच्या शोधात भारत

डॉ. जनार्दन वाघमारे

सकाळ प्रकाशन

सकाळ प्रकाशन

Rashtrachya Shodhat Bharat

राष्ट्राच्या शोधात भारत

लेखक	:	डॉ. जनार्दन वाघमारे
प्रथम आवृत्ती	:	सप्टेंबर, २०२३
प्रकाशक	:	सकाळ मीडिया प्रा. लि. ५९५, बुधवार पेठ, पुणे ४११ ००२
मुखपृष्ठ व मांडणी	:	यशोधन लोवलेकर
संपादन साहाय्य	:	सीमा भानू
सूची	:	शिल्पा सबनीस
मुद्रणस्थळ	:	
ISBN	:	978-93-95139-72-4
संपर्क	:	०२०-२४४० ५६७८ / ८८८८८ ४९०५० sakalprakashan@esakal.com

स्मृतिशेष नरहर कुरुंदकर
आणि
डॉ. एन. जी. राजूरकर
यांच्या धर्मनिरपेक्ष चिंतनास...

At the dawn of history India started on her unending quest; and trackless centuries are filled with her striving and the grandeur of her successes and her failures. Through good and ill fortune alike she has never lost sight of that quest or forgotten the ideals which gave her strength. We end today a period of mistortune and India discovers herself again. The achievement to celebrate today is but a step, an opening of opportunity, to the greater triumphs and achievements that await us. Are we brave enough and wise enough to grasp the opportunity and accept the challenge of the future?

- Jawaharlal Nehru

प्रस्तावना

प्राचीन भारतापासून ते आधुनिक भारतापर्यंतचा राजकीय, सामाजिक आणि सांस्कृतिक इतिहास या महत्त्वपूर्ण पुस्तकाद्वारे डॉ. जनार्दन वाघमारे यांनी वाचकांसमोर ठेवला आहे. तसे पाहता हा इतिहास खूपच गुंतागुंतीचा आणि खाचखळग्यांनी भरलेला असा आहे; पण तो सोप्या आणि सुबोध भाषेत त्यांनी कथन केला आहे. अवघड विषय सोपा करून सांगणे अत्यंत अवघड असते. दुर्दैवाने सोपा विषयसुद्धा अवघड करून सांगणे हे विद्वतेचे लक्षण मानले जाते, अशी माझी प्रेमळ तक्रार आहे. लेखकाने मात्र हा मोह टाळला आहे.

पुस्तक लिहिण्यामागचा मूळ हेतू भारताचा इतिहास सांगण्याचा नसल्याचे डॉ. वाघमारे सुरुवातीसच स्पष्ट करतात. ते लिहितात :

> 'धर्मनिरपेक्षतेच्या समर्थनार्थ मी हे पुस्तक लिहिले आहे. ते लिहिण्याचा विचार माझ्या मनात खरे तर अनेक दिवसांपासून घोळत होता. राज्यसभेचा सदस्य (२००८-२०१४) असताना तो विचार मनात आला आणि भाजप सत्तेवर आल्यानंतर तो अधिकच बळावला...
>
> 'भारतीय संविधानामध्ये ज्या मूल्यांचा समावेश केला गेला आहे, त्या मूल्यांचा आविष्कार स्वातंत्र्य चळवळीतच झाला होता. जिना आणि त्यांच्या मुस्लीम लीगने द्विराष्ट्र सिद्धान्त पुढे करून स्वतंत्र राष्ट्र पदरात पाडून घेतले. पण तो सिद्धान्त भारतीय नेत्यांनी कधीच मान्य केला नव्हता. अपरिहार्य परिस्थितीमध्ये त्यांना फाळणी मान्य करावी लागली होती. भारतीय परंपरेमध्ये सहिष्णुता आणि सर्वसमावेशकता या मूल्यांचे संवर्धन झालेले आहे आणि ही मूल्येच स्वातंत्र्य चळवळीमध्ये उपयोगी पडली. भारत हा बहुवांशिक, बहुधार्मिक, बहुभाषिक, बहुजातीय आणि बहुसांस्कृतिक देश असल्यामुळे या देशाला धर्मनिरपेक्षतेचीच आवश्यकता आहे, हे त्यांच्या लक्षात आले होते. या देशाच्या विविधतेमध्येच एकतेचे सूत्र दडलेले आहे. न्यायाच्या आधारावरच नवभारताची उभारणी केली पाहिजे असे त्यांना मनापासून वाटत होते. केवळ हिंदू आणि मुस्लीम या दोन समाजांतील संघर्षाचाच प्रश्न त्यांच्या समोर नव्हता. विविध धर्मांचा आणि जातींचा कलहही या देशात होता आणि म्हणूनच त्यांनी धर्मनिरपेक्ष राज्याचा निर्णय घेतला.'

भारताच्या राजकीय, सामाजिक आणि सांस्कृतिक इतिहासाबद्दल लेखकाने जे काही लिहिले आहे, त्याची ओळख वाचकांना करून देणे योग्य ठरले असते कारण ती माहिती जशी विषयाला धरून आहे, तशीच ती महत्त्वाचीसुद्धा आहे, पण तसे न करण्याचे मी ठरवले आहे आणि त्याची तीन कारणे आहेत. पहिले कारण असे की त्या माहितीचा आवाका फार मोठा आहे आणि ती प्रस्तावनेच्या कक्षेत बसण्यासारखी नाही. दुसरे कारण हे की त्यात वादग्रस्त असे काही नाही. कोणतेही पूर्वग्रह न बाळगता, निरनिराळ्या पुस्तकांचा आधार घेऊन त्यांनी ते लिखाण केले आहे. त्यामुळे आक्षेपार्ह असे काही त्या लिखाणात आहे असे मला वाटले नाही. तिसरे कारण असे की लेखनाची सुबोधता लक्षात घेता ते परत माझ्या शब्दांत सांगणे मला अनावश्यक वाटते. त्या माहितीबद्दल येथे मला एवढेच सांगावेसे वाटते की ती अत्यंत मोलाची असून वाचकांच्या माहितीत खूप भर टाकण्यासारखी अशी आहे.

आपले पुस्तक मुख्यत: धर्मनिरपेक्षतेबाबत असल्याचे डॉ. वाघमारे यांनी आपल्या 'भूमिका' या शीर्षकाखाली लिहिलेल्या मजकुरात स्पष्ट केले आहे. मीही माझ्या प्रस्तावनेद्वारे याच विषयावर माझे लक्ष केंद्रित करणार आहे. भारताला खऱ्या अर्थाने धर्मनिरपेक्ष राष्ट्र बनवणे सोपे नाही याची जाणीव डॉ. वाघमारे यांना आहे. ते लिहितात :

> 'धर्मनिरपेक्ष राष्ट्राच्या निर्मितीच्या मार्गात अनेक गतिरोधक आहेत. खरे तर ती दूरची सफर आहे. धर्मांधता आणि जात्यंधता हे दोन डोंगर त्याच्या मार्गात उभे आहेत. ते आम्हाला अद्याप ओलांडता आलेले नाहीत. देशात संकुचित अस्मितांचे राजकारण चालू आहे. धर्मांच्या आणि जातींच्या अस्मितांनी आमच्यात अंधत्व निर्माण केले आहे. भारतीय हीच आमची खरी अस्मिता, पण तिचा आम्हाला विसर पडला आहे. धर्माच्या पलीकडे गेल्याशिवाय आणि जातीपातींच्या अस्मितांचे विसर्जन केल्याशिवाय ती अस्मिता आमच्या हाती लागणार नाही. बीज नष्ट झाल्याशिवाय त्याला अंकुर फुटत नाही. अंकुरातून वृक्ष निर्माण होतो हे लक्षात घेतले पाहिजे.'

'धर्मनिरपेक्ष राष्ट्राच्या निर्मितीच्या मार्गात अनेक गतिरोधक आहेत' हे डॉ. वाघमारे यांचे विधान कोणालाही मान्य होईल असेच आहे. माझ्या मते खरी अडचण सुरू होते ती (भारताच्या संदर्भात) धर्मनिरपेक्ष राज्याच्या संकल्पनेचा गुंता सोडवण्यात. पण ते करण्यापूर्वी आणि धर्मनिरपेक्ष राज्याचा ऐतिहासिकदृष्ट्या थोडासा मागोवा घेण्यापूर्वी वाचकांचे लक्ष मला दुसऱ्या एका मुद्द्याकडे वेधून घ्यायचे आहे. क्षणभर आपण अशी कल्पना करू की भारतात फक्त हिंदूच राहतात. ज्या प्रकारचे संविधान आपण बनवले आहे, त्यापेक्षा फार वेगळे संविधान आपल्याला बनवता येईल काय आणि तसे केल्यास

ते जनतेच्या दृष्टीने हितावह होईल काय? या प्रश्नाचे उत्तर 'नाही' असेच आहे.

धर्मनिरपेक्ष राज्याच्या संकल्पनेची वाढ युरोपमध्ये व्हायला बराच अवधी लागला. धर्माच्या आणि शासनाच्या कार्यांच्या कक्षांबाबतचा वाद कित्येक शतके चालला आणि या वादातून धर्मनिरपेक्ष राज्यांचा जन्म झाला, असे इतिहास सांगतो. तो सर्व इतिहास मी येथे सांगणार नाही. मला येथे एवढेच सुचवावेसे वाटते की, धर्मनिरपेक्ष राज्यातही शासनाच्या आणि धर्मांच्या कार्यकक्षा म्हणाव्या तितक्या स्पष्ट नसतात. आपल्या देशाचे उदाहरण येथे घेता येईल. येथे 'संस्कृती'शी 'सेक्युलॅरिझम'चे अर्थपूर्ण नाते निर्माण होण्याचे कार्य हे एका दिवसात होणारे नसून त्याकरिता बराच वेळ लागेल हे उघड आहे. धर्म आणि संस्कृती यांमधील सीमारेषा स्पष्ट होत जाणे हे या दृष्टीने अत्यंत जरुरीचे आहे. भारताच्या संदर्भात बोलायचे झाल्यास असे म्हणावे लागेल की, हिंदू धर्म आणि भारतीय संस्कृती यांमधील सीमारेषा फारशा स्पष्ट नाहीत. कोणत्याही कार्यक्रमाच्या वेळी नारळ फोडण्याचा विधी हा भारतीय परंपरेचा एक भाग मानायचा की हिंदू धर्माशीच त्याचे नाते जोडायचे? प्रोफेसर डी. ई. स्मिथ यांनी *India as a Secular State* या आपल्या अभ्यासपूर्ण पुस्तकात हिंदू धर्म आणि भारतीय संस्कृती यांच्यातील सीमारेषा ठरवण्याचा स्तुत्य प्रयत्न केला आहे. आपल्या ग्रंथात, इतर गोष्टींबरोबरच त्यांनी भरतनाट्यम् या दक्षिणेतील नृत्यप्रकाराचीही चर्चा केली आहे. हा नृत्यप्रकार हिंदू दैवतांच्या आराधनेचा एक अविभाज्य भाग म्हणून ओळखला जातो. पण नृत्यकलेच्या या प्रकाराला 'सेक्युलर' शासनाचा पाठिंबा मिळाल्यास त्यात गैर असे काही नाही, या मताचे प्रोफेसर स्मिथ आहेत. त्यांचे म्हणणे असे की, भरतनाट्यम्‌कडे लोक कला म्हणून पाहतात, धर्माचा एक भाग म्हणून नव्हे आणि एक सुंदर नाट्यप्रकार म्हणून त्याची स्वतंत्र प्रशंसा होते. धर्म आणि संस्कृती यांतील सीमारेषेबद्दल शासनाच्या कल्पना स्पष्ट असाव्यात, असे मत प्रो. स्मिथ यांनी व्यक्त केले आहे आणि ते योग्यच आहे. याबाबतच्या शासनाच्या कल्पना अथवा लोकांच्या कल्पना स्पष्ट होण्याच्या दृष्टीने न्यायालयीन निकालांचा बराच उपयोग होतो असे म्हटल्यास ते वस्तुस्थितीला धरूनच होईल. काही वर्षांपूर्वी तमिळनाडूतील एका शासकीय खात्याच्या निमंत्रण पत्रिकेची सुरुवात गायत्री मंत्राने करण्यात आली होती. हे प्रकरण नंतर न्यायालयात गेले. गायत्री मंत्राच्या अर्थाचे सूक्ष्म विश्लेषण करून न्यायाधीशांनी शासकीय निमंत्रण पत्रिकेत त्याचा उल्लेख 'सेक्युलॅरिझम'च्या विरोधात जात नसल्याचे आपल्या निकालात नमूद केले होते. नेहरूंना अभिप्रेत असलेले 'सेक्युलर' शासन विचारवंतांच्या निष्कर्षातून आणि न्यायालयीन निकालांतून अशा प्रकारे आकार घेत जाईल हे दाखवण्याचा एक प्रयत्न म्हणून मी ही उदाहरणे दिली आहेत.

नेहरूंचे *डिस्कव्हरी ऑफ इंडिया* हे पुस्तक वाचल्यास त्यांच्या मनात भारतीय प्राचीन संस्कृतीबद्दल किती आदराची भावना होती हे आपल्या लक्षात येते. हा अनमोल

वारसा आपण जपला आणि जोपासला पाहिजे असे त्यांना वाटे. देशाचा भूतकाळ आणि वर्तमानकाळ यात योग्य ती सांगड घातल्यानेच हे शक्य होईल अशी त्यांची धारणा होती. आपल्या एका भाषणात त्यांनी देशाच्या भूतकाळाला एखाद्या रोपट्याच्या मुळांची उपमा दिली होती. नेहरू म्हणाले होते की, रोपट्याची मुळे दुर्लक्षित राहिली तर रोपटे जगूच शकणार नाही. त्याला पाणी हे पुरवलेच पाहिजे, पण त्याबरोबर रोपटे फोफावण्याकरिता भरपूर सूर्यप्रकाशाची आणि मोकळ्या हवेचीही आवश्यकता असते. मोकळी हवा आणि सूर्यप्रकाश म्हणजे वर्तमानकाळातील गरजांचे भान. भूतकाळ आणि वर्तमानकाळ यांच्यातील सांधा सांधण्याचे सातत्याने प्रयत्न करणाऱ्या नेहरूंना भारतीय 'संस्कृती' आणि 'सेक्युलॅरिझम' यांच्यात फारकत होण्याची कल्पना मंजूर नव्हती आणि म्हणूनच आपल्या शेवटच्या काळात भारताच्या संस्कृतीच्या चौकटीत 'सेक्युलॅरिझम'ची संकल्पना कशी बसवता येईल याबद्दल सध्या आपले विचार चालू आहेत, अशा आशयाचे विधान नेहरूंनी केले होते. (प्रा. स. रा. गाडगीळ यांच्या *नवभारताचे शिल्पकार पंडित जवाहरलाल नेहरू* या पुस्तकात याचा उल्लेख आहे.)

'कोणत्याही प्रश्नाचा विचार वस्तुस्थितीकडे दुर्लक्ष करून करता येत नाही. आज भारतात सुमारे १४ कोटी मुसलमान आहेत. इतर धर्मीय लोकांची संख्याही नगण्य नाही. उद्या हिंदू राष्ट्र आपण कोणत्या ना कोणत्या स्वरूपात अस्तित्वात आणू शकलो, तर त्यातून राष्ट्रीय एकात्मता निर्माण होऊ शकेल काय? इतर धर्मीयांचे सोडा. फक्त मुसलमानांचा प्रश्न घ्या. अशा राज्यातील वातावरणाशी ते भावनिकदृष्ट्या समरस होऊ शकतील काय? तुम्ही त्यांना दुय्यम नागरिकांचे स्थान देणार असाल, तर राष्ट्रीय जीवनात त्यांनी समरस व्हावे अशी आशा तुम्ही बाळगणार आहात काय? हिंदू राष्ट्राच्या समर्थकांना मी नेहमी एकच प्रश्न विचारतो : 'भारतात राहणाऱ्या कोट्यवधी मुसलमानांचे काय स्थान असेल ते मला आधी सांगा.' अद्याप तरी या प्रश्नाचे समाधानकारक उत्तर मला मिळालेले नाही.

या प्रश्नांची दुसरी एक बाजू आहे आणि त्याबद्दल मी थोडेसे लिहिणार आहे. भारताचे विभाजन हा हिंदूंना फार मोठा धक्का होता. त्या काळात इंडियन नॅशनल काँग्रेस हे भारतीय स्वातंत्र्य चळवळीचे दुसरे नाव होते. देशातील जवळजवळ सर्वच राजकीय नेते त्या काळी काँग्रेसमध्ये होते. शत्रूंनाही ज्यांच्या 'सेक्युलर' वृत्तीबद्दल शंका येणार नाही अशी थोर माणसं त्या वेळी काँग्रेसमध्ये होती. असे असूनही भारतातल्या मुसलमानांनी पाकिस्तानच्या वतीने कौल दिला. १९४६मध्ये (भारत स्वतंत्र होण्याच्या सुमारे एक वर्ष आधी), १९३५च्या कायद्यानुसार झालेल्या निवडणुकीत मुसलमान मतदारांनी प्रचंड मतांनी (९२ टक्के) पाकिस्तानच्या मागणीला पाठिंबा दिला. परिणामतः पाकिस्तान अस्तित्वात आले. भारत स्वतंत्र झालेल्या काळात पंतप्रधान नेहरूंनी प्रचंड शौर्याने सेक्युलर भारताचा किल्ला लढवला. त्यांच्या जागी दुसरा कोणीही असता, तर

तो किल्ला नेस्तनाबूद झाला असता. त्या काळात वारंवार मुसलमान पुढाऱ्यांशी संपर्क साधून नेहरूंनी त्यांना योग्य तो सल्ला दिला होता. पण त्याचा फारसा उपयोग झाला नाही. नेहरूंच्या विशाल मनाचा आणि सौजन्याचा फायदा घेऊन मुसलमानांनी आपली जातीय पाळेमुळे अधिक मजबूत करून घेतली हे एक कटू सत्य आहे. मी नेहरूंचा प्रशंसक असूनसुद्धा मला हे लिहावे लागते आहे यावरून माझ्या मनःस्थितीची वाचकांना कल्पना यावी. माझे दिवंगत मित्र हमीद दलवाई यांना आणि त्यांच्या अनुयायांना मुसलमानांचा थोडासुद्धा पाठिंबा मिळाला नाही ही दुर्दैवाची गोष्ट आहे. माझे सगळे जीवन हैदराबाद शहरात गेले असल्यामुळे मला उर्दू भाषा चांगली अवगत आहे. काही वर्षे माझे शिक्षण उर्दू भाषेच्या माध्यमातूनही झाले आहे. आपला उर्दू भाषेशी असलेला संबंध टिकवून राहावा या उद्देशाने मी एका चांगल्या समजल्या जाणाऱ्या उर्दू दैनिकाचा वर्गणीदार झालो. पण थोड्या दिवसांतच माझा त्या दैनिकाबाबत भ्रमनिरास झाला. मुसलमानांचे प्रश्न, त्यांच्यावर होणारे तथाकथित अन्याय इत्यादींवर त्या दैनिकात भरपूर मजकूर असायचा. भारतासमोर असलेल्या प्रश्नांचा त्यात नावालाच उल्लेख असायचा. कंटाळून मी ते दैनिक वाचणे बंद केले.

राष्ट्रीय एकात्मतेच्या मार्गात मुस्लीम मानसिकता हा सर्वात मोठा अडथळा आहे. या मानसिकतेत बदल व्हावा असे खुद्द मुस्लीम समाजाला वाटत नाही, ही अत्यंत दुर्दैवाची बाब आहे. समान नागरी कायद्याला विरोध हा या मानसिकतेतून निर्माण झाला आहे. राजकीय क्षेत्राचा विचार केल्यास धार्मिक समानता ही त्यांच्या दृष्टीने सर्वात महत्त्वाची बाब असते. इतर गोष्टींना गौणस्थान असते. त्यांच्या विचारसरणीचे प्रतिबिंब आपल्याला ज्या उर्दू 'शेर'मध्ये पाहावयास मिळते, तो 'शेर' कवी इक्बाल यांचा आहे. तो शेर असा आहे :

चीन-ओ-अरब हमारा, हिंदोस्ताँ हमारा
मुस्लिम हैं हम वतन है, सारा जहाँ हमारा

या 'शेर'चा अर्थ अगदी थोड्या शब्दांत सांगायचा झाला तर खालीलप्रमाणे सांगता येईल. 'देश चीन असो, अरबस्तान असो, वा हिंदुस्थान असो; आम्हाला भावनिकदृष्ट्या एकत्र आणणारा धागा म्हणजे इस्लाम.' राष्ट्रीय एकात्मतेचा प्रश्न असो वा इतर कोणताही सामाजिक, राजकीय वा सांस्कृतिक प्रश्न असो, त्याचा विचार करताना ही बाब लक्षात ठेवणे अत्यंत गरजेचे आहे. ज्यांना मुस्लीम मानसिकतेचा परिचय करून घ्यायचा असेल त्यांनी हमीद दलवाई यांचे *Muslim Politics in Secular India* हे पुस्तक अवश्य वाचावे.

आता मी मुस्लीम मानसिकता हा विषय बाजूला सारून हिंदू राष्ट्राच्या संकल्पनेकडे वळतो. 'भारत हे हिंदू राष्ट्र बनले पाहिजे' असे म्हणणाऱ्यांची संख्या काही थोडीथोडकी नाही. खरे पाहता त्यांच्यापैकी कोणाजवळही हिंदू राष्ट्राची स्पष्ट कल्पना नाही, किंवा

असेलच तर ती त्यांना उघडपणे सांगावीशी वाटत नसावी, कारण त्या संकल्पनेचा लोकशाहीशी फारसा संबंध नसावा. हिंदू राष्ट्र म्हणजे काय, हा प्रश्न भारतातील हिंदू तत्त्ववाद्यांना एकदा विचारला पाहिजे. भारतीय संविधानात 'स्मृती'च्या कायद्याविरुद्ध कोणताही कायदा भारतात अस्तित्वात असणार नाही, जो कायदा ज्या प्रमाणात 'स्मृती'विरोधी जाईल, तो कायदा त्या प्रमाणात रद्दबातल होईल, असे कलम समाविष्ट करण्यास भारतातील हिंदुत्ववादी तरी तयार आहेत काय? धर्मशास्त्राप्रमाणे हिंदू राज्य करायचे, तर स्त्रियांचे समानतेचे हक्क रद्द केले पाहिजेत, अस्पृश्यांचे सगळेच हक्क रद्द करून त्यांना शिक्षणबंदी केली पाहिजे, जातीजातींना आपापसांत विवाह करण्यास बंदी केली पाहिजे आणि राज्यसत्तेने ब्राह्मण अवैध मानला पाहिजे. असल्या प्रकारची हिंदू धर्मशास्त्राला अनुसरणारी राज्यरचना हिंदुतत्त्ववादी म्हणवणाऱ्यांना तरी मान्य आहे काय?

डॉ. वाघमारे यांनी भारत हे धर्मनिरपेक्ष राज्य कोणत्या अर्थाने आहे हे या शब्दांत सांगितले आहे.

> 'भारताचे सर्व नागरिक प्रथम दर्जाचेच आहेत. दुय्यम दर्जाचे नागरिकत्व येथे नाही. सर्वांना मूलभूत अधिकार येथे देण्यात आले आहेत. त्यांच्यावर कुणी आघात केले तर कोर्टाची पायरी चढण्याचा अधिकार सर्वांना आहे. सर्वांना आपला धर्म पाळण्याचा मूलभूत अधिकार घटनेने दिला आहे. तुम्ही आपल्या धर्माचे पालन करू शकता. आपल्या स्वतंत्र संस्था काढू शकता. आपली भाषा, लिपी आणि संस्कृती यांचे संवर्धन करू शकता.'

हे सर्व सांगून भारतातील मुसलमान तरीही आपले अलगतेचे धोरण सोडत नाहीत याबद्दल ते आपली खंत आणि नाराजी खालील शब्दांत व्यक्त करतात :

> 'कम्युनॅलिझम ही भारताची फार जुनी व्याधी आहे.' मुस्लिमांचे आगमन झाल्यापासून हा प्रश्न वास्तवात आहे. देशाची फाळणी झाल्यानंतर हा प्रश्न सुटेल असे वाटत होते. जे मुसलमान स्वेच्छेने भारतात राहिले ते भारताशी एकरूप होतील असं वाटत होतं. पण दुर्दैवाने तसं घडलं नाही. स्वतःची इस्लामी अस्मिता टिकवूनही त्यांना मुख्य प्रवाहामध्ये सामील होता आले असते.
>
> 'बहुसंख्य मुसलमानांनी आधुनिक मूल्ये स्वीकारली नाहीत, तशी इच्छाच त्यांच्यामध्ये निर्माण झालेली दिसत नाही. ती झाली असती तर भारतीय प्रबोधनाच्या चळवळीमध्ये त्यांनीही निश्चितच भाग घेतला असता. मुस्लीम समाजात फारसे प्रबोधन झालेच नाही. इस्लामने समतेचे तत्त्व मान्य केले आहे, पण ते मुसलमानांपर्यंतच मर्यादित आहे. इतरांना ते समान मानण्यास तयार नाहीत.

आधुनिक मूल्यांसाठी आधुनिक शिक्षण घेतले पाहिजे. त्यांचे मदरसे आजही मध्ययुगीन शिक्षणपद्धतीवरच आधारलेले आहेत. ती मध्ययुगीन मानसिकताच तयार करणार हे उघड आहे. हा समाज भविष्यलक्ष्यी झालाच नाही, तो भूतलक्ष्यीच राहिला.'

'मुस्लीम समाजावर सर्वंकष वर्चस्व आहे मुल्ला-मौलवींचे. मुसलमानांमध्ये अशरफ हे सर्वश्रेष्ठ मुसलमान मानले जातात... मुस्लिमांमध्ये जातीय भावना पेटवण्याचे काम मुख्यत: अशरफ मुसलमानच करतात. ते म्हणतील ते कुराणवाक्यच असते. त्याप्रमाणेच मुसलमानांनी वागले पाहिजे असा दंडक असतो. सामान्य मुसलमान रोजीरोटीच्या प्रश्नात गुरफटला आहे.'

'भारतीय संविधानामध्ये समान नागरी कायद्याची (Common Civil Code) तरतूद आहे. त्याला मुसलमानांचा विरोध आहे. हे राष्ट्र धर्मनिरपेक्ष असल्यामुळे समान नागरी कायदा हा कोणत्याही धर्मावर आधारलेला असणार नाही. सांविधानिक मूल्यांवरच तो आधारलेला असेल. तो न्याय, स्वातंत्र्य, समता आणि बंधुता या मूल्यांवर आधारलेला असेल. संविधानाने सर्व नागरिकांना मूलभूत अधिकार दिलेले आहेत. त्यांना धक्का न लावता ते करणे भाग आहे. परंतु हे मुस्लिमांना मान्य होत नाही. कोणताही बदल त्यांना मान्य नाही.'

'कुराणाच्या पलीकडे जाण्याची त्यांची मानसिकता नाही. कुराणाचा अर्थ मुल्ला-मौलवी लावतील तोच त्यांना मान्य करावा लागतो. अरबीमध्ये लिहिलेले कुराण सामान्य मुस्लीम जनतेला कळणे कठीण. उर्दूमध्ये अनुवादित कुराणदेखील आकलनात येणे कठीण. मुल्ला मौलवींशिवाय दुसरा पर्यायच नाही. त्यांनी लावलेला अर्थ हाच अधिकृत आणि अंतिम अर्थ असतो. सगळ्याच धर्मांची ही अवस्था होती... मौलाना अबुल कलाम आझाद हे इस्लामचे गाढे अभ्यासक. त्यांचे पारंपरिक शिक्षण मक्केमध्ये झाले होते. इस्लामचा त्यांनी सखोल अभ्यास केला होता. त्यांच्या विद्वत्तेला कुणीही आव्हान देऊ शकत नव्हता. अशा महान व्यक्तीने लावलेला कुराणाचा अर्थ भारतीय मुसलमानांनी मान्य केला नाही. जिनांऐवजी मुसलमानांनी अबुल कलाम आझाद यांचे नेतृत्व मान्य केले असते तर या देशाचा इतिहास वेगळा झाला असता.'

'मौलाना अबुल कलामांचे कुराण भाष्य तर्कशास्त्रावर आधारलेले आहे. पवित्र कुराण हा ईश्वरी ग्रंथ मानला जातो यात शंका नाही. पण त्याचे भाष्यकार मात्र मानवी आहेत. आणि म्हणून त्यांना प्रमाण मानता येणार नाही. पवित्र कुराण हा ईश्वरी ग्रंथ आहे; परंतु हदीस मात्र उत्तरकालीन आणि मानवी ग्रंथ आहे, म्हणून त्याला प्रमाण मानता येणार नाही. मौलानांचा युक्तिवाद बिनतोड होता. त्यांची

भूमिका इस्लामनिष्ठच होती. इस्लामिक धर्मपंडितांना उघडपणे त्या भूमिकेला विरोध करता आला नाही. पण मौन धारण करून त्यांनी ती तर्कशुद्ध भूमिका अमान्य केली. इस्लामला मौलाना अबुल कलाम आझाद हे प्रासंगिक बनवू इच्छित होते. त्याला प्रासंगिक बनवूनदेखील इस्लामशी त्यांना एकनिष्ठ राहता आले असते. मौलाना अबुल कलाम आझाद हेच या गोष्टींचे ज्वलंत उदाहरण त्यांच्या समोर होते. मौलाना आझाद हे हिंदू-मुस्लीम ऐक्याचे प्रतीक होते. जेवढे ते इस्लामशी एकनिष्ठ होते, तेवढेच ते भारताशीदेखील एकनिष्ठ होते. धर्मनिरपेक्षता त्यांच्या इस्लामिक एकनिष्ठतेच्या आड आली नाही.'

'देश स्वतंत्र झाल्यानंतर थोड्याच दिवसात, अर्थात दिनांक २३ ऑक्टोबर, १९४७ रोजी, दिल्लीच्या जामा मशिदीत केलेले त्यांचे भाषण अतिशय महत्त्वाचे होते. बदलत्या परिस्थितीची जाणीव त्यांनी आपल्या मुस्लीम बंधूंना करून दिली. ते म्हणाले होते :

'बंधूंनो! बदलाशी जुळवून घ्या. आम्ही बदलाशी जुळवून घेण्यास तयार नाही, असे म्हणू नका. बदलांसाठी तयार राहा. तारे मंदावले असतील, परंतु सूर्य तर अजूनही तळपतोच आहे. या सूर्याची काही किरणे उधार घ्या आणि आपल्या जीवनाच्या अंधकारमय गुहांना प्रकाशमान करा. नवीन राजकीय सत्ताधाऱ्यांकडून मी तुम्हास शिफारस पत्रे मिळवण्यास सांगत नाही. या सगळ्या सभोवतालच्या तेजस्वी खाणाखुणा तुमच्या पूर्वजांनी सोडलेल्या आहेत, त्यांना विसरू नका, त्यांना टाळू नका. त्यांच्या पात्र वारसदारांसारखे बना. खात्री बाळगा, तुम्ही जर पळून गेला नाही, तर तुम्हाला कोणीही पळवून लावणार नाही. तुम्ही पुढे या. आपण शपथ घेऊ या, की हा देश आपला आहे, आपण त्याचे आहोत. तसे झाले तर त्यांच्या भवितव्याचा निर्णय आपल्या मताशिवाय अपूर्ण राहील.'

मौलाना आझाद यांनी स्वातंत्र्योत्तर काळातही भारतीय मुसलमान समाजाला योग्य तो सल्ला कसा दिला त्याचे उदाहरण लेखकाने वर दिलेल्या उताऱ्याद्वारे दिले आहे. सरदार पटेल यांनी त्या काळात मुसलमानांना परखड शब्दांत तोच इशारा दिला होता. ते म्हणाले होते :

'I want to tell my Muslim brothers that they cannot ride two horses. They have to choose one of them. In case you choose to remain in India you should be loyal to India.'

पं. नेहरूंनी तर विभाजनानंतर मुस्लीम समाजाविरुद्ध उसळलेला आगीचा डोंब एका एकांड्या शिलेदाराप्रमाणे बुजविण्याचा भगीरथ प्रयत्न केला होता, कारण त्यांना

नवसमाजाची निर्मिती करावयाची होती. त्यांनी खासगीरीत्याही मुस्लीम समाजातील महत्त्वाच्या व्यक्तींना योग्य तो सल्ला दिला होता. याबाबत एक हकिकत सांगण्यासारखी आहे. नक्की आठवत नाही पण ती १९६२-६३च्या सुमारातील असावी. त्या वेळेच्या उस्मानिया विद्यापीठाच्या कुलगुरूंच्या सूचनेवरून मी प्रिन्स मुकर्रम जहां (निझामाचे नातू) यांना भेटायला गेलो होतो. प्रिन्स त्या वेळी विद्यापीठाचे 'चॅन्सलर' होते. त्यांना हैदराबाद रेडिओवरून नेहरूंवर भाषण करावयाचे होते आणि त्याकरिता त्यांना माझी मदत हवी होती. ते माझ्याशी मोकळेपणाने बोलले. संभाषणाच्या ओघात ते म्हणाले, 'पंडितजींनी वेळोवेळी मला आणि मुस्लीम समाजातील इतरांना मुस्लीम समाजाची मानसिकता बदलण्याच्या आवश्यकतेबद्दल सांगितले आहे आणि त्यादृष्टीने मीही प्रयत्नशील आहे.' तसे प्रयत्न काही जणांनी केलेही असतील, पण त्यांना अपेक्षित यश आले नाही हे उघड आहे.

डॉ. वाघमारे यांनी हमीद दलवाई यांचा उल्लेख आपल्या पुस्तकात गौरवपूर्ण शब्दांत केला आहे याचा मला आनंद वाटतो. हमीद माझे चांगले मित्र होते आणि त्यांनी केलेल्या कार्याबद्दल माझ्या मनात अतिशय आदर आहे. माझे दुसरे मित्र कै. नरहर कुरुंदकर यांच्या नांदेड येथील घरात मी एकच फोटो पाहिला होता आणि तो होता हमीद दलवाईंचा. दलवाई त्यांच्या हैदराबाद भेटीत मला आवर्जून भेटत. एकदा तर आम्ही मुस्लीम प्रश्नांवर चार तास सतत बोललो होतो. त्यांच्यावरील माझा लेख माझ्या एका लेखसंग्रहात प्रसिद्ध झाला आहे. ते थोर प्रबोधनकार होते आणि शंभर टक्के राष्ट्रवादी होते. दुर्दैवाने ते अकाली गेले. त्यांना कोत्या वृत्तीच्या मुसलमानांकडून रोज धमकीची पत्रे यायची. कोकणात राहणाऱ्या त्यांच्या आईवडिलांना आम्ही ठार करू अशीही त्यात धमकी असायची. असे असूनही हमीद आपले काम करतच राहिले. आज दुर्दैवाने त्यांच्या अनुयायांनाही नगण्यच यश मिळत आहे.

Muslim Politics in Secular India हे पुस्तक लिहिण्यापूर्वी विचारवंतांच्या भेटीगाठी घेण्याकरिता ते भारतभर फिरले होते. त्याच पुस्तकाच्या संदर्भात ते मलाही भेटले होते. बोलण्याच्या ओघात मी त्यांना म्हणालो, "हैद्राबाद संस्थान भारतात सामील होण्याच्या संकल्पनेला हैदराबादच्या मुसलमानांचा (रझाकार चळवळ) जसा विरोध होता, तसा कम्युनिस्टांचाही होता हे तुम्हाला माहीत आहे काय?" त्यांना अर्थातच ही माहिती नवी होती. इस्लामप्रमाणे साम्यवादही समतेच्या तत्त्वावर आधारित आहे आणि म्हणून आम्ही एकत्र येत आहोत असा प्रचार त्या वेळी सातत्याने केला गेला होता. नंतर हमीदनी मी दिलेल्या माहितीवर बराच विचार केला असावा. आपल्या *Mulsim Politics in Secular India* या पुस्तकात हमीद लिहितात :

'A communist when not in power, is primarily an internationalist and only secondarily, if at all, a nationalist. Muslim in minority is primarily a Muslim and only secondarily, if at all, a nationalist. Both Muslims and communists regard their own concept of social structure as perfect. Both reject freedom of thought. What is even more is the fact that both employ strikingly similar methods of propaganda, against their opponents... it is the claim to equality that links both those doctrines. What is the nature of social equality in Islam?'

हमीदशी झालेल्या पहिल्या भेटीत आम्ही रात्री दीडपर्यंत बोलत होतो. दुसऱ्या दिवशी ते मुंबईस परतले. हमीदच्या दृष्टीनेही आमच्या त्या रात्रीच्या गप्पा समाधानकारक ठरल्या असाव्यात, कारण पुढे दोनचार व्याख्यानांत त्यांनी आमच्या चर्चेत आलेल्या काही मुद्द्यांचा (माझे नाव न घेऊन) उल्लेख केल्याचे माझ्या कानावर आले. इस्लाममध्ये कोणत्या प्रकारची सामाजिक समता आहे असा प्रश्न विचारताना हमीदच्या डोळ्यांसमोर सामाजिक समतेच्या अभावी अन्याय सहन करणारी मुस्लीम स्त्रीच असावी याबद्दल शंका बाळगण्याचे कारण नाही.

हमीद दलवाई यांनी आपल्या पुस्तकाद्वारे जे महत्त्वाचे निष्कर्ष मुस्लीम प्रश्नांबाबत काढले आहेत, त्यांचे स्वरूप थोडक्यात खालीलप्रमाणे आहे.

१. पाकिस्तानच्या मदतीने अथवा हिंदूंपेक्षा आपली लोकसंख्या अधिक करून भारताला 'दार-उल-इस्लाम' (इस्लामी देश) करण्याचे वेडगळ घातक विचार मुसलमानांनी सोडून दिले पाहिजेत. हिंदू जातीयवाद हा बऱ्याच अंशी मुस्लीम जातीयवादाची प्रतिक्रिया असते हे मुसलमान लोकांनी लक्षात ठेवले पाहिजे.

२. 'सेक्युलर' वृत्तीच्या मुसलमानांना हिंदूंनी जास्तीत जास्त प्रोत्साहन द्यावे. त्यांची संख्या आज अतिशय थोडी असली तरीही मुसलमानांच्या विचारसरणीत बदल घडवून आणणाच्या कार्यात त्यांची भूमिका महत्त्वाची ठरेल.

३. मुसलमानांच्या जातीयवादाला शह देण्याकरिता हिंदू जास्त जातीयवादी झाले तर हा प्रश्न सुटणार नाही. हिंदूंची आधुनिकतेच्या मार्गावर हळूहळू का होईना पण योग्य अशी पावले पडत आहेत. हिंदू आधुनिकतेचा मार्ग चोखाळत राहिले, तर त्यांची अव्याहत प्रगती होत राहील आणि त्यांची ती प्रगती पाहून मुसलमान आपोआपच आपल्या मध्ययुगीन कल्पना आणि विचार सोडून देतील आणि आधुनिकतेच्या पायावर मार्गक्रमण करू लागतील.

४. मुसलमानांच्या जातीयवादाचे मूळ कारण त्यांच्या धर्मात 'रेनेसान्स'चे (प्रबोधनाचे) पर्व अद्यापही आले नाही हे होय. सर सय्यद अहमद खान यांनी याबाबत केलेले प्रयत्न देवबंदच्या उलेमांनी निष्फळ ठरवले. समाजाला घातक अशा परंपरा आणि विचारांविरुद्ध हळूहळू मुसलमान तरुण बंड पुकारतील आणि त्यातून नवा मुस्लीम समाज जन्माला येईल. या स्थित्यंतराला पोषक असे वातावरण हिंदूंनी निर्माण करावे.

५. राजकीय पक्ष या प्रश्नावर योग्य ती भूमिका स्वीकारत नाहीत (निवडणुका जिंकण्याचे उद्दिष्ट त्यांच्यासमोर असते), म्हणून प्रगतिशील हिंदू-मुसलमानांनी अराजकीय पातळीवर एकत्र येऊन योग्य ते वातावरण निर्माण करावे.

मुसलमानांना योग्य मार्गावर आणण्याचा अविरत प्रयत्न करणारे हमीद हे एक थोर देशभक्त होते हे लक्षात न घेणे म्हणजे त्यांच्या कार्याचे योग्य मूल्यमापन न करणे होय. मुस्लीम समस्येबाबतची त्यांची सर्वच मते सर्वांनाच पटतील असे नाही, पण या प्रश्नावर रात्रंदिवस विचार करणारा हा माणूस केवळ मुसलमानांच्याच कल्याणाकरिता झटत होता अशी कल्पना करणे हमीद यांवर आत्यंतिक अन्याय करण्यासारखे आहे. जोपर्यंत भारतीय मुसलमानांच्या विचारसरणीत बदल होणार नाही, तोपर्यंत त्या समाजाची प्रगती होणार नाही आणि जोपर्यंत तो समाज इतर भारतीयांबरोबर आधुनिकतेच्या पथावर पाऊल टाकणार नाही, तोपर्यंत भारत हे खऱ्या अर्थाने आधुनिक आणि बलशाली होणार नाही अशी हमीद यांची संयुक्तिक विचारसरणी होती. कोणत्याही समाजसुधारकाची वाटचाल काटेरी मार्गावरूनच होत असते आणि हमीदही या नियमाला अपवाद नव्हते. पत्रांतून आणि फोनवरून दिलेल्या धमक्या, शिवीगाळ आणि मारहाण या गोष्टी त्यांच्या जीवनात नित्याच्याच झाल्या होत्या. त्यांच्या धर्मबंधूंपैकी कुणी त्यांना सीआयएचा एजंट म्हटले, तर कुणी आरएसएसचा टीकाकार. त्यांच्यावर टीका करणारे ही बाब सोयीस्कररीत्या विसरतात की, वेळप्रसंगी हिंदूंवरही टीका करण्यास हमीद मागे पुढे पाहत नसत.

खूप मोठा आवाका असलेल्या या विषयाला डॉ. वाघमारे यांनी आपल्या पुस्तकाद्वारे योग्य तो न्याय दिला आहे. हे काम निश्चितच सोपे नव्हते. त्यात शब्दांचे अवडंबर न माजवता तो विषय हाताळणे अधिकच कठीण काम होते. शिवधनुष्य पेलण्याचा तो प्रकार होता. या प्रकारचे लिखाण करण्यास केवळ इतिहासाचे ज्ञान असून भागत नाही. जे वाचले त्याचे योग्यरीत्या आकलन करण्याची पात्रताही असावी लागते. एवढेच नव्हे तर काल, आज आणि उद्याच्या संदर्भात देशाला कोणत्या पथावर आणि कोणत्या दिशेने वाटचाल करणे हितावह ठरेल या बाबतही स्थूल कल्पना असावी लागते. डॉ. वाघमारे हे शिवधनुष्य पेलण्यात यशस्वी झाले आहेत असे मला प्रामाणिकपणे वाटते.

पुस्तकाच्या सुरुवातीसच लेखकाने धर्मनिरपेक्ष राष्ट्राच्या निर्मितीच्या मार्गात असलेल्या अनेक अडथळ्यांचा उल्लेख केला आहे. हे गतिरोधक अत्यंत भयावह असे आहेत. त्यांना बाजूला सारून भारताला खऱ्या अर्थाने धर्मनिरपेक्ष राज्य बनवणे प्रचंड अवघड असे काम आहे. स्वार्थाच्या भोवऱ्यात फिरत असणाऱ्या राजकीय नेत्यांना, मग ते कोणत्याही पक्षाचे असोत, योग्य ते शहाणपण आज ना उद्या सुचेल एवढीच आशा आपण करू शकतो.

भारतीय सांस्कृतिक परंपरा आणि हिंदू धर्म यांमधील निकटचे नाते लक्षात घेऊन मी असे म्हणेन की, हळूहळू भारतीय धर्मनिरपेक्ष राज्याचा चेहरा हिंदू धर्माच्या चेहऱ्यासारखा दिसू लागेल. वास्तवात मात्र भारतीय संस्कृतीच्या चौकटीत सामावून जाणारा 'सेक्युलरिझम' अधिक अर्थपूर्ण होईल. 'सेक्युलरिझम'च्या कोणत्याही संकल्पनेला धक्का लागू न देता जेव्हा आपण ही विचारसरणी भारतीय संस्कृतीच्या कोंदणात बसवण्यात यशस्वी होऊ, तो दिवस भारतीय इतिहासात महत्त्वाचा ठरेल.

डॉ. एन. जी. राजूरकर

बॉस्टन, यूएसए, दि. १२ जुलै २०२२

संदर्भ ग्रंथ

१. डॉ. न. गो. राजूरकर - नरहर कुरुंदकर, *पं. नेहरू : एक मागोवा*

२. डॉ. न. गो. राजूरकर, विचारयात्रा - *वटवृक्षाच्या सावलीत*

३. प्रा. स. रा. गाडगीळ, *नवभारताचे शिल्पकार पंडित जवाहरलाल नेहरू*

४. प्रा. नरहर कुरुंदकर, *जागर*

५. D. E. Smith, *India as a Secular State*

◆◆◆

भूमिका

'राष्ट्राच्या शोधात भारत' हे पुस्तक प्रबुद्ध वाचकांच्या हाती देत असताना मला खूप आनंद होत आहे. या पुस्तकाच्या मथळ्याचा आशय आणि अर्थ ते वाचल्याशिवाय लक्षात येणार नाही. धर्मनिरपेक्षतेच्या समर्थनार्थ मी हे पुस्तक लिहिले आहे. ते लिहिण्याचा विचार माझ्या मनात खरे तर अनेक दिवसांपासून घोळत होता. राज्यसभेचा सदस्य (२००८-२०१४) असताना तो विचार मनात आला. आणि २०१४मध्ये भाजप सत्तेवर आल्यानंतर तो अधिकच बळावला.

धर्मनिरपेक्षता हे एक महत्त्वाचे सांविधानिक मूल्य आहे. आमच्या संविधानकर्त्यांनी अगदी जाणीवपूर्वक भारताला धर्मनिरपेक्ष (Secular) राज्य बनवायचा निर्णय घेतला. तो अतिशय शहाणपणाचा निर्णय होता. पाकिस्तान हे धर्माधिष्ठित (Theocratic) राज्य बनले. भारतदेखील धर्माधिष्ठित राज्य का असू नये? भारताला हिंदू राष्ट्र बनवण्याचा आग्रह हिंदुत्ववादी संघटनांचा होता. अनेकांना ते हिंदू राष्ट्र बनवावे असे वाटत होते. पाकिस्तान हे मुसलमानांचे राष्ट्र तर हिंदुस्थान हे हिंदूंचे राष्ट्र का नको? हा प्रश्न अनेकांनी उपस्थित केला होता. आज तो पुन्हा ऐरणीवर आणण्यात आला आहे.

भारतीय संविधानामध्ये ज्या मूल्यांचा समावेश केला गेला आहे, त्या मूल्यांचा आविष्कार खरे तर स्वातंत्र्य चळवळीतच झाला होता. जिना आणि त्यांच्या मुस्लीम लीगने द्विराष्ट्र सिद्धान्त पुढे करून स्वतंत्र राष्ट्र पदरात पाडून घेतले. पण तो सिद्धान्त भारतीय नेत्यांनी कधीच मान्य केला नव्हता. अगदी अपरिहार्य परिस्थितीमध्ये त्यांना फाळणी मान्य करावी लागली होती. भारतीय परंपरेमध्ये सहिष्णुता आणि सर्वसमावेशकता ह्या मूल्यांचे संवर्धन झालेले आहे. आणि ही मूल्येच स्वातंत्र्य चळवळीमध्ये उपयोगी पडली. भारत हा बहुवांशिक, बहुधार्मिक, बहुजातीय, बहुभाषिक आणि बहुसांस्कृतिक देश असल्यामुळे या देशाला धर्मनिरपेक्षतेचीच आवश्यकता आहे हे त्यांच्या लक्षात आले होते. या देशाच्या विविधतेमध्येच एकतेचे सूत्र दडलेले आहे. त्याच्या आधारावरच नवभारताची उभारणी केली पाहिजे असे त्यांना मनापासून वाटत होते. केवळ हिंदू आणि मुस्लीम या दोन समाजांतील संघर्षाचाच प्रश्न त्यांच्यासमोर नव्हता. विविध धर्मांचा आणि जातींचा कलहही या देशात होता. आणि म्हणूनच त्यांनी धर्मनिरपेक्ष राज्याचा निर्णय घेतला. धर्मनिरपेक्षता हेच भारताचे सुरक्षा कवच आहे यात शंका नाही.

खरे तर लोकशाही शासन हे धर्मनिरपेक्ष शासनच असते आणि असले पाहिजे. भारतासारख्या बहुविध राष्ट्राची शासनव्यवस्था ही धर्मनिरपेक्षच असली पाहिजे. भारतीय राज्यघटना सर्व धर्मांच्या लोकांना धर्मस्वातंत्र्य देते; परंतु ती कोणत्याही धर्मावर आधारलेली नाही. सर्वधर्मसमभावाचा ती पुरस्कार करते. आधुनिक मानवी मूल्यांवर ती आधारलेली आहे.

धर्मनिरपेक्षता म्हणजे धर्मविरोधही नाही आणि धर्मविद्वेषही नाही. या देशात आस्तिकांनाही स्थान आहे आणि नास्तिकांनाही स्थान आहे. प्रत्येकाला आपल्या निष्ठेप्रमाणे जगण्याचा येथे पूर्ण अधिकार आहे. सर्वांना येथे उपासनेचे स्वातंत्र्य आहे. मूर्तिपूजकांनाही येथे स्थान आहे आणि मूर्तिभंजकांनाही. राज्य त्यांच्या मार्गात येत नाही. मात्र, राज्यकारभारामध्ये धर्माने हस्तक्षेप करावा हे घटनेला मान्य नाही. धर्मसंप्रदायांच्या आधारावर राजकारण करावे हे राज्याला आणि त्याच्या शासन-प्रशासनाला मान्य नाही. कायदा आणि सुव्यवस्थेच्या आड येणारी कुठलीही गोष्ट शासनाला मान्य नाही. कायदा आणि सुव्यवस्था राखणे हे शासनाचे पहिले कर्तव्य आहे. शांतता आणि सौहार्द निर्माण करणे हे शासनाचे आद्य कर्तव्य आहे. शिवाय राज्य हे कल्याणकारीच असले पाहिजे.

धर्मनिरपेक्षता ही केवळ धर्मनिरपेक्षता नाही. ती वंशनिरपेक्षता, जातिनिरपेक्षता, भाषानिरपेक्षता आणि लिंगनिरपेक्षताही आहे. धर्म, संप्रदाय, वंश, जात, भाषा, रंग, जन्मस्थान यांपैकी कुठल्याही गोष्टीच्या आधारावर भेदभाव करता येणार नाही. धर्मनिरपेक्ष लोकशाही राज्यातच न्याय, स्वातंत्र्य, समता आणि बंधुता या गोष्टी मिळू शकतात. समान संधी आणि समान सुविधा ह्या धर्माधिष्ठित राज्यामध्ये मिळू शकत नाहीत. समान नागरिकत्व हाच धर्मनिरपेक्ष लोकशाही राज्याचा पाया असतो.

भारतीयत्व हेच भारतीयांचे राष्ट्रीयत्व आहे. भारताचा राष्ट्रवाद हा धर्मनिरपेक्ष आहे. हा देश केवळ हिंदूंचा नाही. इतर धर्मपंथांच्या लोकांचाही या देशावर हक्क आहे. मुसलमान, ख्रिश्चन, शीख, पारशी, यहुदी, जैन, बौद्ध, आदिवासी अशा अनेकांचा हा देश आहे. संविधानाने सर्वांना सारखेच अधिकार दिलेले आहेत. हे सर्वच या देशाचे समान नागरिक आहेत. या देशात ऐक्य आणि एकात्मता निर्माण करणे हे सर्वांचेच कर्तव्य आहे.

या देशाच्या राजकीय, सामाजिक, आर्थिक आणि सांस्कृतिक विकासात सगळ्यांचेच योगदान आहे आणि असले पाहिजे. त्यांच्या योगदानातूनच या देशाच्या सांस्कृतिक परंपरा समृद्ध झाल्या आहेत. हिंदुत्व हेच राष्ट्रीयत्व आहे असे म्हणणे चुकीचे आहे. भारतीय हेच आमचे राष्ट्रीयत्व आहे. प्रत्येकाला आपल्या धर्माविषयी अभिमान बाळगण्याचा अधिकार संविधानानेच दिला आहे; पण दुसऱ्या धर्माचा द्वेष करण्याचा कुणालाही अधिकार दिलेला नाही.

या देशात सर्व जातीधर्मांच्या लोकांनी बंधुत्वाच्या भावनेने राहणे आवश्यक आहे. सर्वधर्मसमभाव हा सगळ्यांच्याच मनात असला पाहिजे. समाजात एकोप्याने राहावे कसे हे नव्याने शिकण्याची आज आवश्यकता आहे. एकत्रित राहण्याची ऊर्मी आणि इच्छाशक्ती आमच्या मनात निर्माण झाली पाहिजे. एकमेकांच्या डोळ्यांतील अश्रू पुसण्याचा संकल्प आम्ही केला पाहिजे.

भारतीय लोकशाही लोकतत्त्वावर उभी आहे. लोक हाच तिचा प्रमुख घटक आहे. भारतीय लोक हाच भारताच्या सार्वभौमिकतेचा स्रोत आहे. 'आम्ही भारतीय लोक...' या महावाक्यापासूनच भारतीय संविधानाला सुरुवात होते. भारतीय लोकांनीच हे संविधान निर्माण केले आणि ते स्वत:ला अर्पण केले आहे. लोक हेच भारताचे भाग्यविधाते आहेत. या देशाला 'सुजलाम् सुफलाम्' करण्याचे दायित्व नियतीने त्यांच्यावर सोपवले आहे. राज्यघटनेने या नवराष्ट्राचे वर्णन 'सार्वभौम, समाजवादी, धर्मनिरपेक्ष लोकशाही गणराज्य' या शब्दांत केले आहे. लोकशाहीत लोकच सर्व गोष्टींचे मोजमाप असतात. मात्र असे राष्ट्र अद्याप आम्हाला निर्माण करता आलेले नाही. अशा राष्ट्राचा शोध आम्ही घेत आहोत. पण ते अद्याप आमच्या हाती लागलेले नाही. त्याची कारणे काय आहेत? तर आम्ही अद्याप सांविधानिक मूल्ये आत्मसात केलेली नाहीत. धर्मनिरपेक्षतेचे उदात्त तत्त्व आपल्याला अजून आत्मसात करता आलेले नाही.

धर्मनिरपेक्ष राष्ट्राच्या निर्मितीच्या मार्गात अनेक गतिरोधक आहेत. खरे तर ती एक दूरची सफर आहे. धर्मांधता आणि जात्यंधता हे दोन डोंगर त्याच्या मार्गात उभे आहेत. ते आम्हाला अद्याप ओलांडता आलेले नाहीत. देशात संकुचित अस्मितांचे राजकारण चालू आहे. धर्म आणि जातींच्या अस्मितांनी आमच्यात अंधत्व निर्माण केले आहे. 'भारतीय' हीच आमची खरी अस्मिता! पण तिचा आम्हाला विसर पडलेला आहे. धर्माच्या पलीकडे गेल्याशिवाय आणि जातीपातींच्या अस्मितांचे विसर्जन केल्याशिवाय ती अस्मिता आमच्या हाती लागणार नाही. बीज नष्ट झाल्याशिवाय त्याला अंकुर फुटत नाही. अंकुरातूनच वृक्ष निर्माण होतो हे लक्षात घेतले पाहिजे. जातीविहीन राष्ट्र बनवणे हेच आमच्या संविधानाला अभिप्रेत आहे.

सध्या पारंपरिक मूल्ये आणि आधुनिक मूल्ये यांच्यात संघर्ष निर्माण झाल्याचे दिसून येते. पारंपरिक मूल्ये न सोडताच आधुनिक मूल्ये आत्मसात करता येणार नाहीत. एकाच वेळी दोन घोड्यांवर स्वार कसे होता येईल? सांविधानिक मूल्यांचाच आपण स्वीकार केला पाहिजे. सांविधानिक मूल्यांच्या आधारावरच उद्याच्या समाजाची पुनर्रचना आपल्याला करावयाची आहे. त्याच्या मार्गातील सर्व गतिरोधक दूर सारणे भाग आहे. धर्मनिरपेक्षता हे सर्वात मोठे सांविधानिक मूल्य आहे.

धर्मनिरपेक्ष राष्ट्राच्या निर्मितीची प्रक्रिया अद्याप पूर्ण झालेली नाही. त्याचे प्रारूप संविधानात आहे. त्या दिशेने आमचा प्रवास सुरू झाला होता. पण तो मध्येच खंडित झाला. स्वातंत्र्यपूर्व भारत हे एकसंध राष्ट्र कधीच नव्हते. राष्ट्र ही आधुनिक संकल्पना आहे. हजार-बाराशे वर्षांच्या गुलामीनंतर आम्ही स्वातंत्र्य मिळवले. यापूर्वी केंद्रीय सत्ता भारतात कधीही नव्हती. मौर्य साम्राज्य त्याला अपवाद आहे. भारताचे विविध प्रांत एका सत्तेखाली कधीच आले नव्हते. खऱ्या अर्थाने या देशाला सार्वभौमिकता प्राप्त झाली ती स्वातंत्र्यप्राप्तीनंतर. ज्या देशाला सार्वभौमिकता नसते, त्या देशाला राष्ट्र म्हणता येत नाही. राष्ट्र हे स्वतंत्रच असते. ते स्वतंत्र असल्याशिवाय त्याला सार्वभौमिकता प्राप्त होत नाही.

आज देशात जातीयवादी शक्ती प्रचंड प्रमाणात फोफावल्या आहेत. गांधीजींचा ज्याने निर्घृण खून केला त्या नथुराम गोडसे याचे उघडउघड गौरवीकरण केले जात आहे. पं. जवाहरलाल नेहरूंचे प्रतिमाहनन केले जात आहे. देश जोडण्याऐवजी तोडण्याचे प्रयत्न केले जात आहेत.

रेनान या राजकीय विचारवंताच्या म्हणण्यानुसार, 'राष्ट्र हा जिवंत आत्मा असतो. अशा राष्ट्रातील सर्व लोक आत्मीयतेच्या धाग्याने एकत्रित बांधले जातात.' अध्यात्म म्हणजे धर्म नव्हे. अंत:प्रेरणेतून आत्मतत्त्व निर्माण होते. ते अद्याप निर्माण झालेले नाही. एकत्रित राहण्याच्या दृढ संकल्पाशिवाय राष्ट्र उभे राहू शकत नाही. धर्मनिरपेक्ष राष्ट्रवाद म्हणजे नवभारताचे कोंदण!

माझ्या या पुस्तकाला डॉ. एन. जी. राजूरकर यांची अभ्यासपूर्ण आणि विचारप्रवर्तक प्रस्तावना लाभली आहे. प्रकृती बरी नसतानादेखील त्यांनी पुस्तकाचे हस्तलिखित आपल्याबरोबर अमेरिकेला नेले आणि तिथे त्यांनी प्रस्तावना लिहिली. धर्मनिरपेक्षता या संकल्पनेवर त्यांनी केलेले भाष्य या पुस्तकाचे वैचारिक मूल्य वाढविणारे आहे. त्यांच्या या साक्षेपी प्रस्तावनेबद्दल मी त्यांचा ऋणी आहे.

'राष्ट्राच्या शोधात भारत' हे पुस्तक 'सकाळ प्रकाशन'ने अतिशय देखण्या स्वरूपात काढल्याबद्दल मी या संस्थेचा मनापासून आभारी आहे.

आमचे मित्र श्री. महेश शिंदे यांनी या पुस्तकाच्या डीटीपीचे क्लिष्ट काम केल्याबद्दल त्यांचेही आभार.

माझी भूमिका मी स्पष्ट केली आहे. त्या भूमिकेतूनच मी हे पुस्तक लिहिले आहे. मराठी वाचक त्याचे स्वागत करतील अशी मी आशा बाळगतो.

डॉ. जनार्दन वाघमारे

लातूर, ०२ ऑक्टोबर २०२२

अनुक्रमणिका

१.
भारत - युगानुयुगे

॥ १ ॥

भारत हा अतिप्राचीन देश आहे. भारतीय संस्कृती ही जगातील प्राचीन संस्कृतीपैकी एक आहे. वैदिक धर्म हा प्राचीन धर्म मानला जातो. ऋग्वेद हा जगातील महत्त्वपूर्ण प्राचीन ग्रंथांपैकी एक ग्रंथ आहे. खरे तर तोच वैदिक धर्माचा पाया आहे. या देशाच्या संस्कृतीला पाच हजार वर्षांची समृद्ध अशी परंपरा लाभली आहे.

या खंडप्राय देशाच्या सीमा निसर्गानेच निर्धारित केलेल्या आहेत. विविधता या देशाचे निसर्गदत्त ऐश्वर्य आहे. भारत हा आमचा भाग्यविधाता आहे. त्याचे वैभव वर्णन करण्यासाठी कवींनी आपल्या प्रतिभा पणाला लावल्या आहेत. अनेक भाषा आणि बोली या देशात निर्माण झाल्या. कदाचित या देशाची विविधता आणि वैभव वर्णन करण्यासाठीच त्या निर्माण झाल्या असाव्यात.

भारताचे भौगोलिक स्वरूप लक्षात घेतले, तर त्याची महानता आपल्या लक्षात येईल. त्याच्या भूगोलानेच भारतीय संस्कृतीला आकार दिलेला आहे. त्यानेच भारताच्या इतिहासाला वळण दिलेले आहे. कारण निसर्गावरच माणसे जगत असतात. त्यांचे व्यवहार निसर्गावरच चालत असतात. जगण्याची साधने निसर्गच देत असतो. या ठिकाणच्या निसर्गाचे वैविध्य आणि त्याची समृद्धी डोळ्यांत भरण्यासारखी आहे.

भारत हा खंडप्राय देश आहे. निसर्गानेच त्याला वेगळे असे औचित्यपूर्ण स्थान दिले आहे. त्याच्या वायव्य, उत्तर आणि ईशान्य दिशांना हिमालय पर्वताच्या प्रचंड रांगा पसरलेल्या आहेत. हिमालय हा भारताचा मुकुट आहे आणि भारताचे पूर्व, दक्षिण आणि पश्चिम हे भाग समुद्रवलयांकित आहेत. दक्षिणेला हिंद महासागर, पूर्वेला बंगालची खाडी आणि पश्चिमेला अरबी समुद्र आहे. अशा प्रकारे भारताला सुमारे ५००० मैलांचा समुद्रकिनारा लाभला आहे. उत्तर सरहद्दीपासून दक्षिण टोकापर्यंतची लांबी जवळपास २००० मैल आहे.

हिमालय हा भारताचा गौरव आहे. त्याची लांबी सुमारे १५०० मैल आणि रुंदी १५० ते २०० मैल आहे. २०,००० फुटांपेक्षा अधिक उंचीची ११४ शिखरे असून त्यांपैकी ७५ शिखरे २४,००० फुटांपेक्षा अधिक उंचीची आहेत. गौरीशंकरची उंची २९,१४० आणि नंदादेवीची उंची २५,६६१ फूट आहे.

अनेक नद्यांनी हा देश नटला आहे. त्यांनी हा देश 'सुलजाम् सुफलाम्' बनवला आहे. हिमालयाच्या पोटातून कितीतरी नद्या उगम पावल्या आहेत. त्याच्या पलीकडे उगम पावलेली सिंधू तसेच ब्रह्मपुत्रा या महानद्या त्याला वळसा घालून भारतात अवतरतात. सिंधू अरबी समुद्राला जाऊन मिळते, तर ब्रह्मपुत्रा बंगालच्या खाडीला. गंगा आणि यमुना या नद्या हिमालयाच्या मस्तकातून उगम पावतात. गंगोत्री आणि यमुनोत्री ही त्यांची उगमस्थाने होत. भारतीय लोक या सर्व नद्यांना पवित्र मानतात. भारतीय संस्कृतीचे सिंचन या पवित्र नद्यांनी केले आहे.

हिमालयात उगम पावलेल्या झेलम, चिनाब, रावी, बियास आणि सतलज या सिंधूस मिळणाऱ्या पाच नद्यांचा प्रदेश म्हणजे पंजाब. भारत वर्षाला सप्तसिंधू या नावानेही ओळखले जात होते. सप्तसिंधू अर्थात सात नद्यांपासून बनलेल्या प्रदेशाला भारतवर्ष म्हटले जात होते. या सात नद्या कोणत्या? सिंधू, सरस्वती, झेलम, चिनाब, रावी, बियास आणि सतलज या त्या नद्या होत. सरस्वती ही नदी प्राचीन काळीच लुप्त झाली आहे. पण भारतीय संस्कृतीमध्ये तिला आजही मानाचे स्थान आहे. तिचे अस्तित्व नाही असे भारतीय मन मानायला तयार नाही.

विंध्य पर्वत हा भारताच्या मध्यभागी पूर्व-पश्चिम पसरलेला आहे. याच भूभागावर वेद, उपनिषदे, रामायण, महाभारत, गीता हे वाङ्‌मय निर्माण झाले. विंध्य पर्वताच्या उत्तरेचा भाग हा उत्तर भारत; आणि दक्षिणेचा भाग हा दक्षिण भारत. उत्तरेच्या भागाला भारतवर्ष म्हटले जाते. विंध्य आणि सातपुडा या पर्वतांच्या मधून नर्मदा नदी वाहते आणि शेवटी अरबी समुद्रास मिळते. नर्मदा, तापी, गोदावरी, कृष्णा, तुंगभद्रा आणि कावेरी ह्या दक्षिणेतल्या प्रमुख नद्या. या सर्व नद्या भारताच्या जीवनवाहिनी आहेत. पूर्ववाहिनी आणि पश्चिमवाहिनी अशा नद्या भारतात आहेत.

भारत हा विविधतेने नटलेला देश आहे. भारतीय जीवनाच्या अंगोपांगांत ही विविधता आढळते. निसर्गाची विविध रूपे या देशात आढळतात. या देशात एके काळी प्रचंड अरण्ये पसरलेली होती. त्या अरण्यांमध्ये प्राचीन भारतीय संस्कृतीचा जन्म झाला. भारतीय दर्शन आणि चिंतनाचा उगम विराटकाय अशा अरण्यातूनच झालेला आहे. येथील नद्या-पर्वतांनी भारतीय संस्कृतीचे सर्जन केले आहे.

भारतातील प्राणिसृष्टी आणि वनस्पतिसृष्टी या दोन्हीही सृष्टींची विविधता अवर्णनीय आहे. जगातील सर्व वनस्पतींच्या प्रजाती भारतात उपलब्ध आहेत. भारत हा जगातला

सर्वात मोठा आणि प्राचीन असा कृषिप्रधान देश आहे. सर्व प्रकारची पिके येथे येतात. सर्व प्रकारची धान्ये या देशात उपलब्ध आहेत. या देशातील वृक्षांची आणि फळा-फुलांची विविधताही डोळे दिपवणारी आहे. India is the whole world in miniature.

या देशातली प्राणीसृष्टीदेखील अतिशय समृद्ध आणि वैविध्यपूर्ण आहे. माणसाचा समावेश हा प्राणीसृष्टीतच होतो. जगातील सर्व मानववंश येथे आढळतात. सर्व प्रजातींचे पशू-पक्षी या देशात आढळतात. भारताची जैवविविधता (Biodiversity) मोठी आहे.

अशा ह्या वैविध्यपूर्ण निसर्गाचा येथील संस्कृतीवरही परिणाम झाला आहे. अनेक मानववंश येथे आले आणि त्यांनी येथील संस्कृतीला समृद्ध केले. एक लाख वर्षांपासून येथे निरनिराळे मानववंश राहत होते. हे अलीकडच्या उत्खननावरून सिद्ध झालेले आहे. शिवाय बाहेरूनही अनेक मानववंशांच्या टोळ्या येथे येतच राहिल्या. मूळच्या आणि बाहेरच्या मानववंशांचा वर्णसंबंध मोठ्या प्रमाणात झाला. खरे तर जगातल्या कुठल्याही मानववंशाचे रक्त आज विशुद्ध नाही. भारताला पूर्वीपासूनच उकळत्या भांड्याचे (Melting Pot) स्वरूप प्राप्त झालेले आहे. उकळत्या भांड्याचा सिद्धान्त (Theory of Melting Pot) हा केवळ अमेरिकनांनाच लागू होत नाही. तो भारतीयांनादेखील लागू होतो. निरनिराळ्या मानववंशांच्या रक्तमिश्रणातून (Fusion of Blood) भारतीय माणूस बनला आहे असे म्हणणे सयुक्तिक ठरेल.

आर्यदेखील बाहेरूनच आलेले आहेत असे बहुसंख्य इतिहासकारांचे म्हणणे आहे. ते मध्य आशियातून इराणमार्गे भारतात आले. ते स्थानिक लोकांपेक्षा शारीरिक दृष्टीने अधिक बलवान असल्यामुळे त्यांचे वर्चस्व येथे प्रस्थापित झाले. पण ते सांस्कृतिकदृष्ट्या अधिक प्रगत होते असे म्हणता येत नाही. मूळची द्रविड संस्कृतीही बरीच पुढारलेली होती हे मोहेंजोदाडो आणि हडप्पा या ठिकाणच्या उत्खननामुळे सिद्ध झाले आहे.

आर्य हे जेते ठरले. आणि जेत्यांचीच दखल इतिहास घेत असतो. जेत्यांच्याच भाषेला वर्चस्व प्राप्त होत असते. संस्कृत ही आर्यांची भाषा. स्थानिक लोकांच्या बोलीभाषा आणि संस्कृत यांच्या संयोगातून प्राकृत भाषा निर्माण झाल्या. संस्कृत भाषेला सुरुवातीपासूनच ज्ञानभाषेचे स्वरूप प्राप्त झाले. संस्कृती हे नाव संस्कृत भाषेतूनच निर्माण झालेले आहे. आर्यांनी आणि इतर लोकांनी जी मूल्यव्यवस्था आणि जीवनशैली निर्माण केली ती या देशाची संस्कृती. संस्कृती हा शब्द केवळ संस्कृत या भाषेतच वापरला जात नाही, तर तो सर्वच भारतीय भाषांमध्ये वापरला जातो.

भारतीय संस्कृती हीदेखील सुरुवातीपासूनच बहुपदरी आहे. तिचे स्वरूप पूर्वीपासूनच संमिश्र आहे. भारतीय समाजाचे स्वरूप हे बहुविध (Plural) आहे. पण ही बहुविधता एकतेच्या धाग्याने बांधलेली आहे. विविधतेत एकता हे भारतीय संस्कृतीचे वैशिष्ट्य सुरुवातीपासूनच राहिलेले आहे. भारताने सुरुवातीपासूनच सहअस्तित्वाचे मूल्य

आत्मसात केले आहे. त्यातूनच सर्वधर्मसमभाव निर्माण झाला आहे. सर्वधर्मसमभावाचा सिद्धान्त हा 'जगा आणि जगू द्या' या तत्त्वावर आधारलेला आहे. हे तत्त्व भारताने कधीच सोडले नाही. त्यातूनच भारतीय संस्कृती उत्क्रांत झालेली आहे.

॥ २ ॥

भारतात भिन्नभिन्न वंशाचे लोक एकत्रित गुण्यागोविंद्याने राहत आलेले आहेत. त्यांच्यात संघर्ष कधीच झाला नाही असे म्हणता येणार नाही. पण तो विकोपाला गेला नाही. त्यांनी सामंजस्य स्थापन केले. आपण भिन्न असलो तरी एकत्रित सामोपचाराने राहणे आवश्यक आहे या गोष्टीचा साक्षात्कार त्यांना होत गेला. भिन्नत्वात एकत्वाचा धागा त्यांनी अचूकपणे पकडला यात शंका नाही.

भारतात किमान सहा मानववंशाचे लोक होते असे मानववंशशास्त्रज्ञांचे (Anthropologists) मत आहे. बरेच लोक बाहेरून येथे आलेले होते. ते एकमेकांत मिसळून गेले. सिंधू संस्कृतीच्या मोहेंजो-दाडो आणि हडप्पा येथील अवशेषांवरून आणि तेथील मृत शरीरांच्या पाहणीतून हे आढळून आलेले आहे. ते मानववंश (Human Races) असे [१] :

१. नेग्रिटो (Negrito)
२. प्रोटो ऑस्ट्रलॉईड (Proto Australoid)
३. मोंगोलॉईड (Mongoloid)
४. भूमध्य समुद्रीय
५. पश्चिमी पृथुकपाली
६. नॉर्डिक (Nordic)

या वंशांपैकी नेग्रिटो हा उर्वरित वंश भारतात दिसत नसला, तरी अंदमान-निकोबार बेटांवर त्यांची वस्ती आजही आढळते.

भारताने ह्या सर्वच मानववंशांना सामावून घेतले. ते एकमेकांत मिसळले आणि त्या सगळ्यांनी मिळून भारतीय संस्कृती निर्माण केली. आर्य हे नॉर्डिक वंशाचे मानले जातात. या वंशानेच संस्कृत भाषेची देणगी या देशाला दिली. ऋग्वेद हा जगातला सर्वात प्राचीन ग्रंथ. तो संस्कृत भाषेत आहे. याचा अर्थ संस्कृत ही जगातील सर्वात प्राचीन भाषा आहे. भारतीय संस्कृतीची जडणघडण या भाषेतूनच झाली. या संस्कृतीची सर्वात मोठी भेट म्हणजे 'वसुधैव कुटुंबकम्' ही संकल्पना. या संकल्पनेतूनच भारतीयांना व्यापक दृष्टी मिळाली. त्या दृष्टीतूनच 'अद्वैत' सिद्धान्त विकास पावला. त्यामुळेच भारतीय संस्कृतीला एक वेगळेपण प्राप्त झाले. जगातील बऱ्याच संस्कृती नष्ट झाल्या; पण भारतीय संस्कृती

मात्र टिकून राहिली आहे. Like a star that dwelt apart असे तिचे वर्णन करावे लागेल. तिने या देशाला वैभव प्राप्त करून दिले.

धर्माच्या नावावर वैरभाव करू नये ही इथली शिकवण. कारण? 'हिंदी हैं हम, वतन है हिंदोस्ताँ हमारा.' जगातील सर्व संस्कृतींमध्ये भारतीय संस्कृती ही अमर ठरलेली आहे. आणि म्हणून मोहंमद इक्बालने म्हटले आहे –

यूनान-ओ-मिस्त्रो-रोमा सब मिट गए जहाँ से
अब तक मगर है बाकी नामोनिशां हमारा

ग्रीक, इजिप्शियन, रोमन वगैरे संस्कृती काळाच्या ओघात नष्ट झाल्या आहेत. खरे तर त्यांनी एकमेकींना मिटवायचा प्रयत्न केला. आमच्या भारतीय संस्कृतीने मात्र दुसऱ्या कोणत्याही संस्कृतीला मिटवायचा प्रयत्न केलेला नाही. म्हणूनच ती चिरकाल टिकली आणि अजूनही तिचे वैभव कायम आहे.

कुछ बात है कि हस्ती मिटती नहीं हमारी
सदियों रहा है दुश्मन दौरे-जहाँ हमारा

कितीतरी परकीय आक्रमणे या भूमीवर झाली. कितीतरी नैसर्गिक संकटे तिच्यावर कोसळली. पण ती नष्ट झाली नाही.

'कुछ बात है कि हस्ती मिटती नहीं हमारी' असे उर्दू कवी इक्बालने म्हटले आहे. ही 'कुछ बात' म्हणजे कोणती बात? सगळ्यांना सामावून घेणे हीच ती 'बात' आहे. उदारता आणि सर्वसमावेशकता हा भारतीय संस्कृतीचा गुणधर्म आहे. सहिष्णुता हा तिचा सर्वात मोठा गुण आहे. विविधतेत एकता शोधण्याची दृष्टी तिला लाभली आहे.

वांशिक विविधता या देशाचे वैशिष्ट्य आहे. पण वंशश्रेष्ठत्वाचा दावा येथे कुठल्या वंशाने (Race) केला नाही. वंशश्रेष्ठत्वाचा आक्रमक उन्माद व्यक्त केला नाही. वंशश्रेष्ठत्व सिद्ध करण्यासाठी या देशात रक्तपात झाला नाही. युरोपमध्ये आणि अमेरिकेमध्ये गोऱ्या लोकांनी वंशश्रेष्ठत्वाच्या नावावर काळ्या लोकांवर अमानुष गुलामगिरी लादली. गोऱ्या अमेरिकनांनी रेड इंडियन लोकांना संपवले. त्यांचा वंशविच्छेद केला. युरोपमध्ये ज्यूंना हलक्या वंशाचे समजून जसा संपवण्याचा प्रयत्न केला, तसे येथे वंशश्रेष्ठत्वाच्या नावावर आर्यांनी केले नाही. हिटलरने तर वंशश्रेष्ठत्वाचे 'मिथ' तयार केले होते आणि हत्यार म्हणून त्याचा वापर केला.

ऋग्वेदात 'वसुधैव कुटुंबकम्'ची संकल्पना आढळते. मानवजात एक मानणारी संस्कृती येथे निर्माण झाली. आणि म्हणून भारतात वंशश्रेष्ठत्वाचे 'मिथ' तयार होऊ शकले नाही. सामाजिक आणि सांस्कृतिक भेदाभेद भारतातही होते; पण येथील सर्व मानववंश कालांतराने एकमेकांमध्ये मिसळून गेले. मुळात जगातील सर्व मानव तीन वंशात विभागले गेले आहेत. मोंगोलॉइड (Mongoloid), नीग्रॉइड (Negroid) आणि

कॉकसॉइड (Caucasoid). मूळच्या या तीन वंशांतून (Races) निरनिराळे वांशिक गट (Ethnic Groups) निर्माण झाले. ते सर्व भारतात आढळतात. त्यांच्यात भेद जरूर होते, पण कुणीही 'इतरांपेक्षा आम्हीच श्रेष्ठ' असा दावा केला नाही.

॥ ३ ॥

वंशश्रेष्ठत्वाच्या नावावर युरोप आणि अमेरिकेमध्ये जे घडले ते आशिया खंडात घडले नाही. गोऱ्यांनी वसाहतवाद निर्माण केला. त्यातून गुलामी निर्माण झाली. नीग्रोंवर तर जवळपास चारशे वर्षे गुलामी लादण्यात आली. रेड इंडियन लोकांचा वंशविच्छेद करण्यात आला. 'We are the chosen people of God' अशी दर्पोक्ती त्यांनी उच्चारली. इतरांवर राज्य करण्याचा ईश्वराने आम्हाला जन्मसिद्ध अधिकार दिलेला आहे हा त्यांचा दावा होता. त्यांतून आंधळा राष्ट्रवाद निर्माण झाला. पण आशिया खंडात असा प्रकार घडला नाही. प्राचीन, मध्ययुगीन आणि अर्वाचीन अशा कुठल्याही टप्प्यावर असा इतिहास भारतात घडला नाही. कन्फ्यूशिअसने म्हटले आहे, "Men's natures are alike, it is their habits that carry them far apart." सर्व माणसांचा स्वभाव सारखाच आहे. माणसे इथूनतिथून सारखेच आणि समान आहेत. त्यांच्या सवयी वेगळ्या असतील. पण मानवजात मात्र एकच आहे. सेंट पॉलही म्हणाला होता, "God hath made of one blood all nations of men to dwell on the face of the earth." पृथ्वीतलावरील सर्व राष्ट्रातील माणसांच्या शरीरात एकच रक्त आहे. पण सेंट पॉलचा आदर्श युरोपीय राष्ट्रांनी पाळला नाही. युरोपने वंशवादाला जन्म दिला. वंशश्रेष्ठत्वातूनच anti-semitism आणि apartheid निर्माण झाला असे म्हणता येईल. असे भारतात मात्र घडले नाही.

'सिंधू'पासून 'हिंदू' हे नाव या देशाला मिळाले. आणि म्हणून हिंदू धर्म आणि हिंदू संस्कृती. ऋग्वेद हा हिंदू धर्माचा आणि हिंदू संस्कृतीचा मूळ पाया. वेद हे अधिष्ठान असल्यामुळे वैदिक संस्कृती हे तिचे आदिनाम! पण जिला आपण हिंदू संस्कृती म्हणतो ती एकाच मानववंशाने निर्माण केलेली नाही. या देशातील सर्वच मानवंशांची ती सामूहिक निर्मिती आहे. या देशातील आदिवासी सोडले तर बाकीचे लोक हे बाहेरून येथे आलेले होते. आर्य लोक येण्यापूर्वी द्रविड लोक येथे होते. बऱ्याच तज्ज्ञांचे असे मत आहे, की तेही बाहेरूनच आलेले होते. द्रविड हे अतिशय सभ्य आणि सुसंस्कृत होते. त्यांच्यापूर्वी येथे अग्नेय लोक होते. द्रविडांचा आणि त्यांचा संघर्ष झाला. द्रविडांनी त्यांना जंगलातून हाकलून दिले. द्रविडांनी बरीच प्रगती केली होती. हिंदू धर्माचे आज जे स्वरूप आहे त्यात त्यांचेही योगदान आहे. आर्यांचे हिंदू धर्मावर वर्चस्व होते हे खरे असले, तरी

त्यांनी द्रविडांच्या बऱ्याच गोष्टी स्वीकारल्या होत्या. आरंभी द्रविडांचा आणि आर्यांचा संघर्ष झाला. पण शेवटी त्यांच्यात वैवाहिक संबंधही निर्माण झाले. त्यामुळे त्यांच्या देव-देवतांचीही देवाणघेवाण झाली. खरे तर शिव हा द्रविडांचा देव. पण तो आर्यांनी स्वीकारला. शिवाची पूजा-अर्चा करणारे हे शैव. शैव हे हिंदू धर्माचे अभिन्न अंग आहेत.

द्रविडांमध्ये शिवाची पूजा प्रचलित होती. द्रविडांच्या मुली जेव्हा आर्यांच्या घरी आल्या, तेव्हा त्यांनी आपल्या बरोबर शिवपूजाही आणली. आर्यांनी ती स्वीकारली. आर्यांमध्ये यज्ञाला सर्वाधिक महत्त्व होते. द्रविडांमध्ये शिवपूजेला सर्वाधिक महत्त्व होते. उत्तर हिंदुस्थानात आर्यांचे प्राबल्य होते आणि द्रविडांचे दक्षिण हिंदुस्थानात. पण कालांतराने दक्षिणेतील लोकांनीच हिंदूधर्माचे वैभव वाढवले. शंकराचार्य, मध्वाचार्य, वल्लभाचार्य, रामानुजाचार्य असे महान पुरुष दक्षिणेत जन्मले. हिंदू धर्माला आणि संस्कृतीला दिलेले त्यांचे योगदान डोळे दिपवणारे आहे. दक्षिणेतील मंदिरे पाहिल्यानंतर हिंदू संस्कृतीची महानता आणि भव्यता आपल्या लक्षात येते.

प्राचीन भारतीय संस्कृतीचे खरे स्वरूप संस्कृत साहित्यामध्ये दिसून येते. वेद, उपनिषदे, ब्राह्मण्ये, पुराणे, भगवद्गीता, रामायण आणि महाभारत यांचा हिंदू मनावर युगानुयुगांपासून सखोल संस्कार झालेला आहे. आजही रामायण आणि महाभारत यांची सामान्य हिंदूंच्या मनावरची पकड कमी झालेली नाही. त्यांच्या जगण्याचे तत्त्वज्ञान तिथूनच आलेले आहे. पुराणेदेखील त्यांच्या श्रद्धेचा विषय आहेत.

हे साहित्य नंतरच्या काळात प्राकृत भाषांमध्ये, अर्थात लोकभाषांमध्ये आले आणि लोकांच्या जीवनाचे ते अविभाज्य अंग बनले. त्यातील कथा आणि रूपके त्यांच्या प्रेरणेचा स्रोत बनले.

ऋग्वेदातील सूक्ते केवळ ब्राह्मणांनी रचलेली नाहीत. क्षत्रिय आणि वैश्य यांचाही त्यांच्या निर्मितीमध्ये सहभाग आहे. स्त्रियांमध्येदेखील ब्रह्मवादिनी सापडतात. ऋग्वेदातील २६ सूक्तांच्या प्रणेत्या स्त्रिया आहेत, असे तर्कतीर्थ लक्ष्मणशास्त्री जोशी नोंदवतात. एकीकडे निरनिराळ्या विचारांचा संघर्ष होत होता; तर दुसरीकडे समन्वयाची प्रक्रिया सुरू होती. अशा ह्या डायलेक्टिकल प्रक्रियेतून भारतीय संस्कृतीचा विकास होत होता.

हिंदू संस्कृती ही केवळ आर्य लोकांनी विकसित केलेली संस्कृती नाही. तिच्या निर्मितीमध्ये इतरांची बुद्धिमत्तादेखील खर्च झालेली आहे. आर्यांनी वेदांची रचना केली, उपनिषदे लिहिली आणि पुराणे निर्माण केली. पुराणांमध्ये भारतातील इतर सर्व मानववंशांचे प्रतिबिंबदेखील पडलेले आहे. त्यांच्यामध्ये जे संघर्ष निर्माण झाले त्यांचेही प्रतिबिंब पुराणांमध्ये पडले आहे. पण शेवटी ते एकमेकांमध्ये मिसळले. नागवंशीय लोक हे मूळचे भारतीय; पण तेही आर्यांमध्ये मिसळले. त्यांच्याशी आर्यांचे वैवाहिक संबंध निर्माण झाले. अर्जुनाने उलूपी या नागवंशीय युवतीशी विवाह केला होता. जरत्कारू ऋषीचा

विवाह नागवंशीय वासुकीच्या बहिणीशी झाला होता. बऱ्याच द्रविड ऋषींनी वेद-वेदांग साहित्याच्या निर्मितीमध्ये योगदान दिले होते.

आर्य आणि द्रविड यांच्या द्वारे निर्माण झालेला समाज उदारमतवादी होता. त्यांचे विचार श्रेष्ठ होते. सर्व मानवजातीला कवेत घेणारी संस्कृती त्यांनी निर्माण केली. भारताने अनेक आक्रमणे पचवली आहेत. हूण, कुशान, ग्रीक, तुर्क, मंगोल यांची आक्रमणे देशावर झाली. येथील मूळचे लोक असोत अथवा बाहेरून आलेल्या जमाती असोत, त्या सर्वांनाच भारतीय संस्कृतीने सामावून घेतले. सहिष्णुता आणि समावेशकता हे गुण तिने आत्मसात केले. भारताने बाहेरची अनेक आक्रमणे पचवली, पण बाहेरच्या लोकांवर त्याने कधीही आक्रमण केले नाही हे विशेष. इतरांवर आक्रमण न करणारा जगातला हा एकमेव देश असावा. येथील राजांनी एकमेकांवर आक्रमणे केलेली आहेत; पण त्यांनी बाहेरच्या देशावर चुकूनही आक्रमण केले नाही हा इतिहास आहे. प्राचीनकाळापासून अगदी आजपर्यंत भारताचे हेच वैशिष्ट्य राहिलेले आहे. देश स्वतंत्र झाल्यानंतरही पाकिस्तानने आणि चीनने भारतावर आक्रमणे केली. पण भारताने इतर देशांवर आक्रमण केल्याचे एकही उदाहरण सापडत नाही.

महाभारताला इतिहास ही संज्ञा आहे. त्यात भारताचा प्राचीन इतिहास आहे. धर्म आणि तत्त्वज्ञानही आहे. राम आणि कृष्ण यांचा आदर्श भारतीयांसमोर नेहमीच राहिलेला आहे. *एकं सत् विप्रा बहुधा वदन्ति* या ऋग्वेदातल्या ऋचेत भारतीय संस्कृतीचा दृष्टिकोन आणि तिचे सारसर्वस्व व्यक्त झालेले आहे. बहुविधता हेच तिचे वैशिष्ट्य आहे. एकतेचा धागा या ऋचेत सापडतो.

हिंदू धर्माने इतर धर्मांचा आणि संप्रदायांचा नेहमीच आदर केला आहे. त्याने धर्मांतराची कधी चळवळही केली नाही. हिंदूंनी धर्मप्रसारासाठी हिंसक मार्गांचा अवलंब करण्याचा विचारही केला नाही. बौद्ध धर्माच्या प्रचार-प्रसारासाठी बौद्ध भिक्षूंनी प्रयत्न केले. तो धर्म पूर्ण आशिया खंडामध्ये पसरला. पण त्यासाठी त्यांनी अहिंसात्मक मार्गाचाच केवळ अवलंब केला. माणुसकीची ज्योत त्यांनी माणुसकीनेच पेटवली. जैनांनीदेखील आपल्या धर्माची तत्त्वे लोकांना सांगण्यासाठी केवळ प्रवचनांचाच आधार घेतला. शीख धर्मप्रसारासाठी हिंसात्मक मार्गाचा कधीच अवलंब केला गेला नाही. त्यांनी तलवार बाहेर काढली ती स्वरक्षणासाठी. दुसऱ्यावर आक्रमण करण्याचा कधी विचारही या शूर, तलवारबहाद्दर लोकांनी केला नाही.

याचे रहस्य भारतीय संस्कृतीच्या धर्मश्रद्धेत आणि तत्त्वज्ञानामध्ये सापडेल. भारताने धर्माच्या नावावर किंवा धर्मासाठी अत्याचार कधीही केले नाहीत. उलट ज्यांच्यावर धर्मांतरासाठी अत्याचार करण्यात आले, त्यांना भारताने आश्रय दिला. केवळ आक्रमकांनाच सामावून घेतले नाही, तर ज्यांच्यावर आक्रमण आणि अत्याचार

झाले त्यांनादेखील भारताने आश्रय आणि संरक्षण दिले. हे केवळ भूतकाळातच घडले नसून वर्तमानकाळातही घडले आहे. दलाई लामा आणि त्यांच्या हजारो तिबेटी लोकांचे उदाहरण अगदी अलीकडचे आहे.

१८९३मध्ये शिकागो (अमेरिका) येथे भरलेल्या जागतिक धर्मपरिषदेमध्ये स्वामी विवेकानंद यांनी केलेले प्रेरणादायी भाषण भारताचा या संदर्भातला दृष्टिकोन विशद करते. त्या परिषदेमध्ये जगातील प्रत्येक धर्माच्या प्रतिनिधीने आपल्या धर्माचे श्रेष्ठत्व सांगितले. स्वामी विवेकानंदांनी सर्वच धर्मांचे महत्त्व सांगत सांगत हिंदू धर्माचे मर्म सांगितले. धर्म माणसातले दिव्यत्व जागे करणारा असला पाहिजे आणि हिंदू धर्माचा हाच संदेश आहे हे सांगायला ते विसरले नाहीत. छोट्याशाच पण अतिशय प्रभावी अशा भाषणाने त्यांनी ती जागतिक धर्मपरिषद (The Parliament of Religions) जिंकली. अमेरिकन वृतपत्रांनी प्रतिक्रिया दिली, "After hearing him we feel how foolish it is to send missionaries to the learned nation."

आपल्या भाषणात स्वामी विवेकानंद म्हणाले होते :

> "I am proud to belong to a religion which has taught the world both tolerance and universal acceptance. We belive not only in universal toleration, but we accept all relisions as true. I am proud to belong to a nation which has sheltered the persecuted and the refugees of all religions and all nations of the earth."

ज्यांच्या ज्यांच्यावर जुलूम झाले त्यांना भारताने आश्रय दिला ही वस्तुस्थिती आहे. निरनिराळ्या ठिकाणाहून उगम पावलेल्या नद्या जशा समुद्राला येऊन मिळतात, तशा प्रकारे निरनिराळ्या लोकांनी भारतात आश्रय घेतला.

सर्वच धर्मांचा आणि धर्मीयांचा आदर करण्याची शिकवण हिंदू धर्मासहित इतर सर्व भारतीय धर्मांनी दिली आहे. प्राचीन काळापासून आजपर्यंत. गांधीजींची सर्वधर्मीय प्रार्थना सर्व धर्मांना आणि धर्मीयांना समान लेखण्यासाठीच होती. सर्वधर्मसमभावावर त्यांचा भर होता. स्वामी विवेकानंदांचे गुरू रामकृष्ण परमहंस यांनी सर्वच धर्मांची तत्त्वे आत्मसात केली होती. इस्लामची तत्त्वे तर त्यांनी प्रत्यक्ष जगून दाखवली. गांधीजींच्या प्रार्थनासभेत सर्वधर्मीय प्रार्थना म्हटल्या जात.

संत विनोबा भावे यांचा जीवनप्रवास तर गांधीजींनी दाखवलेल्या मार्गावरूनच झाला. त्यांनी गीता, बायबल, कुराण, धम्मपद आदी धर्मग्रंथांचा अतिशय आस्थेने अभ्यास केला होता. इस्लाम समजून घेण्यासाठी त्यांनी अरबी भाषा शिकली होती. १९६२मध्ये त्यांनी 'खहुल्-कुआर्न'ची रचना केली. *कुराण-सार* हे पुस्तक त्यांनी सामान्य लोकांसाठी

लिहिले. त्यांना कुराण जवळजवळ तोंडपाठ होते. त्यातल्या काही आयाती म्हणताना त्यांच्या डोळ्यांतून अश्रू ओघळत. कुराणावरचे त्यांचे भाष्य अभिजात स्वरूपाचे आहे. कुराणाचा आधार घेऊन त्यांनी असे सांगितले आहे की, जगात 'दीन' एक आहे तर 'मजहब' अनेक आहेत. सत्याच्या मार्गाने चालणे हा दीन (धर्म) आहे, तर सत्याला अनुकूल जीवनासाठीचे विविध मार्ग म्हणजे मजहब आहेत. सर्व मानवांचा मिळून एक 'उम्मत' (समाज) बनतो. बाकीच्या गोष्टींना महत्त्व देण्याचे कारण नाही. 'सत्य-प्रेम-करुणा' म्हणजे इस्लाम अशी त्यांनी इस्लामची व्याख्या केली आहे. 'इस्लाम' या शब्दाचे विनोबाजींनी दोन अर्थ सांगितले आहेत : शांती आणि ईश्वरशरणता. मानवजात एकच आहे हे त्यांनी परोपरीने सांगितले आहे.

हिंदू धर्माव्यतिरिक्त जगातला कुठलाही धर्म इतर धर्मांना आपल्या बरोबरीचा समजत नाही ही वस्तुस्थिती आहे. मानवजातीच्या सुखासमाधानासाठी आणि विश्वशांतीसाठी सर्वधर्मसमभावाचा दृष्टिकोन अवलंबणे आवश्यक आहे.

त्याचे रहस्य भारतीय संस्कृतीच्या धर्मश्रद्धा आणि तत्त्वज्ञानामध्ये (Theology and Philosophy) आहे असे मला वाटते. 'वसुधैव कुटुंबकम्' या संकल्पनेत त्यांची मुळे आहेत. अद्वैत तत्त्वज्ञानात त्यांची मुळे खोलवर रुजलेली आहेत. वेदांपासून अगदी संतसाहित्यापर्यंत हेच तत्त्वज्ञान आढळते. भारतीय संस्कृतीमागे हेच तत्त्वज्ञान उभे आहे. त्यासाठी भारताला फार मोठी किंमत द्यावी लागलेली आहे. त्याची कटु फळे त्याला भोगावी लागलेली आहेत. या तत्त्वज्ञानामुळे भारताची भौतिक प्रगती अनेकदा खुंटलेली आहे. तो आपल्या आध्यात्मिक चिंतनातच मशगूल राहिला. त्याच्या चिंतनाने गौरीशंकराची उंची गाठली. भारताची महानता ही हिमालयाच्या उंचीत आणि हिंदी महासागराच्या सखोलतेत आहे. म्हणून मॅक्स म्युलर (Max Muller) म्हणतो :

"If I were to look over the whole world to find out the country most richly endowed with all the wealth, power, and beauty that nature can bestow--- in some parts a very paradise on earth--- I should point to India. If I were asked under what sky the human mind has most fully developed some of its choicest gifts, has most deeply pondered on the greatest problems of life, and has found solutions of some of them which well deserve the attention even of those who have studied Plato and Kant --- I should point to India. And if I were to ask myself from what literature we, here in Europe, we who have been nutured almost exclusively on the thoughts of Greeks and Romans, and of one Semitic race, the Jewish, may draw that corrective which is most wanted in order to make our inner life more perfect, more comprehensive, more universal, in fact more truly human, a life not for this life only, but a transfigured and eternal life --- again I should point to India."[२]

मॅक्स म्युलरने वेदांचा आणि भारताच्या तत्त्वज्ञानाचा आयुष्यभर अगदी सखोल अभ्यास केल्यानंतर हे मत व्यक्त केले आहे. त्याने हे मत व्यक्त केले तेव्हा भारत हा ब्रिटिशांच्या वसाहतीखाली होता. राजकीय दृष्टीने तो गुलाम होता. 'भारत हा पृथ्वीतलावरचे नंदनवन आहे' असे त्याने म्हटले आहे. शक्ती, संपत्ती आणि सौंदर्य हे या देशाला लाभलेले वैभव आहे. भारताने मनाची प्रगल्भता अधिकात अधिक प्रमाणात वाढवलेली आहे. जीवनाचे अनेकविध प्रश्न त्याने सोडवलेले आहेत. ज्यांनी प्लेटो आणि कान्ट यांच्या तत्त्वज्ञानाचा अभ्यास केला आहे त्यांनी भारताच्या तत्त्वज्ञानाचाही अभ्यास केला पाहिजे. ग्रीक, रोमन, यहुदी यांच्या विचारांवर वाढलेल्या युरोपीय लोकांनी आपले आत्मबल वाढवण्यासाठी, मानवतावादी आणि वैश्विक दृष्टिकोन प्राप्त करण्यासाठी आणि आपल्या जीवनाच्या परिपूर्णतेसाठी भारताकडे वळावे असा सल्ला त्याने दिला आहे. मॅक्स म्युलरच्या शब्दांत भारताची प्रथगात्मता व्यक्ती झालेली आहे.

शॉपेनहॉवर हा एकोणिसाव्या शतकातला ख्यातनाम तत्त्वज्ञ. उपनिषदातील तत्त्वज्ञानाने तो अगदी भारावून गेला होता. युरोपीय तत्त्वज्ञांपेक्षा भारतीय तत्त्वज्ञ हे अधिक सखोल आहेत असे तो म्हणतो. ख्रिश्चन तत्त्वज्ञांपेक्षा हिंदू तत्त्वज्ञ हे अधिक सखोल आहेत असे तो म्हणतो. ख्रिश्चन तत्त्वज्ञांपेक्षा बुद्धाचे तत्त्वज्ञान अधिक सखोल आहे असे तो म्हणतो. बुद्धाच्या निर्वाण संकल्पनेने तो भारावून गेला होता. उपनिषदांमध्ये तर त्याला 'सत्यम्-शिवम्-सुंदरम्'चे दर्शन झाले. तो म्हणतो : "In the whole world, there is no study so elevating as that of the Upanishads. It has been the solace of my life. It will be the solace of my death."[३] उपनिषदे ही जीवनाचा आनंद आणि मरणाचे समाधान देतात.

रोमेन रोलाँ (Roman Rolland) हेही भारताच्या महानतेने भारावून गेले होते. भारतावर जेवढी आक्रमणे झाली तेवढी दुसऱ्या कोणत्याही देशांवर झालेली आढळत नाहीत. खरे तर एवढी आक्रमणे या देशावर का झाली? त्याचे प्रमुख कारण असे की, हा देश एके काळी अतिशय संपन्न होता. त्याचे वर्णन 'सोने की चिडिया' या शब्दांत होत होते. दुधा-दह्याच्या नद्या या देशात वाहत होत्या. सोन्याचा धूर येथे निघत होता. अशा काव्यमय भाषेत त्याचे वर्णन केले जात होते. लाक्षणिक अर्थाने हे खरे आहे. या देशाच्या सुबत्तेमुळेच तो जगाच्या आक्रमणाचा लक्ष्य ठरला होता. ख्रिस्तोफर कोलंबस

हा खरे तर भारताचा शोध घेण्यासाठीच निघाला होता. पण तो पोहोचला अमेरिकेला (१४९२). तिथले तांबड्या रंगाचे आदिवासी पाहून त्यांनाच तो इंडियन्स समजला. रेड इंडियन्स हे तेथील आदिवासींचे नाव. अमेरिका खंडाला नवे जग म्हटले जाते. या नव्या जगात जुन्या जगाच्या (युरोप) कानाकोपऱ्यातून लोक गेले. त्यांनी तेथे वसाहती केल्या. भारताच्या शोधाची कथा येथेच थांबत नाही. शेवटी वास्को-द-गामा १४९७मध्ये भारतात येऊन पोहोचला. वसाहतवाद इथून पुढे सुरू होतो.

॥ ४ ॥

कुठलीही सभ्यता आणि संस्कृती सर्वकाळ वैभवाच्या शिखरावर राहू शकत नाही. तिच्या प्रवासात चढउतार हे येतच असतात. हिंदू संस्कृतीच्या इतिहासामध्येही चढउतार आलेले आहेत. आर्यांनी वर्णव्यवस्थेच्या आधारावर समाजाची रचना केली. ब्राह्मण, क्षत्रिय, वैश्य आणि शूद्र असे चातुर्वर्ण्य त्यांनी निर्माण केले. वैदिक काळात आरंभी तीनच वर्ण होते : ब्राह्मण, क्षत्रिय आणि वैश्य. रंगाने उजळ असणाऱ्या आर्यांचीच ही विभागणी होती. नंतर शूद्रवर्णाची त्यात भर टाकण्यात आली. या चौथ्या वर्णात आर्येतर लोकांचा समावेश करण्यात आला होता असे काही इतिहासकारांचे म्हणणे आहे. पहिल्या तीन वर्णांनाच वेदाचा अधिकार होता. वेद म्हणजे विद्या. विद्येचा अधिकार शूद्रांना नव्हता.

हे चातुर्वर्ण्य आधी गुणकर्मावर आधारलेले होते. योग्यतेनुसार वर्ण ठरवला जात असे. ब्राह्मण, क्षत्रिय, वैश्य आणि शूद्र या क्रमानेच सामाजिक प्रतिष्ठेची श्रेणी तयार करण्यात आली होती. शूद्र हा सर्वात कनिष्ठ. त्याने ब्राह्मण, क्षत्रिय आणि वैश्य यांची सेवा करूनच उदरनिर्वाह करावा असा नियम होता. कालांतराने अतिशूद्रांचा वर्णही तयार करण्यात आला. हा वर्ण बहिष्कृतांचा होता. ते अस्पृश्य होते. ऋग्वेदातील पुरुषसूक्तामध्ये वर्णनिर्मिती वर्णण्यात आली आहे. तो मंत्र असा -

ब्राह्मणोऽस्य मुखमासीद्बाहू राजन्यः कृतः।
ऊरू तदस्य यद्वैश्यः पद्भ्यां शूद्रो अजायत॥

या मंत्राचा अर्थ असा : समाजपुरुषाच्या मुखातून ब्राह्मणाचा जन्म झाला, त्याच्या बाहूतून क्षत्रियाचा जन्म झाला, मांड्यांतून वैश्याचा आणि पायांतून शूद्राचा जन्म झाला.

या चातुर्वर्ण्याला पुढे जन्माचे अधिष्ठान देण्यात आले. सुरुवातीला गुणकर्म हे त्याचे अधिष्ठान होते. वर्णभेद हा त्यात अनुस्यूत होता. जन्माचे अधिष्ठान मिळाल्यामुळे त्याच्यामागचा उद्देश स्पष्ट झाला. वर्णसंघर्षाचा त्यामुळे उद्रेक झाला असे म्हणावे लागेल. या वर्णव्यवस्थेला जन्माचे अधिष्ठान मिळाल्यानंतर अतिशूद्र या वर्णाची निर्मिती करण्यात

आली. याचा अर्थ वर्णसंघर्षाला विकृत स्वरूप देण्यात आले. हा वर्ण बहिष्कृतांचा, अर्थात अस्पृश्यांचा होता. या वर्णातून जाती आणि पोटजाती निर्माण झाल्या. व्यवसायांवरून जाती निर्माण झाल्या. पण या जातिव्यवस्थेचा आधार हा चातुर्वर्ण्य हाच होता आणि आहे.

चार वर्णांबरोबरच आर्यांनी चार आश्रमांची निर्मितीदेखील केली. माणसाचे आयुष्य शंभर वर्षांचे असते असे गृहित धरून त्याचे चार विभाग करण्यात आले. ब्रह्मचर्याश्रम, गृहस्थाश्रम, वानप्रस्थाश्रम आणि संन्यासाश्रम. प्रत्येक आश्रमाची कर्तव्ये ठरवण्यात आली. त्याचप्रमाणे चार पुरुषार्थही ठरवण्यात आले : धर्म, अर्थ, काम आणि मोक्ष. मोक्ष हे जीवनाचे अंतिम उद्दिष्ट. मोक्षाचा अधिकार हा शूद्रांना नव्हता.

आर्यांनी यज्ञसंस्कृती निर्माण केली. यज्ञाला अतिशय महत्त्व प्राप्त झाले. त्यात पशूंना बळी देण्यात येऊ लागले. हिंसाचार प्रचंड प्रमाणात होऊ लागला. समाज व्यसनाधीन झाला. समाजात कनिष्ठ प्रथा-परंपरा निर्माण झाल्या. वर्णव्यवस्था अतिशय ताठर बनली. तिला जन्माचे अधिष्ठान दिल्यामुळे खालच्या जातीला हीनत्व प्राप्त झाले. हे सर्व काही धर्माच्या नावावर होत होते.

॥ ५ ॥

या दारुण परिस्थितीच्या विरुद्ध महावीर आणि गौतम बुद्ध यांनी सर्वप्रथम विद्रोह पुकारला. त्यांनी आपल्या शिकवणुकीतून नैतिक मूल्यांचा आविष्कार केला. ऐहिक जीवनाला त्यांनी प्राधान्य दिले. सत्य, अहिंसा, स्वातंत्र्य, समता, प्रेम आणि बंधुत्व या मूल्यांना त्यांनी जीवनाच्या केंद्रस्थानी आणले. चातुर्वर्ण्याला विरोध दर्शवला. त्या काळी ब्राह्मणांचे प्रस्थ प्रचंड प्रमाणात वाढले होते. जैनांनी आणि बौद्धांनी श्रमण संस्कृती निर्माण केली. ब्राह्मणवर्चस्वाला त्यांनी आव्हान दिले. भगवान महावीर आणि गौतम बुद्ध यांनी हिंदू धर्मात निर्माण झालेल्या वाईट प्रथा दूर करण्याचा प्रयत्न केला. पुरोहितशाही विरुद्ध त्यांनी आवाज उठवला.

महावीर आणि गौतम बुद्ध या दोघांचाही जन्म क्षत्रिय कुळात झाला होता. दोघेही राजपुत्र होते. दोघांनीही राजवैभवाचा त्याग करून तपस्वी जीवनाचा मार्ग स्वीकारला. दोघेही निरीश्वरवादी होते. दोघांनीही वेद नाकारले. कर्मकांडाचा त्याग केला. कर्मविपाकाचा सिद्धान्त त्यांनी अमान्य केला. ब्राह्मण आणि श्रमण यांच्या वैचारिक संघर्षात त्यांनी श्रमणांची बाजू घेतली. सांख्य आणि लोकायतांच्या विचारांचा पुरस्कार करणाऱ्या लोकांनी ईश्वर नाकारला होता. महावीरांनी आणि बुद्धांनीही ईश्वर नाकारला. परंतु लोकांसमोर त्यांनी नैतिक जीवनाचा आदर्श ठेवला. पारलौकिक जीवन नाकारून त्यांनी ऐहिक जीवनाचा पुरस्कार केला.

वैदिकांनी पारलौकिक जीवनालाच महत्त्व दिले होते. परा विद्या हीच खरी विद्या आहे असा त्यांचा दावा होता. उपनिषदांनी परा विद्येबरोबर अपरा विद्येचे महत्त्व प्रतिपादन केले होते. महावीर आणि बुद्ध यांनी अपरा विद्येचे महत्त्व वाढवले. दोघांनीही मनुष्यमात्र समान आहेत ही भूमिका घेतली. त्यामुळे शूद्रांचा आत्मविश्वास वाढला.

सर्वसामान्य लोक बुद्धाच्या शिकवणुकीकडे अधिक प्रमाणात वळले. जैनांची अहिंसा टोकाची होती. बुद्धांनी मध्यम मार्ग स्वीकारला होता. आचारणास तो सोपा होता. त्यांनी सांगितलेल्या धोपट मार्गावर चालणे जनसामान्यांना सोपे होते. जग हे अनित्य आहे आणि त्यात दु:ख आहे. पण दु:खाचे कारणही आहे आणि ते नाहीसे करण्याचा मार्गही आहे. दु:ख नाहीसे करण्यासाठी बुद्धांनी अष्टांगमार्गही सांगितला. त्यांची शिकवणूक समजण्यास अतिशय सोपी होती.

१. हिंसा करू नका.
२. असत्य बोलू नका.
३. चोरी करू नका.
४. व्यभिचार करू नका.
५. व्यसनाधीन होऊ नका.

बुद्धांनी सांगितलेल्या या पाच गोष्टी म्हणजे पंचशील. या पंचशीलाचे पालन केल्यामुळे मानवी जीवन सुखी होते. बुद्धाचा दृष्टिकोन वैज्ञानिक होता. प्रज्ञा, करुणा आणि शील ह्या माणसाच्या जीवनात महत्त्वाच्या गोष्टी आहेत.

बुद्धत्व प्राप्त झाल्यामुळे गौतम बुद्ध हे तथागत झाले. बुद्धांनी सांगितलेली शिकवणूक आचरणात आणली, तर कोणत्याही माणसाला बुद्धत्व प्राप्त करता येते. 'मला जे प्राप्त झाले ते सामान्यातल्या सामान्य माणसालादेखील प्राप्त करता येते' हे त्यांनी अतिशय नम्रतेने सर्व मानवजातीला सांगितले. त्यामुळे सामान्यातल्या सामान्य माणसाचा आत्मविश्वास वाढला. स्त्री-शूद्रांच्या मनातला न्यूनगंड नाहीसा झाला.

बुद्धांनी भारतात वैचारिक क्रांती केली. चांगल्या कर्माचे फळ चांगलेच मिळते. निर्वाणपद प्रयत्नाने सगळ्यांनाच प्राप्त करता येते. बुद्धांनी जे काही सांगितले ते लोकभाषा पालीमध्ये सांगितले. म्हणून त्यांचा संदेश सामान्य लोकांपर्यंत पोहोचला. सामाजिक ऐक्याचा मार्ग त्यामुळे प्रशस्त झाला. समाजातल्या शेवटच्या माणसापर्यंत त्यांचा संदेश पोहोचला. जैनांनीदेखील अर्धमागधी या लोकभाषेचाच उपयोग केला.

महावीर आणि गौतम बुद्ध ज्या काळात आपले विचार व्यक्त करत होते, त्याच काळात इतर देशातदेखील वैचारिक मंथन होत होते. चीनमध्ये लाओत्से आणि कन्फ्यूशिअस, ग्रीसमध्ये पायथागोरस, पर्शियामध्ये झरथुष्ट्र यांच्या विचारांचा प्रभाव वाढत होता. या सर्वांची 'केमिस्ट्री' एकच होती. आशिया खंडाच्या विविध भागांमध्ये

प्रबोधनाच्या लाटा उसळत होत्या. समुद्रमंथन सर्वत्र चालू होते. नवीन धर्मांचा उदय होत होता. जैन धर्म आणि बौद्ध धर्म यांचा जन्म भारतात याच काळात झाला. प्राचीन भारताच्या इतिहासाला त्यामुळे क्रांतिकारी वळण मिळाले यात काही शंका नाही.

बौद्ध तत्त्वज्ञानाने भारतीय संस्कृतीची संपन्नता निश्चितच वाढवली. माणूस स्वतःच्या कर्माने चांगला किंवा वाईट होतो. चांगले व्हायचे की वाईट हे ठरवण्याचा अधिकार त्याचाच आहे. विवेकबुद्धीचा अवलंब करून त्याने सन्मार्गावर चालण्याचा प्रयत्न करावा, असे त्यात सांगण्यात आले होते. बुद्धांनी स्त्री-पुरुष भेद मानला नाही. ब्राह्मण-शूद्र असा भेदही त्यांनी मानला नाही. 'स्वयंप्रकाशित व्हा' हाच त्यांचा मानवमात्राला उपदेश होता.

महावीर आणि गौतम बुद्ध हे दोघेही समाजाला अंधविश्वासातून बाहेर काढू इच्छित होते. हिंदू धर्मावर जैन धर्म आणि बौद्ध धर्म या दोन्ही धर्मांचाही प्रभाव पडला. हिंदू धर्म हा जुना करार आणि बौद्ध धर्म हा नवा करार (Old Testament and New Testament) असे मानता येईल.

बौद्ध धर्माचा भारतीय जीवनावर सखोल प्रभाव पडला. तो आचारधर्म होता. लोकांच्या आकलनात तो सहजपणे येणारा होता. माणसाने माणूस बनावे हीच त्याची मुख्य शिकवण होती. राजा आणि रंक या दोघांनीही तो स्वीकारला. सम्राट अशोकाने तो केवळ स्वीकारलाच नाही, तर त्याच्या प्रचार-प्रसारासाठी स्वतःला वाहून घेतले. या धर्माच्या प्रचार-प्रसारासाठी त्याने आपली बहीण संघमित्रा हिला सिलोनला पाठवले.

बौद्ध पंडितांनी बौद्ध तत्त्वज्ञानाचा विकास केला. नागार्जुन या महान पंडिताने तर त्याची व्याप्ती प्रचंड प्रमाणात वाढवली. शास्त्रार्थामध्ये त्याने अनेक अन्यधर्मीय पंडितांना हरवले. 'मिलिंद प्रश्न' हा त्याचा ग्रंथ प्रसिद्ध आहे. ग्रीक राजा मिलिंद याच्या प्रश्नांना त्याने दिलेल्या उत्तरांचा समावेश या ग्रंथात आहे. नागार्जुन हा शून्यवादाचा जनक मानला जातो.

बौद्धधर्माने भौतिक विद्यांना प्रोत्साहन दिले. नालंदा, विक्रमशीला आदी बौद्ध विद्यापीठांनी अनेक भौतिक शास्त्रांचा विकास केला. नालंदा विद्यापीठ तर प्राचीन काळातील जागतिक विद्यापीठ होते. पाचव्या शतकापासून बाराव्या शतकापर्यंत हे विद्यापीठ अस्तित्वात होते. अनेक देशांतील विद्यार्थी ज्ञानार्जनासाठी या विद्यापीठात येत होते. तर्कशास्त्र, गणित, नक्षत्रशास्त्र (खगोलशास्त्र), काव्यशास्त्र, व्याकरण, सर्पविद्या, औषधशास्त्र, आयुर्वेद आदी शास्त्रांचा येथे अभ्यास होत होता. तत्त्वज्ञानाच्या विविध शाखांचाही अभ्यास होत होता. जवळपास सत्तावीस ज्ञानशाखांचे अध्यापन या विद्यापीठात केले जात होते.

या विद्यापीठाचे खरे वैभव त्याच्या आचार्यांनी वाढवले. नागार्जुन, मैत्रेय, वासुबंधु, धर्मकीर्ती, पद्मसंभव, शीलभद्र, स्थिरमती, धर्मपाल, गुणमती असे ख्यातकीर्त आचार्य या

विद्यापीठात अध्यापन करत होते. त्यांच्या ग्रंथांनी बौद्ध साहित्यात भर घातली. संस्कृत आणि पाली या भाषांमध्ये त्यांनी ग्रंथसंपदा निर्माण केली. इ.स. १२०५मध्ये बख्तियार खिलजीने या विद्यापीठावर हल्ला करून ते जाळून टाकले.

नागार्जुन, आर्यदेव, भावविवेक, चंद्रकीर्ती, असंग, वासुबंधु, स्थिरमती, दिगनाग, गुणप्रभा, शाक्यप्रभा, विमुक्तसेन, धर्मकीर्ती, शांतिरक्षित, सिंहभद्र, शांतीदेव या पंडितांनीच बौद्ध धर्माचा प्रकाश आशिया खंडामध्ये फैलावला.

कालांतराने बौद्ध धर्माच्या निरनिराळ्या शाखा अस्तित्वात आल्या. महायान, हीनयान, वज्रयान, सहजयान, मंत्रयान आदी. महायान पंथात पुन्हा हिंदू धर्माच्या प्रथा येऊ लागल्या. शाक्तांचा तंत्रमार्ग महायान पंथीय बौद्धांनी स्वीकारला. ब्राह्मणी धर्माचा पुन्हा प्रभाव वाढू लागला. प्रतिक्रांती करण्यामध्ये शेवटी ब्राह्मण यशस्वी ठरले. अशा अवस्थेत मुसलमानी आक्रमणांना सुरुवात झाली.

॥ ६ ॥

इस्लामचा उदय हा जगाचा इतिहास बदलणारा ठरला आहे. इस्लामचे आक्रमण अभूतपूर्व स्वरूपाचे होते. उजव्या हातात तलवार आणि डाव्या हातात कुराण घेऊन मुस्लीम आक्रमक येथे आले. ते येथील काही स्वीकारावे या हेतूने आलेच नव्हते. उलट आपला धर्म येथील लोकांवर लादावा या हेतूनेच ते आले होते. जगातील सर्व धर्मांत इस्लाम हाच श्रेष्ठ आहे, परिपूर्ण आहे अशी त्यांची धारणा होती. ज्यांनी इस्लाम स्वीकारला त्यांना त्यांनी जवळ केले. ज्या ज्या देशावर त्यांनी आक्रमणे केली, त्या त्या देशांना ते 'दारुल इस्लाम' बनवू इच्छित होते. अनेक प्रांतांना किंवा देशांना त्यांनी 'दारुल इस्लाम' बनवले, पण भारताला ते बनवू शकले नाहीत. आणि म्हणून इस्लाम म्हणजे काय हे आधी समजून घेतले पाहिजे.

इस्लाम हा अरबी भाषेतला शब्द आहे. त्याचा अर्थ 'शांतता' असा होतो. आत्मसमर्पण किंवा ईश्वरासमोर नतमस्तक होणे असाही त्याचा अर्थ होतो. ईश्वर एक आहे आणि मुहंमद त्याचे प्रेषित आहेत हा या धर्माचा मूळ सिद्धान्त आहे. इस्लामला अवतार मान्य नाही. मुसलमान मुहंमदांना अवतार मानत नाहीत. ईश्वर हा माणसाचे रूप घेऊन या धरतीवर येत नाही. मुसलमान ईश्वराचा दूत किंवा प्रेषित (पैगंबर) मानतात. इस्लामला मूर्तिपूजा मान्य नाही.

एकच ईश्वर माना आणि त्याचीच उपासना करा. सर्व माणसे एकाच ईश्वराची संतान असल्यामुळे ते समान आहेत. कुणी मोठा आणि कुणी छोटा असा त्यांच्यात भेद नाही. इस्लामने समतेच्या सिद्धान्ताला सर्वोच्च मानले.

मुहंमद हे अंतिम प्रेषित आहेत. त्यांच्या तोंडून उच्चारलेला प्रत्येक शब्द हा अल्लाहचा शब्द आहे. कुराण हा पवित्र ग्रंथ आहे. भल्याबुऱ्या कर्मांचे फळ अल्लाह अंतिम निर्णयाच्या दिवशी देईल. एकमेव ईश्वर, त्याचा संदेश देणारे मुहंमद पैगंबर, पवित्र कुराण आणि अंतिम निर्णय-दिन यांवर प्रत्येक मुसलमानाची श्रद्धा असलीच पाहिजे. जो अशी श्रद्धा ठेवीत नाही तो 'काफिर'. काफिर म्हणजे श्रद्धाहीन.

अल्लाह एकच आहे हे मानणे, दिवसातून पाच वेळा नमाज पढणे, रोजा अर्थात उपवास करणे, जकात अर्थात आपल्या उत्पन्नाचा चाळिसावा भाग दान देणे आणि हजची तीर्थयात्रा करणे या पाच गोष्टी इस्लाममध्ये अनिवार्य मानल्या गेल्या आहेत.

इस्लामचा प्रचार-प्रसार करणे हे प्रत्येक मुसलमानाचे पवित्र कर्तव्य आहे. त्याचा विरोध करणाऱ्या व्यक्तीला 'जिहाद'ला तोंड द्यावे लागते. 'जिहाद' या अरबी शब्दाचा अर्थ संघर्ष करणे, प्रयत्नांची पराकाष्ठा करणे असा आहे. 'जिहाद'चा अर्थ 'अल्लाहच्या कार्यासाठी संघर्ष' असा आहे. हा संघर्ष दोन प्रकारचा असतो : स्वत:विरुद्ध आणि दुसऱ्याविरुद्ध. स्वत:विरुद्ध संघर्ष करणे म्हणजे दुर्गुणांवर मात करणे. दुसऱ्याविरुद्ध संघर्ष करणे म्हणजे दुसऱ्यांनी इस्लाम स्वीकारणे किंवा इस्लामचा विरोध न करणे.

प्रेषित मुहंमदाने इस्लाम धर्माच्या प्रसारासाठी आपले सगळे जीवन अर्पण केले. त्यांच्या जवळच्या नातलगांनी प्रथम तो स्वीकारला. हळूहळू तो इतरांनीही स्वीकारला. त्याला विरोधही अनेकांनी केला. अरबस्थानमध्ये निरनिराळ्या रानटी टोळ्या होत्या. त्या मूर्तिपूजक होत्या. हिंसक मार्गाचा अवलंब करून त्या जगत होत्या. त्यांचा विरोधही अर्थात हिंसकच असणार. त्यांनी प्रेषित मुहंमदाचा विरोध केला. मुहमदांना पलायन करावे लागले. मक्का सोडून ते मदिनेला गेले. स्वसंरक्षणासाठी त्यांना तलवार हाती घ्यावी लागली. इस्लामच्या प्रसारासाठीही त्यांना तलवार वापरावी लागली. सत्ता प्रस्थापित केल्याशिवाय इस्लामचा प्रसार होणे कठीण होते. त्यांनी ती केली. प्रथम सगळा अरबस्थान इस्लामिक सत्तेखाली आणला.

इस्लामचा प्रसार करा हा अल्लाहचाच आदेश होता. आणि म्हणून प्रेषितांना तलवार हाती घ्यावी लागली. त्यांचे जीवन अतिशय साधे होते. त्यांचे अनुयायीदेखील साधे आणि पवित्र जीवन जगत होते. इस्लामचा प्रसार या एकमेव ध्येयाने ते प्रेरित झाले होते. त्या ध्येयाच्या पूर्तीसाठी आपल्या प्राणांची आहुती देण्यास ते तयार होते. इस्लामसाठी प्राण अर्पण करणे म्हणजे अल्लाहच्या जवळ जाणे. या एकमेव प्रेरणेतून त्यांनी हे काम हाती घेतले होते. अरबस्तान इस्लाममय झाल्यानंतर त्यांनी आजूबाजूच्या देशांवर आक्रमणे सुरू केली. त्यांना प्रचंड यश मिळत गेले. कारण त्यांच्या हातात 'अल्लाहची तलवार' होती.

प्रेषित मुहंमद आणि त्यांच्यानंतरचे चार खलिफा यांच्याजवळ नियमित असे खडे सैन्य नव्हते. पण त्यांनी हाक देताच अल्लाहचा आदेश मानून लढवय्ये तरुण आपापल्या

तलवारी घेऊन लढण्यास तयार असत. मारायचे ते अल्लाहसाठी आणि मरायचे तेही अल्लाहसाठीच. सगळ्या जगावर इस्लामची अर्थात अल्लाहची सत्ता त्यांना स्थापन करायची होती. सगळे जगच 'दारुल इस्लाम'खाली त्यांना आणायचे होते. सत्त्याचाच विजय होत असतो. इस्लाम हे 'सत्य' असल्यामुळे त्याचा विजय हा होणारच, यावर त्यांची गाढ श्रद्धा होती.

'इस्लामचा स्वखुशीने स्वीकार करा, तो मान्य नसेल तर जिझिया अदा करा आणि तोही मान्य नसेल तर लढाईस तयार व्हा' हे तीनच पर्याय ते इतरांच्या समोर ठेवत असत. त्यांना अफाट संपत्ती मिळाली. अनेक देशांवर त्यांनी इस्लामची सत्ता स्थापित केली. आरंभी त्यांना संपत्तीचा मोह नव्हता. सत्ता आणि संपत्तीसाठी ते तलवार चालवत नव्हते. त्यांना इस्लामचे राज्य हवे होते. त्यांना मिळणारी सत्ता आणि संपत्ती ही अल्लाहची होती. या श्रद्धेने त्यांनी लढाया केल्या.

प्रेषित मुहंमद आणि त्यांच्या नंतर गादीवर आलेले चार खलिफा अर्थात अबू बक्र, उमर, उस्मान आणि अली यांच्या काळापर्यंत त्यांची श्रद्धा विशुद्ध आणि पवित्र होती. नंतरचे खलिफा सत्ता आणि संपत्तीच्या मोहात पडले.

प्रेषित मुहंमदाप्रमाणेच अबू बक्र, उमर, उस्मान आणि अली हे प्रेषित अतिशय साधे होते. हातात सत्ता असूनही त्यांचे जीवन हे सामान्य माणसांचे जीवन होते. त्यांनी खूप हालअपेष्टा सोसल्या, पण तत्त्व सोडले नाही. त्यांची अल्लाहवरची श्रद्धा तसूभरही ढळली नाही. प्रेषितांचे उत्तराधिकारी म्हणून त्यांनी अतिशय प्रामाणिकपणे काम केले. हे चारही खलिफा अतिशय तत्त्वनिष्ठ आणि त्यागी होते. त्यांच्या खिलाफतीचा काळ हा इस्लामच्या इतिहासातील 'सुवर्णकाळ' होता.

या खलिफांनी जीवनाचा आदर्श घालून दिला. इस्लामी तत्त्वांचे आणि नीतिमूल्यांचे त्यांनी तंतोतंत पालन केले. सम्राट असूनही त्यांची राहणी अत्यंत साधी होती. झोपडीसदृश्य घरात ते राहत होते. स्वतःचे काम ते स्वतःच करत होते. त्यांनी आपल्या चारित्र्याने आणि कर्तृत्वाने इस्लामला जगाच्या इतिहासात गौरवाचे स्थान प्राप्त करून दिले. सगळे जग इस्लाममय करण्यासाठी ते झपाटले होते.

इस्लामची क्रांती ही आश्चर्यकारक होती. राजकीय चळवळीच्या रूपाने इस्लाम जगासमोर आला. जगाच्या प्राचीन संस्कृतींमध्ये समतेचे तत्त्व नव्हते. इस्लामने ते आणले. भारतीय संस्कृतीमध्येही सामाजिक समतेचा अभाव होता. सामान्य लोकांनी इस्लाम स्वीकारण्याचे हे एक ठळक कारण होते.

भारतावर मुसलमानांचा पहिला हल्ला इ.स. ७१२मध्ये झाला. मोहंमद इब्न कासीम याने सिंध प्रांतावर हल्ला करून दाहिर राजाला जिंकले. या नंतर मुस्लीम आक्रमणांची मालिकाच सुरू झाली. मुहंमद गझनी आणि मुहंमद घोरी यांचे हल्ले तर भयंकर स्वरूपाचे

होते. संपत्ती तर त्यांनी लुटलीच, पण हिंदूंची अनेक मंदिरे उद्ध्वस्त केली. जबरदस्तीने इस्लाम स्वीकारण्यास त्यांना भाग पाडले. मोहंमद इब्न कासीमने मात्र सौम्य धोरण स्वीकारले होते.

तथापि, धर्मांतराला बऱ्याच प्रमाणात हिंदूच कारणीभूत होते. येथील शूद्रातिशूद्रांना समाजात काहीच स्थान नव्हते. अस्पृश्य वर्गाला तर पशूपातळीवरचे जीवन जगावे लागत होते. त्यांचा अनन्वित छळ केला जात होता. समाजाच्या बऱ्याच मोठ्या भागावर अस्पृश्यता लादण्यात आली होती. बौद्ध आणि ब्राह्मण एकमेकांना पाण्यात पाहत होते. ब्राह्मणांनी शूद्र, अस्पृश्य आणि स्त्रिया यांवर अनेक बंधने घातली होती. रोटीबंदी, बेटीबंदी, विद्याबंदी, व्यवसायबंदी अशा बंधनात ते जगत होते. परिणामतः ब्राह्मण सोडून बाकीचा समाज विकलांग आणि हतबल झाला होता. ते या बंदिवासातून मुक्त होऊ इच्छित होते. या देशातील कनिष्ठ जातींनी, विशेषतः अस्पृश्यांनी स्वेच्छेने इस्लाम स्वीकारला. इस्लाम स्वीकारल्यानंतर ते कट्टर मुसलमान झाले. उच्चवर्णीयांचा बदला घेण्याची भावना त्यांच्यात निर्माण झाली. त्यांनी आक्रमण करणाऱ्या मुसलमानांना साथ दिली.

शस्त्र हाती धरण्याचा अधिकार फक्त क्षत्रियांना होता. पण येथील राजांमध्ये ऐक्य अजिबात नव्हते. आपापसांतील हेवेदाव्यांमुळे कुणी कुणाला मदत करायला तयार नव्हते. बहुसंख्य लोकांना शस्त्र हाती धरण्याचा अधिकारच नव्हता. कारण ते शूद्र होते. धर्मशास्त्रांनीच तशी बंधने घातलेली होती. ब्राह्मणांनादेखील शस्त्र हाती घेण्याचा वर्णव्यवस्थेने अधिकार दिला नव्हता. त्यांचे मंत्रसामर्थ्य तलवारीसमोर काहीच करू शकत नव्हते.

इस्लामने क्रूर चेहरा धारण केला होता. ईश्वराला न मानणारा तो काफिर. काफिर शब्दाचा हा मूळ अर्थ. पण इस्लामला न मानणारा तो काफिर असा या शब्दाचा अर्थ लावण्यात आला. काफिरांच्या विरुद्ध तलवार उचलण्याची मुसलमानांना अल्लाहने मुभा दिली होती. दया, क्षमा, करुणा, प्रेम, सहानुभूती, सहिष्णुता या शब्दांना त्यांच्या शब्दकोशात स्थान नव्हते. इस्लामसाठी ते काहीही करू शकत होते. शिवाय भारतातली सामाजिक परिस्थिती त्यांना अनुकूल होती.

आज भारतात आणि पाकिस्तानमध्ये जेवढे म्हणून मुसलमान आहेत, त्यांपैकी बहुतांश मुसलमानांचे पूर्वज हे हिंदू होते. बाबरने जेव्हा या देशावर आक्रमण केले तेव्हा त्याच्याबरोबर केवळ बारा हजार सैनिक होते. मुहंमद घोरीबरोबरही जवळपास एवढेच सैन्य होते. ज्या हिंदूंनी वैतागून इस्लामचा स्वीकार केला होता, त्यांनीच या आक्रमण करणाऱ्यांना साथ दिली. ते सर्व कट्टर मुसलमान बनले.

हिंदू समाज आतून पूर्णपणे पोखरला होता. जातीयतेने तो सडला होता. जे मुसलमान झाले, त्यांना समतेची आणि प्रतिष्ठेची वागणूक मिळाली. मुसलमानांना जे अधिकार होते

ते त्यांना मिळाले. विघटनाची बीजे हिंदू समाजाच्या रचनेतच होती. सामाजिक आणि राजकीय या दोन्हीही दृष्टींनी हिंदूंचे पतन झाले होते.

प्राचीन हिंदू संस्कृतीचा प्रशंसक हावेल (Havel) या इतिहासकाराने लिहिले आहे :

"But the victorious progress of Islam in India is not to be accounted for by external reasons. It was mainly due to the political degeneration of Aryavarta, which set in after the death of Harsha... The social programme of the Prophet... gave every true believer an equal spiritual status... made Islam a political and social synthesis and gave it an imperial mission... Islam was a rule of life sufficient for the happiness of average humanity content to take the world as it is... Islam reached the zenith of its political strength at the critical period when the conflict between Buddhist philosophy and that of orthodox Brahminism was a potent cause of political dissension in northern India."[४]

इस्लाममध्ये एकतेची आणि समतेची भावना ही अतिशय महत्त्वाची होती. हिंदूंच्या दृष्टीने तर ती अतिशय नावीन्यपूर्ण होती. पण त्यांची ती एकता आणि समता इतरांना सामावून घेणारी नव्हती. ज्यांनी इस्लाम स्वीकारला त्यांनाच मुसलमानांनी सामावून घेतले. या संदर्भात पं. जवाहरलाल नेहरूंनी खालील मत व्यक्त केले आहे :

"When Islam came to India in the form of political conquest, it brought conflict. It had a two-fold effect. On the one hand, it encouraged the tendency of Hindu society to shrink still further within its shell; on the other, it brought a breath of fresh air and fresh ideas, and thus had a certain rejuvenating influence. Hindu society has become a closed system unlike Buddhism, another great product of Indian thought. The Muslims who came from outside, brought their own closed system with them. Then, two closed systems met : neither being strong enough to uproot or subduce the other. Political triumph did not lead to intellectual, moral or religious conquest."[५]

थोडक्यात, इस्लाम भारतात पसरला तो तलवारीच्या बळावर. बौद्ध धर्माप्रमाणे तो शांततेच्या मार्गाने आला असता, तर चित्र वेगळेच निर्माण झाले असते. लोकांनी त्याचे प्रेमाने स्वागत केले असते. राजकीय विजय मुस्लिमांना मिळाला खरा, पण तो नैतिक वा धार्मिक विजय ठरू शकला नाही. अनैतिक आणि अधार्मिक पद्धतीने एखाद्या धर्माचा प्रसार व्हावा हे कोणत्याही धर्मतत्त्वाच्या विरुद्धच आहे.

मुसलमानांनी या देशावर जवळपास आठशे वर्षे राज्य केले. या प्रदीर्घ काळात काही चांगल्या गोष्टीही घडल्या. हिंदूंच्या आणि मुस्लिमांच्या देवाणघेवाणीतून भारतीय संस्कृतीचा विकास झाला. सूफी मुसलमानांनी त्यांच्यातील कटुत्वावर फुंकर घालण्याचे काम केले. सूफी हे मानवतेचे पुजारी होते. ते अध्यात्मवादी होते. त्यामुळे ते हिंदूंना जवळचे वाटले. काव्य आणि संगीतात सूफींना आवड होती. सूफींचा मुस्लीम राज्यकर्त्यांवरदेखील प्रभाव पडला. सम्राट अकबरावर हिंदू आणि सूफी तत्त्वज्ञानाचा सखोल परिणाम झाला होता. त्याने 'दीने-इलाही' या नावाचा धर्मच स्थापन केला. त्याने 'अल्लोपनिषद' नावाचा ग्रंथ तयार करून घेतला होता. हिंदू आणि मुसलमान यांमध्ये तो समन्वय साधू इच्छित होता.

अकबर हा उदारमतवादी होता. त्याच्या दरबारात हिंदू पंडितांनाही मानाचे स्थान होते. जोधाबाई या राजपूत स्त्रीशी त्याने लग्न केले होते. अकबराचा प्रभाव त्याच्या पुढच्या पिढीवरदेखील पडला होता. शाहजहाँचा मुलगा दारा शिकोह हा उपनिषदांचा चाहता होता. त्याने चाळीस उपनिषदांचे अनुवाद फारसीमध्ये करून घेतले होते. उलट त्याचा भाऊ औरंगजेब हा माथेफिरू मुसलमान होता. त्याने दारा शिकोहचा निर्घृण खून केला.

अमीर खुस्रो, जायसी, दादू या कवींनी हिंदी काव्याला दिलेले योगदान अतिशय महत्त्वाचे आहे. या कवींचे भारतावर, भारतीय संस्कृतीवर प्रेम होते. त्या काळी प्रचलित असलेली लोकभाषा ही हिंदी होती. त्यांनी आपले काव्य हिंदीमध्ये रचले. उर्दू आणि हिंदी या दोन्हीही भाषांची त्यांनी सेवा केली. आपल्या धर्मावर जेवढे त्यांचे प्रेम होते तेवढेच ते आपल्या जन्मभूमीवर अर्थात भारतावरदेखील होते. भारताला त्यांनी स्वर्ग मानले होते. अमीर खुस्रो हा फारसी साहित्यक्षेत्रातला साहित्यसम्राट मानला जातो. त्याने हिंदी भाषेतही पुष्कळ काव्यरचना केली आहे. त्याच्यावर संस्कृतचाही प्रभाव होता. तो 'साहित्यदर्पण'चा लेखक विश्वनाथ पंडित यांचा समकालीन होता. ईराण आणि भारताच्या फारसी साहित्यात त्याचा नावलौकिक होता. मुल्ला नुसरती याच्यावरदेखील संस्कृत साहित्याचा प्रभाव होता. 'गुलशने-इश्क' आणि 'अली-नामा' ह्या त्याच्या रचना अतिशय महत्त्वाच्या मानल्या जातात. अमीर खुस्रोने अरबी, फारसी आणि हिंदी या तीन भाषांमध्ये आपल्या काव्यरचना केलेल्या आहेत.

मलिक मुहंमद जायसी यानेही आपले काव्य हिंदीमध्ये रचले आहे. त्याचे 'पद्मावत' हे काव्य अतिशय प्रसिद्ध आहे. हिंदू तत्त्वज्ञान त्याला आवडत होते. देशाच्या

संस्कृतीविषयी आणि परंपरांविषयी त्याच्या मनात प्रेम होते. अमीर खुस्रो, जायसी, कुनुबन, मंझन, रहीम, रसखान, आलम आणि मुमताज या सर्वांनीच आपल्या रचना हिंदीमध्ये केल्या. त्यांचा दृष्टिकोन असांप्रदायिक होता.

सूफी संत आणि भारतीय संत यांच्यात बरेच साम्य आढळते. मुस्लीम संतकवींनी भक्ती-आंदोलनाला महत्त्वाचे योगदान दिले आहे. त्यांच्यावर सूफी संतांचा तसेच हिंदी संतांचा सखोल प्रभाव होता. त्यांनी केवळ हिंदीमध्येच साहित्य निर्माण केले असे नाही, तर इतर प्रादेशिक भाषांमध्येदेखील आपल्या रचना केल्या आहेत. मुसलमान मराठी संतकवींचे मराठी संतसाहित्याला दिलेले योगदान विसरता येत नाही. शहा मुंतोजी ब्रह्मणी, हुसेन अंबरखान, अलमखान, शेख सुलतान, शेख महंमद, शहा मुनी अशा कितीतरी मुसलमान मराठी संतांची नावे घेता येतील. त्यांच्या काव्याला येथील मातीचा सुगंध आहे. शेख महंमद तर कबीराचाच अवतार मानला जातो. तो म्हणतो -

चतुरवेदांचे सत्त्व काढिले । उपनिषदांचे सार घेतलें ।
शेख महंमद बोलिले । विजयी मंथन करूनियां ।।

या संत कवीच्या अभंगांत वेदांचाच सार आहे. तो अल्लाह आणि विठ्ठल यांमध्ये काहीच फरक करत नाही.

शेख महंमद । हृदयीं गरोदर ।
गर्भीं सर्वेश्वर । सामावला ।।

माझ्या हृदयाच्या गर्भात 'सर्वेश्वर' सामावला आहे असे हा कवी अभिमानाने सांगतो. शेख सली महंमद आपल्या एका अभंगात म्हणतो -

आम्ही जातीचे ब्राह्मण । आमचे सोयरे मुसलमान ।।
स्नानसंध्या बोलाविली । महारासी सोयरिक केली ।।

किती मोठा आशय या अभंगात आहे! तो स्वतःला ब्राह्मण जातीचा मानतो. त्याचे सोयरे-धायरे हे मुसलमान आहेत. पण त्याने महाराशी सोयरिक केली आहे असे तो सांगतो. सर्व भेद त्याने मिटवले आहेत. सवर्ण-अवर्ण, ब्राह्मण-अतिशूद्र, हिंदू-मुसलमान असा कोणताही भेद त्याला मान्य नाही. हेच 'स्पिरिट' येथील उच्चवर्णीयांनी दाखवले असते, तर भारतातील इतर जातींनी स्वखुशीने इस्लाम स्वीकारलाच नसता. एकजुटीने त्यांनी मुसलमानी आक्रमकांचा मुकाबला केला असता.

औरंगजेबचा ठळक अपवाद सोडला तर बाकीच्या मोगल राजांनी थोड्याबहुत प्रमाणात उदारतेचे धोरण स्वीकारलेले दिसते. हिंदू धर्मात त्यांनी हस्तक्षेप केला नाही. दारा

शिकोहने तर हिंदू तत्त्वज्ञान सतत उचलून धरले होते. म्हणूनच औरंगजेबाने त्याचा खून केला. त्याच्या अंगठीवर 'प्रभू' हा शब्द कोरला होता.

उर्दू ही मुसलमानांची भाषा मानली जाते. पण तिची निर्मिती आणि विकास हिंदू आणि मुस्लीम या दोघांनी मिळून केला आहे. दोघांनीही उर्दूची सेवा केली आहे. कबीर, जायसी, कुनुबन, मंझन, उस्मान आणि खुस्त्रो यांनी आपले साहित्य अवधी भाषेत निर्माण केले.

कळत नकळत हिंदू चालीरीतींचा प्रभाव मुसलमानांवर आणि मुसलमान चालीरीतांचा प्रभाव हिंदूंवर पडलेला आढळतो. संत कवींनी निर्माण केलेल्या भक्ती-आंदोलनामध्ये सूफी कवींचा सहभाग होता. सूफींनी सेतुबंधनाचे काम केले. वेदात आणि सूफी तत्त्वज्ञानात बरेच साम्य आढळून येते.

साहित्य, संगीत, स्थापत्य या क्षेत्रांत मुसलमानांचे योगदान देदीप्यमान आहे. गझल आणि कव्वाली ही त्यांचीच देणगी आहे. संगीताच्या क्षेत्रात तर त्यांचे योगदान अलौकिक स्वरूपाचे आहे. स्थापत्य कलेत त्यांच्या प्रतिभेचा आविष्कार थक्क करणारा आहे. ताजमहाल हे त्याचे प्रतीक आहे. गझल हा काव्यप्रकार मराठीत आला आहे.

असे असले तरी हिंदू आणि मुस्लीम यांच्यामध्ये खूप दुरावा होता आणि आहे. हिंदूंनी मुस्लिमांचा 'म्लेंच्छ' म्हणून द्वेष केला आणि मुस्लिमांनी हिंदूचा 'काफिर' म्हणून द्वेष केला. दोघांतील 'द्वंद्व' आणि 'दुरावा' कायम आहे. त्यांच्या संबंधांतून अमृताऐवजी हलाहलच निर्माण झाले. दोघांनाही ते प्यावे लागले आहे. एकमेकांच्या नरडीचा घोट घेण्याचा प्रयत्न दोघांनीही सतत केला आहे. देशाचे विभाजन ही त्याचीच परिणती आहे. आपण एकाच देशाचे घटक असल्यामुळे एकच भाग्यरेषा दोघांच्याही ललाटावरून गेली आहे हे त्यांना कळले नाही.

औरंगजेबाने मात्र कहरच केला. सर्व हिंदुस्थान 'दारूल-इस्लाम' (Dar-ul-Islam) करण्याचा त्याचा इरादा होता. 'इस्लाम स्वीकारा किंवा जिझिया कर द्या किंवा मरण्यास तयार व्हा' असा फतवाच या माथेफिरूने काढला होता. 'इस्लाम किंवा मृत्यू' या विचाराने तो प्रेरित झाला होता. ज्यांनी इस्लाम स्वीकारला त्याला संरक्षण मिळाले. बाकीचे सर्व काफिर होते. काफिरांना संपवणे हा प्रेषिताचा आदेश होता. आपल्या हातात अल्लाहची तलवार आहे. काफिरांवर ती चालवणे हे आपले धार्मिक कर्तव्य आहे हीच इस्लामची भूमिका राहिलेली आहे.

मुस्लीम राज्य म्हणजे धर्माधिष्ठित राज्य. खरा राजा हा अल्लाहच असतो. ज्याच्या हातात सत्ता असते तो केवळ अल्लाहचा प्रतिनिधी असतो. त्याने आपली तलवार चालवून काफिरांना संपवले पाहिजे. सगळे जगच इस्लाममय झाले पाहिजे. दारूल-इस्लाम (इस्लामचे राज्य) हेच प्रेषिताचे स्वप्न होते. भारत हा दारूल-हर्ब (गैर इस्लामिक राज्य) असता कामा नये. औरंगजेब याच उद्देशाने पेटून उठला होता. त्याला आपले

स्वप्न पूर्ण करता आले नाही ही गोष्ट वेगळी. हिंदूंमध्ये ऐक्य नव्हते. त्यांच्यात एकजुटीने लढण्याची ताकद नव्हती. म्हणून आपले स्वप्न पूर्ण होईल असे मुसलमानांना वाटत होते. या संदर्भात थोर इतिहासकार जदुनाथ सरकारनी म्हटले आहे :

> "The barrenness of the Hindu intellect and the meanness of spirit of the Hindu upper classes are the greatest condemnation of Mohammadan rule in India. The Islamic political tree, judged by its fruit, was an utter failure." [६]

हिंदू आणि मुसलमान या दोघांचाही कायाकल्प झाल्याशिवाय हिंदुस्थानला भवितव्य नाही असे जदुनाथ सरकारनी मत व्यक्त केले आहे. हा इतिहासकार लिहितो.

> 'If India is ever to be the home of a nation able to keep peace within and guard the frontiers, develop the economic resources of the country and promote art and science, then both Hinduism and Islam must die and be born again. Each of these creeds must pass through a rigorous vigil and penance, each must be purified and rejuvenated under the sway of reason and science.' [७]

येथे जदुनाथ सरकारनी नेमकेपणाने हिंदू-मुस्लीम प्रश्नावर बोट ठेवले आहे. देशाचे भले व्हायचे असेल तर आर्थिक उन्नतीची कास धरायला हवी. ज्ञान, विज्ञान आणि कला यांचा विकास व्हायला हवा. खरे तर हिंदू धर्म आणि इस्लाम यांनी मृत्यू पत्करून पुनर्जन्म घ्यायला हवा. हेच त्याचे प्रायश्चित. पण त्यांचा पुनर्जन्म झाला नाही. हिंदूंचा पुनर्जन्मावर विश्वास तरी आहे, पण मुसलमानांचा नाही. दोघांनीही पश्चाताप होऊन पुनर्जन्म घेण्याची आवश्यकता आहे. इस्लामचाही कायाकल्प होऊ शकतो हे कमाल पाशाने टर्कीमध्ये दाखवून दिले आहे. या उदाहरणाकडे जदुनाथ सरकारने बोट दाखवले आहे.

१६६९ या वर्षी औरंगजेबाने सगळ्या शाळा, मंदिरे आणि हिंदूंची तीर्थक्षेत्रे उद्ध्वस्त करण्याचा हुकूम काढला. त्यानुसार सोमनाथ मंदिर, काशी विश्वनाथ मंदिर आणि मथुरेचे केशव राममंदिर उद्ध्वस्त करण्यात आले. सर्व मुस्लीमेतरांवर जिझिया कर बसवण्यात आला. अत्यंत गरीब लोकांना सूट देण्यात आली.

सम्राट अकबरचे धोरण उदारतेचे होते. औरंगजेबाचे धोरण टोकाच्या असहिष्णुतेचे होते. शेख अहमद सरहिंदीसारख्या कडव्या मुसलमानांनी तर त्या काळी विषच पेरले होते. तो अकबराचा द्वेष करत होता. तो अकबराला काफिर म्हणत होता. शेख अहमद सरहिंदीच्या नंतर त्याची जागा त्याचा मुलगा मुहंमद मासूमने घेतली. आणि ह्या कडव्या

मुसलमानाचा वारसा पुढे त्याच्या मुलाने (शेख सैफुद्दीन) चालवला. आणि याच शेख सैफुद्दीनला औरंगजेबाने आपला गुरू मानले होते. आपल्या गुरूच्या सल्ल्याने तो चालत होता. त्याने आपल्या गुरूच्या सल्ल्यानेच दारा शिकोहचा खून केला. औरंगजेबाने धर्मांधतेचा कळसच गाठला होता.

हिंदुस्थानच्या मुस्लीम राज्यकर्त्यांना प्रेषित मुहंमद आणि आरंभीच्या चार खलिफांचा विसर पडला. ते अल्लाहचे खरे सेवक होते. आज तारीक फतेह म्हणताहेत तेच खरे आहे. इस्लामचे दोन प्रकार आहेत : अल्लाहचा इस्लाम आणि मुल्लाचा इस्लाम. हिंदुस्थानमध्ये आलेला इस्लाम हा मुल्लाचा इस्लाम होता.

॥ ७ ॥

याच काळात शीख धर्म पुढे आला. गुरू नानकांच्या शिकवणुकीतून हा पंथ पुढे आला. शीख धर्म हा एकेश्वरवादी आहे. त्यात वेदान्त आणि सूफी तत्त्वज्ञान यांचा समन्वय आढळतो. शिखांना जातपात, अवतारवाद, मूर्तीपूजा मान्य नाही. गुरू नानक आणि सूफी संत शेख फरीद यांच्यात मैत्री होती. गुरू नानकांची वेशभूषा आणि राहणी सूफींसारखीच होती. शीख धर्मात हिंदुत्व आणि इस्लाम यांचा समन्वय झाला आहे. त्या काळातील ही गरज होती. 'वाहेगुरू' हा शिखांचा जयघोष आहे. वाहेगुरूची व्याख्या मोठी मार्मिक आहे. 'वा' = वासुदेव, 'हे' = हरि, 'गु' = गोविंद आणि 'रू' = राम, अर्थात 'वाहेगुरू'.

गुरू नानकांनी हिंदू आणि मुसलमान यांना ऐक्याच्या धाग्यात बांधण्याचा आटोकाट प्रयत्न केला. ते हिंदूंचे गुरू आणि मुसलमानांचे पीर होते. आदिग्रंथ हा शिखांचा धर्मग्रंथ. शिखांमध्ये दहा गुरू झाले. गुरू गोविंद सिंह हे दहावे अर्थात शेवटचे गुरू. गुरुवाणी अर्थात गुरूचा शब्द हाच त्यांच्या श्रद्धेचा विषय. गुरुवाणीतच ईश्वराचे दर्शन ते घेतात. शिखांच्या गुरुद्वारांमध्ये गुरुग्रंथ साहिबाचेच पठण होत असते.

शीख धर्म हा शांतताप्रिय आहे. पण शीख गुरूंना हातात तलवार घ्यावी लागली. मुसलमान राज्यकर्ते धर्मांध होते. मुसलमानही धर्मांध होते. म्हणून त्यांना स्वसंरक्षणासाठी आणि आपल्या अस्मितेसाठी तलवार हाती घ्यावी लागली. शिखांचे पाचवे गुरू अर्जुनदेव यांच्यापासून लढण्याची परंपरा त्यांना सुरू करावी लागली. अर्जुनदेवांचा पहिला सामना जहांगीरशी झाला. मोगलांनी त्यांच्यावर अनन्वित अत्याचार केले. शिखांचे सहावे गुरू हरगोविंद यांनाही अमानुष अत्याचारांना तोंड द्यावे लागते. धर्माच्या रक्षणासाठी त्यांना तलवार हाती घेणे भाग होते.

शीख समुदाय हा हिंदू समाजाचा अविभाज्य भाग होता. पंजाबच्या हिंदू परिवारातील ज्येष्ठ पुत्र देशासाठी दिला जाते असे. तो शीख होत असे आणि देशासाठी लढत असे.

सर्वच शीख गुरूंना लढावे लागले. ते संतही होते आणि योद्धेही होते. औरंगजेबाने गुरू तेगबहाद्दुर यांची हत्या केली. त्यांचा मुलगा गोविंद सिंह गुरूपदावर आला. गुरू गोविंद सिंहानी शीख धर्माला तेजस्वी स्वरूप प्राप्त करून दिले. औरंगजेबाने त्यांनाही मुसलमान बनण्यासाठी जबरदस्ती केली. पण ते त्याच्यासमोर झुकले नाहीत. पुढे त्यांचा नांदेड येथे एका माथेफिरू मुसलमानाने खून केला. शिखांचा इतिहास हा बलिदानाचा इतिहास आहे.

गुरू गोविंद सिंहानीच आनंदपूर येथे खालसा पंथाची स्थापना केली. देशासाठी आणि धर्मासाठी बलिदान देण्यास शिखांना तयार केले. गुरू गोविंद सिंह महान कवीदेखील होते. हिंदू धर्माच्या रक्षणासाठीच शीख पंथाने कार्य केले. केश, कंगवा, कच्छ, कडे आणि कृपाण या पाच वस्तू शिखांनी आपल्याजवळ बाळगल्याच पाहिजेत असा नियम गुरू गोविंद सिंहांनी घालून दिला. खालसा पंथाची तीच ओळख आहे. शिखांच्या बलिदानाला इतिहासात तोड नाही. खालसा पंथाच्या स्थापनेनंतर शीख पुरुष आपल्या नावासमोर 'सिंग' लावू लागले.

शीख गुरूंविषयी डॉ. एस. राधाकृष्णन म्हणतात -

> "The gurus are the light-bearers to mankind. They are the messengers of the timeless. They do not claim to teach a new doctrine but only to renew the eternal wisdom."[८]

शीख धर्मामध्ये शैव आणि वैष्णव या पंथांचा संगम झाला आहे. अशा प्रकारे शिखांनी धर्मस्थापना तर केलीच केली, पण राष्ट्रस्थापनादेखील केली. शीख धर्म ही शिखांच्या राष्ट्राची मूस आहे. शीख हा नवा माणूस, शीख धर्म हा नवा धर्म आणि शीख राष्ट्र हे नवे राष्ट्र होते. एक प्रकारच्या Melting Pot मधूनच हा नवा माणूस, हा नवा धर्म आणि हे नवे राष्ट्र जन्माला आहे. राज्यकर्ता म्हणून रणजीतसिंघाची शौर्यगाथा आजही गायीली जाते. शिखांचा इतिहास हा नव्या राष्ट्राच्या निर्मितीचा इतिहास आहे. शिखांनी जातिभेद गाडून टाकला. खालसा पंथाने नवीन राष्ट्र निर्माण केले. त्यामागे शिखगुरूंची शिकवण आहे. शिखगुरूंच्या बलिदानाने रणजीतसिंगांना मुस्लीम साम्राज्याच्या विरुद्ध लढण्याचे सामर्थ्य दिले.

॥ ८ ॥

ख्रिश्चन धर्मीयांचे आगमन भारतात दक्षिण किनाऱ्यावर दुसऱ्या-तिसऱ्या शतकातच झाले होते. खरे तर प्राचीन काळात भारताचा रोमशी संबंध आला होता. भारत हा पाश्चिमात्यांच्या आकर्षणाचा विषय प्राचीन काळापासूनच झाला होता. पश्चिमेतील

व्यापारी भारताशी व्यापार करू इच्छित होते. कोलंबस या स्पॅनिश व्यापाऱ्याची धडपड त्यासाठीच होती. इ.स. १४९२मध्ये तो भारताचा शोध घेण्यासाठी जलमार्गाने निघाला. पण भारताऐवजी तो अमेरिकेच्या किनाऱ्यावर जाऊन पोहोचला. एक अज्ञात खंड त्याच्या हाती लागला. पुढे १४९८मध्ये पोर्तुगालचा एक नाविक वास्को-दि-गामा कालिकतच्या किनाऱ्यावर येऊन पोहोचला. अशा प्रकारे युरोपशी भारताचा संबंध आला. युरोपीय हे ख्रिश्चन होते. व्यापारात ते निष्णात होते. धर्मप्रसार आणि व्यापार अशा दुहेरी हेतूने ते भारतात येऊ इच्छित होते. 'मुख में राम और बगल में छुरी' अशा पद्धतीने ते भारतात येऊ लागले. भारताला त्यांच्या मुखातला राम दिसला, पण बगलेतली 'छुरी' मात्र दिसली नाही.

पोर्तुगीज, डच, इंग्लिश, फ्रेंच लोक व्यापाराच्या निमित्ताने येथे येऊ लागले. तंबू आणि उंट या कथेतील उंटाप्रमाणे हळूहळू पाय पसरायला त्यांनी सुरुवात केली. ते येथे वसाहती करू लागले. त्यातूनच वसाहतवाद निर्माण झाला. उलट त्यांच्यामध्येच परस्पर स्पर्धा सुरू झाली. त्यात इंग्रज हे सरस ठरले. अशा प्रकारे भारताच्या भूमीवर पूर्व आणि पश्चिम यांचे मीलन झाले. पूर्व आणि पश्चिम यांचे मीलन म्हणजे पौर्वात्य आणि पाश्चिमात्य संस्कृतींचे मीलन.

आधी या युरोपीयांनी भारतीयांचा विश्वास संपादन केला आणि नंतर विश्वासघात केला. हे तंत्र वापरून त्यांनी हळूहळू आपल्या वसाहती स्थापन केल्या. पोर्तुगीजांनी गोवा ताब्यात घेतला. गुलामीचा व्यापारही सुरू केला. ते क्रूर होते. धर्मांतरासाठी त्यांनी साम, दाम, दंड आणि भेद या सर्वच मार्गांचा वापर केला. गोव्यात त्यांनी चर्च बांधले. पाँडिचेरी, दीव आणि दमण येथे फ्रेंच लोकांनी आपली वसाहत निर्माण केली. पण इंग्रजांनी त्यांच्यावर मात केली. ते अतिशय धूर्त, चाणाक्ष आणि हुशार होते. त्यांनी बंगालमध्ये 'ईस्ट इंडिया कंपनी' या नावाची कंपनी सुरू केली. तिची स्थापना इ.स. १६००मध्ये झाली.

'ईस्ट इंडिया कंपनी'चे सुरुवातीचा उद्देश केवळ व्यापार करणे एवढाच होता. इंग्रजांनी मुंबई, मद्रास, सूरत अशा ठिकाणी व्यापारी केंद्रे स्थापन केली. व्यापारात जम बसवल्यानंतर धर्मप्रसार आणि राज्यस्थापनेचा विचार त्यांच्या मनात घोळू लागला. येथील धार्मिक, सामाजिक आणि राजकीय परिस्थितींचा त्यांनी बारकाईने अभ्यास केला. कलकत्ता हे त्यांच्या कारभाराचे प्रमुख केंद्र बनले. या ठिकाणचा धर्म, इतिहास आणि तत्त्वज्ञान समजून घेण्यासाठी भारतीय भाषा शिकणे आवश्यक आहे हे त्यांच्या लक्षात आले. भारतीय धर्म-संस्कृतीची मुळे संस्कृतमध्ये असल्यामुळे त्या भाषेचा अभ्यास त्यांनी सुरू केला. इतर प्रादेशिक भाषादेखील शिकण्याची आवश्यकता त्यांना भासली. शिक्षणाकडेदेखील ते वळले आणि अशा प्रकारे ख्रिश्चन धर्माच्या प्रचार-प्रसाराचे काम त्यांनी हाती घेतले. ख्रिश्चन मिशनरी येथे आले ते आपल्या धर्माच्या प्रसारासाठीच.

ईस्ट इंडिया कंपनीचा व्यापार वाढत गेला. धर्मकारण आणि राजकारण त्यांनी हाती घेतले. त्यांचे अधिकारीही येथे येऊ लागले. कंपनीचे मुख्य कार्यालय लंडनमध्ये होते. धोरणात्मक निर्णय इंग्लंडमध्ये घेतले जात होते. त्यांची अंमलबजावणी कलकत्त्यापासून होत होती. पाय पसरण्यासाठी वाव त्यांना मिळत गेला. त्यांचे खरे दात दिसू लागले. देशाची राजकीय सत्ता हळूहळू त्यांच्या हाती गेली.

कंपनीने स्वत: धर्मप्रसाराचे काम हाती घेतले नाही. त्यांच्याबरोबर आलेल्या ख्रिश्चन मिशनरींनी त्या कामाला हात घातला. कंपनीने शिक्षण प्रसाराचे काम मात्र हाती घेतले. १७३१मध्ये कलकत्ता येथे वॉरन हेस्टिंग्जने एक शाळा सुरू केली. खरे तर तो मुसलमान मुलांसाठीचा मदरसा होता. १७९१मध्ये बनारस येथे एका संस्कृत कॉलेजची सुरुवात करण्यात आली. अशा प्रकारे त्यांचे शिक्षणप्रसाराचे काम वाढत गेले. १८१६मध्ये राजा राममोहन रॉय यांनी कलकत्त्यामध्ये हिंदू महाविद्यालयाची स्थापना केली.

इंग्रज सरकारने शैक्षणिक धोरण ठरवले. इंग्रजी माध्यमातून आधुनिक शिक्षण या देशातील लोकांना मिळू लागले. त्यामुळे आधुनिक युग या देशात अवतरले. आधुनिक शिक्षणाबरोबर येथे विज्ञान आणि वैज्ञानिक विचार आले. बुद्धिवाद आला. आधुनिक राजकीय विचार आले. इंग्रजी साहित्य आले. नवीन न्यायपद्धती आली. त्यापाठोपाठ औद्योगिक क्रांती आली. दळणवळणांची आधुनिक साधने आली. आणि सगळ्यात महत्त्वाची गोष्ट म्हणजे समतेचा विचार आला. व्यक्तिस्वातंत्र्याची कल्पना आली. स्त्री-पुरुष समानतेचा विचार आला.

इंग्रजांच्या आगमनामुळे भारत हा मध्ययुगातून आधुनिक युगात आला. आधुनिक विचारांच्या प्रकाशात भारतीयांना प्रगतीच्या वाटा दिसू लागल्या. आणि म्हणूनच इंग्रजांचे आगमन म्हणजे दैवी घटना आहे असे बहुसंख्य लोकांना वाटले, यात आश्चर्य नाही. इंग्रजी शिक्षणामुळे नवीन वैज्ञानिक दृष्टीचा लाभ झाला. आधुनिक विचारांच्या प्रकाशात नवशिक्षितांनी आपल्या धर्मपरंपरांचा, सामाजिक आचार-विचारांचा चिकित्सक दृष्टीने पुनर्विचार सुरू केला. त्यातून भारतीय प्रबोधनाचे युग निर्माण झाले. धार्मिक आणि सामाजिक सुधारणांची सुरुवात झाली. अशा प्रकारे भारतीय संस्कृतीला नवीन आयाम मिळाले. न्या. महादेव गोविंद रानडे यांनी ब्रिटिश सरकारचं वर्णन 'दैवी योगायोग' असं केलं आहे. महात्मा फुल्यांनीही त्याचं वर्णन 'ईश्वरी संकेत' असं केलं आहे.

भारतीय प्रबोधनाचा प्रवाह देशाच्या कानाकोपऱ्यातील सुशिक्षितांपर्यंत जाऊन पोहोचला. मुद्रणकला अस्तित्वात आल्यामुळे वृतपत्रांची निर्मिती होऊ लागली. प्रबोधनाची गती वाढवण्यासाठी वृतपत्रांचा चांगलाच उपयोग झाला. मंदगतीने का होईना पण शिक्षणप्रसारही होत होता. प्राथमिक शिक्षणाचे सार्वत्रीकरण करण्याचे धोरण इंग्रज सरकारने अवलंबिले नाही. पण खेड्यापाड्यांतही थोड्याबहुत प्रमाणात शिक्षणाचा प्रसार

होऊ लागला होता. क्रमाक्रमाने प्राथमिक आणि माध्यमिक शिक्षण लोकांना उपलब्ध होत गेले. १८५७मध्ये देशात मुंबई, मद्रास आणि कलकत्ता विद्यापीठांची स्थापना झाली.

ब्रिटिशांची न्यायव्यवस्था उपयुक्ततावादावर आधारलेली होती. इंग्रज सरकारने नवनवीन कायदे पास केले. त्यामुळे धर्माच्या नावावर निर्माण झालेल्या कुप्रथा कमी होऊ लागल्या. सगळ्यांसाठी एकच कायदा आणि एकच न्यायपद्धती हे तत्त्व प्रस्थापित झाले. सतीसारखी अमानुष प्रथा कायद्याने संपुष्टात आली. कायद्यासमोरची समता प्रस्थापित झाली. गुलामी निर्मूलनाचा कायदाही १८४३मध्ये ब्रिटिशांनी पास केला. वर्णभेद अर्थात जातिभेद निवारण्यासाठी कायद्याचा उपयोग होऊ लागला. समाजात जातिभेद होता पण सरकार दरबारी तो थोडासा बोथट झाला होता. इंग्रज सरकारचे हे धोरण कल्याणकारी आहे अशी लोकभावना निर्माण झाली. सामाजिक विषमतेचे ज्यांना पिढ्यान्‌पिढ्यांपासून चटके बसत होते त्यांनी इंग्रजांचे स्वागतच केले.

या नवजागरणाची परिणती धर्मसुधारणेमध्ये आणि समाजसुधारणेमध्ये होणे क्रमप्राप्त होते. ब्राह्मोसमाज, आर्यसमाज, प्रार्थना समाज, थिऑसॉफिकल सोसायटी, सत्यशोधक समाज अशा संघटना पुढे आल्या. एकेश्वरवादाचा पुरस्कार करणाऱ्या त्या संघटना होत्या. जातिभेद त्यांनी अमान्य केला. हिंदूधर्मामध्ये नवीन प्राण फुंकण्याचा त्यांनी प्रयत्न केला.

सत्यशोधक समाजाने वेद मात्र नाकारले. वर्णव्यवस्थेला कसून विरोध केला. या समाजाची स्थापना १८७३मध्ये महात्मा फुल्यांनी केली होती. शूद्रातिशूद्रांचे आणि स्त्रियांचे प्रश्न तिने वेशीवर टांगले. महाराष्ट्रात उच्चवर्णीयांनी बहुजन समाजाचे शोषण केले होते. पेशवाईने तर मनुस्मृतीचा कायदाच अंमलाच आणला होता. अस्पृश्यांना कंबरेला खराटा आणि गळ्यात मडके बांधूनच रस्त्यावर चालावे लागत होते. शूद्रातिशूद्रांच्या मनात पेशवाईविषयी प्रचंड रोष होता. १८१८मध्ये शनिवार वाड्यावर जेव्हा ब्रिटिशांचा युनियन जॅक फडकला, तेव्हा त्यांनी जल्लोष केला होता.

इंग्रजी राजवटीमध्ये लोकांमध्ये राजकीय जागृती झाली होती. राष्ट्रवादाची भावना वाढीला लागली होती. युरोपमध्ये राष्ट्र-राज्य (Nation-State) अस्तित्वात आले होते. अमेरिकन आणि फ्रेंच लोकांनी आपल्या देशात राजकीय क्रांत्या घडवून आणल्या होत्या. युरोपीय राष्ट्रांमध्ये लोकशाहीची पहाट झाली होती. त्याचा परिणाम भारतावर होणे अपरिहार्य होते. लोकांना आपल्या अधिकारांची जाणीव झाली होती. स्वातंत्र्याची ऊर्मी उफाळून आली होती. १८५७ सालचा उद्रेक त्याचाच परिणाम होता. या उद्रेकानंतर ईस्ट इंडिया कंपनी बरखास्त करून ब्रिटनने सत्ता आपल्या हातात घेतली. त्याने राजकीय सुधारणांची प्रक्रियाही सुरू केली. 'फोडा आणि राज्य करा' (Divide and Rule) या धोरणाचा अवलंब त्याने केला.

॥ ९ ॥

१८८५मध्ये राष्ट्रसभेची स्थापना करण्यात आली. ती भारताचे प्रतिनिधित्व करणारी राजकीय संघटना होती. राष्ट्रीय काँग्रेस या नावाने ओळखल्या जाणाऱ्या या संघटनेने धर्मनिरपेक्ष (Secular) तत्त्वाचा अवलंब केला होता. तिच्या स्थापनेमध्ये एका उच्चपदस्थ सेवानिवृत्त इंग्रज अधिकाऱ्याचा पुढाकार होता. ॲलन ह्यूम हे त्या व्यक्तीचे नाव. त्याच्याबरोबर वेडरबर्न आणि सर हेन्री कॉटन हे दोघे होते. उमेशचंद्र बॅनर्जी, सुरेंद्र बॅनर्जी, काशिनाथ तेलंग, फिरोजशाह मेहता, विश्वनाथ नारायण मंडलिक, एस. सुब्रह्मण्यम अय्यर, पी. रंगय्या नायडू ही मंडळी त्यांच्याबरोबर होती. ब्राह्मण, पारशी, ख्रिश्चन अशा विविध धर्मांतील आणि प्रांतातील लोक काँग्रेसच्या स्थापनेत सहभागी होते. काँग्रेसला व्यापक आणि सर्वसमावेशक विचारांचे अधिष्ठान लाभले होते. न्या. महादेव गोविंद रानडे आणि दादाभाई नौरोजी, नंतर लोकमान्य टिळक आणि महात्मा गांधी यांचे नेतृत्व या संघटनेला लाभले. 'आमच्या राष्ट्रास खरे राष्ट्रपण आणण्यासाठी राष्ट्रसभेची स्थापना झाली आहे, असे आम्ही समजतो,' असे संस्थापकांचे म्हणणे होते. ज्या राष्ट्रपणाची त्यांनी कल्पना मांडली होती, तिला धर्मनिरपेक्षतेचे (Secularism) अधिष्ठान लाभले होते, हे विशेष.

राष्ट्रसभेच्या माध्यमातून स्वातंत्र्याची जी चळवळ सुरू झाली ती व्यापक आणि सर्वस्पर्शी होती. तिने धर्मनिरपेक्ष राष्ट्रवादाचा पाया घातला. त्यातून राष्ट्रनिर्मितीची परिक्रमा सुरू झाली. ब्रिटिशांनी 'फोडा आणि राज्य करा' हे तत्त्व अवलंबिले होते. धर्माधर्मात आणि जातीपातींत फूट पाडण्यात ते निष्णात होते. हिंदू आणि मुस्लीम यांच्यामध्ये फूट पाडण्यामध्ये ते यशस्वी झाले. देशात हिंदू राष्ट्रवाद आणि मुस्लीम राष्ट्रवाद असे दोन राष्ट्रवाद निर्माण झाले. जिनांनी द्विराष्ट्र सिद्धान्त पुढे आणला. परिणामतः देशाचे विभाजन झाले. पण स्वतंत्र भारताने धर्मनिरपेक्षतेचाच स्वीकार केला. सर्वधर्मसमभाव हे तत्त्व त्यामागे होते. त्यामागे सहिष्णुता आणि समावेशकता यांवर आधारलेली संस्कृती होती.

इंग्रजी राजवटीत ख्रिश्चन मिशनऱ्यांनी धर्मांतराची व्याप्ती वाढवली. धर्मांतर जसा इस्लामचा अविभाज्य भाग होता, तसा तो ख्रिश्चन धर्माचाही भाग होता. देशात इंग्रजांचे राज्य असल्यामुळे ख्रिश्चन मिशन्सना राजाश्रय मिळाला. राज्यसत्ता आणि त्याबरोबर प्राप्त होणारी धनसत्ता या दोन्ही सत्तांचा त्यांनी धर्मांतरासाठी उपयोग केला. भेदनीतीचा अवलंब त्यांनीही केला. जातीपातींतील उच्चनीचता हिंदू समाजाच्या दुर्बलतेला कारणीभूत ठरली होती. धार्मिक आणि सामाजिक विषमतेला बळी पडलेल्या समाजघटकांनी, विशेषतः अस्पृश्य आणि आदिवासी जमातींनी धर्मांतर केले. मुस्लीम काळापासून

आजपर्यंत धर्मांतराला केवळ हिंदूच बळी पडलेले दिसतात. भारतात ख्रिश्चन मिशननी धर्मांतर केले ते हिंदूंचेच. मुस्लीम त्याला बळी पडले नाहीत. शीखही बळी पडले नाहीत. हिंदूंमधली जातीय उच्च-नीचता आणि विषमता हीच धर्मांतराला कारणीभूत होती आणि आहे. शेवटी देशाच्या ऐक्यावर याचा प्रतिकूल परिणाम झालेला आहे.

धर्मांतरामागे ख्रिश्चनांचा स्वार्थ तर होताच. पण त्यांनी जनसेवेची कामेही बरीच केलेली आहेत. विशेषत: वैद्यकीय आणि शैक्षणिक क्षेत्रांतील त्यांची कामे वाखाणण्याजोगी आहेत. ख्रिश्चन धर्म 'मिशनरी' वृत्तीचा असल्यामुळे आपल्या जीवनाचे 'मिशन' मानून त्यांनी विधायक कामे केलेली आहेत. हिंदू धर्म हा मिशनरी धर्म नाही, हे डॉ. बाबासाहेब आंबेडकर यांनी अनेकदा सांगितलेले होते. जातीय उच्च-नीचतेवर आधारलेला धर्म हा 'मिशनरी' कसा होऊ शकेल? मुसलमानांमध्येही ही सेवावृत्ती दिसून आली नाही.

इंग्रजांच्या आगमनामुळे भारताला नवीन दिशा मात्र मिळाली. नवीन दृष्टी मिळाली. भौतिक ज्ञानाची महत्ता आमच्या लक्षात आली. Knowledge is power या सिद्धान्तावर युरोपची सभ्यता (Civilization) आधारलेली आहे. ज्ञान ही शक्तीही आहे आणि सत्ताही आहे. युरोपीय प्रबोधनाने पाश्चिमात्यांचा कायापाटल केला होता. त्याने विज्ञानाला जन्म दिला. अनेक ज्ञानशाखा त्यांनी निर्माण केल्या. त्याच्या प्रेरणेतून अनेक वैज्ञानिक आणि तत्त्वज्ञ युरोपीय देशांमध्ये निर्माण झाले. इतिहासाचे महत्त्व पाश्चिमात्यांना पूर्वीपासूनच कळल्यामुळे त्यांना वैश्विक दृष्टी प्राप्त झाली होती. भौतिक आणि सामाजिक शास्त्रे त्यांनी निर्माण केली. धर्माबरोबर त्यांनी धर्मशास्त्रदेखील (Theology) निर्माण केले. मानववंशशास्त्र, सांस्कृतिक मानववंशशास्त्र, साहित्य, इतिहास, तत्त्वज्ञान, तर्कशास्त्र, समाजशास्त्र, राज्यशास्त्र, अर्थशास्त्र, गणित, संख्याशास्त्र, भाषाशास्त्र, मानसशास्त्र, खगोलशास्त्र, वैद्यकीय शास्त्र, रसायनशास्त्र, पदार्थ विज्ञान, इंजिनिअरिंग अशी अनेक शास्त्रे त्यांनी निर्माण केले. सुरुवातीपासूनच त्यांनी संशोधनाची कास धरल्यामुळे नवनवीन ज्ञानशाखा ते निर्माण करू शकले.

पश्चिमेकडून आलेला हा झंझावात प्रचंड स्वरूपाचा होता. या संदर्भात मला पी. बी. शेली या इंग्लिश कवीच्या *Ode to the West Wind* या कवितेची आठवण होते. हा पश्चिमेचा वारा म्हणजे शरदऋतूचा श्वासच. त्या श्वासाने खाली गळून पडलेली सर्व जीर्ण आणि कुजलेली पाने उडवून नेली. आणि आता झाडांना नवी पालवी फुटेल असा आशावाद त्याने निर्माण केला. नव्या युगाची तुतारीच त्याने फुंकली. शेवटी कवी म्हणतो :

The trumpet of a prophecy! O, Wind
If Winter comes, can Spring be far behind?

पाश्चिमात्यांच्या विचारांनी आमच्यात नवा आशावाद निर्माण केला. त्यांच्या ज्ञानाचा आम्हाला निश्चितच उपयोग झाला. आमच्या भारतीय विद्यापीठांमध्ये पाश्चात्त्यांनी निर्माण केलेल्या ज्ञानशाखांचेच अध्यापन केले जात आहे. त्यांच्या ज्ञानाच्या उसनवारीवरच आमच्या शिक्षणसंस्था चाललेल्या आहेत. ज्ञानाच्या क्षेत्रात आजही आम्ही परावलंबीच आहोत. महाविद्यालयांच्या आणि विद्यापीठांच्या ग्रंथालयांमध्ये एक दशांश ग्रंथही भारतीय भाषांमध्ये नाहीत. आम्हाला या पुढेही त्यांच्या आधारावरच ज्ञान संपादन करावे लागेल.

ज्ञानाच्या देवाणघेवाणीतून संस्कृतीचा विकास होत असतो. गतकाळात आमचे ज्ञान अरबांनी, ग्रीकांनी घेतले. नंतरच्या काळात ज्ञाननिर्मितीची आमची प्रक्रिया मात्र बंद पडली. बुद्धकाळात त्या प्रक्रियेला वेग येत होता. पण पुन्हा ती बंद पडली. आमची विद्यापीठे बाराव्या शतकात संपुष्टात आली आणि त्याच वेळी पाश्चिमात्य विद्यापीठांचा जन्म झाला.

॥ १० ॥

पाश्चात्त्य संस्कृतीने जगातील सर्वच संस्कृतींवर वर्चस्व गाजवले आहे. त्या वर्चस्वातूनच वसाहतवाद निर्माण झाला. आज तो संपला आहे. जगातील सर्वच राष्ट्रे आज स्वतंत्र झाली आहेत. जगातील सर्वच राष्ट्रांच्या राज्यव्यवस्था आणि अर्थव्यवस्था पाश्चात्त्यांनी निर्माण केलेल्या विचारसरणींवर (Ideologies) आधारलेल्या आहेत. भांडवलशाही, समाजवाद, साम्यवाद, उपयुक्ततावाद इ. विचारसरणी त्यांनीच निर्माण केलेल्या आहेत. त्यांनी निर्माण केलेले विकासाचे मॉडेल निरनिराळ्या राष्ट्रांनी स्वीकारले आहे. भारताने स्वीकारलेले विकासाचे मॉडेलदेखील पाश्चिमात्यांचीच देण आहे. आज जो सांस्कृतिक संघर्ष (Clash of Civilizations) निर्माण झालेला दिसतो, त्याचे कारण पाश्चात्त्य संस्कृतीचे वर्चस्व हेच आहे.

आज आपण जागतिकीकरणाच्या काळात राहत आहोत. जागतिकीकरणदेखील पाश्चात्त्य ज्ञान-विज्ञान-तंत्रज्ञानाच्या विकासातूनच निर्माण झाले आहे. त्यातून जागतिक संस्कृती आकार घेत आहे. तिचे रंगरूपही पाश्चात्त्य वळणाचेच आहे.

तथापि भारतीय संस्कृतीचे स्वत:चे वेगळे अस्तित्व आहे. त्या अस्तित्वाला स्वत:ची अस्मिता आहे. 'वसुधैव कुटुंबकम्' हाच तिचा संदेश आहे. तिला स्वत:च्या दुर्बलतेवर मात करता आली, तर तिच्या अस्तित्वाची जाणीव जगाला होऊ शकेल यात शंका नाही.

भारतीय संस्कृतीच्या अस्तित्वाची दखल पाश्चिमात्यांनी, विशेषत: ब्रिटिशांनी आधीच घेतलेली आहे. त्यांनी भारतावर राजकीय गुलामगिरी लादली ही गोष्ट खरी असली, तरी भारतीय संस्कृतीची महत्ता त्यांच्या लक्षात आल्यामुळेच त्यांनी तिचा अभ्यास केला. पुरातत्त्वशास्त्राच्या (Archaeology) आधारावर त्यांनी भारताच्या भूतकाळाचा अभ्यास

केला. Indology ही ज्ञानशाखाच त्या अभ्यासातून निर्माण झाली. ब्रिटिश अभ्यासक आणि भारतीय अभ्यासक या दोन्हींच्या अभ्यासातून भारतविद्या (Indology) विकसित झाली आहे.

कलकत्ता आणि मुंबई येथे ब्रिटिशांनी एशियाटिक सोसायटीची स्थापना केली. इंग्रजांनी सर्वप्रथम भारताच्या भूतकाळावर संशोधन सुरू केले. अठराव्या शतकाच्या उत्तरार्धात या संशोधकांनी आपल्या अभ्यासाला सुरुवात केली.

भारताच्या इतिहासाची पुनर्रचनाही इंग्रज इतिहासकारांनीच केली. संस्कृत साहित्याचा अभ्यास केल्याशिवाय भारताच्या प्राचीन संस्कृतीचा बोध होणे शक्य नव्हते. म्हणून काहींनी संस्कृत भाषेचा अभ्यास केला. काही महत्त्वाच्या ग्रंथांचा इंग्रजीमध्ये अनुवादही त्यांनी केला. या संदर्भात सर विल्यम जोन्स यांचे नाव प्राधान्याने घ्यावे लागेल. १७८३मध्ये कलकत्ता येथील सर्वोच्च न्यायालयाचे न्यायमूर्ती म्हणून त्यांची नियुक्ती झाल्यांतर १७८४मध्ये त्यांनी कलकत्ता येथे एशियाटिक सोसायटीची स्थापना केली. भारतात आल्यानंतर त्यांनी संस्कृत भाषेचा सखोल अभ्यास केला. इतकेच नव्हे तर, कालीदासाचे 'शाकुंतल', जयदेवाचे 'गीतगोविंद' तसेच 'हितोपदेश' वगैरे संस्कृत ग्रंथांचे इंग्रजीत भाषांतर केले.

रेव्हरंड जॉन विल्सन याने १८६८मध्ये मुंबई विद्यापीठाचे कुलगुरूपद भूषवले. हिंदू धर्म, हिंदूंची जातिव्यवस्था, हिंदूंचा कायदा वगैरे विषयांवर त्याने इंग्रजीत लेखन केले. *India Through Thousand Years Ago* या नावाचा इतिहासही लिहिला.

मॅक्स म्युलर हा वैदिक साहित्याचा गाढा अभ्यासक होता. त्याचा जन्म जर्मनीत झाला होता. पण आपले सर्व आयुष्य त्याने इंग्लंडमध्ये संशोधनात घालवले. १८४९ ते १८७४ या काळात त्याने ऋग्वेदाचे आणि सायणाचार्यांच्या भाष्याचे सहा खंडांमध्ये भाषांतर केले. प्राचीन संस्कृत साहित्याचा इतिहासही त्याने लिहिला. प्राचीन विद्याविशारद म्हणून त्याचा नावलौकिक होता. तो वैदिक साहित्याचा पंडित होता.

थॉमस कोलब्रोक कलकत्ता येथील सर्वोच्च न्यायालयाचा १८०७ ते १८१२ या काळात न्यायाधीश होता. संस्कृत भाषेचा तो गाढा अभ्यासक होता. सर हेन्री मेन (Sir Henry Maine) हाही १८६२-१८६९ या काळात सर्वोच्च न्यायालयाचा न्यायाधीश होता. *Ancient Laws* (१८६१) आणि *Village Communities in the East and West* (१८७१) या ग्रंथांचा तो लेखक होता. अशा कितीतरी अभ्यासकांचा उल्लेख करता येईल.

ग्रँट डफ याने तर मराठ्यांचा इतिहासच लिहिला. तो साताऱ्यात ब्रिटिशांचा पोलिटिकल एजंट होता.

एकोणिसाव्या शतकात भारतात प्रबोधनाची लाट निर्माण झाली. या काळात भारतीयांनी आत्मशोध घेतला. त्यांना नवी दिशा आणि नवी दृष्टी मिळाली. भारताचा सांस्कृतिक वारसा ब्रिटिश अभ्यासकांनी पाश्चात्त्य जगासमोर आणला. या प्रबोधनाने

आमचा नकारात्मक दृष्टिकोन सकारात्मक बनविला. अध्यात्माच्या धुक्यातून आम्ही भौतिकवादाच्या प्रकाशात आलो. मायावादाच्या छायेतून आम्ही यथार्थवादाच्या प्रकाशात आलो. राजा राममोहन रॉय, स्वामी दयानंद सरस्वती, स्वामी विवेकानंद यांनी प्रवृत्तिवाद विकसित केला. मृत प्रथा-परंपरांचा त्याग करून जीवनाच्या प्रश्नांना भिडण्याची ताकद आमच्यात आली. त्यांनी आमच्यात राष्ट्रवादाची भावना निर्माण केली. जग हे मिथ्या नाही; ते प्रखर सत्य आहे, याची अनुभूती आम्हाला झाली. विज्ञानाचा स्वीकार आम्ही केला. त्याने आम्हाला बुद्धिवादी बनवले. थोडक्यात या प्रबोधनाने भारताचा कायाकल्प केला.

खरेच भारताचा कायाकल्प झाला का? भारतीयांच्या सामाजिक जीवनामध्ये पूर्वीपासूनच एक प्रकारचा अंतर्विरोध राहिलेला आहे. अंतर्विरोधी जीवनात तत्त्व आणि व्यवहार यांमध्ये अंतर पडलेले असते. अंतर्विरोधी जीवनात विसंगती निर्माण होत असतात. टी. एस. एलिएटने आपल्या एका कवितेत म्हटले आहे-

Between the idea
And the reality
Between the motion
And the act
Falls the shadow

पुढे तो म्हणतो-

Between the conception
And the creation
Between the motion
And the response
Falls the shadow

याही पुढे जाऊन कवी म्हणतो-

Between the desire
And the spasm
Between the potency
And the existence
Between the essence
And the descent
Falls the shadow

रामधारीसिंह दिनकर यांनी 'संस्कृति के चार अध्याय' या ग्रंथाच्या उपसंहारात हिंदू-मुसलमान संदर्भाने भारताच्या अंतर्विरोधी आणि विसंगतीपूर्ण जीवनाविषयी लिहिले आहे-

हिन्दुत्व और इस्लाम ने एक-दूसरे को प्रभावित तो किया, किन्तु, यह प्रभाव सतह के नीचे नहीं पहूँच सका। औसत हिन्दु का लक्षण यह है कि मानसिक धरातल पर वह अत्यन्त उदार होता है, किन्तु, आचरण के स्तर पर उस की संकीर्णता भी भयानक होती है। इसके प्रतिकूल, सामाजिक आचारों में मुसलमानों की उदारता उदाहरणीय है; किन्तु, मानसिक धरातल पर मुसलमान कट्टर होते हैं। अन्य धर्मों को अपने ही धर्म के समान पवित्र मानने में हिन्दुओं को कठिनाई नहीं होती। किन्तु, औसत मुसलमान यह सोच ही नही सकता कि अन्य धर्म भी इस्लाम के ही समान पवित्र हैं। दुर्भाग्य की बात यह हुई कि हिन्दुओं ने सामाजिक आचरण में मुसलमानों की उदारता का अनुकरण नहीं किया, न मुसलमानों ने हिन्दुओं से यह सीखने का प्रयास किया कि हमें दूसरे धर्मों का भी उतना ही सम्मान करना चाहिये, जितना सम्मान हम अपने धर्म का करते हैं। यदि मुसलमानों ने यह शिक्षा ली होती तो अकबर का वे विरोध नहीं करते, न औरंगजेब के समय में फिर से मन्दिरों का नाश होता। [९]

हिंदू-मुसलमानांचा प्रश्न हाच भारताच्या प्रगतीच्या आड येणारा मुख्य प्रश्न आहे. देशाची फाळणी झाल्यानंतरही तो कायम आहे. महात्मा गांधींनी हिंदू-मुस्लीम ऐक्यासाठी बलिदान दिले. पण नियतीने त्यांना एकत्रित आणले आहे असे उद्‌गार न्या. रानडे यांनी काढले होते. १८९९मध्ये त्यांनी सामाजिक परिषदेच्या व्यासपीठावरून बोलताना ते म्हणाले होते, 'मी हिंदूही नाही वा मुसलमानही नाही.' असे उद्‌गार काढणारा कुणी मुस्लीम समाजामध्ये अद्याप जन्मलेला नाही. हिंदू-मुस्लीम या दोन्ही समाजांचं दैव परस्परांशी निगडित आहे हे लक्षात आलं पाहिजे.

भारताच्या या वैशिष्ट्यपूर्ण इतिहासाबद्दल एका सामाजिक परिषदेच्या अधिवेशनामध्ये न्या. महादेव गोविंद रानडे म्हणाले होते :

"The history of the great country is but a fairy tale, if it has not illustrated how each invasion from abroad has tended to serve as a discipline of the chosen race and led to the gradual development of this nation to a higher ideal... The nation has never been depressed beyond hope of recovery, but after a temporary submerging under the floods of foreign influences, has reared up its head-absorbing all that is best in the alien civilization and polity and religions."[१०]

भारतीय संस्कृतीचा मूळ पिंड उदारमतवादी आहे. तो निसर्गतःच सहिष्णू आणि सर्वसमावेशी आहे. राष्ट्र म्हणून भारताची संकल्पना त्यातूनच निर्माण झालेली आहे.

भारतीय संस्कृतीचा प्रवास युगानुयुगे त्याच दिशेने चाललेला आहे. भारताची संकल्पना (Idea of India) ही त्याच्या प्राचीन काळापासून चालत आलेल्या वारशात आहे. त्याच्या गंगोत्रीचा उगम वेदात आहे.

This is the Odyssey of Indian culture and civilization! या प्रवासात आम्ही कोण होतो आणि आणि कोण आहोत हे कळले. पुढचा प्रवास स्वातंत्र्यानंतर सुरू झालेला आहे. तो कसा असेल, आणि आम्ही कोण होऊ हे कळेल. ख्यातनाम हिंदी कवी मैथिली शरण गुप्त यांनी म्हटले आहे -

हम कौन थे, क्या हो गये हैं और क्या होंगे अभी,
आओ विचारें आज मिलकर ये समस्याएँ सभी ।

संदर्भ ग्रंथ

१. तर्कतीर्थ लक्ष्मणशास्त्री जोशी, *वैदिक संस्कृतीचा विकास* (वाई : प्राज्ञपाठशाळा मंडळ, १९९६), पृ. २४ - २५
२. Max Muller, *India : What Can it Teach Us?* (New Delhi : Munshiram Manoharlal Publishers Pvt. Ltd., 1991), PP. 8-9
३. शॉपिनहॉवर, *उपनिषद् - अंक* (गोरखपूर : गीता प्रेस, सवंत २०६८), पृ. ८५
४. M. N. Roy, *The Historical Role of Islam* (Delhi : Ajanta Publications, 1990), P. 85
५. Jawaharlal Nehru, *India : Today and Tommorrow* (New Delhi : Indian Council For Cultural Relations, 1959), P. 8
६. Jadunath Sarkar, *Short History of Aurangzib* (New Delhi : Orient Black Swan, 2009), P. 416
७. तत्रैव, P. 376
८. Dr. S. Radhakrishnan, *Indian Religions* (New Delhi : Orient Paperbacks, 1990), P. 184
९. रामधारीसिंह दिनकर, *संस्कृति के चार अध्याय* (इलाहाबाद : लोकभारती प्रकाशन, १९९३), पृ. ७२५
१०. Richard P. Tucker, *Ranade and the Roots of Indian Naionalism* (Bombay : Popular Prakashan, 1977), P. 252

◆◆◆

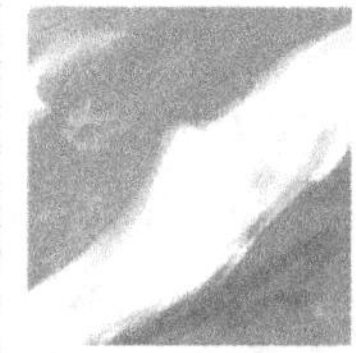

२

भारत : राष्ट्रीयता, राष्ट्रवाद आणि राष्ट्र

॥ १ ॥

राज्य आणि राष्ट्र हे पर्यायी शब्द आहेत. एकमेकांचे पर्याय म्हणूनच हे शब्द वापरले जातात. एका विशिष्ट भूभागावरचे शासन या अर्थाने राज्य (State) या शब्दाचा आपण वापर करतो. राष्ट्र या शब्दाचा अर्थ राज्य हा तर आहेच, पण त्यापेक्षा अधिक काही तरी आहे. 'राज्य' हे प्राचीन काळापासून अस्तित्वत आले आहे. 'राष्ट्र' ही आधुनिक काळातील संकल्पना आहे. 'राष्ट्र' या संकल्पनेचा जन्म युरोपमध्ये झाला. प्राचीन काळापासून तेथेही राज्ये अस्तित्वात होती. पण राष्ट्र ही संकल्पना अगदी अलीकडची, अठराव्या शतकातील आहे. राष्ट्र ही संकल्पना, 'हा आमचा देश, हा आमचा वंश, ही आमची संस्कृती, हा आमचा धर्म आणि ही आमची भाषा' या जाणिवेतून निर्माण झाली आहे. ती तीव्र आणि उत्कट स्वरूपाची जाणीव आहे. ही जाणीव 'समावेशी' नाही. ती सहिष्णुतावादावर आधारलेली नाही. तिच्यामागे धारदार अशा वेगळेपणाचा भाव आहे.

वेगळेपणाची ही जाणीव 'आम्ही' आणि 'ते' यांच्यात खोल दरी निर्माण करते. त्यात संघर्ष निर्माण करते. आम्ही या वंशाचे आहोत आणि म्हणून आमचे रक्त वेगळे आहे, ही भावना राष्ट्र या संकल्पनेमागे उभी आहे. आम्ही वेगळे आहोत याचा अर्थ आम्ही श्रेष्ठ आहोत असा होतो. या भावनेच्या मागे तीव्र स्वरूपाची अस्मिता दडलेली आहे. त्यासाठी युद्धेही झालेली आहेत. रक्तपातही झालेला आहे. केवळ संरक्षणाच्या गरजेतून राष्ट्र निर्माण झालेले नाही. राज्य मात्र संरक्षणाच्या गरजेतून निर्माण झालेले आहे. माणसे ज्या वेळी समूह करून राहू लागली, तेव्हापासून राज्याची संकल्पना निर्माण झाली.

माणसे आधी टोळ्या करून राहत होती. शेतीचा शोध लागला तेव्हा गावांची निर्मिती झाली. माणसे समूहाने राहू लागली. या देशात आधी आर्यांच्या टोळ्या आल्या. आधीपासूनच काही मानवसमूह येथे राहत होते. नंतर इतर टोळ्यांनी या देशावर आक्रमणे केली. ह्या सर्व टोळ्यांमध्ये संघर्ष झाला असणार, हे उघड आहे. पण कालांतराने त्या

एकमेकांत मिसळून गेल्या. समूहांचे संप्रदाय आणि समाज बनले. टोळ्यांचे प्रमुख होते. एका विशिष्ट भूभागामध्ये राहणाऱ्या लोकांनी कुणाला तरी प्रमुख बनवले. तोच त्यांचा राजा आणि त्यांचा भूभाग म्हणजे त्यांचे राज्य. त्या राज्यात राहणारे ही त्या राजाची प्रजा.

राज्याची संकल्पना उत्क्रांत होत गेली. राजा हा ईश्वराचा प्रतिनिधी मानण्यात आला. पाश्चात्त्य देशांतदेखील हीच प्रक्रिया होती. तीतूनच Divine Theory of State निर्माण झाली. आपल्या या विशाल देशात अनेक राज्ये निर्माण झाली. त्यांच्यामध्ये लढाया होत होत्या. भाषा, धर्म आणि संस्कृतीही जवळपास एक असूनही राज्ये मात्र वेगवेगळी होती. धर्म, भाषा, संस्कृती या गोष्टी लोकांना एकत्वाच्या धाग्याने बांधत असतात.

प्राचीन भारतात किमान वैचारिक पातळीवर राष्ट्राची संकल्पना निर्माण झाली होती असे दिसते. वैदिक काळात ही संकल्पना सर्वव्यापक आणि सर्वसमावेशक होती. आजच्या परिभाषेत ती धर्मनिरपेक्ष राष्ट्रवादाची (Secular) संकल्पना होती. अथर्ववेदात 'पृथिवीसूक्त' (भूमिसूक्त) नावाचे एक सूक्त आहे. त्या सूक्तात 'राष्ट्र' ही संकल्पना विशद करण्यात आली आहे. भूमीला अर्थात मातृभूमीला तीत 'राष्ट्र' मानण्यात आले आहे.

वेदांनी साऱ्या विश्वालाच एक सार्वभौम राज्य मानले; आणि मातृभूमीला आपले सर्वस्व अर्पण करण्याची प्रेरणा दिली. या पृथिवीसूक्तात राष्ट्राची संकल्पना विशद करण्यात आली आहे. श्रीपाद दामोदर सातवळेकर यांनी या सूक्तावर भाष्य करत असताना त्याला वैदिक राष्ट्रगीत असे म्हटले आहे. राष्ट्रातील लोक सत्यकर्मी, सत्यज्ञानी, उद्योगशील, महत्त्वाकांक्षी, धर्मनिष्ठ, कर्तव्यनिष्ठ, धैर्यशील, परोपकारी आणि मातृभूमीवर श्रद्धा आणि निष्ठा ठेवणारे असतात असे पहिल्याच श्लोकात म्हटले आहे.

या पृथिवीसूक्तात ६३ मंत्र आहेत. हे पृथिवीसूक्त म्हणजे भारताचे प्राचीन राष्ट्रगीत आहे. राज्याची अर्थात राष्ट्राची संकल्पना त्यात शब्दबद्ध झालेली आहे. राज्यव्यवस्थेसंबंधी त्यात विचार व्यक्त केलेले आहेत. राष्ट्राची सुखसमृद्धी, त्याचे वैभव वाढवण्याचे आकलन त्यात आहे. हा देश कृषिप्रधान असल्यामुळे शेतीत धान्य पिकवून सुबत्ता निर्माण करावी असे त्यात म्हटले आहे.

पृथिवीसूक्तात शासनप्रणालीचाही खोलात जाऊन विचार केलेला दिसतो. ती धर्मावर आधारलेली आहे आणि धर्म सत्यावर आधारलेला आहे. राष्ट्र हे धर्मराज्य झाले पाहिजे, पण ते सांप्रदायिक बनता कामा नये, हा विचार पंचविसाव्या मंत्रात व्यक्त झाला आहे.

भूमी अर्थात मातृभूमी ही सगळी पृथ्वीच आहे. हे संपूर्ण विश्व ही मातृभूमी आहे. आणि म्हणून पृथिवीसूक्त हे केवळ राष्ट्रगीत नाही, तर ते एका अर्थाने विश्वगीत आहे. राष्ट्राच्या सात महाशक्ती मानण्यात आल्या आहेत. सत्य, सत्यज्ञान, तेज, दृढ संकल्प, तप, ऋजुता आणि समर्पण. राष्ट्र हे सप्तगुणसंपन्न असले पाहिजे. Truth, True

Knowledge, Strength, Resolve, Simplicity, Pursuit of Learning आणि Dedication ह्या राष्ट्राच्या महाशक्ती आहेत. या गुणांमुळे राष्ट्र बलवान बनते. नागरिकांनी त्या प्राप्त केल्या पाहिजेत. राजाजवळ तर त्या असल्याच पाहिजेत.

राष्ट्रभूमी ही माझी माता आणि मी तिचा पुत्र आहे, अशी प्रत्येक नागरिकाची प्रार्थना आहे. आमच्या राष्ट्राच्या सर्व दिशा सुरक्षित आहेत. कोणीही आमच्याकडे वाकड्या नजरेने पाहू शकत नाही. ४५व्या मंत्रात विविध भाषांचा आणि विविध धर्मसंप्रदायांचा उल्लेख आहे. याचा अर्थ विविधता हे भारताचे व्यवच्छेदक लक्षण आहे. एकाच परिवारात बंधुभावाने राहणारे आम्ही लोक आहोत. राष्ट्राचा राजा हा सत्यनिष्ठ आहे. राष्ट्राचे नागरिक ज्ञानाच्या प्रकाशात राहतात.

प्राचीन संस्कृत साहित्यामध्ये 'राष्ट्र' हा शब्द अनेकदा आणि अनेक ठिकाणी आलेला आहे. ऋग्वेदात 'राष्ट्रं क्षत्रियस्य' असे म्हटले आहे. 'राजा राष्ट्रानाम्' असेही म्हटले आहे. ऐतरेय ब्राह्मणात 'क्षत्रं हि राष्ट्रम्' (विशिष्ट क्षेत्र म्हणजे राष्ट्र) असे म्हटले आहे. राष्ट्र म्हणजे 'श्री', अर्थात संपत्ती, लक्ष्मी आणि वैभव. राजाला 'राष्ट्रपती' मानण्यात आले आहे. यास्काने निरुक्तामध्ये 'राष्ट्र' हा शब्द वापरला आहे. मनुस्मृतीमध्ये 'राष्ट्र' हा शब्द आलेला आहे. अथर्ववेदामध्ये तर 'राष्ट्र' हा शब्द ५८ वेळा आलेला आहे.

भूमी, लोक आणि लोकसंस्कृती हे राष्ट्राचे तीन अनिवार्य घटक मानण्यात आले आहेत. पृथिवीसूक्तात धर्मनिरपेक्ष राज्याची संकल्पनादेखील आढळते.

सहस्त्रं धारा द्रविणस्य मे दुहं ।
ध्रुवेव धेनुरनपस्फुरन्ति ।।

सहस्त्र धारा एकत्रित येणे याचा दुसरा अर्थ काय असू शकतो? राष्ट्र!

पृथिवीसूक्तात ही भूमी (राष्ट्र) तीन रंगांची आहे असे म्हटले आहे : काळा, लाल आणि तपकिरी (भुरकट). हे राष्ट्र तिरंगी आहे. योगायोगाने आजच्या भारताचा राष्ट्रध्वजही तिरंगीच आहे. या पृथिवीसूक्तात भारताचे संविधानही आहे, संविधानाचा सरनामाही आहे आणि राष्ट्रवादाची संकल्पनाही आहे. भारताचा राष्ट्रवाद हा वैश्विक आहे. तो शाश्वत अशा बंधुभावावर आधारलेला आहे. तो व्यापक आणि विशाल आहे. सर्व मानवजातीच्या कल्याणाचा त्यात विचार आहे. शेती ही सहकारी पद्धतीने केली पाहिजे असेही या पृथिवीसूक्तात म्हटले आहे.

अशा उदात्त मूल्यांवर प्राचीन भारतीय राष्ट्रवाद उभा करण्यात आला होता. असे हे उदात्त राष्ट्रीयत्व सर्वांना लाभलेले होते. पृथ्वीलाच राष्ट्र मानण्यात आले होते. हा एक प्रकारचा युटोपिया होता. बंकिमचंद्र चटर्जी यांनी लिहिलेली 'वंदे मातरम्' ही रचना 'पृथिवीसूक्ता'चे आधुनिक रूप मानण्यात येते. भारतीय राष्ट्रवादाची मुळे ही प्राचीन काळात

शोधावी लागतात. त्या राष्ट्रवादात संकुचितता अजिबात नव्हती. आमच्या राज्यघटनेने देशाला 'भारत' हे नाव दिले आहे. ते नावही प्राचीनच आहे. भरत हा प्राचीन काळात होऊन गेलेला राजा आहे. राष्ट्र हे एका आवाजात बोलणारे असावे, एका तालात चालणारे असावे आणि एका सुरात गाणारे असावे. आणि याच आशयाचा मंत्र ऋग्वेदात आहे.

सं गच्छध्वं सं वदध्वं सं वो मनांसि जानताम्

-१०/१९१/२

हे होते भारतीयांचे राष्ट्रीयत्व आणि हा होता भारताचा राष्ट्रवाद. पण असे राष्ट्र अस्तित्वात होते का? अशी सत्ता या देशात कधी नांदली होती का? नाही, हेच या प्रश्नाचे उत्तर आहे. पण ज्याला आपण Idea of India म्हणतो ती कल्पना मात्र प्राचीन काळातच निर्माण करण्यात आली होती. ती कल्पना आजही आम्ही सोडून दिलेली नाही. भारतीय जीवनाची विविधता वाढतच गेली. त्या जीवनात विसंगती मात्र निर्माण होत गेल्या. पण विविधतेत एकता आणि विसंगतीत सुसंगती शोधण्याचा आमचा प्रयत्न चालूच आहे. त्यात आम्हाला अद्याप यश आलेले नाही, हे अमान्य करण्याचे काही कारण नाही.

॥ २ ॥

भारत हा 'देश' होता आणि आहे. पण ते खऱ्या अर्थाने 'राष्ट्र' नव्हते आणि आजही नाही असे खेदाने म्हणावे लागते. या देशाला पाच हजार वर्षांचा इतिहास आहे. त्यात अनेक चढउतार आले आणि गेले. तो प्रवास अव्याहतपणे आजही चालूच आहे आणि पुढेही चालूच राहील. या देशात अनेक राज्ये (Kingdoms) होऊन गेली. या विराट देशात सांस्कृतिक एकात्मता होती, पण राजकीय एकता नव्हती. या देशाने राष्ट्रवादाची उदात्त संकल्पना सतत उरी बाळगली; पण तिला मूर्त स्वरूप देता आले नाही. या खंडप्राय विशाल अशा देशात आम्हाला केंद्रीय सत्ता स्थापित करता आली नाही. राज्ये अनेक झाली, पण त्यांचे आजच्या अर्थाने राष्ट्र बनले नाही. त्यासाठी अधूनमधून प्रयत्न झाले, पण खरा राष्ट्रवाद उफाळून आलाच नाही.

इसवी सनापूर्वीचा काळ आणि इसवी सनानंतरचा काळ मिळून जवळपास पाच हजार वर्षांचा काळ हा आमच्यासमोर आहे. ग्रीकांना इतिहास लेखनाचे जसे महत्त्व पटले होते तसे आम्हाला पटले नाही. इतिहासात कल्पनेला स्थान नसते. तो वास्तवाच्या खडकावर उभा असतो. आम्ही पुराणे रचली आणि महाकाव्ये लिहिली. त्यात इतिहास नाही असे म्हणण्याचे काही कारण नाही. पण त्यात इतिहास शोधावा लागतो. इसवी सनानंतरचा इतिहास आम्ही इतिहास म्हणून लिहिला आहे. या पाच हजार वर्षांच्या

इतिहासात केंद्रीय सत्ता आम्हाला उभी करता आली नाही, हे वास्तव आहे.

रामायण आणि महाभारत ही दोन महाकाव्ये घ्या. त्यात आदर्श राजा आणि आदर्श राज्य कसे असावे यासंबंधी बरेच विचार व्यक्त केलेले आहेत. त्यात राजधर्म सांगितला आहे. त्यात भारतीय राज्यशास्त्र आहे. रामायण आणि महाभारत या दोन्हीही काळात अनेक राजे आणि राज्ये होऊन गेली. ते आपापसांत लढले. एकमेकांवर आक्रमणे चालूच होती. विजय-पराजय त्यांच्या पदरी पडतच होते. सार्वभौम सत्तेची कल्पना त्याही काळात होती. सार्वभौम सत्तेचा स्रोत ईश्वर हाच होता. ती सत्ता ईश्वराकडून राजाला मिळत होती. चक्रवर्ती राजाची कल्पनाही होती. अश्वमेध यज्ञ करण्यात यशस्वी होणारा राजा हा चक्रवर्ती मानला जात होता. चक्रवर्ती राजाचा घोडा कुणीही अडवू शकत नव्हता. जो अडवेल त्याच्याशी युद्ध होत होते. चक्रवर्ती राजाचे राज्य म्हणजे महासत्ता (Great Power). त्याचे राज्य म्हणजे सार्वभौम (Sovereign) राज्य मानले जात होते.

माझा मुद्दा असा आहे की, या खंडप्राय देशावर कुणालाही भारतात केंद्रीय सत्ता प्रस्थापित करता आली नाही. राजे आणि राज्ये अनेक होती. पण त्यात जनतेचा सहभाग फारसा नव्हता. जनता काठावरच उभी होती. ती अलिप्त आणि उदासीन होती. लोकशाही राज्यातच लोकांचा सहभाग असतो असे नाही. नृपशाही राज्यातदेखील लोकांचा सहभाग असतो. 'हा आमचा राजा, हे आमचे राज्य आहे, हा आमचा देश आहे' अशी भावना लोकांच्या मनात राजाने निर्माण करायला पाहिजे. 'हा माझा देश आहे, ही माझी मातृभूमी आहे, मी तिच्यासाठी प्राणार्पण करण्यास तयार आहे' असे प्रत्येकाला वाटले, तरच राष्ट्र निर्माण होते. जनता पाठीशी असेल तरच साम्राज्ये उभी राहतात.

प्राचीन भारतात खरेखुरे साम्राज्य उभे केले ते चंद्रगुप्त मौर्याने. त्यानेच भारताच्या इतिहासात पहिल्यांदा केंद्रीय सत्ता निर्माण केली. चंद्रगुप्त हा खरे तर शूद्रवर्णातला. एक शूद्र महासत्ता निर्माण करतो ही गोष्टच त्या काळी अपूर्व होती. सर्वसामान्य लोकांची अस्मिता जागी करणारी ती गोष्ट होती. शूद्र हे पिचलेले आणि खचलेले लोक होते. त्यांना उभारी मिळाली. माणसांना जोडणारा, समता आणि एकतेच्या धाग्याने त्यांना बांधणारा विचार या काळात पुढे आला. ही वैचारिक क्रांती गौतम बुद्धाने घडवली होती.

राजकीय क्षेत्रामध्ये भारताच्या इतिहासात पहिल्यांदाच साम्राज्याची संकल्पना अस्तित्त्वात आली. यापूर्वीच्या इतिहासात चक्रवर्ती राजे होऊन गेले होते. पण ते सम्राट नव्हते. चंद्रगुप्त मौर्य हा भारताचा पहिला सम्राट आणि त्याचे विशाल राज्य हे पहिले साम्राज्य! ते वैभवशाली साम्राज्य होते. अर्थव्यवस्था विस्तारली, व्यापार वाढला, बाहेरच्या देशांशी राजकीय संबंध प्रस्थापित झाले आणि कृषिसंस्कृतीला वैभव प्राप्त झाले.

चंद्रगुप्त मौर्याने इ.स.पू. ३२१मध्ये नंद राज्य संपवून आपली सत्ता स्थापन केली. कौटिल्याचे मार्गदर्शन त्याला लाभले होते. नंदांचे मगध राज्य सीमित होते. चंद्रगुप्त

मौर्याने त्याचा प्रचंड प्रमाणात विस्तार केला. पश्चिमोत्तर भाग त्याने आपल्या ताब्यात घेतला. त्यावर ग्रीक राजा सेल्यूकस निकेटर याचे राज्य होते. ज्याला आज आपण अफगाणिस्तान आणि बलुचिस्तान म्हणतो तो भागही त्याने जिंकला. नर्मदेपर्यंतचा मध्यभारतही त्याच्या ताब्यात आला. सिंधूचे आणि गंगेचे खोरे हा अतिशय सुपीक भाग त्याच्या राज्यात होता. मौर्य साम्राज्य वैभवशाली होते. पाटलीपुत्र (आजचे पटना) ही साम्राज्याची राजधानी होती.

चंद्रगुप्त मौर्याने सेल्युकसशी रक्ताचे संबंध जोडले. त्यामुळे ग्रीसमध्ये त्याचा दबदबा वाढला. या देशाशी त्याने व्यापारी आणि सांस्कृतिक संबंध प्रस्थापित केले. तो महान योद्धा तर होताच, पण एक महान मुत्सद्दीही होता. चंद्रगुप्तानंतर त्याचा मुलगा बिंदुसार हा इ.स. पूर्व २९७मध्ये गादीवर आला. त्याच्या काळात ग्रीकांशी प्रस्थापित झालेले राजकीय, व्यापारी आणि सांस्कृतिक संबंध आणखी मजबूत झाले. बिंदुसाराने मौर्य साम्राज्य दक्षिणेत कर्नाटकापर्यंत वाढवले. बिंदुसार हा इ.स. पूर्व २७२मध्ये मृत्यू पावला. त्यानंतर त्याचा पुत्र अशोक मौर्य हा गादीवर आला. बिंदुसाराच्या काळातच दक्षिणेच्या शेवटच्या टोकापर्यंत मौर्य साम्राज्याचा विस्तार झाला होता. सम्राट अशोकाने कलिंग (ओडिशा) हा प्रदेश जिंकला. पूर्वेकडेही मौर्य साम्राज्य पसरले. पुराणांनी सम्राट अशोकाला चक्रवर्ती म्हणून गौरवले आहे. चंद्रगुप्त आणि बिंदुसार हे जैनधर्माचे अनुयायी होते. सम्राट अशोकाने बौद्धधर्म स्वीकारला. बौद्धधर्माचा एवढा प्रभाव त्याच्यावर होता की त्याने आपले जीवन त्याच्या प्रचार-प्रसारात घालवले. त्याचे शिलालेख भारतभर सापडतात. तो स्वतःला 'देवनामप्रिय' (ईश्वराला प्रिय) म्हणवून घेत असे. सम्राट अशोक हा लोकनामप्रियदेखील होता. लोककल्याण हा त्याच्या प्रशासनाचा गुणविशेष होता.

सम्राट अशोकाच्या शिलालेखातून त्याचे राज्यविषयक आणि समाजविषयक धोरण स्पष्ट होते. मौर्याच्या काळात वर्णव्यवस्थेची बंधने थोडी शिथिल झाली होती. बुद्धाच्या विचारांचा प्रसार होत होता. जातिव्यवस्थेमध्ये लवचीकपणा आला होता. धम्मपदातील तत्त्वे सम्राट अशोक अंमलात आणत होता. कौटिल्याच्या 'अर्थशास्त्र' या ग्रंथात अशोकाला अभिप्रेत असलेल्या प्रशासनाची तत्त्वे आढळतात. शूद्रांचा श्वास हळूहळू मोकळा होत होता. त्यांना शेतीची कामे मिळत होती. त्यांना सामाजिक प्रतिष्ठाही मिळत होती. आर्य आणि दास यांच्या संबंधात परिवर्तन घडत होते. मौर्यकालीन प्रशासन सगळ्यांना न्याय देत होते. अशोकाच्या शिलालेखांमध्ये कुठेही वर्णाचा उल्लेख सापडत नाही.

समाजासाठी श्रम विभागणी आवश्यक असते; पण अशोकाने चातुर्वर्ण्याचा मार्ग स्वीकारला नाही. तत्त्वज्ञ, शेतकरी, सैनिक, पशुपालक, कारागीर, न्यायाधीश आणि शासननियुक्त लोकप्रतिनिधी अशा सात विभागांमध्ये समाज विभागला गेला होता.

समाजात जाती होत्या, पण त्यांच्यातील संबंधांमध्ये थोडा लवचीकपणा आला होता. स्त्रियांकडे बघण्याचा दृष्टिकोनही बदलत चालला होता. तरीही या सात विभागांना जातीव्यवस्थेचे स्वरूप प्राप्त झाले होते. नियमाप्रमाणे त्यांना नेमून दिलेले व्यवसायच करणे भाग होते. आंतरविवाहांनाही बंदी होती. अस्पृश्यतेचा उल्लेख मात्र सापडत नाही. मेगास्थेनिस या प्रवाशाच्या डायरीमधल्या निरीक्षणांच्या आधारे रोमिला थापर यांनी हे लिहिले आहे.[१]

सम्राट हाच साम्राज्याचा केंद्रबिंदू होता. त्याच्या हातातच सर्वसत्ता केंद्रित झाली होती. राजा हा प्रजेचा पिता मानला जात होता. अशोक हा आपल्या साम्राज्यात फिरून लोकपरिस्थिती जाणून घेत असे. प्रजेची सुखदुःखे तो जाणून घेत असे. प्रशासनाला लोकाभिमुख बनवण्याचा त्याचा प्रयत्न होता. तो बौद्ध असला तरी इतर धर्मपंथीयांना तो न्याय देत होता. बुद्धाने सांगितलेला अष्टांग मार्ग त्याने स्वीकारलेला होता. सम्यक दृष्टी प्राप्त केल्यामुळे प्रजेकडे तो न्यायबुद्धीने पाहत होता.

मौर्य साम्राज्य हे अफाट पसरलेले होते. सामाजिक आणि सांस्कृतिक बहुविधता त्यात होती. त्यामध्ये सामंजस्य निर्माण करण्याचा त्याचा प्रयत्न होता. म्हणून त्याचा सर्वाधिक भर सहिष्णुतेवर होता. त्याच्या प्रशासनाचे हे मूलभूत तत्त्व होते. त्याने ३७ वर्षे राज्य केले. इ.स. पूर्व २३२मध्ये त्याचा मृत्यू झाला. त्याच्यानंतर मौर्य साम्राज्याला उतरती कळा लागली. शेवटचा मौर्य सम्राट बृहद्रथ याचा खून त्याच्याच सेनापतीने (पुष्यमित्र) केला. अशा प्रकारे तोच मौर्य साम्राज्याचा स्वामी बनला. पुष्यमित्र हा ब्राह्मण होता. बौद्ध धर्माच्या तो विरुद्ध होता. चातुर्वर्ण्याचा तो कडवा समर्थक होता. त्याच्या राज्यात पुन्हा चातुर्वर्ण्य प्रबळ झाले. समाजात पुन्हा जातिभेदाने डोके वर काढले. मौर्य सम्राटांनी ब्राह्मण आणि श्रमण ह्या दोघांनाही सारखीच वागणूक दिली होती.

॥ ३ ॥

खरे तर मौर्य साम्राज्यामुळे पहिल्यांदाच भारताच्या इतिहासात केंद्रसत्ता प्रस्थापित झाली होती. हा क्रांतिकारी बदल बौद्ध प्रबोधनामुळे झाला असावा. सामाजिक समता हा बौद्ध प्रबोधनाचा प्राणबिंदू होता. माणसाला प्रतिष्ठा देणारे तत्त्वज्ञान बुद्धाने लोकांना दिले होते. हे प्रबोधन उत्तरभारतातील खेड्यापाड्यांपर्यंत जाऊन पोहोचले होते. त्याला गती प्राप्त झाली होती. त्याची परिस्थिती मौर्य साम्राज्याच्या स्थापनेत झाली ही गोष्ट उघड आहे. सामाजिक क्षेत्रात बुद्धक्रांती घडली आणि राजकीय क्षेत्रात तिने क्रांतीची बीजे पेरली. सामाजिक क्रांती आणि राजकीय क्रांती एकदाच घडल्याचे भारताच्या इतिहासातील हे पहिलेच उदाहरण आहे.

पुष्यमित्राने प्रतिक्रांती केली असे डॉ. बाबासाहेब आंबेडकरांनी म्हटले आहे. त्याच्या काळातच मनुस्मृती लिहिण्यात आली. सुमति भार्गव या नावाच्या विद्वानाने इ.स. पूर्व १८५मध्ये ती लिहिली. सुमति भार्गव हा पहिला मनू. त्यानंतर आठ-दहा मनू झाले. त्यांनी मनुस्मृतीमध्ये भर घातली. मनुस्मृती सांगेल तोच कायदा झाला. तिने ब्राह्मणांना सर्वोच्च प्रतिष्ठा तर दिलीच, पण त्यांच्या हातात सर्वोच्च सत्तादेखील दिली. मनुस्मृतीने प्रचलित कायद्यांत आमूलाग्र बदल केले. राजा बनण्याचा त्याला आतापर्यंत अधिकार नव्हता. पण तो मनुस्मृतीने त्याला दिला. ज्ञानसत्ता तर त्याच्या हातात होतीच, पण राजसत्तादेखील मनुस्मृतीने त्याला बहाल केली. त्याला कायद्यापेक्षा श्रेष्ठ ठरवले. तो जगाचा स्वामी बनला.

याच काळात वर्णव्यवस्था ही जन्माधिष्ठित बनली. हे एक प्रकारचे मन्वंतर होते. ब्राह्मणाच्या पोटी जन्मलेला ब्राह्मणच मानण्यात येऊ लागला. क्षत्रियाच्या पोटी जन्मलेला क्षत्रियच, वैश्याच्या पोटी जन्मलेला वैश्यच आणि शूद्राच्या पोटी जन्मलेला शूद्रच. इतकेच नव्हे, तर पुढे दोनच वर्ण आहेत असे घोषित करण्यात आले : ब्राह्मण आणि शूद्र. याचा अर्थ असा की क्षत्रिय आणि वैश्याचे अधिकार ब्राह्मणाला आपोआप मिळाले. क्षत्रिय आणि वैश्य हे शूद्रात गणले जाऊ लागले. शूद्रांना वेदाचा अधिकार नव्हता. मालमत्ता बाळगण्याचा अधिकार नव्हता. शूद्रांनी ब्राह्मणांची सेवा करून पोट भरणे आवश्यक होते. शूद्रांवर पुन्हा गुलामी लादण्यात आली.

चातुर्वर्ण्याचे या काळात पुनरुज्जीवन करण्यात आले. खरे तर ती प्रतिक्रांतीच होती. डॉ. बाबासाहेब आंबेडकरांनी बौद्ध धर्माच्या उदयाला क्रांती म्हटले आहे. ते म्हणतात,

> Buddhism was a revolution. It was as great a Revolution as the French Revolution. Though it began as a Religious revolution, it became more than Religious revolution. It became a Social and Political Revolution.[२]

पुष्यमित्र हा या प्रतिक्रांतीचा उद्‌गाता होता. तिचा परिणाम क्रमाक्रमाने वाढतच गेला. सातव्या शतकात धर्माच्या नावावर शूद्रातिशूद्रांवर अत्याचार होतच गेले. मुस्लीम आक्रमणापर्यंत ते चालूच होते.

मौर्यांची सत्ता ही देशाला एकत्रित बांधून ठेवणारी केंद्रीय सत्ता होती. ती कोसळली. तिच्याबरोबर देशाचे सामाजिक आणि सांस्कृतिक जीवनही ढासळले. केंद्र कोसळले की बाकी सर्व गोष्टी कोसळतात. All things fall apart when the centre falls. हा नैसर्गिक नियम आहे.

॥ ४ ॥

राष्ट्राचा केंद्रबिंदू हा राष्ट्रवाद असतो. 'हे माझे राष्ट्र आहे, हा माझा देश आहे आणि ही माझी संस्कृती आहे' या भावनेतून राष्ट्रीयत्व निर्माण होते. अशी उत्कट भावना भारतीयांमध्ये निर्माण होऊ शकली नाही. कारण या ठिकाणचा समाज एकजीव नव्हता. लोकांच्या एकमयतेतून अशी भावना निर्माण होते. आपण ज्या भूभागावर राहतो, तो भूभाग आक्रमकांनी हडपला आणि आपल्याला परागंदा व्हावे लागले, तरी लोकमनातील राष्ट्रीयत्वाची भावना विझता कामा नये, अशी भावना ज्यू लोकांमध्ये होती. अनेक शतके ज्यू लोक हे निर्वासित होते. निरनिराळ्या देशांमध्ये त्यांनी आश्रय घेतला होता. इस्राइल (Israel) हे ज्यू लोकांचे चिमुकले राष्ट्र. ते १९४८मध्ये अस्तित्वात आले. खरे तर इ.स. पूर्व ३००० वर्षांपूर्वी ते अस्तित्वात होते. पॅलेस्टाईनच्या उत्तरेला हे लोक राहत होते. बायबलच्या जुन्या करारामध्ये (Bible) ज्यू लोकांची कथा आहे. त्यांचा पूर्वज हा जेकब (Jacob). हिब्रू ही त्यांची भाषा. त्यांची धार्मिक आस्था आणि भाषा या दोन गोष्टींनी त्यांच्यामध्ये एकमयता निर्माण केली होती. त्या एकमयतेतूनच त्यांची संस्कृती निर्माण झाली होती. मोझेस हा त्यांचा प्रेषित. इजिप्तने इस्राइलवर आक्रमण केले आणि ज्यू लोकांवर गुलामी लादली. त्या वेळी इजिप्तचा राजा फारो (Pharaoh) होता. मोझेसच्या नेतृत्वाखाली ज्यूंनी आपला देश सोडला. त्यालाच एक्सोडस (Exodus) म्हणतात. मोझेसने आपल्या या लोकांमध्ये आपल्या धर्म-संस्कृतीविषयी अभिमान निर्माण केला होता. इस्राइल हे त्यांचे राष्ट्र केवळ त्यांच्या स्मृतीत, मनांत आणि आत्म्यात होते. बायबलमधल्या दहा आज्ञा (Ten Commandments) ह्या मोझेसनेच दिलेल्या आहेत.

खरे तर ज्यू आणि ख्रिश्चन हे मुळातले एकच. जुना करार (Old Testament) हा ज्यूंचा आणि नवा करार (New Testament) हा ख्रिश्चनांचा. दोघांचा धर्मग्रंथ एकच. पण तो दोघांत विभागला गेला. पुढे ज्यूंवर ख्रिश्चनांनी अनन्वित अत्याचार केले. ज्यू लोक निरनिराळ्या युरोपीय देशांत विखुरले गेले. अमेरिकेतही ते गेले. भारतातही काही लोक आले. हिटलर, मुसोलीनी आणि स्टालिन यांनी त्यांना संपवायचा प्रयत्न केला. पण ते संपले नाहीत. त्यांचा अनन्वित छळ झाला. त्यांच्या दु:खाला सीमाच नव्हती. त्यांच्या राष्ट्रवादाने त्यांना जिवंत ठेवले. कार्ल मार्क्स, आइनस्टाईन हे ज्यूच होते. १९४८मध्ये संयुक्त राष्ट्रसंघाच्या ठरावानुसार जमिनीवर ५००० वर्षे अस्तित्वात नसलेले हे राष्ट्र जमिनीवर अवतरले. फिनिक्स पक्षाप्रमाणे ते आपल्या राखेतून जन्मले. राष्ट्राचे निर्माल्य कसे होते आणि ते पुनरुज्जीवित कसे होते याचे हे ज्वलंत उदाहरण आहे. राष्ट्रवादाचा जन्म होण्यापूर्वीचा हा राष्ट्रवाद होता. लोकांच्या एकजुटीतून अशी शक्ती निर्माण होते. त्यांचा

राष्ट्रवाद हा त्यांचा प्राण होता. आज त्याला ठोस स्वरूप प्राप्त झाले आहे. या छोट्याशा राष्ट्राने ज्ञान-तंत्रज्ञानात नेत्रदीपक प्रगती केली आहे. निर्माल्यातून निर्मिती होत असते ती अशी!

मौर्य साम्राज्यानंतर पहिल्या सहस्त्रकात काही मोठी राज्ये आपल्या देशात निर्माण झाली. गुप्त, वाकाटक, सातवाहन, राष्ट्रकूट, चालुक्य, यादव ही घराणी पुढे आली. पण समाज हा जातिभेद, पंथभेद, कर्मकांड आणि दूरदृष्टीच्या अभावामुळे शक्तिहीन झाला होता. देशाला खग्रास ग्रहण लागले होते. हा माझा धर्म, हा माझा पंथ आणि ही माझी जात यापलीकडे आम्ही पाहतच नव्हतो. 'हा माझा देश' असे वाक्य चुकूनही कोणाच्या तोंडी येत नव्हते. भारतीय समाजाला क्षयरोग झाला होता. त्याला श्वास घेणेही कठीण होते. संपूर्ण भारताचे 'व्हिजन' कुणाकडेही नव्हते. देशातला जो बुद्धिजीवी वर्ग होता तो आपल्या जातिश्रेष्ठत्वाच्या पलीकडे पाहण्यास तयार नव्हता. मायोपिया झालेल्या समुदायाला दूरचे दिसणे शक्य नव्हते.

॥ ५ ॥

पहिल्या सहस्त्रकाच्या शेवटी देशावर पुन्हा आक्रमणे सुरू झाली. ती परतवणे शक्यच नव्हते. वाळूवर बांधलेले घर कसे टिकणार? ते कोसळणारच ही दगडावरची रेघ होती.

दुसऱ्या सहस्त्रकाचा बहुतांश काळ हा राजकीय गुलामीत गेला. त्याच्या पूर्वार्धात मुसलमानी सत्तेखाली आणि उत्तरार्धाच्या शेवटपर्यंतचा काळ ब्रिटिशांच्या सत्तेखाली होता. ह्या दोन्ही सत्ता परकीय होत्या. स्वकीयांची छोटी छोटी राज्य होती. त्यांचे स्वरूप मांडलिक राज्यासारखे होते. सार्वभौम सत्ता कोणाच्याही हाती नव्हती. सम्राट अकबराचे राज्य सोडले, तर बाकीच्या सत्तांनी भारतीयांचे शोषणच केले.

असे असले तरी भारताबाहेरच्या लोकांना सामावून घेण्याची संधी नामशेष झाली नव्हती. खरे तर ती भारताची मूळ प्रकृतीच आहे. सर्वसमावेशकता हा भारताच्या मातीचा नैसर्गिक गुणच आहे. मुस्लीम आणि ख्रिश्चन येथे वर्चस्व गाजवण्यासाठी आले होते. इतर धर्मीयांनी आपला धर्म स्वीकारला पाहिजे हा त्यांचा हेतू होता. ख्रिश्चन मिशनऱ्यांचे ब्रिटिश सत्तेमुळे फावले होते यात शंका नाही. भारतीयांना ते असंस्कृत आणि मागासलेले समजत होते. ख्रिश्चन धर्मच भारतीयांना मोक्ष (Salvation) प्राप्त करून देऊ शकतो अशी त्यांची धारणा होती. ही धारणा घेऊनच ते इतर देशांतदेखील धर्मांतराचे कार्य करत होते.

इस्लाम हा भारतात आक्रमणाच्या मार्गाने आला होता. तो जिथे गेला, तिथे तो एका हातात कुराण आणि दुसऱ्या हातात तलवार घेऊनच गेला. 'इस्लाम' या शब्दाचा अर्थ शांतता

असा आहे. पण शांततेचा मार्ग त्याने स्वीकारला नाही. हिंदू समाजाच्या दुर्बलतेचा फायदा मात्र त्याला मिळाला. खालच्या आणि विशेषत: अस्पृश्य जातींनी स्वखुशीने मुसलमानांचा धर्म स्वीकारला. जवळपास आठशे वर्षे त्यांची भारतावर सत्ता होती. धर्मांतर (तबलीग) हे इस्लामी सत्तेचे धोरणच होते. सत्ता आणि संपत्ती तर त्यांना हवी होतीच, पण त्याचबरोबर इस्लामचा प्रचार-प्रसार हा हेतूही त्यांच्या मनात होता. भारताला ते 'दारूल इस्लाम' बनवू इच्छित होते. त्यासाठी त्यांनी प्रयत्नांची पराकाष्ठा केली. 'दारूल हर्ब'ला (गैर इस्लामी राज्याला) 'दारूल इस्लाम'मध्ये परावर्तित करणे हा अल्लाहचाच आदेश आहे अशी त्यांची श्रद्धा होती. पण त्यांना त्यात पूर्णत: यश प्राप्त करता आले नाही.

॥ ६ ॥

इस्लाम हा कितीही कडवा असला तरी सूफी पंथासारखा उदारमतवादी पंथदेखील त्याच्या पोटात होता आणि आहे. तो समावेशक आणि सहिष्णू आहे. या पंथाने हिंदू-मुस्लिमांमध्ये एकात्मतेची भावना निर्माण करण्याचा प्रयत्न केला हे विसरून चालणार नाही. सम्राट अकबराने तर या दोन समाजांमध्ये ऐक्य घडवून आणण्याचा अविरत प्रयत्न केला. त्याच्या मंत्रीमंडळामध्ये हिंदूंना त्याने प्रतिनिधित्व दिले होते. सर्वधर्मीय पंडितांशी तो चर्चा करत असे. पण त्या काळात मुल्ला-मौलवींनी त्याच्या विरुद्धच विषारी वातावरण तयार केले. औरंगजेबाने तर कहरच केला. हिंदूंवर त्याने जिझिया कर लादला. त्यांचा अनन्वित छळ केला. अमानुष अत्याचार केले. या काळात स्वकीयांचे राज्यस्थापनेचे दोन महत्त्वाचे प्रयत्न झाले. एक प्रयत्न पंजाबमध्ये शिखांनी केला, तर दुसरा महाराष्ट्रामध्ये मराठ्यांनी केला. राष्ट्र कसे बनते याची प्रक्रिया जाणून घेण्यासाठी या दोन्ही प्रयत्नांचा अभ्यास करायला हवा. शिखांच्या खालसा पंथाची स्थापनाच मोगलांच्या अत्याचारांना तोंड देण्यासाठी गुरू गोविंद सिंह यांनी केली होती. हिंदूंना जागृत करण्यासाठी गुरू नानक देव यांनी भक्तिआंदोलन सुरू केले होते. खरे तर ते आंदोलन देशव्यापी होते. भारताच्या सर्व प्रांतांमध्ये ते पसरले होते. निरनिराळ्या प्रादेशिक भाषांतून ते चालू होते. महाराष्ट्रात संतांनी भक्तिआंदोलनाला गती दिली होती. उत्तर भारतात गुरू नानक, संत कबीर आदी संत त्या आंदोलनाचे उद्गाते होते. त्या आंदोलनातून समतेचा विचार पुढे आला. ज्या ज्या वेळी भारतात समतेचा विचार पुढे आला, त्या त्या वेळी नीच मानल्या जाणाऱ्या जातीतील प्रतिभा फुलल्या; माणसाला उच्च-नीचतेतून बंधमुक्त करण्याचा विचार पुढे आला. एकीकडे उच्चवर्णीयांनी बहुजनांवर लादलेली विषमता, तर दुसरीकडे मुसलमानांचे अत्याचार, याची जाणीव संतांच्या प्रबोधनातून लोकांना होत होती. भक्ती आंदोलन हे बाराव्या शतकापासून ते सतराव्या शतकापर्यंत चालू होते.

संतांच्या या प्रबोधनाने उत्तरेत शिखांमध्ये आणि दक्षिणेत मराठ्यांमध्ये देशभक्तीची ज्योत पेटवली. शिखांनी तर मोगलांचे अनन्वित अत्याचार सहन केले. हिंदू-मुसलमानांमध्ये वैर निर्माण झाले होते. गुरू नानक देवांनी हिंदू-मुस्लिमांमध्ये ऐक्य निर्माण करण्याचा प्रयत्न केला. इस्लाम धर्मातील चांगल्या गोष्टी आणि हिंदू धर्मातील चांगल्या गोष्टी यांचा समन्वय साधण्याचा त्यांनी प्रयत्न केला. गुरू नानक स्वतःला ना हिंदू मानत होते, ना मुसलमान. पण त्यांना आणि त्यांच्या नंतरच्या सर्व शीख गुरूंना इस्लामशी टक्कर द्यावी लागली. गुरू अर्जुनदेव, गुरू हरगोविंद, गुरू तेगबहाद्दुर आणि शेवटचे गुरू गोविंद सिंह यांना मोगलांच्या विरुद्ध झुंज द्यावी लागली. देशासाठी त्यांना शहीद व्हावे लागले. आपल्या धर्मासाठी त्यांनी असीम त्याग केला.

॥ ७ ॥

शीख धर्मगुरूंचा प्रयत्न हिंदूंची मानसिकता बदलण्याचा होता. शिखांमध्ये तर त्यांनी देशभक्तीचे प्राण फुंकले होते. आनंदपूर येथे गुरू गोविंद सिंह यांनी शिखांचा मेळावा भरवला. देशासाठी आणि धर्मासाठी बलिदान करण्याचे आवाहन त्यांनी केले. मृत्यूला कवटाळण्यासाठी कोण तयार आहे? हा प्रश्न त्यांनी विचारला आणि हातात तलवार घेतली. पाच व्यक्ती पुढे आल्या. त्यांनाच 'पंच प्यारे' म्हटले जाते. ते सर्व नीच मानल्या जाणाऱ्या जातीतील आणि विविध प्रांतांतील होते हे विशेष! आनंदपूर येथे खालसा पंथ स्थापन करण्यात आला. राष्ट्रनिर्मितीचे अशा प्रकारे बीजारोपण झाले.

महाराष्ट्रामध्ये संतांनी केलेल्या सांस्कृतिक प्रबोधनाची परिणती हिंदवी स्वराज्याच्या स्थापनेमध्ये झाली, असे मत न्या. महादेव गोविंद रानडे यांनी आपल्या *Rise of the Maratha Power* (१९००) या पुस्तकामध्ये व्यक्त केले आहे. 'हिंदवी स्वराज्य' हा शब्दप्रयोगच मुळात आशयगर्भ, अर्थपूर्ण आणि नाविण्यपूर्ण आहे. या शब्दप्रयोगात 'राष्ट्र' या संकल्पनेचा गहिरा आशय व्यक्त झालेला आहे. भारताच्या अर्वाचीन इतिहासातला हा पहिला यशस्वी प्रयत्न आहे. राष्ट्रनिर्मितीची प्रक्रिया शिवाजी महाराजांनी सुरू केली. राष्ट्रीयत्व, राष्ट्रवाद आणि राष्ट्र म्हणजे काय हे समजून घेण्यासाठी ही प्रक्रिया विचारात घ्यावी लागते. महाराष्ट्रातील सगळे लोक ही राष्ट्रीय चळवळ उत्स्फूर्तपणे सुरू करण्यासाठी एकत्रित येतात आणि आपसातील सर्व वर्णभेद आणि वर्गभेद विसरून आपल्या अस्मितेसाठी लढण्यास तयार होतात, हे या प्रक्रियेतून आपल्या लक्षात येते.

हिंदवी स्वराज्य उभारण्याची कथा ही राजकीय क्रांतीची कथा आहे. एवढी मोठी जागृती कशी निर्माण झाली ही आश्चर्यजनक गोष्ट आहे. खेड्यापाड्यातील निरक्षर शेतकरी, अलुतेदार आणि बलुतेदार यांना जागृत करण्याचे काम महाराष्ट्रातील

संतांनी दोन-तीन शतकांपासून चालवले होते. ज्या काळात ही राजकीय क्रांती झाली, त्याकाळातही संतांचे कार्य अविरतपणे चालूच होते. ती चळवळ जणू नेतृत्वाचा शोध घेत होती. शिवाजी महाराजांच्या रूपाने ते नेतृत्व पुढे आले आणि त्याला एकमुखी प्रतिसाद मिळाला. शिवाजी हे भारतीय राष्ट्रवादाचे मानवी रूप!

महाराष्ट्रातील ब्राह्मण आणि ब्राह्मणेतर, शूद्र आणि अतिशूद्र एकाच धाग्यात बांधले गेले. आपसांतील भेदभाव विसरून ते हिंदवी स्वराज्यासाठी लढण्यास तयार झाले. पिढ्यान्‌पिढ्यांपासून ज्यांनी कधी तलवार हाती धरली नव्हती, त्या मावळ्यांच्या हातात तलवार आली. शिवाजी महाराजांच्या रूपाने त्यांच्यासमोर ध्रुवतारा उगवला आणि त्या दिशेने त्यांनी कूच केली. न्या. रानडे लिहितात :

> "Shivaji had the magnetic power which only true leaders of men possess, and which neither bandits nor mad fanatics can ever claim. He attracted towards himself all that was hopeful and aspiring in the land, without distinction of class or caste or creed or colour. His very councellors were selected from all the great communities which constituted the strength of the country. His touch made the very grossest of men feel a cleansing fire burning within them."[३]

राष्ट्रीय भावना ही एक प्रकारच्या उर्मीतून (Impulse) निर्माण होते. त्यामध्ये एक प्रकारची प्रेरक शक्ती दडलेली असते. तिच्या मागे आवेग असतो. ती उत्स्फूर्त आणि प्रेरणादायी असते. ती अनेकांच्या मनात उत्स्फूर्तपणे एकदाच निर्माण झाली तर त्यातून राष्ट्रवाद निर्माण होतो. महाराष्ट्रामध्ये तो उत्स्फूर्तपणे निर्माण झाला. सर्वसामान्य लोकांना नेतृत्व प्राप्त झाले. हिंदवी स्वराज्याची संकल्पना या राष्ट्रीय भावनेतून निर्माण झाली. शिवाजी महाराजांच्या कर्तृत्वशाली नेतृत्वाखाली सामान्य लोकांनी ती साकार केली.

शिवाजी महाराजांच्या हिंदवी स्वराज्य निर्मितीला न्या. रानडे यांनी वृक्षाची उपमा दिली आहे. बीजातून अंकुर फुटतो, तेव्हा बीज नामशेष होते. हा अंकुर वाढतो. त्याचे रूपांतर वृक्षात होते. वृक्ष अनेक शाखांनी विस्तारतो. पर्णसंभाराने तो डवरतो, फुलांनी तो बहरतो आणि शेवटी त्याला फळे लागतात. शिवाजी महाराजांनी निर्माण केलेले हिंदवी स्वराज्य असेच अंकुरले, फुलले आणि फळले. संतांच्या प्रबोधनाने जमीन तयार केली कशी आणि त्यावर हा वृक्ष वाढला कसा, बहरला कसा आणि लोकांना त्याची गोड फळे चाखायला मिळाली कशी याचे विश्लेषण न्या. रानडे यांनी *Rise of the Maratha Power* या पुस्तकात केले आहे. ते म्हणतात -

"The wisdom of Shivaji's principles has been thus indicated, not only by the success which he himself achieved, but by the success which has attended the efforts of those who built their power upon the reins of the confederacy which he had tried to knit together, and which broke up chiefly because Shivaji's successors departed from the lines of policy laid down by him for their guidance."[४]

ज्या संतमंडळाने प्रबोधन केले, त्यात सर्व जाती-धर्म-पंथांचे संत होते. त्यात खालच्या जातीतील संत अधिक होते. त्यात महिला संत होत्या. आणि विशेष म्हणजे त्यात मुस्लीम मराठी संतही होते. तसेच शिवाजी महाराजांच्या सैन्यात आणि प्रशासनातही सर्व जातीधर्मांतील लोक होते.

हिंदवी स्वराज्याकडे पाहण्याचा त्यांचा दृष्टिकोन अतिशय व्यापक होता. तो सेक्युरल होता असेच म्हणावे लागेल. सेक्युलॅरिझम म्हणजे केवळ धर्मनिरपेक्षता नाही. तो दृष्टिकोन धर्मनिरपेक्ष तर असतोच; पण त्याच बरोबर तो वंशनिरपेक्ष, जातिनिरपेक्ष, रंगनिरपेक्ष, संस्कृतीनिरपेक्ष, भाषानिरपेक्ष आणि लिंगनिरपेक्षही असतो. शिवाजी महाराजांनी असा कुठलाही भेदभाव केला नाही. त्यांची दृष्टी सर्वव्यापक आणि सर्वसमावेशक होती. राष्ट्रवाद, राष्ट्रीयता आणि राष्ट्र निर्माण कसे होते हे विशद करण्यासाठीच मी हे विवेचन केले आहे.

॥ ८ ॥

इ.स. १६००मध्ये 'ईस्ट इंडिया कंपनी'ची स्थापना करण्यात आली. भारतातल्या ब्रिटिश सत्तेचे हे पहिले पाऊल होते. तराजूबरोबर तलवारही ब्रिटिशांनी हाती घेतली. हळूहळू चांगलाच जम त्यांनी बसवला. इथल्या प्रश्नांचा त्यांनी खोलात जाऊन अभ्यास केला. इथल्या धार्मिक, सांप्रदायिक, सांस्कृतिक आणि सामाजिक प्रश्नांचाही त्यांना उलगडा झाला. भारतीयांच्या नाडीवर नेमकेपणाने त्यांनी बोट ठेवले. हिंदू आणि मुसलमान यांच्यातील द्वेषभाव त्यांच्या लक्षात आला. त्यांच्यातील दरी त्यांनी वाढवली. 'फोडा आणि राज्य करा' (Divide and Rule) हे धोरण त्यांनी अवलंबिले.

एकेक प्रांत ताब्यात घेत घेत त्यांनी या ठिकाणची सर्वात मोठी सत्ता अर्थात मोगलांचे साम्राज्यही संपवले. हिंदूंचे राजेरजवाडेही त्यांनी नेस्तनाबूत केले. हिंदू आणि मुसलमान या दोघांमध्येही असंतोष निर्माण झाला. अर्थात तो एका दिवसात निर्माण झाला नाही. त्यासाठी बराच अवधी लागला. त्या असंतोषाचा स्फोट १८५७च्या उठावात झाला.

ह्या उठावात हिंदू आणि मुस्लीम हे दोन्ही समाज सामील झाले. स्वातंत्र्यवीर सावरकरांनी या उठावाला स्वातंत्र्य युद्ध म्हटले आहे. हिंदू आणि मुस्लीम या दोन्हीचेही अस्तित्व धोक्यात आले होते. मुसलमानांचे तर वैभवच संपले. बहादुरशाह जफर हा शेवटचा मोगल बादशाह. १८५७च्या उठावातला एक सेनानी. उठाव फसला. बहादूरशाह जफरला अटक करण्यात आली. हद्दपारीची शिक्षा त्याला ठोठावण्यात आली. ब्रह्मदेशातल्या जेलमध्ये त्याने शेवटचे दिवस काढले. बहादूरशाह जफर हा कवीदेखील होता. हिंदुस्थानवर त्याचे नितांत प्रेम होते. त्याने आपली हतबलता खालील शब्दांत व्यक्त केली आहे :

न किसी की आँख का नूर हूँ
न किसी के दिल का करार हूँ
जो किसी के काम न आ सके
मैं वो एक मुश्त-ए-गुबार हूँ

बहादूरशाह जफर हा एक देशभक्त बादशाह होता. हिंदुस्थानवर त्याची असीम श्रद्धा होती. म्हणून तो म्हणतो –

हिंदुस्थान की भी अजब सरज़मीन है
जिसमें वफा-ओ-महर-ओ-मोहब्बत का है वफूर
जैसे कि आफताब निकलता है शर्क से
इखलास का हुआ है इसी मुल्क से जहूर

अर्थात, हिंदुस्थानची सर दुसऱ्या कोणत्याही देशाला येणे शक्य नाही. त्याच्या मातीतून प्रेम, अनुकंपा आणि इमान उगवते. पूर्वेला सूर्य जसा उगवतोच, तसा प्रामाणिकपणा हिंदुस्थानच्या मातीतून उसळतोच.

आपल्या नशिबाला तो दोष देतो. एक मूठभर धूळ एवढेच माझे अस्तित्व असे त्याला वाटते. अफाट मोगल साम्राज्याचा तो वारसदार होता. पण शेवटी त्याचे प्रेत दफन करण्यासाठी हिंदुस्थानची दोन वीत जमीनही मिळू शकली नाही.

१८५७चा उठाव फसला खरा, पण भारतीयांच्या मनामध्ये त्याने राष्ट्रवादाचे बीज पेरले. ब्रिटिशांच्या हे चटकन लक्षात आले. त्यांनी ईस्ट इंडिया कंपनीच्या हातातील सत्ता काढून ती स्वत:कडे घेतली. व्हिक्टोरिया राणीच्या हातात हिंदुस्थानची सत्ता सोपविली.

१८५७च्या या घटनेचे गांभीर्य ब्रिटिश शासनाच्या लक्षात आले. पुढे काय होणार याचा अंदाज त्यांना बांधता आला. त्यांनी आपली रणनीती ठरवली. एकीकडे उदारतेचे धोरण आणि दुसरीकडे मंदगतीने का होईना, पण विकासाची प्रक्रिया त्यांनी सुरू केली. भारतीयांच्या धार्मिक बाबींमध्ये ढवळाढवळ करायची नाही. लोकमताची अनुकूलता

लक्षात घेऊनच सामाजिक प्रश्न सोडवायचे. हे धोरण त्यांना उपयोगी पडले.

ब्रिटिशांची शिक्षणव्यवस्था, प्रशासनव्यवस्था, न्यायव्यवस्था, भाषा आणि साहित्य, विज्ञान आणि आधुनिक विचार मात्र भारतीयांनी स्वीकारले. उलट आधुनिकतेच्या प्रकाशात त्यांनी आपल्या भूतकाळांवर दृष्टिक्षेप टाकला. आपल्या धार्मिक कल्पना आणि सांस्कृतिक वारशाकडे ते चिकित्सक दृष्टीने पाहू लागले. धर्म आणि समाजसुधारणेची अनिवार्यता त्यांच्या लक्षात आली. त्यातून नवप्रबोधनाची प्रक्रिया भारतात सुरू झाली. नवजीवनासाठी नवप्रबोधनाची आवश्यकता असतेच. त्यातूनच नवीन विचार आणि नवीन दिशा स्पष्ट होतात. राजा राममोहन रॉय यांच्या हे प्रथम लक्षात आले. पूर्व आणि पश्चिम यांच्या समन्वयातून समाजाची पुढची वाटचाल झाली पाहिजे असे त्यांना प्रकर्षाने वाटले. त्यासाठी त्यांनी ब्राह्मो समाजाची १८२८मध्ये कलकत्ता येथे स्थापना केली. समाज कुंभकर्णासारखा चिरनिद्रेत होता. त्याला या झोपेतून उठवायचे कसे यासाठी प्रयत्न सुरू झाले.

राजा राममोहन रॉय यांच्या ब्राह्मो समाजाच्या स्थापनेनंतर स्वामी दयानंद सरस्वती यांनी मुंबईमध्ये १८७५मध्ये आर्यसमाजाची स्थापना केली. नंतर प्रार्थना समाज, थिऑसोफिकल सोसायटी या संस्था अस्तित्वात आल्या. आर्यसमाजाच्या दोन वर्षे आधी १९७३मध्ये पुण्यामध्ये महात्मा फुले यांनी सत्यशोधक समाजाची स्थापना केली होती. या सुधारणावादी संस्थांच्या माध्यमातून नवजागरणाला गती प्राप्त झाली.

इंग्रजी शिक्षणामुळे आधुनिक विचारांचा प्रचार-प्रसार देशात होतच होता. युरोपमध्ये तर प्रबोधनाची प्रक्रिया चौदाव्या शतकातच सुरू झाली होती. तिचा स्पर्श समाजजीवनाच्या प्रत्येक अंगाला झाला होता. धर्म आणि विज्ञान यांच्यात संघर्ष सुरू झाला. युरोपीय प्रबोधनाने माणसाची मानसिकताच बदलली. माणसाच्या स्वातंत्र्यासाठीचा तो लढा होता. या प्रदीर्घ अशा प्रबोधन काळात युरोपच्या धार्मिक, सामाजिक आणि राजकीय जीवनात अनेक घडामोडी झाल्या. प्रबोधन चळवळीच्या काळातच धर्मसुधारणेचीही सुरुवात झाली होती. युरोप मध्ययुगीन मानसिकतेतून आधुनिक युगाच्या प्रकाशात आला. हे नवजागरण कला आणि साहित्याच्या माध्यमातून होत होते. प्रबोधन चळवळ ही मानवतावादी चळवळ होती. १३५०-१५५० या दोनशे वर्षांचा काळ हे युरोपच्या इतिहासातील सुवर्णयुग (Golden Age) मानले जाते. याच काळात राष्ट्र-राज्याचा (Nation-State) उदय झाला. विशेषतः पश्चिम युरोपमध्ये राष्ट्रवादाचा जन्म झाला. इटली हे युरोपीय प्रबोधनाचे केंद्र होते. मॅकियाव्हेली (Machiavelli) हा राष्ट्रवादाचा प्रेषित मानला जातो. डांटे (Dante Alighieri) हा इटालियन महाकवी उद्गारला : "My country is the whole world." राष्ट्र-राज्यात व्यक्तिस्वातंत्र्याचा जन्म झाला.

याच काळात पोपच्या अधिकाराला आव्हान देण्यात आले. रोम ही रोमन साम्राज्याची राजधानी होती. प्रबोधनाचे मुख्य केंद्र रोमच होते. 'Liberty, Justice and Peace' ही घोषणाही येथेच देण्यात आली. प्रबोधनाने भौतिक ज्ञानाच्या विकासाला प्राधान्य दिले. Knowledge is power याचा प्रत्यय लोकांना येऊ लागला. चर्च आणि राज्य यांच्या विभक्तीकरणाला येथेच सुरुवात झाली. व्हॅन हटन (Van Hutten) हा विचारवंत उद्गारला : "What an age! Learning flourishes, the mind of man awakes! It is a joy to be alive."[५]

राष्ट्र-राज्य अस्तित्वात येण्यापूर्वी युरोपची राजकीय परिस्थिती भारतासारखीच होती. तिथेही वेगवेगळी राज्ये (Kingdoms) होती. राष्ट्रवादाच्या उदयामुळे 'हे माझे राष्ट्र आहे' ही भावना लोकांच्या मनात निर्माण झाली. त्यामुळे राज्यांचे रूपांतर राष्ट्रात झाले. आपल्या भाषा आणि संस्कृतीविषयी लोकांच्या मनात अस्मिता निर्माण झाली. राष्ट्रवादाची भावना म्हणजे एक प्रकारचे उकळते रसायन. कायाकल्प करणारी ती किमया (Alchemy) होती. राष्ट्रवादाने राजाच्या हातातला दैवी अधिकार काढून तो लोकांच्या हातात दिला. लोक हे सार्वभौम सत्तेचे स्रोत बनले. माणूस केंद्रस्थानी आला. Man is the measure of all things! सर्व गोष्टींचे मोजमाप म्हणजे माणूस!

याच काळात प्रोटेस्टंट आणि कॅथॉलिक चर्च असे दोन चर्च अस्तित्वात आले. पोपचे साम्राज्य संपले. राज्ये त्याच्या अधिकारातून मुक्त झाली. ती स्वतंत्र आणि सार्वभौम बनली. स्वतंत्र आणि सार्वभौम राज्य म्हणजेच राष्ट्र. सेक्युलॅरिझमचा विचार पुढे आला. मार्सिग्लिओ (Marsiglio) हा सेक्युलॅरिझमचा दूत मानला जातो. चौदाव्या शतकात तो होऊन गेला. राष्ट्रवाद, धर्मनिरपेक्षता, व्यक्तिस्वातंत्र्य या विचारांतून लोकशाही राज्याचीही कल्पना पुढे आली. इटली, जर्मनी, फ्रान्स आणि ब्रिटन या देशांनी नवनवीन विचारांना जन्म दिला. त्या विचारातून त्यांच्या संस्कृतींचा विकास झाला. भाषेच्या आणि साहित्याच्या विकासात या विचारांचे फार मोठे योगदान आहे. लोकभाषांना महत्त्व प्राप्त झाले. त्यातून साहित्यनिर्मिती होऊ लागली.

॥ ९ ॥

१४९२मध्ये ख्रिस्तोफर कोलंबसाने अमेरिकेचा शोध लावला. त्या अफाट अशा नव्या खंडात केवळ आदिवासींच्या टोळ्या दरी-कपारींमध्ये राहत होत्या. जमीन अतिशय सुपीक पण निर्जन. आणि म्हणून युरोपच्या कानाकोपऱ्यातील लोक तेथे जाऊन वास्तव्य करू लागले. आपल्याबरोबर त्यांनी आपली भाषा, संस्कृती आणि राष्ट्रीयता नेली. तेथे जाऊन स्थायिक होण्याची ही प्रक्रिया तीन-चार शतके सतत चालली. सुरुवातीला त्यांच्यामध्ये एकजिनसीपणा नव्हताच; आणि तो सहजासहजी निर्माण होणेही शक्य नव्हते. तिथे जाणाऱ्यांमध्ये इंग्लंडच्या लोकांची संख्या अधिक होती. त्यांचेच तेथे वर्चस्व

होते. आपल्या देशाची आठवण म्हणून त्यांनी 'न्यू इंग्लंड' हे नाव एका प्रांताला दिले. एका शहराला 'न्यू यॉर्क' हे नाव दिले. अशी अनेक नावे त्यांनी तिथल्या शहरांना दिली. त्यांच्या वसाहतीतून शहरे निर्माण झाली. इंग्रजांनी या नव्या देशावर वसाहतवाद लादला. इंग्रजांनी आपली सत्ता अमेरिकेवर लादली. पण स्वातंत्र्य मिळवण्यापूर्वीच राष्ट्रनिर्मितीची प्रक्रिया तेथे सुरू झाली हे विशेष.

'The land was ours before we were the land's' असे रॉबर्ट फ्रॉस्ट या अमेरिकन कवीने आपल्या एका कवितेत म्हटले आहे.

ते गोरे लोक असले तरी निरनिराळ्या वांशिक गटांचे (Ethnicities) आणि भाषा बोलणारे लोक होते. निरनिराळे राष्ट्रीयत्व बरोबर घेऊन ते या नव्या जगात आले होते. त्यांच्यात सुप्त संघर्षही बराच काळ चालला. पण त्यांनी आपले मतभेद बाजूला ठेवून एकमेकांशी जुळवून घेतले. त्यांच्यात सामाजिक अभिसरणाची प्रक्रिया सुरू झाली. आपण एका नव्या राष्ट्राचे घटक आहोत अशी भावना त्यांच्या मनात निर्माण झाली. आम्ही 'अमेरिकन' आहोत आणि अमेरिका हा देश आमचा भाग्यविधाता आहे, असे त्यांना वाटू लागले. एकमेकांत ते समरस झाले. आपले भाग्य एकच आहे आणि आपले गंतव्यही एकच आहे ही भावना त्यांच्यात कालांतराने खोलवर रुजली. एकमेकांत ते सामावून गेले. ते 'एकमय' लोक बनले. एकमय लोकांतूनच राष्ट्र निर्माण होते.

खरे तर राष्ट्रीयत्व आणि राष्ट्रवाद ह्या सर्वप्रथम सांस्कृतिक संकल्पना असतात. राजकीय स्वरूप त्यांना नंतर प्राप्त होते. राष्ट्रवादाला अंकुर फुटतात ते समाजात आणि मग त्यांच्या फांद्या राजकीय, आर्थिक, धार्मिक अशा क्षेत्रांमध्ये पसरतात. या प्रक्रियेला अमेरिकनांनी 'Melting Pot Theory' हे नाव दिले आहे. (उकळणाऱ्या भांड्याचा सिद्धान्त). भांड्यात निरनिराळे पदार्थ टाकून ते उकळले तर त्यांचे अस्तित्व संपून

त्यातून नवीनच पदार्थ बाहेर पडतो. अमेरिका नावाच्या उकळत्या भांड्यातून 'अमेरिकन' या नावाचा नवा माणूस बाहेर पडला. 'Here individuals of all nations are melted into a new race of men,' असे एका विचारवंताने म्हटले आहे. वितळण्याची ही प्रक्रिया लक्षात घेऊन Israel Zangwill नावाच्या एका ज्यू अमेरिकन नाटककाराने 'The Melting Pot' नावाचे नाटक लिहिले आहे. Melting Pot हे अमेरिकन राष्ट्रवादाचे रूपक आहे. झँगविल म्हणतो,

"America is God's crucible, the Great Melting Pot. The pot where all the races of Europe are melting and reforming."

खरे तर ही वितळण्याची आणि पुनर्निर्माणाची प्रक्रिया निसर्गात सतत चालूच असते. उत्क्रांतीची ही प्रक्रिया आहे.

प्राचीन भारतीय समाजाला हा उकळत्या भांड्याचा सिद्धान्त (Melting Pot Theory) लागू होतो. अमेरिकन राष्ट्र हे युरोपमधल्या विविध वांशिक आणि भाषिक लोकातून बनले. ख्रिश्चन धर्मातील विविध पंथांतील ते लोक होते. विविध राष्ट्रीयत्व असणारे ते लोक होते. त्यांच्या संकरातून 'अमेरिकन' माणूस जन्माला आला. अमेरिकनांनी जगात आपली ओळख जगाच्या इतिहासात निर्माण केली. इंग्रजी भाषेचा शेवटी सगळ्यांनी स्वीकार केला. त्यांनी प्रोटेस्टंट पंथ स्वीकारला. या उकळत्या भांड्यात त्यांनी 'नीग्रो' गुलामांना मात्र पडू दिले नाही. तरीही वर्णसंकर प्रचंड प्रमाणात झाला. वर्णसंकरातून निर्माण झालेल्या संततीलाही त्यांनी 'नीग्रो'च मानले. त्यांनी त्याला Mullato हे नाव दिले.

अमेरिकन काळ्यांची भाषा इंग्रजीच आहे. ते सर्व ख्रिश्चनधर्मीयच आहेत. अमेरिकन संस्कृती हीच त्यांची संस्कृती आहे. अंगातील रक्त सोडले तर आफ्रिकन नावाची कोणतीही चीज त्यांच्याकडे नव्हती आणि नाही. 'I am American, nay, I am America.' हे तो अभिमानाने सांगतो. आणि कधी तरी 'What is Africa to Me?' असा स्वत:ला प्रश्नही विचारतो. संघर्ष त्याला जो करावा लागला तो बंधमुक्त होण्यासाठी होता. त्याचे राष्ट्रीयत्व अमेरिकन आहे, त्याचा राष्ट्रवाद अमेरिकन आहे आणि त्याचे राष्ट्रदेखील अमेरिका हेच आहे. 'I, too, sing America' हे तो अभिमानाने सांगतो.

'He is more American than Americans. The Negro is America's metaphor.' असे रिचर्ड राइट या काळ्या अमेरिकन लेखकाने म्हटले आहे. काळ्या लोकांचा घाम, अश्रू आणि रक्त यांवर अमेरिकेची संपन्नता वाढली आहे यात शंका नाही.

अमेरिकन राष्ट्राचे स्वरूप आज तर विविध वंशांच्या, धर्मपंथांच्या, विविध संस्कृतींच्या, विविध भाषांच्या, विविध रंगांच्या आणि विविध राष्ट्रीयत्वांच्या लोकांनी नटलेले आहे. तो जगातील स्थलांतरांचा (Immigrants) देश आहे. पण ह्या सर्वांचेच राष्ट्रीयत्व, राष्ट्रवाद आणि राष्ट्र एकच आहे. त्यांचा राष्ट्रवाद हा धर्मनिरपेक्ष आहे. अमेरिकन संविधान धर्मनिरपेक्षतेवर आधारलेले आहे. अमेरिकेला स्वातंत्र्य मिळाले तेव्हा ९५% लोक हे ख्रिश्चन धर्माचे होते. तथापि ते धर्माधिष्ठित राष्ट्र (Theocratic State) बनले नाही. आज तर जगातील जवळपास सगळ्याच राष्ट्रातील लोकांनी अमेरिकन नागरिकत्व स्वीकारलेले आहे. सर्वांनाच आपापल्या धर्मांप्रमाणे वागण्याचे संपूर्ण स्वातंत्र्य तेथे आहे. विविधतेतील एकता हे अमेरिकेचे वैशिष्ट आहे. या राष्ट्राला इंद्रधनुष्याची उपमा दिली पाहिजे.

प्राचीन भारतातील चित्रही जवळपास असेच होते. आर्य, द्रविड, शक, कुशान, नाग अशा विविध वंशांच्या वर्णसंकरातून भारतीय मनुष्य बनला. सर्वांना सामावून घेण्याचे गुण भारतवर्षामध्ये होते. पण मुसलमानांच्या आगमनापासून चित्र बदलले. या उकळत्या भांड्यात ते पडले नाहीत. त्यामुळे देशाचे विभाजन झाले. तथापि भारताने सेक्युलॅरिझम (Secularism) स्वीकारला. 'विविधतेत एकता' हे सूत्र त्याने सोडले नाही.

हा धर्मनिरपेक्ष राष्ट्रवाद अमेरिकनांच्या मनात पेटला नसता, तर जॉर्ज वॉशिंग्टनच्या नेतृत्वाखाली त्यांनी स्वातंत्र्यलढा लढलाच नसता. १७७६मध्ये अमेरिकन क्रांती झाली. इतर राष्ट्रांनी अमेरिकन क्रांतीतून प्रेरणा घेतल्या. १७८९मध्ये फ्रेंच क्रांती झाली. त्या क्रांतीने 'स्वातंत्र्य, समता आणि बंधुता' ही घोषणा दिली. फ्रेंच क्रांतीमुळे युरोपमध्ये राष्ट्रवादाची लाट उसळली. ती तेजाची लाट होती. लोकांना अस्मिता देणारी ती लाट होती. विल्यम वर्ड्सवर्थ (William Wordsworth) या कवीचे उद्गार होते –

But Europe at that time was thrilled with joy
France standing on the top of golden hours,
And human nature seeming born again;

आणि पुढे-

Bliss was it in that dawn to be alive,
But to be young was very heaven.

स्वातंत्र्य या कल्पनेचा ज्या दिवशी जन्म झाला त्याच दिवशी राष्ट्रवादाचादेखील जन्म झाला. लोकशाहीचा विचारही त्याच दिवशी पुढे आला असे म्हणावे लागेल. तेराव्या शतकाच्या आरंभीच लोकशाहीची संकल्पना जन्माला आली. 'मॅग्ना चार्टा' या दस्तऐवजामध्ये स्वातंत्र्य आणि लोकशाही ह्या संकल्पना शब्दबद्ध झाल्या आहेत. अमेरिकन स्वातंत्र्याच्या घोषणापत्रात (The American Declaration of Independence - 1776) ह्या संकल्पना अधिक स्पष्ट झाल्या आहेत. स्वातंत्र्य प्राप्त करणारा आधुनिक इतिहासातला पहिला देश म्हणजे युनायटेड स्टेट्स ऑफ अमेरिका. या घोषणापत्रात म्हटले आहे :

"We hold these truths to be self-evident, that all men are created equal, that they are endowed by their Creator with certain inalienable rights; and that among these are life, liberty and the pursuit of happiness."[६]

राष्ट्रवादातून जगभरात स्वातंत्र्यलढे उभे राहिले हा इतिहास आहे. अमेरिकन क्रांतीनंतर तेरा वर्षांनी अर्थात १७८९मध्ये फ्रेंच क्रांती झाली. स्वातंत्र्य, समता आणि

बंधुता (Liberty, Equality and Fraternity) ही ह्या क्रांतीची घोषणा होती. या घोषणेने वसाहतवादाच्या जोखडाखाली अडकलेल्या सर्व देशांमध्ये राष्ट्रवादाची मशाल पेटली. The French Declaration of Rights of Man and Citizens (१७८९) हे घोषणापत्र अमेरिकन घोषणापत्राइतकेच महत्त्वाचे आहे.

फ्रेंच राज्यक्रांतीनंतर स्वातंत्र्य हा युगविचार (Zeitgeist) बनला. राष्ट्रवादाची चेतना म्हणजेच स्वातंत्र्य - व्यक्तींचे तसेच राष्ट्रांचे. थॉमस पेन ह्या विचारवंताने *The Rights of Man* ह्या आपल्या ग्रंथामध्ये माणसाचे दिव्यत्व कशात असते ते सांगितले आहे. 'What is the highest title of Man?' असा प्रश्न तो उपस्थित करतो आणि लगेच त्याचे उत्तर देतो- 'Man. Man was his high and only title, and a higher cannot be given him.' अर्थात, 'माणसाची उपाधी 'माणूस' हीच. यापेक्षा मोठी उपाधी दुसरी कोणतीच असू शकत नाही.'[७]

राष्ट्रवादाला खरे स्वरूप अठराव्या शतकात प्राप्त झाले. तो युगविचार (Zetgeist) बनला. देश स्वतंत्र असला तरच त्याला राष्ट्र म्हणता येईल. राष्ट्र हे सार्वभौम असते. राष्ट्राच्या सार्वभौम सत्तेचा गुरुत्वमध्य लोकांमध्ये असतो. सार्वभौम राष्ट्र म्हणजे सार्वभौम लोक! हे लोकत्व (Peoplehood) म्हणजेच राष्ट्रीयता, राष्ट्रवाद आणि राष्ट्र!

संदर्भ

१. Romila Thapar, *Early India* (New Delhi : Penguin Books India Pvt. Ltd. D$ 2002), P. 190

२. Dr. Babasaheb Ambedkar, *Writings and Speeches*, Vol. 3 (Bombay : Government of Maharashtra, 1987), P. 153

३. Mahadeo Govind Ranade, *Rise of Maratha Power* (New Delhi : Publication Division, Government of India, 1974), P. 25

४. तत्रैव, P. 63

५. Quoted by M. N. Roy in *Reason Romanticism and Revolution*, Vol. One (Calcutta : Renaissance Publishers Ltd., 1952), P. 112

६. Compiled by Tryan Edwards, P.P. *The World's Greatest Quotations* (New Delhi : Indianna Publishing House, 2003), P. 406

७. Thomas Paine, *The Rights of Man* (Wilde Publications, US, 2007), P. 30

◆◆◆

३
स्वातंत्र्यलढा आणि राष्ट्रवाद

॥ १ ॥

भारतीय स्वातंत्र्याचा लढा अतिशय नावीन्यपूर्ण आणि रोमहर्षक होता. भारताच्या इतिहासातले ते दुसरे महाभारत होते. या महाभारतातही इतिहास, तत्त्वचिंतन, निरनिराळी व्यक्तिमत्त्वे, त्यांचे नेतृत्व, संघर्ष, त्याग हे सर्व काही आढळते. मुख्यतः या देशाच्या इतिहासात घडलेले हे दुसरे समुद्रमंथन आहे. त्यातून विषही बाहेर पडले आणि अमृतही. त्यात राष्ट्र, राष्ट्रीयत्व आणि राष्ट्रवादाचे तत्त्वज्ञानही आहे. स्वातंत्र्यासाठी लढताना रणांगणावर केलेले त्यात सखोल चिंतन आहे. पहिल्या महाभारताने देशाला 'कर्मयोगशास्त्र' दिले, तर दुसऱ्या महाभारताने 'सत्याग्रही क्रांतिशास्त्र' दिले.

हा माझा देश आहे आणि त्याच्या स्वातंत्र्यासाठी मला प्राणपणाने लढायचे आहे ही भावना स्वातंत्र्य चळवळीच्या काळात भारतीयांच्या मनामध्ये निर्माण झालेली आढळते.

Breathes there the man, with soul so dead,
Who never to himself hath said,
This is my own, my native land.

- Sir Walter Scott

हा माझा देश आहे, ही माझी मातृभूमी आहे अशी ज्वलंत भावना प्रत्येक भारतीयाच्या मनामध्ये या स्वातंत्र्यलढ्याने निर्माण केली. भारतीयांना देशाचे राजकारण कळले ते स्वातंत्र्यलढ्यामुळे. लॉर्ड ॲक्टनने म्हटले आहे, 'Patriotism is in political life what faith is in religion.' धर्मात जशी श्रद्धा असते तशी राजकीय जीवनात देशभक्ती असते. देशभक्ती म्हणजेच एकाअर्थाने राष्ट्रवाद. फ्रेंच राज्यक्रांती होत असताना इंग्लिश कवी विल्यम वर्ड्सवर्थचा हर्ष दाटून आला होता. तो म्हणाला होता -

'*Bliss it was to be alive*

And to be young was very heaven.'

त्या काळात जे हयात होते आणि विशेषत: जे तरुण होते त्यांच्यासाठी भारतीय स्वातंत्र्याचा लढा हा स्वर्गीय आनंद होता. वर्ड्सवर्थ हा फ्रेंच नव्हता, तरीही त्याचा आनंद ओसंडला होता. कारण फ्रेंच क्रांतीतून स्वातंत्र्याचे आणि समानतेचे नवे जग निर्माण होत होते. भारतीय स्वातंत्र्यलढ्यातून वसाहतवादाच्या जोखडाखाली अडकलेल्या सर्व देशांना प्रेरणा मिळत होत्या.

ब्रिटिशांच्या राजवटीखाली आम्ही एकाच राष्ट्राचे लोक आहोत अशी भावना भारतीयांच्या मनात निर्माण झाली. १८५७चा स्वातंत्र्यलढा हा भारतीय राष्ट्रवादाचा आरंभबिंदू होता. तो लढा फसला होता, पण यशाची ती पहिली पायरी होती. या लढ्याने देशाच्या भवितव्याचे चिंतन करणाऱ्या लोकांना अंतर्मुख बनवले. त्यातूनच पुढे आर्यसमाज, प्रार्थनासमाज, थिऑसोफिकल सोसायटी आणि राष्ट्रीय काँग्रेस अशा संस्थांचा जन्म झाला. विविध भाषा बोलणाऱ्या, अनेक धर्मपंथांमध्ये विभागलेल्या लोकांशी संवाद करण्यासाठी कोणतीही भारतीय भाषा फारशी उपयोगी पडत नव्हती. सामाईक भारतीय भाषा अशी कोणतीच उपलब्ध नव्हती. सुशिक्षित लोकांशी संवाद करण्यासाठीही सामाईक भारतीय भाषा त्या काळी नव्हती. धर्म, संस्कृती आणि भाषा यांच्या विषयीच्या आत्मीय प्रेमातून तर राष्ट्रवाद निर्माण होत असतो. एक धर्म, एक भाषा, एक वंश आणि एक संस्कृती हेच राष्ट्रवादाचे अविभाज्य घटक मानले जातात. आजही त्यांचाच आग्रह धरला जातो.

भारतीय प्रबोधनाची सुरुवात झाली ती आपल्यावर राजकीय गुलामगिरी लादणाऱ्या ब्रिटिशांच्या इंग्रजी भाषेतून. याचा अर्थ आपल्याला त्यांच्याच शस्त्राने त्यांच्या विरुद्ध लढावे लागले. आणि जवळपास हीच वस्तुस्थिती वसाहतवादाखालील इतर देशांचीदेखील होती. फ्रेंच तत्त्वज्ञ अर्नेस्ट रेनान (Ernest Renan) यांच्या म्हणण्याप्रमाणे,

> "The national idea is founded on a heroic past, great men, true glory. Common experience leads to the formation of a community of will. More than anything else it is common grief that binds a nation together, more than triumphs. Nation, therefore, is a great solidarity founded on the consciousness of sacrifices made in the past and on the willingness to make further ones in the future. The existence of a nation resembles a plebiscite repeated everyday."[१]

यातनांचा समान अनुभव, राष्ट्रीय जाणीव, महान व्यक्तींची जीवनचरित्रे आणि प्रबळ इच्छाशक्ती यातून भारताचाही राष्ट्रवाद निर्माण झाला. रेनानच्या म्हणण्याप्रमाणे, "It is not race, religion, language, state, civilization or economic interests that make a nation."[२] राष्ट्र निर्माण होत असते ते लोकांच्या सामूहिक त्यागातून, बलिदानातून आणि ऐक्यातून.

खरे तर भारतीयांमध्ये देशभक्तीचा थोडासा अभावच होता. इंग्रजी भाषेने आणि शिक्षणाने तो आपल्यात निर्माण केला. पाश्चिमात्यांनी प्राचीन भारतीय साहित्याचा आणि संस्कृतीचा खोलात जाऊन अभ्यास केला. भूतकाळात त्यांना भारतीयांचा वैभवशाली वारसा आढळला. त्या अभ्यासात त्यांना फार मोठे तत्त्वज्ञान आढळले. त्यांचा भारतीयांकडे पाहण्याचा दृष्टिकोन त्यामुळे बदलत गेला. त्यामुळे आपण स्वत:कडे सकारात्मक दृष्टीने पाहू लागलो. त्यातून राष्ट्रवादाचा जन्म झाला.

ही अस्मिता जागी झाली ती प्रथम बंगालमध्ये. कारण इंग्रजी शिक्षणाचा लाभ सर्वप्रथम बंगाली लोकांना झाला.

॥ २ ॥

भारताचा राष्ट्रवाद सुरुवातीपासूनच 'धर्मनिरपेक्ष' (Secular) राहिलेला आहे यात शंका नाही. तो वंश, धर्म, जात, भाषा, राज्य, संस्कृती किंवा आर्थिक हितसंबंध यांच्या आधारावर निर्माण झालेला नाही. आपली सांविधानिक मूल्ये ही आपल्या स्वातंत्र्यलढ्यातून निर्माण झालेली आहेत. त्यातूनच आधुनिक भारताची कल्पना (Idea of India) निर्माण झाली. तिची मुळे (Roots) प्राचीन भारतीय संस्कृतीमध्ये सापडतात. त्यात भूतकाळातले संचित आणि भविष्यकाळाचे चिंतन आहे. 'What is India?' असे विचारत पंडित जवाहरलाल नेहरू हे त्याचे उत्तर शोधायचा प्रयत्न करतात आणि त्या अनुषंगाने अनेक प्रश्न उपस्थित करतात.

> "What is this India, apart from her physical and geographical aspects? What did she represent in the past? What gave strength to her then? How did she lose that old strength? And has she lost it complectely? Does she represent anything vital now, apart from being the home of a vast number of human beings? How does she fit into the modern world?"[३]

ज्या राष्ट्रीय काँग्रेसच्या ध्वजाखाली स्वातंत्र्याचा लढा लढला गेला त्याची रचनाच मुळी समावेशकता आणि सहिष्णुता या दोन तत्त्वांवर आधारलेली होती. तिच्या

संस्थापकांपैकी तीन सेवानिवृत्त इंग्रज अधिकारी होते. ॲलन ह्यूम, सर विल्यम वेडरबर्न आणि सर हेन्री कॉटन यांचा पुढाकार ही संघटना काढण्यामध्ये होता. उमेशचंद्र बॅनर्जी, सुरेंद्रनाथ बॅनर्जी, काशीनाथ तेलंग, फिरोजशाह मेहता, विश्वनाथ नारायण मंडलीक, एस. सुब्रह्मण्यम अय्यर, पी. रंगय्या नायडू ही मंडळी त्यांच्याबरोबर होती. ब्राह्मण, पारशी, ख्रिश्चन अशा विविध धर्मांतील लोक काँग्रेसच्या स्थापनेत सहभागी होते. त्यात सर्वाधिक पुढाकार होता तो ॲलन ह्यूमचा. खरे तर त्यांच्यामुळेच राष्ट्रीय काँग्रेस अस्तित्वात (१८८५) आली असे म्हटले तरी चालेल.

राष्ट्रीय काँग्रेस ही भारतीय राष्ट्रवादाची गंगोत्री होती. या गंगोत्रीची पुढे विशाल गंगा झाली. तिचे पात्र विराट बनले. तिला पुढे अनेकांचे नेतृत्व लाभले. उमेशचंद्र बॅनर्जी हे ख्रिस्ती होते. दादाभाई नौरोजी हे पारशी होते. ॲलन ह्यूम ही भारतीय नसतानाही भारतीयांच्या भवितव्याचा विचार करणारी उदारमतवादी, धर्मनिरपेक्षपणे वागणारी व्यक्ती होती. आमच्या राष्ट्रास खरे राष्ट्रपण आणण्यासाठी राष्ट्रसभेची स्थापना झाली आहे असे आम्ही समजतो, असे संस्थापकांचे म्हणणे होते. हे राष्ट्रपण कोणा एका धर्मावर वा जातीवर आधारलेले नव्हते. हे राष्ट्रपण (राष्ट्रीयत्व) घेऊनच काँग्रेसचे कार्य होत राहिले. जसजसा लढा पुढे सरकत गेला, तसतशी त्याला व्यापकता प्राप्त होत गेली. हलाहल पचवून हाती लागलेले हे अमृत होते!

राष्ट्रसभेसमोर राजकीय, सामाजिक आणि आर्थिक प्रश्न उभे होते. त्यांची गुंतागुंतच एवढी होती की एकाच वेळी आणि एकाच व्यासपीठावर ते सोडवण्यासाठी लढणे आवश्यक होते. ते एकमेकांमध्ये गुंतलेले प्रश्न होते. पण अडचणी येत गेल्या आणि नेतृत्वामध्ये मतभेद वाढत गेले. खरे तर भारतीय समाज हा कमालीचा विसंगत आणि परस्परविरोधी हितसंबंधांमध्ये विभागला गेला होता. त्याच्या नेतृत्वामध्ये भिन्नता आणि मतभेद होते. कुठलीही चळवळ तशी इथूनतिथून सारखी नसते. तिचे पात्र विशालही होते आणि ती निरनिराळी वळणे घेत घेतच पुढे वाहत जाते.

स्वातंत्र्यलढ्याच्या पहिल्या टप्प्यावरच आधी सामाजिक सुधारणा की राजकीय सुधारणा या प्रश्नावर मतभेद होत राहिले. सर्वच प्रश्नांची जाण असणाऱ्या न्या. महादेव गोविंद रानडे यांच्यासारख्या द्रष्ट्या व्यक्तीला सामाजिक आणि राजकीय प्रश्न एकाच वेळी विचारात घ्यावेत असे वाटत होते. किंबहुना त्यांना सामाजिक प्रश्नांमुळेच राजकीय आणि आर्थिक प्रश्न निर्माण झाले आहेत असे प्रामाणिकपणे वाटत होते. म्हणून त्यांनी सामाजिक परिषदेची (१८८७) स्थापना केली होती. राष्ट्रीय भावना ही सामाजिक, राजकीय आणि आर्थिक या प्रश्नांसाठीच्या लढ्यामुळेच प्रबळ होईल अशी त्यांची भूमिका होती. सुरुवातीची काही वर्षे राष्ट्रीय काँग्रेसच्या व्यासपीठावरच सामाजिक परिषदेची अधिवेशने भरत होती. पण मतभेद वाढल्यामुळे दोन्हींची अधिवेशने एकाच व्यासपीठावर आणि

एकाच मंडपाखाली भरवणे बंद करावे लागले. १८९५पासून ती वेगवेगळ्या व्यासपीठांवर होऊ लागली. त्यांच्या भूमिकेला लोकमान्य टिळकांचा विरोध होता.

न्या. रानडे यांच्यासमोर केवळ स्वातंत्र्यलढाच नव्हता, तर भविष्यातील राष्ट्रीय पुनर्रचनेचा प्रश्नही होता. 'संपूर्ण सुधारणा' हेच त्यांच्या समोरचे ध्येय होते. राष्ट्राच्या पुनर्निमाणाच्या संदर्भातली रानड्यांची दृष्टी जात, धर्म, पंथ यांच्या पलीकडे जाणारी, सर्वसमावेशक अशी होती. सर्व समाजघटकांना एकत्र आणण्याचा त्यांनी नेहमीच प्रयत्न केला. हिंदू-मुस्लीम या दोघांचंही दैव नियतीने परस्परांशी निगडित केले आहे अशी त्यांची धारणा होती. 'I am neither Hindu nor Mahomedan' असे त्यांनी उद्‌गार काढले होते. रानडे हे भारतीय अर्थशास्त्राचे जनक मानले जातात.

न्या. रानडे यांचा राष्ट्रवाद समजून घेण्यासाठी त्यांचे खालील शब्द लक्षात घेणे आवश्यक आहे.

> "This country of ours is the true land of promise. This race of ours is the chosen race. It was not for nothing that God has showered His choicest blessings on this ancient land of Aryavarta. We can see His hand in history. Above all other countries we inherit a civilization and a religious and social policy which has been allowed to work their own free development on the big theatre of time. There has been no revolution, and yet the old condition of things has been tending to reform itself by the slow process of assimilation. The great religions of the world took their birth here, and now they meet again as brothers prepared to welcome a higher dispensation, which will unite all and vivify all. India alone, among all the countries of the world, has been so favoured, and we may derive much strength of inward hope from such a contemplation. Change for the better by slow absorption -assimilation, not by sudden conversion and revolution- this has been the characteristic feature of our past history."[४]

न्या. रानडे यांचा राष्ट्रवाद हा क्रांतिवादी नव्हता, तो उत्क्रांतवादी होता. स्वातंत्र्य आंदोलनात मवाळ आणि जहाल असे दोन गट निर्माण झाले. आधी समाजसुधारणा की राजकीय सुधारणा या वादात राजकीय सुधारणावाद्यांचा विजय झाला. तेच जहाल झाले. नेमस्तांचे राजकारण त्यांना मान्य नव्हते. जहालांना प्रशासकीय सुधारणाही हव्या

होत्या आणि राजकीय अधिकारही हवे होते. त्यातूनच 'होमरूल'ची कल्पना पुढे आली. जहालांचे नेतृत्व लोकमान्य बाळ गंगाधर टिळक यांच्याकडे गेले होते. प्रातिनिधिक आणि जबाबदार सरकारची मागणी जहालांनी लावून धरली. टिळकांच्या हातात केसरी (मराठी) आणि मराठा (इंग्रजी) अशी दोन वृत्तपत्रे होती. पत्रकारिता ही त्यांच्या हातातील ब्रह्मास्त्रच होते. शिवाय त्यांनी 'शिवजयंती' आणि 'गणेशोत्सव' असे दोन उत्सव सुरू केले. त्याला प्रचंड प्रतिसाद मिळाला. त्यामुळे इंग्रजांचे धाबे दणाणले. त्यांनी हिंदू आणि मुस्लीम यांच्यामध्ये फूट पाडायला सुरुवात केली. खरे तर सुरुवातीला इंग्रज हिंदूंच्या बाजूने होते. त्यांच्या सुधारणावादाचा त्यांनी पुरस्कार केला होता. मुस्लिमांचा त्यांना कडवा विरोध होता. मोगलांची सत्ता इंग्रजांनी नष्ट केल्यामुळे मुस्लीम हे त्यांच्या विरोधात होते. १८५७च्या उठावात हिंदू आणि मुसलमान एकदिलाने ब्रिटिश सत्तेच्या विरोधात लढले होते. म्हणून 'फोडा आणि राज्य करा' (Divide and Rule) या नीतीचा त्यांनी अवलंब केला. १८५७च्या उठावामागे मुस्लिमांचाच अधिक पुढाकार होता.

॥ ३ ॥

१८५७च्या उठावात हिंदू आणि मुस्लीम हे एकत्रित आले असले, तरी त्यांचे हे ऐक्य अधिक काळ टिकणारे नव्हते. सय्यद अहमद नावाच्या मुस्लीम नेत्याने इ.स. १८२०मध्ये वहाबी चळवळ सुरू केली होती. ती बंगालच्या पश्चिमोत्तर भागापासून देशात पसरत चालली होती. पुन्हा एकदा भारतावर इस्लामिक राज्य स्थापनेचाच हेतू त्यामागे होता. भारताला ते 'दारूल इस्लाम' बनवू इच्छित होते. भारतातील गैरमुस्लीम, विशेषतः हिंदू हे त्यांच्या दृष्टीने 'काफिर' होते. पण आधी त्यांना इंग्रजी सत्ता या देशातून घालवायची होती. त्याशिवाय मुस्लीम सत्तेचे पुनरुज्जीवन कसे होणार? वहाबी चळवळीचे अंतिम ध्येय हेच होते.

सुरुवातीच्या काळात सर सय्यद अहमद खान हे वहाबी चळवळीत होते. ते स्वतःला वहाबी म्हणवून घेत असत. पण त्यांच्या हे लक्षात आले की इंग्रजी सत्ता घालवणे सोपे नाही. आणि घालवली तरी देशावर बहुसंख्याक हिंदूंची सत्ता येईल. ज्या मुस्लिमांनी हिंदुस्थानवर सातशे वर्षे राज्य केले, त्यांनी हिंदूंचे वर्चस्व स्वीकारायचे का? मुसलमानांची प्रगती व्हायची असेल, तर त्यांनी इंग्रजी भाषा शिकली पाहिजे आणि आधुनिक शिक्षण घेतले पाहिजे असे सर सय्यद अहमद खान यांना वाटत होते. १८३७पर्यंत हिंदुस्थानची कार्यालयीन भाषा फारसी होती. तिची जागा इंग्रजीने घेतली. इंग्रजी ही भाषा नाही शिकली तर मुसलमानांना नोकऱ्या मिळणार नाहीत आणि प्रतिष्ठाही मिळणार नाही. प्रशासकीय नोकऱ्यांमध्ये बहुतेक हिंदूच आहेत. राजा राममोहन रॉय यांनी

इंग्रजी भाषा आणि आधुनिक शिक्षणाचे महत्त्व ओळखल्यामुळे हिंदूंनी इंग्रजी भाषेचा आणि आधुनिक शिक्षणाचा लाभ घेतला. इतकेच नव्हे तर हिंदूंनी हिंदुस्थानात प्रबोधनाचा प्रवाह निर्माण केला.

सर सय्यद अहमद खान यांनी मुस्लीम समाजाला फुटीरतेच्या दिशेत नेले. इतकेच नव्हे तर त्यांनी राष्ट्रीय काँग्रेसपासून दूर राहण्याचा मुस्लीम समाजाला सल्ला दिला. राष्ट्रीय चळवळीपासून त्यांना अलग ठेवले. त्यांनी मुस्लिमांच्या मनात अलगतेची बीजे पेरली. आणि हीच गोष्ट इंग्रजांना हवी होती. त्या अलगतेत त्यांनी तेल ओतायला सुरुवात केली. हळूहळू मुस्लीम समाज इंग्रजांच्या कलाप्रमाणे वागू लागला. कावळा उडायला आणि फांदी तुटायला गाठ पडली. परिणामतः मुस्लीम राष्ट्रवाद आणि हिंदू राष्ट्रवाद असे दोन राष्ट्रवाद देशात निर्माण झाले.

राष्ट्रीय काँग्रेसचा दृष्टिकोन व्यापक आणि उदार होता. अर्थात तो सेक्युलर होता; तो कम्युनल नव्हता. तिला प्रशासकीय नोकऱ्यांमध्ये आणि विधान मंडळांमध्ये प्रतिनिधित्व हवे होते. रानडे यांच्या नंतर नेमस्तांचे नेतृत्व दादाभाई नौरोजी आणि नंतर गोपाळ कृष्ण गोखले यांच्याकडे गेले. मवाळांची भूमिका प्रथम दादाभाई नौरोजी यांनी मांडली. नंतर त्यांचे नेतृत्व गोपाळ कृष्ण गोखले यांच्याकडे जाणे क्रमप्राप्त होते. १९०५मध्ये बंगालची फाळणी झाली. त्याच्या विरुद्ध रान पेटले. राष्ट्रवादाने जहाल रूप धारण केले. हिंदू आणि मुस्लीम यांच्यामध्ये फूट पाडण्याच्या दृष्टीनेच बंगालचे विभाजन करण्यात आले होते. लॉर्ड कर्झनने ही खेळी खेळली होती. पूर्व बंगाल आणि पश्चिम बंगाल असे बंगालचे दोन भाग करण्यात आले होते. पूर्व बंगाल हा मुस्लीमबहुल, तर पश्चिम बंगाल हा हिंदूबहुल विभाग हे पाहून बंगालचे हेतुतः विभाजन करण्यात आले. प्रशासनासाठी हे करण्यात आले आहे हा सरकारचा दावा होता. पण खरे कारण हिंदू आणि मुस्लीम या जमातींमध्ये उभी फूट पाडणे हेच होते. एका दृष्टीने लॉर्ड कर्झन हा द्विराष्ट्र सिद्धान्ताचा जनक ठरतो. पाकिस्तानच्या निर्मितीची प्रक्रिया बंगालच्या फाळणीपासून सुरू झाली असे म्हणता येईल.

परिणामतः बंगालमध्ये राष्ट्रवादाची प्रचंड लाट उसळली. वादळात सापडलेला समुद्र खवळून उठतो तशी परिस्थिती बंगाल प्रांतात निर्माण झाली. त्या तेजस्वी लाटेने समाजजीवनाच्या सर्वच अंगांना स्पर्श केला. कथा, कविता, कादंबरी, नाटके, गीते, वैचारिक लेखन या सर्वच साहित्य प्रकारातून राष्ट्रवादाचा ज्वालामुखी पेटला. बंकिमचंद्र चटर्जी यांची *आनंदमठ* ही कादंबरी आणि 'वंदे मातरम्' या गीताची रचना याच काळातली. 'वंदे मातरम्' या देशभक्तिपर गीताने तर इंग्रज सरकारची झोपच उडविली. हे गीत बंगालपर्यंतच मर्यादित राहिले नाही. सगळ्या भारतामध्ये त्याच्या ज्वाला पसरल्या. आकाश-पातळ त्याने पेटवले. आपल्या सुजलाम्-सुफलाम् आणि सस्यशामलाम् मातृभूमीसाठी प्राणार्पण करण्यासाठी हजारो तरुण तयार झाले. सर्व जातींतील आणि

वर्गातील, सुशिक्षित असोत की अशिक्षित, गरीब असोत की श्रीमंत, त्यांच्यामध्ये एकतेची भावना या गीताने निर्माण केली. आपण भारतीय आहोत ही भावना सर्वांच्या मनात निर्माण झाली. 'वंदे मातरम्' हे गीत देशभक्ती आणि राष्ट्रवादाचे शास्वत प्रेरणा स्त्रोत बनले. काश्मीरपासून कन्याकुमारीपर्यंतचे सगळे भारतीय देशभक्तीने पेटून उठले. बंगालमध्ये निर्माण झालेल्या राष्ट्रवादाच्या ज्वालांची धग सबंध देशाला जाणवली. अरविंद घोष हे या राष्ट्रवादाचे प्रतीक होते असे म्हणता येईल.

साहित्य हे प्रबोधनाचे अतिशय प्रभावी माध्यम असते. भारतीय प्रबोधनामध्ये साहित्याची फार मोठी भूमिका होती. प्रादेशिक भाषांमध्ये राष्ट्रीय चेतना आणि चैतन्य निर्माण झाले. इंग्रजी भाषेने देशाला जोडण्याचे काम केले. विविध काळांमधले भारतीय साहित्य अतिशय समृद्ध आहे. भाषा अनेक पण साहित्य एकच! अभिव्यक्ती अनेक पण आशय एकच! विविधतेतील एकता म्हणतात ते यालाच.

साहित्यामुळेच भारतीय संस्कृतीची समृद्धी अनेक पटीने वाढली आहे यात शंका नाही. राष्ट्राच्या निर्मितीमध्ये साहित्याचा वाटा सिंहाचा असतो. प्रो. डॉ. एच. ए. तेन (१८२८ - १८९३) या फ्रेंच साहित्य समीक्षकाने राष्ट्र आणि साहित्य यांच्यातील अनुबंध व्यक्त केला आहे. आपला वाङ्मयसिद्धान्त मांडत असताना त्याने साहित्यनिर्मितीमध्ये राष्ट्र आणि राष्ट्रीयत्व किती महत्त्वाचे असते हे विशद केले आहे. साहित्य हे राष्ट्राचे व्यक्तिमत्त्व घडवते असे प्रतिपादन तो करतो. व्यक्तीप्रमाणे राष्ट्रालाही व्यक्तिमत्त्व असते. व्यक्तीप्रमाणे राष्ट्रालाही मन असते आणि आत्मा असतो असा विचार त्याने मांडला आहे. त्याने म्हटले आहे, 'एखाद्या राष्ट्राचे जेव्हा स्वत:चे अस्सल आणि परिपूर्ण साहित्य असते, तेव्हा या राष्ट्ररूपी महान व्यक्तिमत्त्वाची ओळख करून घेण्यासाठी आपल्याकडे हेच दस्तऐवज उपलब्ध असतात. थोडक्यात प्रत्येक साहित्यकृती म्हणजे ज्यात राष्ट्राचे अवलोकन आपण करू शकतो असे एक रंगचित्रच असते आणि ते नीतिचित्र असल्यामुळे एखाद्या व्यक्तिचित्रापेक्षाही आपल्यासाठी ते अधिक बहुमोल असते.''[५]

साहित्य हे आपल्या राष्ट्रीय जाणिवा प्रखर करते. संस्कृत आणि आधुनिक भारतीय भाषांमधले साहित्य अतिशय समृद्ध आहे. तो वारसा समोर ठेवूनच स्वातंत्र्य आंदोलनात राष्ट्र आणि राष्ट्रीयता या संकल्पना प्रगल्भ करणारे साहित्य निर्माण झाले. भारताची विचार-कल्पना (Idea of India) त्याच्यातूनच भारतीयांसमोर आली. त्यामुळे लोकांचा राष्ट्राभिमान वाढला. अशा विचार-कल्पनेत राष्ट्राच्या अपेक्षा आणि आकांक्षा आणि स्वप्ने व्यक्त झालेली असतात. तो विचार कुठलाही त्याग आणि बलिदान करण्याची प्रेरणा लोकांना देतो.

बंगालच्या फाळणीच्या आधीच बंगालमध्ये राष्ट्रवादाची लाट उसळली होती. त्यामुळेच कर्झनने हे अविवेकी पाऊल उचलले होते. प्रबोधनाची लाट आधी बंगालमध्येच

निर्माण झाली होती. तिथूनच ती देशाच्या निरनिराळ्या भागांत पसरली. ती पसरवण्यामध्ये मुद्रणकलेचा फार मोठा वाटा आहे. देशभक्तीने प्रेरित झालेल्या अनेक पत्रिका, पाक्षिके, साप्ताहिके आणि दैनिके प्रकाशित होऊ लागली होती. पत्रकारितेचे हे लोण सर्वच प्रांतांत पसरले. त्या त्या प्रादेशिक भाषेतून वृतपत्रे निघू लागली होती. त्यामुळे आपल्या भाषेचा अभिमान लोकांमध्ये निर्माण झाला. धर्म, संस्कृती, इतिहास याप्रमाणे भाषेचा अभिमानही राष्ट्रवादाचे एक महत्त्वाचे अंग असते.

राष्ट्रीय काँग्रेसला देशात ऐक्याची भावना निर्माण करण्याचे श्रेय द्यावे लागेल. तिच्यावर जहालांचा प्रभाव वाढला होता. 'लाल-बाल-पाल' अर्थात, पंजाबचे नेते लाला लजपतराय, महाराष्ट्राचे नेते लोकमान्य बाळ गंगाधर टिळक आणि बंगालचे नेते बिपिनचंद्र पाल या तीन नेत्यांची नावे सर्वतोमुखी झाली होती.

काँग्रेसमधला जहाल गट १९०५नंतर अर्थात बंगालच्या फाळणीनंतर अधिक आक्रमक झाला होता. खरे तर मवाळ गटात असाधारण बुद्धिमत्तेची अनेक माणसे होती. दादाभाई नौरोजी, गोपाळ कृष्ण गोखले, फिरोजशाह मेहता, सुरेंद्रनाथ बॅनर्जी ही प्रतिभाशाली माणसे मवाळ गटात होती. ब्रिटिशांचे भारतात येणे हे वरदान आहे असे ती मानत होती. न्या. महादेव गोविंद रानडे यांचेही तेच मत होते. रानडे हे गोपाळ कृष्ण गोखल्यांचे गुरू होते. पुढे महात्मा गांधींनी गोखल्यांना गुरू मानले. इंग्रजांच्या हेतूवर त्यांचा विश्वास होता. इंग्रजांमुळेच देशात सुधारणा होत आहेत अशी त्यांची धारणा होती. त्यामुळेच आधुनिक युगात आपण आलो आहोत अशी त्यांची श्रद्धा होती. इंग्रजांचे शासन उदारमतवादी तत्त्वप्रणालीवर आधारलेले आहे असे त्यांना प्रामाणिकपणे वाटत होते. आणि म्हणून आपण आपल्या मागण्या सांविधानिक मार्गानेच मान्य करून घेतल्या पाहिजेत ही त्यांची भूमिका होती. त्यांच्यावर उदारमतवादाचा प्रभाव होता. भारत हा राजकीयदृष्ट्या कमजोर झाला होता तो येथील सामाजिक दुर्बलतेमुळे. आणि म्हणून आधी ती सामाजिक दुर्बलता घालवली पाहिजे असे त्यांना वाटत होते. सामाजिक सुधारणेवर त्यांचा भर होता. इंग्रजांचे शासन आणि त्यांचे धोरण त्यासाठी पोषक आहे असा त्यांना विश्वास होता.

॥ ४ ॥

दादाभाई नौरोजी (१८९५-१९१७) यांचा विशेषत्वाने येथे उल्लेख करावा लागेल. त्यांचे योगदान अतिशय महत्त्वाचे आहे. राष्ट्रीय काँग्रेसचे ते तीनदा अध्यक्ष झाले होते - १८८६, १८९३ आणि १९०६. त्यांनी इंग्लंडमध्येही वास्तव्य केले होते. १८९२ ते १८९५ या काळात ते हाऊस ऑफ कॉमन्सचे सदस्य होते. या तीन वर्षांच्या काळात त्यांनी ब्रिटिश पार्लमेंटमध्ये भारताची बाजू अतिशय समर्थ आणि समर्पणाच्या भावनेने मांडली. त्यांनी

भारताच्या आर्थिक प्रश्नांचा विशेष अभ्यास केला होता. Parliamentary Committee on Indian Finance या समितीचे अध्यक्ष फॉसेट (Fawcet) नावाचे संसद सदस्य होते. या समितीला फॉसेट समिती असे म्हटले जात होते. या समितीसमोर त्यांनी दिलेली साक्ष ऐतिहासिकदृष्ट्या अतिशय महत्त्वाची मानली जाते. या समितीच्या निदर्शनास त्यांनी असे आणून दिले की, ब्रिटिश सरकार हिंदुस्थानचे आर्थिक शोषण करत आहे. आकडेवारीनिशी त्यांनी हे सिद्ध करून दाखवले. ब्रिटिश शासनाविषयी त्यांचे अतिशय चांगले मत होते. काँग्रेसमधल्या मवाळ गटाचे ते नेते होते. पण हिंदुस्थानच्या आर्थिक प्रश्नांचा खोलात जाऊन त्यांनी अभ्यास केला होता. म्हणून ही वस्तुस्थिती त्यांच्या नजरेस आली होती. इंग्रज शासनाबद्दल त्यांचा भ्रमनिरास झाला. फॉसेट कमिटीसमोर मांडलेला सिद्धान्त हा ऱ्हास सिद्धान्त (Drain Theory) या नावाने ओळखला जातो. भारतातले ब्रिटिश शासन हे काही आजच्यासारखे स्वकीयांचे लोकशाही शासन नव्हते. ब्रिटिश शासन ज्या प्रकारे कर लागू करत होते आणि ज्या पद्धतीने ते वसूल करत होते, त्याची आकडेवारी सहजासहजी उपलब्ध होत नव्हती. ती आकडेवारी दादाभाई नौरोजींनी अतिशय मेहनतीने मिळवली आणि त्या संबंधातली वस्तुस्थिती ब्रिटिश शासनाच्या आणि जनतेच्या निदर्शनास आणून दिली. भारताचा ऱ्हास करणारी ही बाब होती. हा अन्याय आहे हे त्यांनी या समितीसमोर निक्षून सांगितले. *Poverty and the British Rule in India* या त्यांच्या पुस्तकात हे सर्व वाचायला मिळते. त्यांनी मांडलेला ऱ्हास सिद्धान्त हा खरे तर रक्तशोषण सिद्धान्त होता.

हा ऱ्हास (Drain) केवळ भौतिक स्वरूपाचा नव्हता, तो नैतिक स्वरूपाचाही होता. प्रशासनामध्ये भारतीयांना उच्च पदावर नेमले जात नव्हते. कितीही हुशार असणाऱ्या प्रशासकीय अधिकाऱ्याला अधिकात अधिक डेप्युटी कलेक्टरपर्यंतचीच बढती मिळत असे. कलेक्टरसारख्या महत्त्वाच्या पदावर भारतीयांची नेमणूक होणे शक्य नव्हते. उच्च पदांवर भारतीयांची नेमणूक झाली पाहिजे असा दादाभाईंचा आग्रह होता. गुणवत्तेमध्ये ते कुठेही कमी पडत नाहीत. ब्रिटिश शासनाचे हे धोरण ब्रिटिश परंपरेच्या विरोधी होती. दादाभाईंनी या संदर्भात घेतलेली भूमिका अतिशय महत्त्वाची होती. डॉ. एन. जी. राजूरकर यांनी ड्रेन थिअरीच्या संदर्भात म्हटले आहे, "There is hardly any doubt about the fact that Dadabhai Nauroji's drain theory strengthened greatly the fabric of Indian nationalism."[६]

या घटनेनंतर दादाभाईंचे विचार प्रखर बनले होते. स्वराज्याची मागणी त्यांनाही केली. कलकत्ता येथे झालेल्या (१९०६) काँग्रेसच्या अधिवेशनात त्यांनी स्वदेशी, राष्ट्रीय शिक्षण, बहिष्कार आणि स्वराज्य या चार ठरावांना आपला पाठिंबा जाहीर केला. आपल्या समारोपाच्या भाषणात त्यांनी लोकांना आवाहन केले, "Be united, preserve and achieve self-government.'' 'एकी करा, चिकाटी धरा आणि स्वराज्य मिळवा' हा त्यांचा संदेश होता. तो ऐकून जहाल गटाला खूप समाधान वाटले. दादाभाई नौरोजी हे पुरते जहाल बनले होते. 'चळवळ करा, चळवळ करा, अखंड चळवळ करा' आणि 'चिकाटीने आणि एकीने स्वराज्य संपादन करा; कारण आपल्या सर्व दु:खावर स्वराज्य हा एकच सर्वश्रेष्ठ उपाय आहे' असा जो संदेश त्यांनी राष्ट्रसभेला दिला. तेच धोरण राष्ट्रसभेला लावण्याचा प्रयत्न लोकमान्य टिळक करत होते.'[७]

॥ ५ ॥

बंगालच्या फाळणीनंतर केवळ एका वर्षाच्या कालावधीत झालेल्या काँग्रेसच्या या अधिवेशनाने जहालवाद्यांची फळी खूपच मजबूत केली. स्वदेशी, राष्ट्रीय शिक्षण, बहिष्कार आणि स्वराज्य या चतु:सूत्रीने ठरावांनी भारतीय राष्ट्रवादाला क्रांतिकारी वळण दिले. 'स्वराज्य' हा भारताचा मंत्र बनला. सगळ्यांचा तो जन्मसिद्ध अधिकार बनला.

अरविंद घोष यांचा राष्ट्रवाद अतिशय जहाल होता. 'वंदे मातरम्'च्या पहिल्याच अंकात संपादक या नात्याने त्यांनी लिहिले होते की, 'Absolute autonomy, free from British control' याचा सर्वशक्तीनिशी पाठपुरावा केला पाहिजे. बहिष्कार, स्वदेशी, राष्ट्रीय शिक्षण आणि स्वराज्य ही मागणी देशव्यापी बनली.

अरविंद घोष यांनी राष्ट्रवाद हा तत्त्वज्ञानाच्या पातळीवर नेला. त्याला त्यांनी धर्माचे स्वरूप प्राप्त करून दिले. 'What is nationalism?' हा प्रश्न उपस्थित करून त्याचे उत्तर त्यांनी जे दिले ते असे –

> Nationalism is religion that has come from God. Nationalism is a creed in which you shall have to live. It is an attitude of the heart, of the soul. What the intellect could not do, this mighty force of passionate conviction, born out of the very depths of the national consciousness, will be able to accomplish.[८]
>
> ...Political freedom is the life-breath of a nation; to attempt social reform, educational reform, industrial expansion, the moral movement of the race without aiming first and foremost at political freedom is the very height of ignorance and futility.[९]

अरविंद घोष यांचा शिक्षणावर फार मोठा भर होता. सुधारणा, मग ती राजकीय असो अथवा सामाजिक, शिक्षणपद्धतीमध्ये आमूलाग्र बदल केल्याशिवाय होऊ शकणार

नाही. राष्ट्राचे भवितव्य शिक्षणावर अवलंबून असते. त्यासाठी खऱ्या अर्थाने राष्ट्रीय शिक्षण हवे.

राष्ट्रवाद ही आधुनिक संकल्पना आहे. प्राचीन भारतात राष्ट्रवादाची संकल्पना होती; पण ती आध्यात्मिक आणि सांस्कृतिक स्वरूपाची होती. आधुनिक भारत हा राष्ट्रवादाच्या आधुनिक संकल्पनेच्या मुशीतून तयार झाला पाहिजे. म्हणून ते म्हणतात,

> "The nation idea India never had. By that I mean the political idea of the nation. It is a modern growth. But we had in India the cultural and spiritual idea of the nation."[१०]

लोकांमध्ये जागृती निर्माण केल्याशिवाय राष्ट्र उभे राहणार नाही. म्हणून अरविंद घोष म्हणतात,

> "Nationalism depends for its success on the awakening and organising of the whole strength of the nation; it is therefore vitally important for Nationalism that the politically backward classes should be awakened and brought into the current political life;..."[११]

आधुनिक राष्ट्र या अर्थाने भारत राष्ट्र नाही. सर्व स्तरांतील लोकांमध्ये राष्ट्रवाद जागा करून ते बनवावे लागेल असे ते आवाहन करतात... nationalism is not politics but a religion, a creed, a faith.[१२] राष्ट्रवाद हा धर्म आहे, तत्त्वज्ञान आहे आणि आस्था आहे अशी ते राष्ट्रवादाची व्याख्या करतात.

भारताचा पुनर्जन्म झाला पाहिजे आणि राष्ट्रवादामुळे तो होईल अशी अरविंद घोष यांची श्रद्धा होती. त्यांनी आपला राष्ट्रवाद धार्मिक परिभाषेमध्ये मांडलेला आहे. ते म्हणतात :

> "India must be Reborn, because her Rebirth is demanded by the future of the world : India cannot perish, our race cannot become extinct, because among all the divisions of mankind it is to India that is reserved the highest and the most splendid density, the most essential to the future of the human race. It is she who must send forth from herself the future religion of the entire world, the External religion which is to harmonize all religions, science and philosophies and make mankind one soul."[१३]

अरविंद घोष हे भारतीय राष्ट्रवादाचे प्रेषित होते यात शंकाच नाही. आध्यात्मिक परिभाषेत ते भारताच्या भूत आणि भविष्याविषयी बोलतात. भारताचे नष्टचर्य होऊच शकत नाही. भारताचे भवितव्य हेच जगाचे भवितव्य ठरणार आहे. भारतीयांचा वंश (Race) हा कधीही नष्ट होणार नाही. भारताची भाग्यरेषा हीच जगातील सर्व राष्ट्रांच्या ललाटांवरून जाणार आहे. भारताचे भाग्य हेच उद्या जगाचे भाग्य ठरणार आहे. भारताचे संचित हेच मानवजातीचे संचित आहे. फिनिक्स पक्षाप्रमाणे राखेतून तो आपल्या अग्निपंखांवर आकाशात झेप घेणार आहे. म्हणून हा प्रेषित भविष्यवाणी करतो :

"Our object, our claim is that we shall not perish as a nation, but live as a nation."[१४]

राष्ट्रवादाने भारतीयांमध्ये स्वराज्य प्राप्त करणे हे ध्येय निर्माण केले. पण ते कसे आणि कोणत्या मार्गाने प्राप्त करायचे याबद्दल एकमत नव्हते. स्वातंत्र्यलढ्याचे ध्येय काय आहे हे एका वाक्यात लोकमान्य टिळकांनी सांगितले : 'स्वराज्य हा माझा जन्मसिद्ध अधिकार आहे आणि तो मी मिळवणारच.' या वाक्यात संकल्प आहे आणि निर्धारही आहे. पण ध्येय प्राप्त करण्याचा मार्ग कोणता?

स्वराज्य हे राष्ट्रीय काँग्रेसचे ध्येय होते हे खरे. पण स्वराज्याचा अर्थ मवाळ आणि जहाल यांच्या दृष्टीने वेगवेगळा होता. जहाल गटाच्या दृष्टीने स्वराज्याचा अर्थ 'संपूर्ण स्वराज्य' (Absolute Autonomy) असा होता. स्वराज्य हा त्यांचा मंत्र होता. पण मवाळाच्या दृष्टीने स्वराज्य हे 'संपूर्ण स्वराज्य' नव्हते. ब्रिटिशांच्या अधीन राहून त्यांना जबाबदार शासनामध्ये प्रतिनिधित्व हवे होते. गोखले हे मवाळांचे प्रतिनिधित्व करत होते. त्यांचा हा दृष्टिकोन होता. गोखले हे ब्रिटिशांचे हस्तक नव्हते. त्यांची देशभक्ती शंकातीत होती. भारतीय हे प्रत्येक क्षेत्रात मागासलेले आहेत. ते मागासलेपण घालवल्याशिवाय संपूर्ण स्वराज्याची मागणी करणे गैर आहे असे त्यांचे म्हणणे होते. संपूर्ण स्वराज्याची घाई करणे योग्य नाही असे त्यांचे आणि त्यांच्या मवाळ गटाचे म्हणणे होते. स्वतंत्रपणे राज्य करण्याची लायकी आपल्याला ब्रिटिश शासनाच्या मार्गदर्शनाखाली राहूनच प्राप्त होईल अशी त्यांची धारणा होती.

॥ ६ ॥

'भारतीय लोक राज्य करण्यास लायक नाहीत, असे ब्रिटिश मुत्सद्दी सर जॉन स्ट्रॅची (Sir John Strachey) यांनी १८८८मध्ये म्हटले होते,

"This is the first and most essential thing to learn about India that there is not, and never was an India, or even any country of India, possessing, according to European ideas, any sort of unity, physical, political, social or religious... That men of the Punjab, Bengal, the North-Western Provinces; and Madras, should ever feel they belong to one great nation, is impossible."[१५]

जॉन स्ट्रॅची हे ब्रिटिश प्रशासक होते. भारत हे राष्ट्र नाही आणि होण्याचीही शक्यताही नाही असे या प्रशासकाचे ठाम मत होते. त्यांच्या मते, 'या देशात कसलेच ऐक्य नाही. ना राजकीय एक्य आहे, ना सामाजिक ऐक्य आहे, ना धार्मिक. ना यांची भाषा एक आहे, ना संस्कृती एक आहे, ना धर्म एक आहे. यांना ना कसली परंपरा आहे, ना सामाजिक इतिहास आहे. भारतीय म्हणून यांना कसलीच ओळख (Identity) नाही. बिनचेहऱ्याच्या देशात राहणारे हे लोक आहेत.'

हा समज सार्वत्रिक होता. भारत हे राष्ट्र नव्हते, नाही आणि होणारही नाही अशी भावना सर्वत्र पसरलेली होती. पण खरी गोष्ट अशी आहे की, १८५७नंतर भारतीयांमध्ये अस्मिता निर्माण झाली होती. इंग्रजी शिक्षणामुळे त्यांच्यात जागृती निर्माण झाली होती. मोठ्या प्रमाणात देशात निरक्षरता असल्यामुळे लोकांमध्ये आत्मभान नव्हते. 'ब्राह्मो समाज', 'आर्य समाज', 'प्रार्थना समाज', 'थिऑसोफिकल सोसायटी' आणि 'राष्ट्रीय सभा' यांच्या प्रबोधन कार्यामुळे त्यांच्यामध्ये राष्ट्रीय जाणिवा निर्माण झाल्या होत्या. भारतीयांच्या जाणिवेत आणि नेणिवेत भारत हे राष्ट्र आहे हा विचार वैदिक काळापासून होता यात शंका नाही.

बेंजामिन डिझराएली याने 'a nation is a work of art and a work of time' म्हणजे राष्ट्र हे कला आणि काळाची निर्मिती असते, अशी राष्ट्राची व्याख्या केली आहे. राष्ट्रवादाने भारतीयांमध्ये आत्मविश्वास निर्माण केला होता. पण मवाळ गट संपूर्ण स्वराज्याविषयी साशंक होता. शिवाय इंग्रज लोक सहजासहजी सत्ता थोडेच सोडणार होते! एका बलाढ्य साम्राज्याविरुद्ध तुम्ही कसे लढणार?

बिपिनचंद्र पाल म्हणाले होते,

"The new spirit accepts no other teacher in the art of self-government except self-government itself. It values freedom for its own sake, and desires autonomy, immediate and unconditioned, regardless of any considerations of fitness and unfitness of the people for it : because it does not believe serfdom in any shape or form to be a school for real freedom in any country and under any conditions whatever. It holds that the struggle for freedom itself is the highest tutor of freedom which, if it can once possess the mind of a people, shapes itself the life, the character, and the social and civic institutions of the people, to its own proper ends.''[१६]

जहालवाद्यांनी अर्जविनंत्या करून मागण्या पदरात पाडून घेण्याचा मार्ग ठोकरला. Passive Resistanceचा मार्ग त्यांनी स्वीकारला. ब्रिटिश सरकारशी कुठल्याही प्रकारचे सहकार्य करायचे नाही. ब्रिटिशांच्या मालावर बहिष्कार टाकायचा. स्वदेशी मालाचाच वापर करायचा. सरकारी कायदे असोत, कार्यालये असोत किंवा कोर्टकचेऱ्या असोत, त्यांच्यावर बहिष्कार टाकायचा. स्वावलंबन हा मंत्र त्यांनी लोकांना दिला. 'No representation, no taxation.' 'No control, no co-operation.' बहिष्कार, असहकार, शांततेच्या मार्गाने प्रतिकार. बंगाल हे या चळवळीचे केंद्र बनले.

१९०६चे अधिवेशन कलकत्ता येथे भारणार होते. लोकमान्य टिळकांना ते अध्यक्ष बनवू इच्छित होते. पण त्यात त्यांना यश आले नाही. दादाभाई नौरोजी अध्यक्ष बनले. पण त्यांनी जे भाषण केले ते जहालवाद्यांना अनुकूल होते. याचा उल्लेख याआधी आलेला आहेच. १९०७चे काँग्रेस अधिवेशन सुरत येथे झाले. फिरोजशाह मेहता हे त्याचे अध्यक्ष होते. ते मवाळांचे नेते होते. राष्ट्रवाद, राष्ट्रीय शिक्षण, स्वदेश आणि स्वराज्य यांवरून या अधिवेशनात दोन्ही गटांमध्ये अक्षरश: मारामारी झाली. सुरतच्या अधिवेशनानंतर स्वातंत्र्य चळवळ बरीच मंदावली. काँग्रेस पक्षावर मवाळांचे नियंत्रण होते. जहालदेखील विस्कळीत झाले होते. अरविंद घोषांनी राजकारण सोडले. पाँडिचेरी येथे त्यांनी आश्रम काढला. टिळकांना सहा वर्षांची जेल झाली. 'सरकारचे डोके ठिकाणावर आहे का?' या अग्रलेखाबद्दल त्यांच्यावर खटला भरण्यात आला होता. सहा वर्षांची शिक्षा त्यांना ठोठावण्यात आली होती. १९१४मध्ये जेलमधून ते परत आले. जननायक म्हणून लोकांनी जल्लोष केला. देशाचे नेतृत्व त्यांच्याकडे चालून आले. १९१४मध्ये त्यांची जेलमधून सुटका झाली होती.

टिळकांचा काँग्रेसमध्ये पुनर्प्रवेश झाला. लोकांनी अतिशय उत्साहाने त्यांचे स्वागत केले. या घटनेबद्दल डॉ. रमेशचंद्र मजुमदार लिहितात,

"Tilak re-entered the Congress, not as repentant sinner, but as a conquering hero. He travelled from Bombay to Lakhnau with 200 followers, and received right royal ovation at the wayside stations. His entrance into the Congress pandal was greeted with wild outbursts of joy and enthusiasm. He came, he saw, and he conquered. Henceforth Tilak was the uncrowned king of Indian politics."[१७]

टिळकांच्या नेतृत्वाखाली स्वराज्याची चळवळ (Home Rule) जोमाने चालू लागली. श्रीमती ॲनी बेझंट या देशभक्त विदुषीची त्यांना साथ मिळाली. बेझंटबाईंचा राष्ट्रवाद अतिशय जहाल होता. स्वराज्य ही राष्ट्रवादाची युद्धघोषणाच होती. ॲनी बेझंट (Annie Bezant) या हिंदूधर्माच्या अभिमानी होत्या. 'स्वराज्य' (Home Rule) हा त्यांचा श्वास होता. भारतीय राष्ट्रवादाच्या त्या उपासक होत्या. त्या म्हणाल्या होत्या -

O India! O perfect Nation!
O India that shall be!
How long will thou take station?

बंगालच्या फाळणीनंतर स्वातंत्र्यलढा गतिमान झाला होता. पण भारतीय मुस्लीम, जे सर सय्यद अहमद खान यांच्या प्रभावाखाली आले होते, त्यांनी गतिरोधकाचे काम सुरू केले. बंगालच्या फाळणीला त्यांचा मूक पाठिंबाच होता. आणि इंग्रजांना ते हवेच होते. फाळणीनंतर लगेच त्यांनी मुस्लीम लीगची स्थापना (१९०६) केली. ही मुस्लीम लीग मुस्लीम राष्ट्रवादाची जननी ठरली. आमचे हितसंबंध वेगळे आहेत अशी भाषा त्यांनी सुरू केली. राष्ट्रीय काँग्रेस ही केवळ हिंदूंची संघटना आहे असा उघडउघड प्रचार त्यांनी सुरू केला. अलगतेच्या मार्गावर ते चालू लागले. मुस्लिमांसाठी वेगळ्या मतदार संघांची त्यांनी मागणी पुढे केली. १९१६मध्ये लोकमान्य टिळकांच्या अध्यक्षतेखाली लखनौ येथे झालेल्या अधिवेशनामध्ये त्यांची ही मागणी मान्य करण्यात आली होती. इच्छा नसतानाही लोकमान्य टिळकांना होकार द्यावा लागला होता. मुसलमानांनी मुस्लीम लीगच्या आधिपत्याखाली एक जबरदस्त दबाव गट तयार केला. पण पुढे चालून ते वेगळ्या आणि स्वतंत्र राज्याची मागणी करतील असे कुणालाच वाटले नव्हते.

॥ ७ ॥

स्वराज्याच्या चळवळीने (The Home - Rule Movement) उघडपणे स्वातंत्र्याची मागणी केली. मवाळ गटाची शक्ती कमी झाली होती. गोपाळ कृष्ण गोखले मृत्यू (१९१५) पावले होते. त्यांची जागा घेणारा नेता मवाळ गटामध्ये कोणी नव्हता. होमरूल चळवळ एवढी जबरदस्त आणि आक्रमक होती, की इंग्रज सरकार गांगरून गेले होते. टिळकांच्या नेतृत्वाखाली राष्ट्रीय काँग्रेसची व्यापकता वाढली होती. लोकमान्य टिळक हे तेल्या-

तांबोळ्यांचे नेते मानले जात होते. काँग्रेस ही क्लासेसची न राहता ती मासेसची झाली होती. म्हणून होमरूलची चळवळ ही आम जनतेची चळवळ (Mass Movement) झाली होती. टिळकांच्या नेतृत्वात झंझावात होता. दोन पायांवरचे हे वादळ हिंदुस्थानभर घुमू लागले होते. 'Ode to West Wind' या शेलीच्या कवितेचीच उपमा त्यांच्या वादळी नेतृत्वाला द्यावी लागेल. If winter comes, can spring be far behind? हा आशावादी संदेश त्या नेतृत्वामध्ये होता.

इंग्रज सरकारने १९१८मध्ये मॉंटेग्यू सुधारणा जाहीर केल्या. प्रतिनिधित्वाचे गाजर त्यांनी राष्ट्रीय काँग्रेसला दाखवले. मोर्ले सुधारणाही अशाच १९०७मध्ये त्यांनी पुढे केल्या होत्या. कारण बंगालच्या फाळणीनंतर देशाचा 'मूड' बदलला होता. तो झंझावात टिळकांच्या वादळी नेतृत्वाखाली निर्माण झाला होता. मॉंटेग्यू सुधारणांचे स्वागत मवाळ गटाने केले. पण त्याचा उपयोग झाला नाही. १९०७च्या मोर्ले सुधारणांचे असेच त्या गटाने स्वागत केले होते. त्यात त्यांना यशही आले होते. त्या वेळी गोपाळ कृष्ण गोखले यांच्या समर्थ नेतृत्वाखाली मवाळ गट काम करत होता. १९१८मध्ये मात्र त्यांना यश प्राप्त करता आले नाही. एवढ्या गतीने काळ पुढे चालला होता, की इंग्रज सरकार त्याला रोखू शकत नव्हते. घड्याळाचे काटे मागे कोण फिरवू शकणार? पण दुर्दैवाने टिळकांचा १९२०मध्ये मृत्यू झाला.

या सगळ्या घटनाक्रमावर भाष्ये करताना इतिहासकार डॉ. रमेशचंद्र मजुमदार यांनी म्हटले आहे -

> "Though the Extrimists had to leave the Congress in 1907, they gathered sufficient strength to force a come-back in 1916. But when the Moderates walked out of the Congress in 1918, they walked out of the history of India's struggle for freedom. Henceforth they lived only in their past glory. Nothing indicates more clearly the complete triumph of nationalism than the secession of the Moderates from the Congress. Tilak lived to see the day when the British Government promised Responsible Government in India, and took the first step to implement it. Of course the goal was yet far off, but it was no longer the question of whether but when it will be attained. It was at this juncture that Tilak, the great architect of Nationalist India, suddenly passed away in 1920. It was a bolt from the blue. India was stunned by

the news, and a nation was in tears. It seemed as if the new age had passed away with him."[१८]

लोकमान्य बाळ गंगाधर टिळक हे राष्ट्रवादी भारताचे (Nationalist India) शिल्पकार होते यात शंकाच नाही. त्यांचे जाणे हा भारतासाठी प्रचंड धक्का होता. तो एक युगान्त होता असे क्षणभर वाटले. पण त्यांचे अपूर्ण कार्य पूर्णत्वाला नेणारे नेतृत्व भारताला लाभले हे देशाचे भाग्यच आहे. अरविंद घोष आणि टिळकांचे युग संपले. पण लगेच गांधी आणि नेहरू यांचे युग सुरू झाले. राष्ट्रनिर्मिती ही अपूर्ण वाक्यासारखी असते. ते वाक्य पुढच्या पिढीने पूर्ण करायचे असते. ते पूर्ण करण्यासाठी नियतीने महात्मा गांधी यांच्या हाती लेखणी दिली. त्यांनी ते वाक्य पूर्ण केले. त्यापुढे पूर्णविराम न ठेवता त्यांनी उद्‌गारवाचक चिन्ह ठेवले. (!)

लोकमान्य टिळकांचे नेतृत्व हिमालयासारखे उत्तुंग होते. प्रचंड बुद्धिमत्तेच्या या नेत्याने देशासाठी आपल्या सर्वस्वाचा त्याग केला. स्वराज्य हा त्यांच्यासमोरचा ध्रुवतारा होता. त्यांना कसलाही वैयक्तिक स्वार्थ नव्हता. लोक आणि लोकशाही यांमध्ये त्यांचा दृढविश्वास होता. गीतेवर त्यांचा पिंड पोसला होता. ते महान कर्मयोगी होते. त्यांच्या देशभक्तीला तोडच नव्हती. थोर फ्रेंच तत्त्वज्ञ रोमेन रोलाँ (Romain Rolland) यांनी या नेत्याविषयी लिहिले आहे –

"Tilak, a born mathematician and master of action, believed in numbers. He was democratic instinctively. He was resolutely a politician, who left religious considerations aside. He claimed that politics were not for Sadhus (saints, pious men.) This austere scientist would have sacrificed truth to patriotism. And this scrupulously honest and upright man, whose personal life was one of spotless purity, did not hesitate to say that in politics everything is justified. It might be said that Tilak's conception of politics and that of dictators of Moscow have something in common."[१९]

'सरकारचे डोके ठिकाणावर आहे काय?' असा प्रश्न निधड्या छातीचाच मनुष्य सरकारला विचारू शकतो. टिळकांवर राजद्रोहाचा खटला भरण्यात आला. त्यांना शिक्षा झाली. पण ते विचलित झाले नाहीत. खरा कर्मयोगी हा स्थितप्रज्ञ असतो. लोकमान्य टिळक हे स्थितप्रज्ञ कर्मयोगी होते. भगवद्‌गीता हा त्यांच्या चिंतनाचा आणि कृतीचा विषय होता. गीता हा ग्रंथ त्यांचा प्रेरणास्रोत होता. देशाचे स्वातंत्र्य प्राप्त करणे हा त्यांचा

'स्वधर्म' बनला होता. देशाच्या स्वातंत्र्यासाठी ते निष्काम बुद्धीने लढले. निष्काम कर्म हीच गीतेची शिकवण आहे. कर्मयोगशास्त्र हा त्यांच्या मनन-चिंतनाचा विषय होता. प्रवृत्ती मार्ग स्वीकारून त्यांनी देशकार्य केले. राष्ट्र हेच त्यांचे कुरुक्षेत्र होते. राष्ट्रासाठी प्राणपणाने लढणे हाच त्यांनी स्वधर्म मानला. गीतेनेच त्यांचे सारथ्य केले. लढण्यासाठी तिने त्यांना प्रेरित केले.

जहालवाद्यांचा राष्ट्रवाद अतिशय प्रखर होता. तथापि, तो धर्मातीतच होता. धर्मभेदाच्या भावनेवर तो आधारलेला नव्हता. हे राष्ट्र हिंदूंचे आहे अशी भूमिका राष्ट्रसभेने कधीही घेतली नव्हती. या देशात वेगवेगळ्या धर्मांचे लोक राहतात. त्यात हिंदू आणि मुसलमान या दोन धर्मांचे लोक बहुसंख्य असले, तरी इतर धर्मांचे लोकही या देशात आहेत. हिंदू हे बहुसंख्याक असले, तरी हा देश केवळ हिंदूंचा आहे अशी भूमिका राष्ट्रीय काँग्रेसची कधीही नव्हती. त्याचबरोबर मुसलमानांनी शेकडो वर्षे येथे राज्य केल्यामुळे हा मुसलमानांचा देश आहे आणि त्यावर केवळ मुसलमानांचाच हक्क आहे असे मानणे हेदेखील चुकीचे आहे. आणि म्हणून भारताचे राष्ट्रीयत्व हे कोणत्याही धर्माच्या आधारावर उभे राहता कामा नये याची दक्षता राष्ट्रीय काँग्रेसच्या संस्थापकांनी घेतली होती. ती निष्ठा कधीही ढळू दिली गेली नाही.

आपण केवळ हिंदूंचे प्रतिनिधी आहोत असे राष्ट्रसभेच्या कोणत्याही नेत्याला वाटले नाही. खरे तर हिंदू धर्म आणि हिंदू परंपरेतूनच त्यांनी प्रेरणा घेतल्या होत्या. आणि ते स्वाभाविक होते. पण त्यांना हा देश केवळ हिंदूंचा आहे असे वाटले नाही.

॥ ८ ॥

टिळकांच्या मृत्यूनंतर गांधीपर्व सुरू झाले. त्याची परिणती स्वातंत्र्यप्राप्तीत झाली. टिळकांचा राष्ट्रवाद हा आक्रमक (Militant) होता. गांधींच्या राष्ट्रवादाचे अधिष्ठान सत्य आणि अहिंसा हे होते. गांधीजींनी गोपाळ कृष्ण गोखले यांना गुरू मानले होते. पण मवाळांचा मार्ग त्यांना मान्य नव्हता. टिळकांच्या नंतर स्वातंत्र्यलढ्याचे नेतृत्व त्यांच्याकडे चालून आले. टिळकांचे अपूर्ण कामच त्यांना पूर्ण करायचे होते, पण त्यांचा मार्ग वेगळा होता. सत्य आणि अहिंसा या तत्त्वांना त्यांनी सर्वोपरी मानले होते. जुलमी सत्तेच्या विरोधात सत्य आणि अहिंसेच्या लढ्याचा अनुभव त्यांनी दक्षिण आफ्रिकेत प्राप्त केला होता. त्यांनी आपल्या आत्मकथेला 'सत्याचे प्रयोग' हे नाव दिले आहे. दक्षिण आफ्रिकेत केलेला सत्याचा प्रयोग त्यांनी भारतात फार मोठ्या प्रमाणावर केला.

गांधीजींनी अनेक ठिकाणांहून प्रेरणा घेतल्या. टिळकांप्रमाणे भगवद्गीता हा गांधीजींचादेखील प्रेरणास्रोत होता. लोकमान्य टिळकांनी भगवद्गीतेला 'कर्मयोगशास्त्र'

म्हटले, तर गांधीजींनी 'अनासक्ती योग' म्हटले. टिळकांचा भर कर्मयोगावर होता तर गांधीजींचा भर अनासक्त योगावर होता. अपरिग्रह हे तत्त्व त्यांनी जीवापाड जपले. खरे तर दोघांचीही श्रद्धा निष्काम कर्मावर होती. दोघांचीही 'कर्मण्येवाधिकारस्ते मा फलेषु कदाचन' या तत्त्वावर सखोल श्रद्धा होती. सत्य आणि अहिंसा हेच गीतेचे सार आहे, अशी गांधीजींची निष्ठा होती.

बहिष्कार, असहकार, स्वदेशी, राष्ट्रीय शिक्षण आणि स्वराज्य ह्या संकल्पना बंगालच्या फाळणीनंतर निर्माण झाल्या होत्या. गांधीजींनी त्या अधिक बळकट केल्या. आधी समाज सुधारणा की राजकीय सुधारणा हा प्रश्न गांधीजींच्या समोर नव्हता. त्यांना ह्या दोन्हीही सुधारणा एकाच वेळी हव्या होत्या. आणि म्हणून त्यांच्या चळवळीला विशाल स्वरूप प्राप्त झाले. त्यांच्या नेतृत्वाखाली समाजाचे सर्व घटक आले. बहुजन समाज हा काँग्रेसपासून फटकून होता. स्त्रिया स्वातंत्र्य चळवळीत उतरल्या नव्हत्या. या सर्व घटकांनी गांधींचे नेतृत्व स्वीकारले. अस्पृश्यता निर्मूलनाचा प्रश्न त्यांनी हाती घेतला. स्त्रियांना त्यांनी बरोबरीचे स्थान दिले. प्रयत्न करूनही अस्पृश्यांचा प्रश्न काँग्रेसच्या विषयपत्रिकेवर येत नव्हता. काँग्रेसच्या व्यासपीठावर या प्रश्नाची चर्चादेखील होत नव्हती. गांधीजींच्या नेतृत्वाखाली हा प्रश्न ऐरणीवर आला. समाजजीवनाचे असे एकही क्षेत्र, एकही अंग नव्हते, की ज्याला त्यांनी स्पर्श केला नाही. म्हणूनच लोक त्यांना महात्मा म्हणू लागले.

त्यांच्या ध्येयवादाला भौगोलिक सीमाच नव्हत्या. 'आ नो भ्रदाः क्रतवो यन्तु विश्वतः' (उच्च विचार प्रत्येक दिशेतून आमच्यापर्यंत येऊ देत) हीच त्यांची प्रार्थना होती. राजकारण त्यांनी आध्यात्मिक पातळीवर आणले. साध्य-साधन शुचिता त्यांनी सार्वजनिक जीवनात सचोटीने पाळली. आपले साध्यही श्रेष्ठ हवे आणि त्यासाठी पवित्र साधनाचाच उपयोग करायला हवा, हा विचार राजकारणात पहिल्यांदाच महात्मा गांधींनी आणला. राजकारणात 'by hook or crook' या मार्गाचाच उपयोग केला जातो. लोक आपल्या व्यवहारातही त्याच मार्गाचा उपयोग करतात. सत्य आणि अहिंसेच्या या उपासकाला हा मार्ग अजिबात मान्य नव्हता.

गांधीजींनी सत्य, अहिंसा, प्रेम, सहिष्णुता, बंधुभाव या मूल्यांचा राजकारणात आविष्कार केला. स्वातंत्र्यलढ्यात या मूल्यांचे त्यांनी परिष्करण केले. गांधीजींचे हे फार मोठे योगदान आहे. जॉन रस्किन, टॉलस्टॉय आणि थोरो यांच्या विचारांचाही त्यांच्यावर सखोल प्रभाव होता. थोरोच्या 'Civil Disobedience' या निबंधातून त्यांना सत्याग्रहाची कल्पना सुचली. सर्वोदयाची कल्पना त्यांना रस्किनच्या *Unto This Last* या पुस्तकातून सुचली. टॉलस्टॉयच्या 'The Kingdom of God is Within You' या पुस्तकाने त्यांचे आध्यात्मिक जीवन अतिशय समृद्ध केले. दक्षिण आफ्रिकेतून ते

१९१५मध्ये भारतात परत आले.

गांधीजींनी सर्वच क्षेत्रांना नैतिक मूल्यांचे अधिष्ठान दिले. नैतिक मूल्यांची प्रतारणा म्हणजे ते पाप मानत. तत्त्वहीन राजकारण, श्रमहीन संपत्ती, विवेकहीन आनंद, चारित्र्यहीन ज्ञान, नैतिकताहीन व्यापार, मानवताहीन विज्ञान आणि त्यागहीन पूजा ही सात सामाजिक पापे आहेत अशी त्यांची धारणा होती. चारित्र्य, त्याग, सदसद्विवेकबुद्धी, नैतिकता आणि मानवता या मूल्यांवर त्यांचा भर होता. त्यांच्या राजकारणात त्यांनी या मूल्यांचा सतत आग्रह धरला.

आरंभी त्यांनी वर्णव्यवस्थेचे समर्थन केले होते. श्रमविभाजनासाठी ही व्यवस्था आवश्यक आहे अशी त्यांची समजूत होती. पण ही गल्लत त्यांच्या लक्षात आली. वर्ण आणि जाती यांत आरंभी ते फरक करत होते. पण जातिव्यवस्था ही वर्णव्यवस्थेतूनच निर्माण झाली आहे हे त्यांच्या लक्षात आले. जातिव्यवस्था मोडली पाहिजे असा शेवटी त्यांनी आग्रह धरला.

काँग्रेसची धुरा गांधीजींच्या हाती आल्यानंतर त्यांनी तीन गोष्टींवर प्रामुख्याने भर दिला : चरखा, अहिंसा आणि हिंदू-मुस्लीम ऐक्य. सूतकताईतून रोजीरोटीचा प्रश्न सुटू शकेल म्हणून लोकांना चरखा हाती घेण्यास त्यांनी सांगितले. चरखा हे स्वातंत्र्याचे प्रतीक बनले. त्यातून त्यांनी स्वदेशीचा संदेश दिला. ते खादी वापरू लागले. खादी हा लोकांचा उद्योग बनला. 'चरखा चला चला के लेंगे स्वराज्य लेंगे' हे गीत सर्वतोमुखी झाले.

सत्य आणि अहिंसा हे गांधीजींचे ब्रह्मास्त्र होते. त्यांनी कुणालाही शत्रू मानले नाही. इंग्रजांनादेखील नाही. त्यांच्या अन्यायाचा त्यांनी प्रतिकार केला. पण त्यांचा त्यांनी द्वेष केला नाही. त्यांनी १९२०मध्ये स्वातंत्र्यलढ्याची सूत्रे हाती येताच इंग्रज सरकारविरुद्ध असहकार पुकारला. आपल्या मागण्या मान्य करून घेण्यासाठी लोकांना त्यांनी संघटित केले. 'असहकारशास्त्र' त्यांनी लोकांना समजावून सांगितले. असहकार चळवळीने देशात अभूतपूर्व परिस्थिती निर्माण केली. त्यांनी पुकारलेल्या असहकार चळवळीचे स्वरूप सर्वंकष होते. शाळा-महाविद्यालये बंद पडली. कोर्टकचेऱ्या बंद झाल्या. प्रशासन ठप्प झाले. लोकांनी आपल्या पदव्या शासनाला परत केल्या. परकीय मालाची ठिकठिकाणी होळी होऊ लागली. परिणामतः शासन लुळेपांगळे झाले. माँटेग्यू-सुधारणा कायद्याखालील कायदेमंडळाच्या निवडणुका झाल्या. त्यावर लोकांनी बहिष्कार टाकला. सत्याग्रह हे शस्त्र काय करू शकते याचा प्रत्यय इंग्रज सरकारला आला.

हिंदू आणि मुसलमान यांच्या ऐक्याशिवाय स्वातंत्र्य मिळवणे केवळ अशक्य होते. या दोन्ही समाजांतील अंतर वाढत चाललले होते. इंग्रजांना तेच हवे होते. मुस्लीम लीगची भूमिका अलगतावादी होती. हिंदू आणि मुस्लिमांचे दंगे ही नित्याची बाब बनत चालली होती. मुस्लीम राष्ट्रवाद हा उग्र आणि आक्रमक बनत चालला होता. सर सय्यद अहमद

खान यांनी अलगतावादाची बीजे मुस्लिमांच्या मनात पेरून ठेवली होती. त्यांना अंकुर फुटत चालले होते. इंग्रज त्याला खतपाणी घालत होते. एकोणिसाव्या शतकाच्या शेवटी मुस्लीम राष्ट्रवादाला चांगलेच स्वरूप प्राप्त झाले होते. त्याला धुमारे फुटले. बंगालच्या फाळणीनंतर तो फोफावला होता. मुस्लीम समुदाय इंग्रजांना साथ देत होता. आपले हितसंबंध इंग्रजांच्या हातातच सुरक्षित आहेत असे त्याला वाटत होते.

जे मुस्लीम नेते काँग्रेसमध्ये होते त्यांच्या मनामध्येदेखील दुजाभाव निर्माण झाला होता. १८९६च्या काँग्रेस अधिवेशनाचे अध्यक्ष रहिमतुल्ला सयानी नावाचे एक प्रतिष्ठित मुस्लीम नेते होते. त्यांना सर सय्यद अहमद खान यांच्या एका मित्राने असा सल्ला दिला होता की, विधान परिषदा, जिल्हा बोर्डे, नगरपालिका यांमध्ये मुसलमानांना ५०% जागा राखून ठेवण्याचा ठराव पास करून घ्यावा. रहमतुल्ला सयानीने हा सल्ला मान्य केला नाही.[२०]

सर सय्यद अहमद खान यांच्यानंतर त्यांचे अपूर्ण कार्य पुढे चालू ठेवण्याचा प्रयत्न आगाखान, मोहसिन-उल-मुल्ला यांसारखे मुस्लीम नेते करत होते. अलिगढ चळवळीने चांगलाच आकार घेतला होता. १९०६मध्ये आगाखान यांनी लिहिले :

> "We had come to the conclusion, that our only hope lay along the lines of independent organisation and action and that we must secure independent political recognition from the British Government as a nation within a nation."[२१]

नुकत्याच अस्तित्वात आलेल्या मुस्लीम लीगला महत्त्व प्राप्त झाले. लॉर्ड मिंटो यांनी मुस्लीम समुदाय हा स्वायत्त समुदाय आहे आणि त्याचे हितसंबंध वेगळे आहेत हे मान्य केले. काँग्रेस आणि मुस्लीम लीग यांचे हितसंबंध वेगवेगळे आहेत हे दाखवण्याचा प्रयत्न सुरू झाला. 'मुस्लीम राष्ट्र हे राष्ट्रामधले राष्ट्र (a nation within a nation) आहे' हे दाखवण्याचा हा प्रयत्न होता. पुढे १९१६मध्ये लखनौ काँग्रेस अधिवेशनामध्ये वेगळे मतदारसंघ मुस्लीम नेत्यांनी पदरात पाडून घेतले होते.

पहिल्या जागतिक युद्धाच्या शेवटी पॅन-इस्लामिक चळवळीला गती प्राप्त झाली होती. पहिल्या महायुद्धातून खिलाफत प्रकरण निर्माण झाले. पहिल्या महायुद्धात तुर्कस्थान जर्मनीच्या बाजूने ब्रिटिश साम्राज्याविरुद्ध लढले. तुर्कस्थान साम्राज्याची सत्ता खलिफाच्या हाती होती. खलिफाच्या हातात केवळ राजसत्ताच नव्हती, तर धर्मसत्ताही होती; पण महायुद्धानंतर ब्रिटिश आणि फ्रेंच मुत्सद्द्यांनी तुर्कस्थानचे साम्राज्य नष्ट केले. हा भारतीय मुसलमानांसाठी फार मोठा धक्का होता. म्हणून ते ब्रिटिश सरकारविरुद्ध बिथरले. मुसलमानांच्या भावना दुखावल्या गेल्या. त्यांच्या आंदोलनाला गांधीजींनी साथ

दिली. या निमित्ताने हिंदू आणि मुस्लीम यांचे ऐक्य निर्माण होईल हा त्यांचा हेतू होता. राष्ट्रसभेने गांधीजींच्या निर्णयावर शिक्कामोर्तब केले. पण हे वरवरचे ऐक्य होते.

हिंदू आणि मुस्लीम यांचे मूलभूत मतभेद गांधीजीच्या लक्षातच आले नाहीत. स्वराज्यापेक्षा (Home Rule) खिलाफतीला त्यांनी महत्त्व दिले. यावर भाष्य करताना डॉ. आर. सी. मजुमदार यांनी लिहिले आहे,

> "Gandhi failed to realize that the pan-Islamic movement in India, which he chose to lead, cut at the very root of Indian nationality. By his own admission that the Khilafat question was a vital one for Indian Muslims, even more vital than Home Rule for India. Gandhi himself put a seal of approval to the oft-repeated claim of Indian Muslims that they formed a separate nation, that they were in India but not of India."[२२]

गांधीजींच्या अहिंसात्मक लढ्याला वेगवेगळे आयाम मिळत गेले. राजकीय, सामाजिक आणि आर्थिक प्रश्नांसाठी त्यांचा लढा होता. अस्पृश्यतेच्या प्रश्नाचे गांभीर्य त्यांनी लोकांच्या लक्षात आणून दिले होते. 'हरिजन'मध्ये त्यांचे लेख प्रसिद्ध होत होते. खरा भारत हा खेड्यात आहे अशी त्यांची धारणा असल्यामुळे ग्रामस्वराज्याची संकल्पना त्यांनी मांडली होती. 'खेड्याकडे चला' अशी घोषणाच त्यांनी दिली होती.

॥ ९ ॥

१९३०मध्ये मीठ सत्याग्रहाने सर्व जगाचे लक्ष आपल्याकडे वेधून घेतले होते. १९३०, १९३१ आणि १९३२ या वर्षी लंडनमध्ये गोलमेज परिषदा ब्रिटिश शासनाने सलगपणे आयोजित केल्या होत्या. त्यात भारताचे प्रतिनिधित्व गांधीजींनी हिरिरीने केले. दुसऱ्या गोलमेज परिषदेमध्ये (१९३१) डॉ. बाबासाहेब आंबेडकरांनी अस्पृश्य वर्गासाठी वेगळ्या मतदरसंघाची मागणी केली आणि तिला इंग्रज सरकारने सक्रिय प्रतिसाद दिला. अस्पृश्य वर्गासाठी स्वतंत्र मतदारसंघाची इंग्रज सरकारने शिफारस केली त्या वेळी गांधी पुणे येथे येरवडा जेलमध्ये होते. ब्रिटिशांच्या या निर्णयाविरुद्ध त्यांनी आमरण उपोषण सुरू केले. हिंदू समाजामध्ये फूट पाडण्याचा हा प्रयत्न आहे असे त्यांना वाटले.

मुस्लिमांना वेगळे मतदारसंघ आधीच देण्यात आले होते. १९१६मध्येच त्यांची ही मागणी काँग्रेसच्या लखनौ अधिवेशनामध्ये मान्य करण्यात आली होती. त्या वेळी काँग्रेसचे नेतृत्व लोकमान्य टिळकांच्या हाती होते. गांधीजी त्या वेळी स्वातंत्र्यलढ्यात

सक्रिय नव्हते. स्वतंत्र मतदारसंघ वेगवेगळ्या समुदायांना दिले तर देश विभागला जाईल असे त्यांना वाटत होते. म्हणून त्यांचा अस्पृश्यांना स्वतंत्र मतदार संघ देण्यास विरोध होता. पण या संदर्भात डॉ. आंबेडकरांची भूमिका अशी होती की, अस्पृश्य समाज हा हिंदू समाजाचा अविभाज्य भाग नाही. हिंदू धर्मामध्ये त्यांना कसलेही स्थान नाही. उलट हिंदू धर्माने त्यांच्यावर अस्पृश्यता लादून त्यांचे सतत शोषण केले आहे. आपली ही भूमिका इंग्रज शासनाला पटवण्यामध्ये ते यशस्वी ठरले होते. हे दोन्ही नेते आपापल्या भूमिकांवर ठाम होते. दोघांच्याही भूमिका पटण्याजोगी होत्या. खरे तर त्यांच्या भूमिकांकडे अनेकांतवादी सिद्धान्ताच्या दृष्टिकोनातून पाहिले पाहिजे. गांधीजींचे प्राण वाचवण्यासाठी डॉ. आंबेडकरांनी आपला आग्रह परत घेतला. त्यातूनच पुणे करार झाला.

१९३५चा हिंदुस्थान कायदा (The Government of India Act 1955) हा महत्त्वाचा होता. इंग्रजांनी भारताला प्रतिनिधित्व दिले. त्यानुसार १९३७मध्ये निवडणुका झाल्या. सर्व प्रांतांत काँग्रेसला भरघोस बहुमत मिळाले. मुस्लीम लीग ही निष्प्रभ ठरली. पं. जवाहरलाल नेहरू हे पंतप्रधान बनले. स्वातंत्र्यलढ्याला गती मिळाली. हे जबाबदार सरकार होते.

मुस्लीम लीग ही अधिक आक्रमक बनली. १९४०मध्ये तर तिने स्वतंत्र राष्ट्राची, अर्थात पाकिस्तानची मागणीच केली. It was a bolt from the blue. मुस्लीम राष्ट्रवाद आक्रमक बनला. त्यांची प्रतिक्रिया म्हणून हिंदू राष्ट्रवाद हा लोकांची मने आपल्याकडे वळवून घेण्याचा प्रयत्न करत होता. हिंदू महासभा, राष्ट्रीय स्वयंसेवक संघ या हिंदू संघटना सक्रिय झाल्या होत्या. पण काँग्रेसच्या प्रभावापुढे त्या निष्प्रभ ठरत होत्या. काँग्रेसचा राष्ट्रवाद हा धर्मनिरपेक्ष होता. पं. नेहरू यांच्या रूपाने धर्मनिरपेक्ष राष्ट्रवादाला आवाज प्राप्त झाला होता. खरे तर पं. जवाहरलाल नेहरू हा गांधीजींचाच राष्ट्रीय चेहरा होता.

गांधीजी हे धार्मिक परिभाषेत बोलत असले, तरी त्यांच्या बोलण्याचा आशय हा धर्मनिरपेक्ष होता. त्यांची भाषा ही नेहरूजींना चांगल्या प्रकारे समजत होती. गांधीजींना हिंदू धर्म आणि संस्कृतीचा कितीही अभिमान असला, तरी ते सर्वधर्मसमभावाचेच पुरस्कर्ते होते. त्यांच्या प्रार्थना सभांमध्ये सर्वधर्मीय प्रार्थनाच होत होत्या. विनोबांना त्यांनी आपला आध्यात्मिक चेहरा आणि नेहरूजींना आपला राजकीय चेहरा मानले होते. सर्वच धर्मातील उदात्त तत्त्वे त्यांनी आत्मसात केली होती. म्हणून ते म्हणत असत, 'मी हिंदूही आहे, मुस्लीमही आहे, शिखही आहे, जैनही आहे, बौद्धही आहे आणि ख्रिश्चनही आहे.' अशा नेत्याचा राष्ट्रवाद हा धर्मनिरपेक्षच असणार.

गांधीजींच्या नेतृत्वाखाली अनेकांचे नेतृत्व फुलले होते. पं. जवाहरलाल नेहरू, सरदार वल्लभभाई पटेल, मौलाना अबुल कलाम आझाद, आचार्य कृपलानी, जयप्रकाश नारायण आदी हे सर्व नेते गांधीजींच्या सावलीत स्वयंप्रकाशित झाले होते.

एका अमेरिकन पत्रकाराने असा प्रश्न विचारला होता की, 'गांधीजींचे एकट्याचेच नाव का घेतले जाते. नेहरूंचे का घेतले जात नाही?' डी. एफ. कराका या भारतीय पत्रकाराने त्वरित या प्रश्नाचे उत्तर दिले. ते म्हणाले, 'Who is Nehru? Nehru is an individual. Gandhiji is nation.'[२३]

गांधीजी हे खरोखरच 'राष्ट्र' होते. म्हणूनच लोकांनी त्यांना 'राष्ट्रपिता' ही उपाधी दिली. गांधीजींचा शब्द हाच भारताचा शब्द मानला जात होता. त्यांच्या हातात शांततेची तलवार होती (Sword of Peace). 'छोडो भारत' या आंदोलनात त्यांचे हे आक्रमक रूप सगळ्या जगाने पाहिले. 'छोडो भारत' या आंदोलनाने देशाचे स्वातंत्र्य दृष्टिपथात आणले.

८ ऑगस्ट १९४२ रोजी मुंबईमध्ये केलेले गांधीजींचे भाषण हे स्वतंत्र भारताचा 'उपोद्घात' (Prologue) आहे असे मानले पाहिजे. 'आजपासून स्वतंत्र भारताचे नागरिक म्हणून वागा' असे आवाहन त्यांनी केले. 'करा अथवा मरा' (Do or Die) हा संदेश त्यांनी देशाला दिला. ९ ऑगस्टच्या पहाटे पहाटे त्यांना आणि काँग्रेस वर्किंग कमिटीच्या सर्व सदस्यांना अटक करण्यात आली. त्यांच्या ह्या अटकेमुळे देश खडबडून जागा झाला. स्वातंत्र्यलढ्याच्या ज्वाला देशभर पसरल्या.

गांधीजींनी सत्याग्रहाचेही निरनिराळे प्रयोग केले. १९४०मध्ये त्यांनी वैयक्तिक सत्याग्रहाचा प्रयोग केला होता. विनोबा हे या सत्याग्रहाचे पहिले सैनिक होते. जवळपास २०,००० व्यक्तींनी या सत्याग्रहात भाग घेतला होता. प्राणांतिक उपोषण हे तर त्यांचे ब्रह्मास्त्रच होते.

गांधीजी हे पाश्चात्त्य संस्कृतीच्या विरुद्ध होते. वसाहतवाद, साम्राज्यवाद, कुरूप चेहऱ्याचा भौतिकवाद ह्या गोष्टींना पाश्चात्त्य संस्कृतीनेच जन्म दिला आहे अशी त्यांची धारणा होती. त्यातल्या चांगल्या गोष्टी त्यांना मान्यच होत्या. भारतीय संस्कृतीमध्ये शाश्वत मूल्ये आहेत आणि ती टिकवली पाहिजेत यासाठी ते आग्रही होते. एकदा असहकार आंदोलनाविरुद्ध रवींद्रनाथ टागोरांनी रोष व्यक्त केला होता. गांधीजींनी त्यांना दिलेले उत्तर मोठे मार्मिक होते. ते असे –

> I do not want my house to be walled in on all sides and my windows to be stuffed. I want the culture of all lands to be blown about my house as freely as possible... But I refuse to be blown off my feet by any of them... Mine is not a religion of the prison-house. It has room for the least among God's creations. But it is proof against insolent pride of race, religion or colour.[२४]

संकुचित राष्ट्रवादाचा गांधीजींनी कधीही पुरस्कार केला नाही. त्याला त्यांनी मानवतेचे व्यापकस्वरूप दिले होते. सगळ्याच संस्कृतींची हवा त्यांच्या घराभोवती फिरत होती. आपल्या घराच्या खिडक्या त्यांनी उघड्या ठेवल्या होत्या. घर वादळाने उडून जाऊ नये एवढीच त्यांनी दक्षता घेतली होती.

गांधीजींना भारताच्या परंपरांचा रास्त अभिमान होता. प्रत्येक राष्ट्राने स्वत:च्या संसाधनांवरच आपला विकास केला पाहिजे. आपल्या परंपरांमध्ये त्याने आपल्या प्रेरणा आणि अस्मिता शोधली पाहिजे. ते या संदर्भात म्हणतात :

> We should avoid being intimate with those whose social customs are different from ours. We should not mingle in the lives of men or peoples whose ideals are different from ours. Every man is a brook. Every nation is a river. They must follow their course, clear and pure, till they reach the Sea of Salvation, where all will blend.[२५]

गांधीजींच्या या म्हणण्यावर भाष्य करताना रोमेन रोलाँ प्रश्न उपस्थित करतात : "What is this but the triumph of nationalism? The narrowest and most unpolluted?"[२६] राष्ट्रवादाचा प्रवास विशाल आणि विशुद्ध करण्याचा त्यांचा प्रयत्न होता. This was the Gospel of his nationalism.

॥ १० ॥

शेवटी महात्मा गांधींच्या नेतृत्वाखालील स्वातंत्र्यलढ्याची परिणती स्वातंत्र्यप्राप्तीत झाली. पण दुर्दैवाने देशाचे विभाजन झाले. ते कोणीही रोखू शकले नाही. प्रचंड रक्तपात झाला. प्राणहानी झाली. हर्ष आणि खेद अशा मनोअवस्थेत देशाने स्वातंत्र्याचे स्वागत केले. त्या वेळी महात्मा गांधी नोवाखलीमध्ये हिंदू-मुस्लिमांच्या भीषण दंग्यांची आग विझवीत होते. राष्ट्राच्या अखंडतेसाठी त्यांना हिंदू-मुस्लिमांचे ऐक्य हवे होते. पण त्यांचा प्रयत्न मुस्लिमांनी हाणून पाडला. जिनांचा द्विराष्ट्र सिद्धान्त पाशवी पद्धतीने यशस्वी झाला. दुसऱ्या महाभारताचा शेवट हा अशा प्रकारे झाला.

पण गांधीजींचे हे अपयश भारतासहित सगळ्या जगाला अंतर्मुख होऊन मानवतेच्या भवितव्याचा विचार करायला लावणारे होते. भारताच्या स्वातंत्र्यलढ्याने दोन गोष्टी साध्य केल्या. त्याने आमच्या हातात सत्याग्रही क्रांतिशास्त्र दिले; आणि या समुद्रमंथनातून भारतीय संस्कृतीचे अमृत-तत्त्व बाहेर पडले. आचार्य जावडेकरांनी त्यावर आपल्या

आधुनिक भारत या ग्रंथामध्ये आपले सखोल चिंतन व्यक्त केले आहे. या ग्रंथातली शेवटची दोन प्रकरणे वाचलीच पाहिजेत असा माझा आग्रह आहे.

महात्मा गांधींनी स्वातंत्र्यासाठी सत्याग्रहाचे शस्त्र वापरले. त्यातून त्यांनी सत्याग्रही क्रांतिशास्त्र निर्माण केले. त्याविषयी आचार्य जावडेकर लिहितात :

> सत्याग्रह हे एक राष्ट्रीय क्रांतिशास्त्र आहे, त्याचप्रमाणे ते सर्वांगीण क्रांतिशास्त्र आणि समाजसंघटनाशास्त्र अगर समाजधारणाशास्त्रही आहे. भारतीय संस्कृतीचे ते एक परिपक्व फळ आहे. हिंदुस्थान आजपर्यंत एका राष्ट्रीय क्रांतीच्या कार्यात मग्न झालेला होता. या क्रांतीचे तात्कालिक ध्येय राष्ट्रीय स्वातंत्र्य आणि लोकशाही यांची प्रस्थापना हे होते. हिंदुस्थानात राष्ट्रीय स्वातंत्र्याचा लढा महात्मा गांधी त्याचे नेतृत्व करू लागण्यापूर्वी सुरू झालेला होता. हिंदुस्थान हे एक परतंत्र राष्ट्र आहे आणि त्याने स्वातंत्र्याची प्राप्ती करून घेतल्याखेरीज त्याच्या जीवनाचा आणि संस्कृतीचा प्रश्न सुटू शकत नाही, तसेच हे स्वातंत्र्य त्यास प्रागतिकांच्या सनदशीर साधनांनी प्राप्त होऊ शकत नाही म्हणून त्यास क्रांतीच्या साधनाचा अवलंब करणे आवश्यक आहे, हे सिद्धान्त हिंदुस्थानच्या मनावर महात्मा गांधी हिंदुस्थानात येण्यापूर्वी आणि राष्ट्रसभेची सूत्रे त्यांच्या हाती जाण्यापूर्वीच ठसू लागले होते.[२७]

या क्रांतिशास्त्राचा गांधीजींनी उपयोग केला आणि त्याचा विकासही केला. या क्रांतिशास्त्रात भारताचे राष्ट्रीय तत्त्वज्ञान दडलेले आहे. सत्य, अहिंसा, न्याय, बंधुभाव, असहकार, स्वदेशी, त्याग, सेवा, अपरिग्रह इ. तत्त्वांवर हे क्रांतिशास्त्र उभे आहे. प्रखर सत्यनिष्ठा हे त्याचे अधिष्ठान आहे. मध्ययुगीन संतांची शिकवण त्यामागे आहे. १९२१मध्ये *यंग इंडिया*मध्ये महात्मा गांधींनी 'Neither a Saint nor a Politician' या नावाचा लेख लिहिला होता. त्यात ते म्हणतात,

> 'राजकारणाला धर्माचे अधिष्ठान देण्याचा प्रयोग मी माझ्या आणि माझ्या मित्रांच्या प्रयत्नाने करत आहे. धर्म या शब्दाने मी काय समजतो ते मला विशद करू द्या. इतर सर्व धर्मांहून हिंदू धर्म हा मला अत्यंत प्रिय आहे हे निश्चित. तथापि हा तो धर्म नव्हे. हा धर्म हिंदू धर्माहूनही श्रेष्ठ आहे. या धर्मवृत्तीमुळे मनुष्याचा स्वभावच पालटतो. त्याच्या अंतःकरणातील सत्याशी कधीही न सुटणारी अशी त्याची गाठ बांधली जाते आणि या वृत्तीमुळे त्याची एकसारखी अंतःशुद्धी होत राहते. मानवस्वभावातील ही एक नित्यवृत्ती आहे. ती जागृत झाली असता तिला व्यक्त करण्यासाठी आपणास कितीही क्लेश पडले, तरी मनुष्य त्याची फिकीर

करत नाही. त्याचा आत्मा या वृत्तीमुळे अगदी बेचैन होतो; आणि परमात्म्याचे ज्ञान होऊन, त्याचा आणि आपला सत्यसंबंध प्रतीत होईपर्यंत या वृत्तीचे समाधान होत नाही.'[२८]

महात्मा गांधींनी आपल्या राजकारणाला अत्युच्च अशा आध्यात्मिक तत्त्वाचे अधिष्ठान दिले. त्या तत्त्वालाच आपण धर्म मानतो. या तत्त्वावरच त्यांचा राष्ट्रधर्म अर्थात राष्ट्रवाद उभा होता. राष्ट्रवाद या शब्दाऐवजी 'राष्ट्रधर्म' हा शब्दच येथे योग्य ठरेल.

सत्याग्रह हे केवळ राजकीय क्रांतीचे शास्त्र नसून ते एक सर्वांगीण क्रांतीचे शास्त्र आहे. गांधीजींनी या शास्त्राचाच उपयोग दक्षिण आफ्रिकेमध्ये केला आणि भारतामध्येही. भारतीय राष्ट्रवाद हा आध्यात्मिक तत्त्वज्ञानातून निर्माण झालेला आहे. सत्तेच्या राजकारणातून तो निर्माण झालेला नाही. त्याचाच वापर स्वातंत्र्यलढ्यात गांधीजींनी केला. जर्मनी, इटली, फ्रान्स, इंग्लड आदी पाश्चिमात्य देशातला राष्ट्रवाद हा राजकीय विचारसरणीतून (Political Ideology) निर्माण झालेला आहे, हा फरक लक्षात घ्यायला हवा. भारतीय राष्ट्रवाद हा राजकीय, सामाजिक, आर्थिक आणि सांस्कृतिक समतेवर आधारलेला आहे. त्याचा उपयोग केवळ स्वराज्यासाठीच नव्हे, तर सुराज्यासाठीही होतो आणि झाला पाहिजे.

गांधीजींच्या नेतृत्वाखालीच भारताला स्वातंत्र्य मिळाले. हिंदू-मुस्लिमांचे ऐक्य न झाल्यामुळे देशाचे विभाजन झाले. हिंदू-मुस्लीम ऐक्यासाठी गांधीजींना हलाहल प्राशन करावे लागले. एका हिंदू माथेफिरूनेच त्यांची हत्या केली. सत्याग्रही क्रांतीतून अमृततत्त्व निष्पन्न झाले, याला इतिहास साक्ष आहे. भारतीय संस्कृतीचे ते मूलतत्त्व आहे. आदितत्त्वातून निर्माण झालेले हे अभिजात तत्त्व आहे. भारतीय स्वातंत्र्यलढ्याने दिलेले ते 'आत्मतत्त्व' आहे यात शंका नाही.

॥ ११ ॥

गांधीजींच्या नेतृत्वाखाली ज्या स्वातंत्र्यलढ्याची सांगता झाली, त्यात अनेक नेत्यांचे योगदान आहे. त्यात पं. जवाहरलाल नेहरू यांचे योगदान तर असाधारण आहे. गांधीजींनी नेहरूंना आपला राजकीय वारस मानले होते. गांधीजींच्या खालोखाल नेहरूजींचेच नाव घेतले जाते. गांधीजींचा प्रत्येक विचार त्यांना मान्य होता असे नाही. गांधीजी अध्यात्मवादी होते. नेहरूजी पूर्णपणे विज्ञानवादी होते. गांधीजींना पाश्चात्त्य संस्कृतीचा भौतिकवाद मान्य नव्हता. नेहरूजींचे व्यक्तिमत्त्व ही पाश्चात्त्य संस्कृतीची निर्मिती होती. त्यांनी पाश्चात्त्यांची प्रत्येक गोष्ट स्वीकारली होती असेही म्हणता येत नाही. पण त्यांचा पिंड

हा पूर्णत: पाश्चात्त्य शिक्षणावर परिपुष्ट झाला होता. रणनीती अथवा धोरण म्हणून त्यांनी गांधीजींची अहिंसा स्वीकारली होती. गांधीजींचे सगळे जीवनतत्त्वज्ञानच सत्य आणि अहिंसा यांवर आधारलेले होते. तो त्यांचा धर्म होता. पं. नेहरू प्रत्येक गोष्टीकडे वैज्ञानिक दृष्टिकोनातून पाहत होते.

गांधीजींची नैतिक शक्तीच (Moral Power) एवढी जबरदस्त होती, की नेहरूजींनी गांधीजींचे नेतृत्व मनापासून स्वीकारले होते. गांधीजींच्या हातात देशाची नौका सुरक्षित होती. कितीही मोठे तुफान असो, त्यातून नौका बाहेर कशी काढावी याचे पूर्ण ज्ञान आणि कौशल्य गांधीजींच्या जवळ होते.

पं. जवाहरलाल नेहरूंच्या कर्तृत्वावर गांधीजींचाही पूर्ण विश्वास होता. गांधीजींची भाषा नेहरूजीच समजू शकत होते. गांधीजींच्या भाषेतल्या अर्थछटा (Nuances) तेच चांगल्या प्रकारे समजू शकत होते. नेहरूंच्या माध्यमातून पाश्चिमात्य मुत्सद्दी गांधीजींना समजू शकले. हा नेता गांधीजींचा पाश्चात्त्य चेहरा होता.

स्वतंत्र भारताची धोरणे काय असतील याचा 'ब्लूप्रिंट' नेहरूंनी स्वातंत्र्यलढ्याच्या काळातच तयार केला होता. नेहरूंना औद्योगिक क्रांती हवी होती. त्यांना समाजवादी समाजरचना हवी होती. लोकशाहीचा आशय त्यांनी पूर्णत: आत्मसात केला होता. भारत खऱ्या अर्थाने लोकशाही राष्ट्र बनले पाहिजे यावर त्यांचा कटाक्ष होता. लोकशाही शासन म्हणजे लोकांचे, लोकांसाठी आणि लोकांनी चालवलेले शासन असते आणि असले पाहिजे, यावर त्यांची निष्ठा होती. भारत हे धर्मनिरपेक्ष समाजवादी प्रजासत्ताक असेल हे चित्र त्यांनी आधीच रेखाटले होते. एकाधिकारशाहीचा, वसाहतवादाचा, साम्राज्यशाहीचा आणि भांडवलशाहीचा तिटकारा त्यांना होता. फॅसिझम आणि नाझीझमचा त्यांनी उघडपणे विरोध केला. मुसोलीनी आणि हिटलर यांनी त्यांच्या देशांना भेटी देण्यासाठी निमंत्रण दिले असतानाही ते त्यांनी धुडकावले. ही घटना आहे १९३६ची. देशाचे परराष्ट्रधोरण पंतप्रधान झाल्यानंतर त्यांनी ठरवले नाही. स्वातंत्र्यलढ्याच्या काळातच त्यांनी ते ठरवले होते. नेहरूजी अतिशय संवेदनशील होते. खरे तर भारतीय मुत्सद्दी म्हणून त्यांची प्रतिमा स्वातंत्र्यलढ्याच्या काळातच तयार झाली होती. स्वतंत्र भारत हा संसदीय लोकशाही स्वीकारणार हे आधीच स्पष्ट झाले होते.

पं. जवाहरलाल नेहरूंच्या संवेदनशीलतेचे वर्णन डॉ. एन. जी. राजूरकरांनी शायर अमीर यांच्या शब्दातून केले आहे. त्यांचा शेर असा :[२१]

खंजर चले किसी पे, तडपते हैं हम अमीर,
सारे जहाँ का दर्द, हमारे जिगर में है।

भारताच्या स्वातंत्र्यलढ्यात पं. जवाहरलाल नेहरू हे गांधीजींचे उजवे हात होते.

गांधीजींचे ते प्रवक्ते होते. काँग्रेस पक्षाची धुरा त्यांनी समर्थपणे सांभाळली होती. त्यांच्या विचारांतून आणि कार्यातून धर्मनिरपेक्ष राष्ट्रवादाचाच आविष्कार झाला होता. जिनांच्या द्विराष्ट्र सिद्धान्ताचे वाभाडे काढण्यामध्ये त्यांचाच सर्वाधिक सहभाग होता. स्वतंत्र भारताचे संविधान कसे असेल हे १९३१मध्येच कराची अधिवेशनामध्ये ठरले होते. नेहरूजी या अधिवेशनाचे अध्यक्ष होते. या अधिवेशनाच्या एका ठरावाद्वारेच त्याची रूपरेषा स्पष्ट झाली होती. मूलभूत अधिकार त्यातच ठरले होते. भारत हे धर्मनिरपेक्ष राज्य असेल हेही स्पष्ट झाले होते.

नेहरूजींचा राष्ट्रवाद अजिबात संकुचित नव्हता. राष्ट्रवाद हा राष्ट्राला आवश्यक असतोच यात शंका नाही. राष्ट्रवाद नसेल तर मुळे नसलेल्या वृक्षासारखी आपली स्थिती होईल. वृक्ष उभा राहतो तो मुळांवरच. पण आज गरज आहे ती आंतरराष्ट्रवादाची असे त्यांचे म्हणणे होते. राष्ट्रवाद हा तसा प्रत्येक माणसाच्या हृदयात असतो. तो मुळासकट उपटून टाकता येत नाही. आणि तो उपटून का टाकावा?

आपल्या देशावर, आपल्या संस्कृतीवर, आपल्या पूर्वजांवर, आपल्या इतिहासावर माणसाचे प्रेम असतेच. खरे तर आपली ओळखच या गोष्टींवर पूर्णतः अवलंबून असते. आपली राष्ट्रीयता हीच आपली अस्मिता आणि ओळख असते; आणि आपला राष्ट्रवाद हाच आपला खरा स्वाभिमान असतो. आपल्या देशाच्या सार्वभौमत्वावर सगळ्यांचेच प्रेम असते. आपले अस्तित्वच मुळात आपल्या राष्ट्रावर अवलंबून असते. नेहरूजींच्या मनात भारताविषयी अगाध प्रेम होते. 'India was in my blood and there was much in her that instinctively thrilled me,' असे उद्गार त्यांनी काढले आहेत.[३०]

नेहरूजी समाजवादाचे स्वप्न पाहत होते. लखनौ येथे १९३६मध्ये झालेल्या काँग्रेसच्या अधिवेशनात बोलताना त्यांनी स्वतंत्र भारताच्या आर्थिक धोरणाचे स्वरूप जाहीर केले होते. भारताचे पहिले पंतप्रधान होण्याचा सन्मान नेहरूजींना प्राप्त झाला. काँग्रेसची धोरणे राबवण्याची संधी त्यांना मिळाली. स्वतंत्र भारताचा पाया घालण्याचे आणि त्यावर सुंदर इमारत बांधण्याचे काम नियतीने त्यांच्यावरच सोपवले. १४ ऑगस्टच्या मध्यरात्री स्वतंत्र भारताचा त्यांनी जो ठराव मांडला, त्यात त्यांनी या नियतीचा उल्लेख केला आहे.

॥ १२ ॥

स्वातंत्र्यलढ्यात गांधीजींना अतिशय निष्ठेने साथ देणारे मुस्लीम नेते मौलाना अबुल कलाम आझाद यांचा आवर्जून उल्लेख करावा लागेल. जिनांच्या द्विराष्ट्र सिद्धान्ताचा त्यांनी कसून विरोध केला. फाळणी होऊ नये म्हणून त्यांनी प्रयत्नांची पराकाष्ठा केली. जर जिनांच्या ऐवजी मौलाना अबुल कलामांचे नेतृत्व मुसलमानांनी स्वीकारले असते तर? ह्या

'जर'मध्ये इतिहास बदलण्याची ताकत होती. मला किपलिंगच्या 'If' या कवितेची येथे आठवण होते. इतिहासकार या 'जर'चा सहसा विचार करत नाहीत. कारण त्यांना प्रत्यक्ष घडलेल्या गोष्टींवरच भाष्य करावे लागते.

परिस्थिती बदलत गेली. धर्मांधता प्रचंड प्रमाणात वाढली. जमातवादाने अनेक मुस्लीम नेत्यांना आंधळे बनवले. पण मौलाना आझादांची राष्ट्रनिष्ठा अजिबात ढळली नाही. ते आपल्या ध्येयवादाला चिटकून राहिले. किपलिंगच्या If या कवितेच्या दोन ओळी अशा -

And so hold on when there is nothing in you
Except the Will which says to them : Hold on.

मौलाना अबुल कलाम आझाद यांनी राष्ट्रीय काँग्रेस कधीही सोडली नाही. मुसलमानांना ते स्वातंत्र्यलढ्याच्या प्रवाहात आणू इच्छित होते. देशाची फाळणी होऊ नये म्हणून जे जे करणे शक्य होते ते ते त्यांनी केले. त्यांना अनेकदा जेलमध्ये जावे लागले. घटना परिषदेमध्ये त्यांनी हिरिरीने भाग घेतला. नेहरूंच्या मंत्रीमंडळामध्ये भारताचे शिक्षणमंत्री म्हणून अकरा वर्षे त्यांनी काम केले. या धर्मनिरपेक्ष राष्ट्राचे शिक्षणही धर्मनिरपेक्षच असले पाहिजे म्हणून त्याचे धोरण ठरवण्यामध्ये त्यांनी सिंहाचा वाटा उचलला. मुस्लीम अलिगढ विश्वविद्यालयाच्या एका पदवीदान समारंभाचे प्रमुख पाहुणे या नात्याने त्यांनी केलेले भाषण हे त्यांच्या धर्मनिरपेक्ष विचारांची साक्ष देते. मुस्लीम विद्यार्थ्यांना त्यांनी राष्ट्राच्या मुख्यप्रवाहामध्ये येण्याचे आवाहन केले होते. हिंदू हा शब्द धार्मिक अर्थाने न घेता या देशाचे ते नाव असल्यामुळे राष्ट्रीय अर्थाने तो घेण्याचे आवाहनही त्यांनी केले होते. धर्मनिरपेक्ष लोकशाही राज्याची शिक्षण पद्धतीही धर्मनिरपेक्षच असली पाहिजे असे त्यांनी अलिगढ विद्यापीठाच्या शिक्षकांना आणि विद्यार्थ्यांना आग्रहाने सांगितले होते. विद्यार्थ्यांना त्यांनी हिंदी भाषा आणि हिंदी साहित्याचा अभ्यास करण्याचे आवाहनही केले होते. उर्दूबरोबर हिंदीचाही अभ्यास आवश्यक आहे असे त्यांचे ठाम मत होते. आपल्या ह्या धर्मनरिपेक्ष लोकशाही राज्याने प्रागतिक राष्ट्रवादाचेच स्पिरिट उराशी बाळगले पाहिजे.

या देशाशी, त्याच्या स्वातंत्र्याशी एकरूप व्हा हाच संदेश मौलाना आझादांनी आपल्या पदवीदान समारंभाच्या भाषणातून दिला. ते म्हणाले,

"I want that I should speak to you frankly and without mental reservations and I am sure that this is what you would expect of me. If I thought that you were still living in that atmosphere of communal politics which was prevalent before the 15th August 1947, I would without hesitation say that your failure does not hold that promise which, as an Indian Muslim, I would like you to have."[३१]

जिना आणि आझाद यांच्या व्यक्तिमत्त्वांमध्ये जमीन-अस्मानाचे अंतर होते. जिना हे खऱ्या अर्थाने धार्मिक नव्हते, तरीही ते अतिशय कम्युनल होते. मौलाना अबुल कलाम हे खऱ्या अर्थाने धार्मिक होते, तरी पण ते अतिशय सेक्युलर होते.

॥ १३ ॥

स्वातंत्र्याचा हा लढा वैशिष्ट्यपूर्ण होता. भारताने या अपूर्व अशा लढ्यात स्वतःचे 'आत्मचरित्र' लिहिले. जॉन रस्किनच्या शब्दांत सांगायचे झाले तर, 'Great nations write their autobiographies in three manuscripts - the book of their deeds, the book of their words, and the book of their art. Not one of three books can be understood unless we read the two others; but of the three the only trusworthy one is the last.'

खरे तर भारताने आपली आत्मकथा प्राचीन काळातच लिहावयास सुरुवात केली होती. तीत त्याच्या जीवनाच्या इतिहासाचा सुरुवातीचा भागच आला होता. ती आत्मकथामध्येच खंडित झाली होती. स्वातंत्र्यलढ्याच्या काळात नियतीने पुन्हा ती लिहावयास घेतली. तरी पण ती आजही अपूर्णच आहे. ती पूर्ण करण्याचा संकल्प १४ ऑगस्ट १९४७च्या मध्यरात्री करण्यात आला. 'The tryst with destiny' या भाषणात देशाचे पहिले पंतप्रधान पं. जवाहरलाल नेहरू यांनी तिचे शब्दांकन केले आहे. आजपर्यंत लिहिल्या गेलेल्या तिन्ही संहिता वाचल्यानंतर भारताचे खरे अंतरंग कळते. भारताची आत्मकथा अपूर्ण आहे याचा अर्थ राष्ट्र म्हणून भारत अद्याप अपूर्ण आहे असा त्याचा अर्थ होतो. खरे तर आत्मकथा ही अपूर्णच असते.

भारताचा नियतीशी झालेला करार संविधानात शब्दांकित झालेला आहे. खरे तर हा करार प्राचीन काळातच झालेला होता. त्या कराराचे नूतनीकरण वेळोवेळी होत आलेले आहे. सम्राट अशोकाच्या स्तंभलेखांमध्येही तो सापडतो. एका स्तंभलेखात सम्राट अशोकाने म्हटले आहे,

'All sects deserve reverence for one reason or another. By thus acting a man exalts his own sect and at the same time does service to the sects of other people.'

हाच आशय भारताच्या धर्मनिरपेक्ष राष्ट्रवादात आढळतो; आणि तोच भारतीय राज्यघटनेत शब्दांकित झालेला आहे. राज्यघटनेचा सरनामा (Preamble) हा नवभारताचा स्तंभलेखच आहे. खरे तर तो अशोकस्तंभावर सुवर्णअक्षरात नव्याने कोरला पाहिजे.

संदर्भ

१. Quoted by Jayaprakash Narayan in his *Three Basic Problems of Free India* (Bombay : Asia Publishing House, 1964), P. 5

२. तत्रैव, पृ. ५

३. Jawaharlal Nehru, *Discovery of India* (New Delhi : Oxford University Press, 1983), P. 49

४. उद्धृत. अरुण टिकेकर, रानडे : *प्रबोधन पुरुष* (पुणे : श्रीविद्या प्रकाशन, २०००), पृ. ५६

५. अनु : डॉ. सुरेश धायगुडे आणि डॉ. द. दि. पुंडे, *तेन यांचा वाङ्मय सिद्धान्त* (पुणे : रोहन प्रकाशन, २०१९), पृ. १८

६. Dr. N. G. Rajurkar, *The Spirit Of Indian Freedom Movement* (Hyderabad : Academy of Gandhian Studies, 1991), P. 21

७. आचार्य शं. द. जावडेकर, *आधुनिक भारत* (पुणे : कॉन्टिनेन्टल प्रकाशन, पु. मु. १९७८), पृ. २७१

८. Quoted by R. C. Majumdar, in his *Three Phases of India's Struggle for Freedom* (Bombay : Bhevan's Book University, 1967), PP. 31-32

९. Quoted by R.C. Majumdar, in his *Three Phases of India's Struggle for Freedom*, P. 32

१०. Sir Aurobindo, *India's Rebirth* (Mysore : Mira Aditi Center, 1997), P. 179

११. Sir Aurobindo, *India's Rebirth*, P. 32

१२. तत्रैव, P. 50

१३. Quoted by Karan Singh in his *Prophet of Indian Nationalism* (Bombay : Bhartiya Vidya Bhavan, 1967), P. 85

१४. तत्रैव, P. 87

१५. Quoted by Ainslie T. Embree in his *India's Search for National Identity* (Delhi : Chanakya Publications, 1980), P. 17

१६. Quoted by R. C. Majumdar, *Three Phases of India's Struggle for Freedom*, P. 33

१७. तत्रैव, P. 37

१८. तत्रैव, P. 38

१९. Romain Rolland, *Mahatma Gandhi* (New Delhi : Rupa Paperbacks, 2002), PP. 20-21

२०. R. C. Majumdar, *Three Phases of India's Struggle for Freedom*, P. 44

२१. तत्रैव, P. 44

२२. तत्रैव, P. 49

२३. Dr. N. G. Rajurkar, *The Spirit Of Indian Freedom Movement*, P. 101

२४. Quoted by Romain Rolland, *Mahatma Gandhi*, P. 110

२५. तत्रैव, P. 121

२६. तत्रैव, P. 121

२७. आचार्य शं. द. जावडेकर, *आधुनिक भारत*, पृ. ४८९-४९०

२८. उद्धृत. आचार्य शं. द. जावडेकर, *आधुनिक भारत*, पृ. ५०६

२९. Dr. N. G. Rajurkar, *The Spirit Of Indian Freedom Movement*, P. 114

३०. Jawaharlal Nehru, *Discoverly of India*, P. 50

३१. Maulana Abul Kalam Azad, *Words of Freedom : Ideas of a Nation* (Penguin Books, 2018), P. 89

◆◆◆

४
द्विराष्ट्र सिद्धान्त आणि देशाचे विभाजन

॥ १ ॥

भारतात मुसलमानांनी जो प्रवेश केला तो मुख्यत: तलवारीच्या जोरावर. घृणेच्या भावनेनेच ते हिंदूंच्याकडे पाहत राहिले. हिंदू धर्म आणि हिंदू संस्कृती यांच्याविषयी त्यांच्या मनात तुच्छताच होती. चंगेज खान, तैमूरलंग, गझनी आणि घोरी यांनी जो उच्छाद मांडला, त्याला इतिहासात तोड नाही. येथील अपार संपत्ती त्यांनी लुटली आणि मंदिरांचा प्रचंड विध्वंस केला. त्याविषयी वाचून आजही अंगावर शहारे येतात. वेगवेगळ्या मुस्लीम राजवटींनी येथे सात-आठ शतके राज्य केले. हिंदूविषयी त्यांच्या मनात जेवढी घृणा होती, तेवढीच चीड मुसलमानांविषयी हिंदूंच्या मनात होती. हिंदू प्रजेची सहानुभूती मिळवावी, त्यांची मर्जी संपादन करावी असे मुस्लीम राज्यकर्त्यांना कधी वाटले नाही. याला ठळक अपवाद फक्त मोगल बादशाह अकबर याचा होता. प्रदीर्घ काळापर्यंत मोगलांचीच सत्ता हिंदुस्थानवर राहिली.

बाबर हा मोगल सत्तेचा संस्थापक. त्याचे क्रौर्यही काही कमी नव्हते. पण येथे राज्य करायचे असेल तर शिताफीनेच करावे लागेल, असे त्याला वाटत होते. आपल्या मृत्यूपूर्वी त्याने आपल्या मुलाला (हुमायूँ) चार हिताच्या गोष्टी सांगितल्या होत्या. तो म्हणाला होता,

> 'हे माझ्या मुला, या देशात विविध धर्मपंथांचे लोक राहतात. त्यांच्यावर राज्य करण्याची जबाबदारी अल्लाहने तुझ्यावर सोपविली आहे. पण माझा तुला असा सल्ला आहे की,
>
> १. धार्मिक पूर्वग्रहांचा प्रभाव तुझ्या मनावर पडू देऊ नकोस... सर्व घटकांच्या धार्मिक भावना आणि परंपरा लक्षात घेऊन लोकांना तू न्याय दे.
>
> २. विशेष करून गायींच्या हत्या होऊ देऊ नकोस.

३. कुठल्याही परिस्थितीमध्ये कुठल्याही समुदायाच्या धार्मिक स्थळांचा विध्वंस होऊ देऊ नकोस आणि तू नेहमीच न्यायप्रिय राहा.
४. इस्लामचा प्रसार अत्याचाराच्या तलवारीने न करता प्रेमाच्या तलवारीने केलेला बरा.
५. वेगवेगळ्या ऋतूंप्रमाणे वेगवेगळ्या प्रकृतींच्या तुझ्या प्रजेशी नीट व्यवहार कर जेणे करून राजकीय शरीराला कुठलाही रोग होणार नाही.[१]

बाबरचा हा सल्ला व्यावहारिक आणि अतिशय शहाणपणाचा होता यात शंका नाही. पण तो क्वचितच पाळण्यात आला. बाबर हा आपल्या आईकडून चंगेज खान आणि बापाकडून तैमूरलंग यांचा वंशज होता. दोन्हीकडचे गुण त्याच्यात उतरले होते. त्याच्या वंशजांनी हिंदू प्रजेशी गैरव्यवहारच केला. राज्य करण्यासाठी अल्लाहनेच आपली निवड केली आहे असे त्यांना वाटत होते. मुसलमानांची बरोबरी कोणीही करू शकत नाही हा विचार त्यांनी मुसलमानांच्या मनावर पक्का बिंबवला. अकबराने मात्र बाबरचा सल्ला पाळल्याचे दिसते.

तथापि हिंदू-मुस्लिमांचे भावनात्मक ऐक्य घडवून आणण्याचे बरेच प्रयत्न झाले. या कामी सूफींचे योगदान फार महत्त्वाचे ठरले. ते राम आणि रहीम यांना एकच मानत होते. ईश्वर आणि अल्लाह यांमध्ये काहीच भेद नाही यावर त्यांची नितांत श्रद्धा होती. हिंदू-मुस्लीम ऐक्याची परंपरा पुढे नेण्यासाठी जायसी, अमीर खुसरो, जाफरी, कबीर आदी कवींनी आपल्या प्रतिभा पणाला लावल्या. हिंदू-मुस्लीम एकतेची चळवळच त्यांनी सुरू केली. प्रेम हेच त्यांच्या काव्याचे सूत्र होते. अमीर खुसरो यांच्या भारतभक्तीला तोड नव्हती. भारताला त्याने जन्मभूमी मानले. धर्मप्रेम आणि देशप्रेम यांमध्ये त्याने फरक केला नाही. खुसरोने भारताला पृथ्वीवरचा स्वर्ग मानले.

सूफी कवींनी वेदान्त आणि सूफीवाद यांना एकाच नाण्याच्या दोन बाजू मानल्या. त्यांनी आपले काव्य हिंदीमध्ये रचले. दादू दयालने तर खूप उंची गाठली होती. त्याने लिहिले -

दादू ना हम हिंदु होहिंगे, ना हम मुसलमान,
षट् दर्शन में हमनहीं; हम राते रहिमान ।

पुढे तो म्हणतो -
दोनों भाई हाथ-पग, दोनों भाई कान,
दोनों भाई नैन हैं, हिंदू मुसलमान ।

गुरू नानक, संत नामदेव, गोरखनाथ यांनीही हिंदू-मुस्लीम ऐक्यासाठी प्रयत्न केले. गुरू नानक हे हिंदूंचे गुरू आणि मुसलमानांचे पीर मानले जात होते. इस्लाम आणि वेदान्त यांच्या समन्वयातून त्यांनी शिखसंप्रदाय निर्माण केला.

हिंदू-मुस्लिमांच्या ऐक्यासाठी सम्राट अकबराने तऱ्हेतऱ्हेचे प्रयत्न केले. त्यासाठी त्याने 'तौहीदे-इलाही' नावाचा पंथच चालवला. तौहीदे-इलाही ही कल्पना धार्मिकही होती आणि राजकीयही. बाबरचा सल्ला खऱ्या अर्थाने हुमायूँ आणि अकबराने पाळला. अकबराची धर्मनीती आणि राजनीती या दोन्हीही आदर्श होत्या. खरोखरच तो महान होता. त्याच्या अंगी राजकीय शहाणपण भरपूर होते. तो मुत्सद्दी होता. सूफी तत्त्वज्ञान त्याने आत्मसात केले होते. पण कट्टरपंथी मुसलमानांनी त्याचा द्वेष केला. मुल्ला-मौलवींनी त्याच्याविरुद्ध आंदोलनच सुरू केले. त्या आंदोलनाचा नेता होता शेख अहमद सरहिंदी (१५६३-१६२४). या कट्टरवादी मुस्लीम नेत्याने हिंदू-मुस्लीम संबधांमध्ये विष कालवले. त्याच्या मृत्यूनंतर त्याचा पुत्र मुहंमद मासूमने त्याचा वारसा पुढे चालवला. हा मुहंमद मासूम औरंगजेबाचा गुरू होता. शेख अहमद सरहिंदी आणि त्याचा मुलगा मुहंमद मासूम यांनी हिंदूंचा प्रचंड द्वेष केला. औरंगजेबाने तर सर्व मर्यादा ओलांडून हिंदूंवर अनन्वित अत्याचार केले. पुढे एकोणिसाव्या शतकात जी वहाबी चळवळ फोफावली, तिची विषारी बीजे शेख अहमद सरहिंदीच्या विचारात सापडतात. याचा उल्लेख मागे आलेलाच आहे.

शेख सरहिंदीने इस्लामचा स्पर्श हिंदू धर्माला होऊ दिला नाही. औरंगजेबाने स्वतःचा उदारमतवादी भाऊ दारा शिकोह याचाही निर्घृण खून केला. दारा शिकोह हा अकबराच्या मार्गावर चालत होता. उपनिषदाच्या तत्त्वज्ञानात त्याला आत्मिक सुख मिळत होते. शेख सरहिंदीने सर्व हिंदूंना काफिर मानले. आणि काफिरांना जगण्याचा अधिकार नाही. त्यांना संपवणे हा अल्लाहचाच हुकूम आहे. हा संघर्ष विष आणि अमृत यांच्या मधलाच होता. या संघर्षात अमृत पराजित झाले आणि विषाचा विजय झाला हेच खरे.

१८५७च्या उठावात मात्र हिंदू आणि मुसलमान एकत्रित आले. मुसलमानांना गेलेली सत्ता परत मिळवायची होती आणि हिंदूंना देशाचे स्वातंत्र्य मिळवायचे होते. पण हा उठाव फसला. इंग्रजांची सत्ता मजबूत झाली. ईस्ट इंडिया कंपनीच्या हातातली सत्ता व्हिक्टोरिया राणीच्या हातात गेली. एक एक प्रांत अशा प्रकारे इंग्रजांनी सर्व हिंदुस्थानवर सत्ता प्रस्थापित केली. त्यांच्या साम्राज्याबरोबर इंग्रजी शिक्षणाचा प्रसारही देशात झाला. विज्ञान आणि आधुनिक विचारही देशात आले. इंग्रजांनी आपली न्यायव्यवस्थाही देशात प्रस्थापित केली. नवनवीन कायदे देशात आले.

इंग्रजी शिक्षणामुळे प्रबोधनाची प्रक्रियाही देशात सुरू झाली. ब्राह्मो समाज, आर्यसमाज, प्रार्थनासमाज, थिऑसोफिकल सोसायटी अशा संस्थांनी लोकांमध्ये जागृती सुरू केली. त्यांनी धर्मसुधारणा आणि समाजसुधारणेची प्रक्रिया सुरू केली होती.

१८८५मध्ये राष्ट्रीय काँग्रेसची स्थापना झाली. राजकीय आशय असणारी ही पहिलीच संस्था होती. हिंदी लोकांमध्ये राष्ट्रीय भावनांचा विकास होऊ लागला. त्यातून स्वातंत्र्याची लाट निर्माण झाल्याचे इंग्रजांच्या ध्यानात आले. त्यांनी हिंदू आणि मुस्लीम यांच्यामध्ये फूट पाडायला सुरुवात केली. राष्ट्रीय काँग्रेस ही केवळ हिंदूंची संघटना आहे असा अपप्रचार सुरू झाला. अशा अवस्थेत मुस्लीम समाजामध्ये सर सय्यद अहमद खान यांचे नेतृत्व उदयास आले. त्यांनी मुस्लिमांच्या मनामध्ये अलगपणाची भावना जाणीवपूर्वक निर्माण केली. द्विराष्ट्र सिद्धान्ताचे त्यांनी बीजारोपण केले असे म्हणता येईल.

॥ २ ॥

सर सय्यद अहमद खान हे मुस्लीम राष्ट्रवादाचे प्रेषित मानले जातात. सुरुवातीला त्यांनी सुधारणेची भूमिका घेतली होती. इंग्रजी शिक्षणाला मुसलमानांचा कडवा विरोध होता. पण इंग्रजी शिक्षणाशिवाय मुस्लीम समाजाची प्रगती होणार नाही; त्याशिवाय त्यांना नोकऱ्याही मिळवता येणार नाहीत, हे सर सय्यद अहमद खान यांनी मुस्लीम समाजाला पटवून दिले. काही लेखकांनी सर सय्यद अहमद खान यांची तुलना राजा राममोहन रॉय यांच्याशी केली आहे. बंगालमध्ये राजा राममोहन रॉय यांचे जे स्थान होते, तेच स्थान सर सय्यद अहमद खान यांचे उत्तर भारतात होते. दोघांतला फरक एवढाच की, राजा राममोहन रॉय यांचे कार्य सर्वांगीण सुधारणेच्या क्षेत्रात होते, तर सर सय्यद अहमद खान यांचे कार्य मुख्यतः शिक्षणक्षेत्रात होते.

सुरुवातीला सर सय्यद अहमद खान यांनी हिंदू आणि मुसलमान या दोन समाजांत ऐक्य निर्माण करण्याचाच प्रयत्न केला. आपल्या भाषणातून त्यांनी या दोन समाजांतील ऐक्यावरच भर दिला होता. हिंदू आणि मुसलमान हे आपल्या मातृभूमीचे दोन डोळे आहेत असे ते म्हणत. आरंभी त्यांचा दृष्टिकोन व्यापक होता. हिंदू हा शब्ददेखील ते व्यापक अर्थानेच वापरत असत. मुस्लीम अलिगढ विद्यापीठाच्या पदवीदान समारंभाचे प्रमुख पाहुणे या नात्याने केलेल्या भाषणात मौलाना अबुल कलाम आझाद यांनी या गोष्टीचा गौरवाने उल्लेख केलेला आहे. ते म्हणतात :

"We can form some idea of his outlook on Indian nationalism from the significance he gave to the term 'Hindu'. In addressing an association of Hindus in Lahore, he said, 'I am sorry that you have restricted in this manner the application of the form' Hindu. You have applied it to a particular religious group. But to my mind this application is wrong. I count as Hindu all those who are the inhabitants of this country whatever be their religion or race. This is the reason why I take pride in the fact that I am a Hindu. If the Hindus and Muslims of India had understood the spirit of the teaching and followed it, the whole course of recent events would have taken a different turn."[२]

सर सय्यद अहमद खान यांनी अलिगढ कॉलेजची स्थापनाही प्रागतिक विचार मनात बाळगून केली होती. तहजीब-उल-अखलाक (Tehzib-Ul-Akhlak) नावाची पत्रिकाही त्यांनी सुरू केली होती.

अशा ह्या व्यापक दृष्टीच्या सर सय्यद अहमद खान यांची दृष्टी पुढे 'कम्युनल' बनली. १८८३मध्ये त्यांनी आपल्या एका भाषणात उघडउघड फुटीरतेची भूमिका घेतली. हिंदू आणि मुसलमान हे एकमेकांच्या परस्परविरोधी राष्ट्रे आहेत असे त्यांनी जाहीर केले. त्यांनी तर्कशास्त्र असे मांडले,

"Now suppose that all English were to leave India, then who would be rulers of India? It is possible that under these circumstances two nations, the Muhammedan and the Hindu, could sit on the same throne and remain equal in power? Most certainly not. It is necessary that one of them should conquer the other and thrust it down. To hope that both could remain equal is to desire the impossible and the inconceivable."[३]

वरील शब्दांत मुस्लिमांसाठी त्यांनी धोक्याची घंटी वाजवली. मुस्लीम समाज अल्पसंख्याक आहे आणि तो अल्पसंख्याकच राहणार ही गोष्ट त्यांनी मुस्लीम समाजाच्या लक्षात आणून दिली. लोकशाहीत सत्तेचा वाटा अधिक प्रमाणात बहुसंख्याकांच्याच पदरी पडतो. परंतु ही गोष्ट मुस्लिमांना मान्य नव्हती. मुस्लीम राष्ट्रवादाचा जन्म झाला तो या गोष्टीतून. एके काळी हिंदुस्थानवर आपण राज्य केले आहे, हे काही केल्या मुसलमान विसराय तयार नव्हते. हिंदूंच्या हातात सत्ता जाणे ही गोष्ट सहन करणे त्यांना शक्य नव्हते.

सर सय्यद अहमद खान यांनी मुस्लीम समाजाला काँग्रेसपासून दूर ठेवण्याचा आटोकाट प्रयत्न केला. १८५७च्या उठावानंतर त्यांचे विचार बदलले होते. मुसलमानांचे हित कशात आहे हे ते पाहत होते. कम्युनॅलिझम त्यांच्या विचारात नंतर आला. १८८८मध्ये मेरठमध्ये त्यांनी एक भाषण दिले होते. त्यात ते म्हणाले होते, 'मेरे भाई मुसलमानों, मैं तुमको याद दिलाना चाहता हूँ कि तुमने विभिन्न कौमोंपर राज किया है और कई मुल्कों

को शताब्दियों तक अपने अधिन रखा है। भारत में सात सौ वर्षों तक तुमने राज किया है। तुम जानते हो राज करना क्या होता है।'[४]

सर सय्यद अहमद खान यांच्या नेतृत्वाखाली अलिगढ चळवळ सुरू झाली. एकोणिसाव्या शतकाच्या शेवटी मुस्लीम राष्ट्रवादाचे स्वरूप स्पष्ट झाले. त्याच्यातून चार मूलभूत तत्त्वे तयार झाली. डॉ. आर. सी. मजुमदारांनी हे खालीलप्रमाणे नोंदवले आहेत :[५]

a. The Hindus and Muslims form two separate political entities with separate outlook and conflicting interests.

b. The grant of representative institutions based on democratic principles and appointment to high offices by open competitive examination in India, would be detremental to the interests of the Muslims, as they would be subject to Hindu domination which is far worse than British rule.

c. Consequently the Muslims should regard the paramountcy of the British as the chief safeguard of their interests and keep themselves aloof from political agitation against the Government.

d. As the Muslim interests are quite safe in the hands of the British, the Muslims should confines their attention to cultural development and avoid politics except in so far as it is necessary to counterbalance the mischief of Hindu political agitators.

सर सय्यद अहमद खान यांनी १८७७मध्ये 'मोहमेडन अँग्लो ओरिएन्टल कॉलेज'ची स्थापना केली. या कॉलेजचेच रूपांतर १९२०मध्ये अलिगढ मुस्लीम विद्यापीठामध्ये करण्यात आले. या विद्यापीठाने भारतातील मुसलमानांना आधुनिक जगात आणण्याचा प्रयत्न केला. त्याच बरोबर त्याने मुस्लिमांना अस्मिता प्राप्त करून दिली. २०२०मध्ये अलिगढ मुस्लीम विद्यापीठाने शताब्दी साजरी केली.

सर सय्यद अहमद खान यांनी १८९३मध्ये 'मोहमेडन अँग्लो ओरिएंटल डिफेन्स असोसिएशन'ची स्थापना केली होती. या संस्थेच्या माध्यमातून भारतीय मुसलमानांना एका राजकीय शक्तीच्या रूपाने ते पुढे आणू इच्छित होते. काँग्रेसच्या स्वातंत्र्य आंदोलनापासून मुसलमानांना दूर ठेवणे, मुसलमानांमध्ये ब्रिटिश सरकारविषयी निष्ठा निर्माण करणे, आपण मुसलमान आहोत याविषयीचा अभिमान बाळगणे ही या संस्थेची उद्दिष्टे होती. सर सय्यद अहमद खान यांनी आपल्या राजकारणाला इस्लामचा पाया दिला.

।। ३ ।।

हिंदू आणि मुस्लीम या दोन वेगवेगळ्या जमाती असल्यामुळे आणि त्यांचे दृष्टिकोन परस्परविरोधी असल्यामुळे त्यांचे हितसंबंध वेगवेगळे आहेत. हिंदू वर्चस्वाखाली मुस्लिमांचे हितसंबंध सुरक्षित असू शकत नाहीत. म्हणून मुसलमानांनी हिंदूंपासून अलिप्तच राहणे आवश्यक आहे. ब्रिटिश शासनाखालीच ते सुरक्षित राहू शकतात. म्हणून मुस्लिमांनी राजकारणात भाग घेऊ नये, आपले लक्ष सांस्कृतिक विकासावर केंद्रित करावे, अशा प्रकारे मुस्लिमांनी ब्रिटिश शासनाची सहानुभूती मिळवली. ब्रिटिशांना तेच हवे होते. 'फोडा आणि राज्य करा' या तत्त्वाचा त्यांनी सर्रास उपयोग केला.

बंगालच्या फाळणीनंतर लगेच मुस्लीम लीगची स्थापना झाली होती. हिंदू-मुस्लिमांमध्ये फूट पाडण्यासाठीच हा डाव खेळण्यात आला होता. मुस्लीम लीग ब्रिटिश शासनाशी एकनिष्ठ राहिली. ब्रिटिश सरकारशी सहकार्य केल्यामुळे मुस्लीम समाजाचे फायदे होत गेले. राष्ट्रीय काँग्रेसने बहिष्कार, स्वदेशी, राष्ट्रीय शिक्षण आणि स्वराज्य यावर भर द्यायचे ठरवले. नेमके त्याच्याविरुद्ध मुस्लीम लीगचे धोरण होते. स्वातंत्र्य चळवळीचा तिने विरोधच केला असे नाही. उलट लखनौ करारानुसार १९१६मध्ये वेगळे मतदारसंघ त्यांनी पदरात पाडून घेतले. मुस्लीम समाज हा पॅन-इस्लामिक चळवळीच्या कलाने वागत होता. ही चळवळ पहिल्या महायुद्धाच्या शेवटी गतिमान झाली होती. गांधीजींनी या चळवळीचे नेतृत्व केले आणि नेमकी हीच गोष्ट जिना यांना आवडली नव्हती. त्यांच्या मनात गांधीजींविषयी असूया निर्माण झाली होती.

गांधीजींना हवे होते हिंदू-मुस्लीम ऐक्य. त्यांनी खिलाफत चळवळीचे नेतृत्व स्वीकारल्यामुळे राष्ट्रीय काँग्रेसचा पाठिंबा तिला मिळाला. तिला देशव्यापी स्वरूप प्राप्त झाले.

जिनांचा आजपर्यंतचा राजकीय प्रवास काँग्रेसचे समर्थक म्हणूनच झाला होता. एक चांगला वकील म्हणून मुंबईमध्ये त्यांना लोकप्रियता प्राप्त होत होती. इंग्लंडमध्ये बॅरिस्टर झालेल्या जिनांकडे लोक कुतूहलाने पाहत होते. त्यांचा दृष्टिकोन 'सेक्युलर' होता. ते मुसलमान असले तरी मुसलमानांच्या संकुचित वृत्तीचा त्यांना तिटकारा होता. राष्ट्रीय चळवळीकडे ते ओढले गेले होते. इंग्लंडमध्ये असताना दादाभाई नौरोजींच्या निवडणुकीमध्ये त्यांनी काम केले होते. त्यांचे खासगी सचिव म्हणूनही त्यांनी काम केले होते. मुसलमानांच्या चळवळीमध्ये त्यांना अजिबात रस नव्हता. सर सय्यद अहमद खान यांनी मुस्लिमांना काँग्रेसपासून अलिप्त ठेवल्याबद्दल जिना त्यांच्या अनुयायांवर टीका करत होते. अलिगढ मुस्लीम युनिव्हर्सिटी चळवळीपासून ते दूर होते.

जिनांनी स्वत:ला मुस्लीम कम्युनॅलिझमचा स्पर्शही होऊ दिला नव्हता. त्यांच्यावर गोपाळ कृष्ण गोखले यांच्या उदारमतवादी विचारांचा प्रभाव होता. गोखल्यांच्या राष्ट्रवादी विचारांचे ते खंदे समर्थक होते. १९०६मध्ये स्थापन झालेल्या मुस्लीम लीगमध्ये सामील होण्यास त्यांनी नकार दिला होता. हिंदू-मुस्लीम ऐक्यासाठी त्यांनी स्वत:ला जणू वाहून घेतले होते. गोखले त्यांना हिंदू-मुस्लीम ऐक्याचे प्रवक्ते मानत होते. काँग्रेसच्या राष्ट्रीय चळवळीमध्ये ते सक्रिय होते. ते फिरोजशाह मेहता आणि गोखले यांच्या जवळचे मानले जात होते. लोकमान्य बाळ गंगाधर टिळकांच्या जहालवादी राजकारणाचेदेखील ते चाहते होते. टिळकांचे वकील म्हणूनही त्यांनी काम केले होते.

मुसलमानांना जिनांचा हिंदू-मुस्लीम ऐक्याचा प्रयत्न आवडत नव्हता. मुस्लीम लीगने हिंदू आणि मुसलमानांमध्ये उभी फूट पाडण्याचा सतत प्रयत्न चालविला होता. तिचा जातीयवादी दृष्टिकोन त्यांना मुळीच मान्य नव्हता. तिच्या राष्ट्रविरोधी धोरणावर जिनांनी सार्वजनिकरीत्या प्रखर टीका केली. मुस्लीम लीगच्या ध्वजाखाली एकत्रित आलेल्या मुसलमानांना ते देशाचे दुष्मन मानत होते. दादाभाई नौरोजी, फिरोजशाह मेहता आणि गोपाळ कृष्ण गोखले यांच्या विचारांचे ते अनुयायी होते. हिंदू-मुस्लीम ऐक्याच्या कामात ते हिरिरीने भाग घेत होते.

मुसलमानांसाठी वेगळ्या मतदार संघांची मागणी जिनांना अजिबात मान्य नव्हती. ब्रिटिश शासनाने ही मागणी मान्य केली होती. १९१०मध्ये अलाहाबाद येथे झालेल्या काँग्रेसच्या अधिवेशनात त्यांनी या मागणीच्या विरोधात ठरावदेखील मांडला होता. ब्रिटिश सरकारने Indian Council Act of 1909 पास केल्यामुळे त्यांनी त्यावर कडाडून हल्ला केला. पण गंमत अशी की व्हाइसरॉयच्या कार्यकारी परिषदेवर १९१०मध्ये मुंबईतल्या एका राखीव मतदार संघातून ते निवडून गेले. त्यामुळे त्यांचे खायचे दात वेगळे आणि दाखवायचे दात वेगळे आहेत हे लोकांच्या लक्षात आले. अशा प्रकारे मुस्लीम लीगचे ते सदस्यही झाले. १९१६मध्ये लखनौ काँग्रेस अधिवेशनात मुस्लिमांच्या वेगळ्या मतदारसंघाची मागणी काँग्रेसने मान्य केली. ती मागणी मान्य करून घेण्यामध्ये जिनांचाही वाटा होता. मुस्लीम लीग आणि राष्ट्रीय काँग्रेस या दोन्ही संघटनांमध्ये त्यांचा सहभाग होता. कम्युनॅलिझम आणि नॅशनॅलिझम या दोन्ही प्रवाहांमध्ये ते कौशल्याने पोहत होते. काँग्रेसमध्ये राहून मुस्लिमांचे हितसंबंध राखण्यामध्ये त्यांचा पुढाकार होता. अशा प्रकारे ते मुसलमानांचे कडवे नेते बनले. ब्रिटिश सरकारवरची त्यांची टीकाही कमी झाली.

आरंभी जिना हे गांधीजींचे समर्थक होते. खिलाफत चळवळीचे नेतृत्व गांधीजींकडे गेल्यानंतर ते गांधीजींचा द्वेष करू लागले. जिना हे अतिशय महत्त्वाकांक्षी होते. हा नेता अतिशय आत्मकेंद्रित होता. ते मुसलमान असले तरी त्यांना इस्लामचा गंधही नव्हता.

त्यांना ना कुराणाबद्दल आस्था होती, ना प्रेषित मोहंमदांबद्दल. मुसलमानांचा कम्युनॅलिझम जसजसा वाढत गेला, तसतसे ते मुस्लीम लीगच्या कच्छपी गेले.

बॅ. जिना हे खरे तर आरंभी भारतीय राष्ट्रवादाचे प्रतीक होते. कम्युनॅलिझमच्या ते आहारी जातील असे कुणालाही वाटले नव्हते. ते सेक्युलर वातावरणामध्ये वाढले होते. लोकमान्य टिळक, गोपाळकृष्ण गोखले, फिरोजशाह मेहता अशा देशभक्तांचा प्रभाव त्यांच्यावर होता. त्यांनी मुंबई उच्च न्यायालयामध्ये वकिलीचा व्यवसाय सुरू केला होता. लोकमान्य टिळक आणि गोपाळ कृष्ण गोखले या नेत्यांविषयी त्यांच्या मनात नितांत आदर होता. या दोन नेत्यांच्या विचारांचा आणि चारित्र्याचा जिनांच्या मनावर खूप प्रभाव होता. त्यांनी गांधीजी आणि नेहरू यांच्याविषयी अपशब्द वापरले; पण टिळक आणि गोखले हे त्यांचे प्रेरणास्त्रोतच राहिले.

जिनांनी वकील म्हणून दिगंत कीर्ती मिळवली. 'Jinnah was a poor lawyer, but a superb advocate,' असे म्हटले जात होते. 'कायदा-ए-आजम' ही गांधीजींनीच त्यांना दिलेली पदवी होती असे म्हटले जाते. जिनांना ना इस्लामचे आकर्षण होते, ना त्यांना इस्लामिक वारशाचा अभिमान होता. त्यांना धर्माचे कसलेच आकर्षण नव्हते. धर्म ही एक निव्वळ वैयक्तिक बाब आहे, असे त्यांचे मत होते. भारताच्या एकतेचा त्यांना ध्यास होता. सरोजिनी नायडूंनी त्यांच्यावर एक पुस्तक लिहिले होते. त्या पुस्तकाचे नाव होते *Mohmmad Ali Zinnah : The Ambassodor of Unity*.

॥ ४ ॥

मुस्लीम लीगला सांविधानिक पाया दिला तो तत्त्वज्ञ-कवी मोहंमद इक्बाल यांनी. डॉ. मोहमंद इक्बाल यांनी मुस्लीम राष्ट्रवादाला खतपाणी घातले. भारतीय संस्कृतीचा हा पूजक तिचा भंजक बनला ही अतिशय आश्चर्यकारक गोष्ट आहे. मुस्लीम राष्ट्रवादाने त्यांचा अक्षरशः कायाकल्प केला असेच म्हणावे लागेल. 'सारे जहाँ से अच्छा हिंदोस्तां हमारा' हे अमर गीत लिहिणारा महाकवी मुसलमानांसाठी वेगळ्या राष्ट्राची मागणी करतो ही गोष्ट धक्कादायक आहे. मोहंमद इक्बाल (१८७३-१९३८) हे तत्त्वज्ञानाचे अभ्यासक, संशोधक आणि चिंतक होते. उर्दू काव्यात गालिबनंतर त्यांचेच स्थान आहे. त्यांनी आपले काव्य उर्दू आणि फारसी या दोन्ही भाषांत लिहिले आहे. त्यांनी अनेक प्रेरणादायी कविता लिहिल्या.

ख़ुदी को कर बुलंद इतना कि हर तक़दीर से पहले
ख़ुदा बंदे से ख़ुद पूछे बता तेरी रज़ा क्या है

आपल्यासमोर *आस्माँ और भी हैं, जमीन-ओ-मकां और भी हैं* आणि *सितारों से आगे जहाँ और भी हैं* असे म्हणणाऱ्या या महाकवीने भारतीय संस्कृतीचे गुणगान करण्यामध्ये धन्यता मानली होती. त्यांच्या देशभक्तीला तोडच नव्हती.

पत्थर की मूरती में समझा है तू ख़ुदा है
ख़ाक-ए-वतन का मुझको हर ज़र्रा देवता है

या देशाच्या कणाकणामध्ये इक्बालने देवता पाहिल्या. 'कुछ बात है कि हस्ती मिटती नहीं हमारी' असा अभिमान बाळगणारा हा कवी देशाच्या भवितव्याची सतत काळजी वाहत होता. हिंदू-मुस्लिमांचे ऐक्य तुटले तर देशाचे भवितव्य धोक्यात येईल, हा इशारा त्यांनीच दिला होता.

वतन की फिक्र कर नादां, मुसीबत आनेवाली है,
तेरी बरबादियों के चर्चे हैं आसमानों में

मुस्लीम संस्कृती आणि हिंदू संस्कृती असे दोन प्रवाह भारतात होते आणि आहेत. पण त्यांना एकमेकांचे शत्रू मानणे हे चुकीचे ठरेल. इक्बालच्या कवितेने मुस्लीम संस्कृतीचे उन्नयन केले. पण त्यांनी भारतीय नवजागरणासाठीही महत्त्वाचे योगदान दिले. त्यांनी लिहिलेल्या 'नया शिवालय', 'तरान-ए-हिन्दी' आणि 'तस्वीर-ए-दर्द' अशा काही कविता भारतीय संस्कृतीचे ऐश्वर्य वाढवतात. भारतीय राष्ट्रवादाचा स्वर त्यांच्या कवितेत प्रतिध्वनित झाला आहे. इस्लामविषयी त्यांच्या मनात सखोल श्रद्धा होती आणि ते स्वाभाविकही होते. पण राष्ट्रीयताही त्यांच्या मनात भरपूर प्रमाणात होती. हिंदू-मुस्लीम एकतेचे ते समर्थक होते. त्यांच्या 'तराना-ए-हिंदी' (*सारे जहाँ से अच्छा हिन्दोस्ताँ हमारा*) आणि 'नया शिवालय' (*सच कह दूं अय बिरहमन, गर तू बुरा न माने*) ह्या दोन कविता त्या दृष्टीने अतिशय महत्त्वाच्या आहेत. भारताची माती त्यांनी मंदिर आणि मशीद या दोन्हींपेक्षा अधिक पवित्र मानली होती. म्हणूनच ते म्हणाले होते - *ख़ाके-ए-वतन का मुझको हर ज़र्रा देवता है।* अर्थात, या देशाच्या धुळीचा आणि राखेचा प्रत्येक कण माझी देवता आहे.

पण इक्बालने दिशा बदलली. मुस्लीम राष्ट्रवादाने त्यांच्या मनाचा ताबा घेतला. सर सय्यद अहमद खान यांनी दाखवलेल्या मार्गावर ते चालू लागले. सांप्रदायिक दलदलीमध्ये ते फसले. जिहादची कल्पना त्यांना सार्थक वाटू लागली. जगात पसरलेल्या मुसलमानांना मुस्लीम राष्ट्रवादाच्या धाग्याने ते एकत्रित बांधू इच्छित होते. त्यांच्या कवितेत दलितांविषयीचा कळवळादेखील व्यक्त झाला आहे. लोकशाहीचा तराना त्यात अभिव्यक्त झाला आहे. पण नंतर ते पॅन-इस्लामिक राष्ट्रवादाकडे वळले. त्यांचा राष्ट्रवाद हा जगातील सर्व मुसलमानांना कवेत घेणारा होता. पॅन-इस्लामिक राष्ट्रवाद हा पूर्णतः

धर्मावर आधारलेला होता आणि आहे. इस्लाम हाच जगातला एकमेव सर्वश्रेष्ठ धर्म आहे. अशी त्यांची धारणा आहे.[६]

'सारे जहाँ से अच्छा हिंदोस्ताँ हमारा' हे देशभक्तिपर गीत लिहिणारा महंमद इक्बाल नंतर पूर्णपणे बदलला. त्याने कम्युनॅलिझमचा तळच गाठला. त्याने लिहिले -

चीन-ओ-अरब हमारा, हिन्दोस्ताँ हमारा,
मुस्लीम हैं हम, वतन है सारा जहाँ हमारा ।

खरे तर असे बऱ्याच मुस्लीम नेत्यांच्या बाबतीत घडले. सर सय्यद अहमद खान, मोहंमद अली जिना आणि मोहंमद इक्बाल ही ठळक उदाहरणे होत. त्याला अपवाद फक्त मौलाना अबुल कलाम आझाद आणि खान अब्दुल गफ्फार खान यांचा आहे. खान अब्दुल गफ्फार खान हे 'सरहद्द गांधी' या नावाने ओळखले जात. ते इस्लामिक राष्ट्रवादासमोर झुकले नाहीत.

इक्बाल हा अलगतावादी मुसलमानांचा मित्र, तत्त्वज्ञ आणि मार्गदर्शक बनला. मुसलमानांसाठी वेगळ्या राष्ट्राची मागणी मोहंमद इक्बालने केली. पुढे बॅ. जिना यांनी 'द्विराष्ट्र' सिद्धान्त मांडला. खरे तर द्विराष्ट्र सिद्धान्ताचे मूळ भारताच्या ब्रिटिश इतिहासातच आढळते. ब्रिटिश इतिहासकार भारताच्या इतिहासाचा शोध वसाहतवादी दृष्टिकोनातून घेत होते. जेम्स मिल (James Mill) यांनी १८१८-२३ या काळात भारताच्या इतिहासाचा अभ्यास करून *The History of British India* या नावाचे पुस्तक लिहिले. या पुस्तकाचे विभाजन त्यांनी तीन खंडांत केले आहे : हिंदू संस्कृती, मुस्लीम संस्कृती आणि ब्रिटिश कालखंड. रोमिला थापर यांनी या संदर्भात असे मत व्यक्त केले आहे,

"Mill projected Indian history as that of two nations, and right through the nineteenth century colonial scholariship wrote and spoke about the Hindu nation and the Muslim nation. This was entirely the invention of colonial histriography. It was also said that these two nations were permanently hostile towards each other, therefore it required the intervention of the British to prevent these hostilities."[७]

दोन राष्ट्रांची ही संकल्पना हिंदूंच्या आणि मुस्लिमांच्या मनात रुजवण्याचा प्रयत्न ब्रिटिश अभ्यासकांनी जाणीवपूर्वक केला असेच म्हणावे लागेल. कर्झनने १९०५मध्ये बंगालची फाळणी का केली? देशाच्या फाळणीचे बीजारोपण कर्झननेच केले यात शंका नाही. द्विराष्ट्र सिद्धान्ताचे बीज बंगालच्या फाळणीत आहे.

इक्बाल हा महाकवी फुटीरतेला बळी पडला. मुस्लीम लीगचा तो चाहता बनला. हिंदू आणि मुसलमान हे एकत्रित नांदणे कठीण आहे असे तो म्हणू लागला. मुस्लीम राष्ट्रवादाचा तो खंदा समर्थक बनला. हिंदू आणि मुसलमान एकत्रित राहू शकत नाहीत असा प्रचार मुस्लीम लीगने सुरू केला. मोहंमद इक्बाल हा मुसलमानांसाठी वेगळ्या राष्ट्राची मागणी करणारा पहिला महत्त्वाचा मुस्लीम राजकारणी असावा. १९३०मध्ये अलाहाबाद येथे भरलेल्या मुस्लीम लीगच्या अधिवेशनाचे अध्यक्ष इक्बाल होते. त्यांनी आपल्या अध्यक्षीय भाषणामध्ये हिंदू आणि मुस्लीम हे एकत्रित राहू शकत नाहीत हे स्पष्टपणे सांगितले. धर्म, जात, संस्कृती, साहित्य, इतिहास यांबाबतीत दोन्ही जमाती वेगवेगळ्या आहेत. त्यांचे आदर्श वेगवेगळे आहेत. युरोपीय लोकशाहीच्या संकल्पना भारताला लागू होऊ शकत नाहीत. अनेक भाषा, धर्म, जाती आणि संस्कृतींच्या या देशात एकमेकांचा मेळच लागू शकत नाही. सगळ्यांना वेगवेगळे प्रतिनिधित्व द्यावे लागेल. त्यांचे म्हणणे असे होते :

"If the principle that the Indian Muslim is entitled to full and free development on the lines of his own culture and tradition in his own Indian homeland, is recognised as the basis of a permanent communal settlement, he will be ready to stake his all for the freedom of India."[८]

इक्बालनी आपल्या अध्यक्षीय भाषणात वेगळ्या मुस्लीम राज्याची (homeland) मागणी केली. त्यांनी मुस्लिमबहुल प्रांतांना अर्थात पंजाब, पश्चिमोत्तर फ्रंटियर प्रांत, सिंध, बलुचिस्तान या प्रांतांना वेगळ्या मुस्लीम राज्याची मान्यता द्यावी अशी मागणी केली. मुस्लीम राजकारणाला तात्त्विक पाया त्यांनी आपल्या भाषणात दिला. अशा वेगळ्या राज्यातच मुस्लीम संस्कृतीचा विकास होऊ शकेल असे त्याचे म्हणणे होते.

पुढे १९३५चा कायदा अस्तित्वात आला. या कायद्याने भारताचे प्रशासन संघराज्य संरचनेवर उभे केले. या कायद्याची इक्बालने निर्भर्त्सना केली. ते म्हणतात –

"Separate federation of Muslim provinces on the lines I have suggested above is the only course by which we can secure a peaceful India and save Muslims from the domination of non-Muslims. Why should not the Muslims of North-West India and Bengal be considered as nations entitled to self-determination just as other nations in India and outside India are?"[९]

॥ ५ ॥

काँग्रेसशी एकनिष्ठ असलेले जिना हे मुस्लीम लीगचे महत्त्वाचे नेते बनले. कम्युनॅलिझम हाच त्यांचा नॅशनॅलिझम बनला. द्विराष्ट्र सिद्धान्ताचे ते शिल्पकार बनले. मुस्लीम राष्ट्रवादाचे ते प्रवक्ते बनले. इस्लामचे कुठलेही तत्त्व आचरणात न आणणारा हा नेता पाकिस्तानचा प्रेषित बनला. जिना हे त्यांच्या वागण्या-बोलण्यात पूर्णत: 'सेक्युलर' होते. त्यांना उर्दू भाषा व्यवस्थित बोलता येत नव्हती. त्यांना कुराणाचे अजिबात ज्ञान नव्हते. तरीही, ते इस्लामचे अतिशय कडवे समर्थक बनले. राजकारणात ते दुय्यम स्थानावर राहू इच्छित नव्हते. मुस्लिमांचे ते अव्वल दर्जाचे नेते बनले. मुसलमानांचे खरे प्रतिनिधित्व केवळ आणि केवळ मुस्लीम लीगच करू शकते अशी भूमिका त्यांनी घेतली. १९१३मध्ये मुस्लीम लीगमध्ये त्यांनी स्वत:चे स्थान निर्माण केले. त्याच वेळी ते काँग्रेसमध्येही होते. वैयक्तिक महत्त्वाकांक्षेमुळे हे सर्व घडले. He was riding two horses at the same time.

स्वतंत्र भारतात मुस्लिमांचे काय स्थान असेल? हा प्रश्न जिनांना अस्वस्थ करत होता. मुसलमानांचे स्थान हिंदूंच्या बरोबरीचेच असले पाहिजे. हिंदू बहुसंख्याक असले म्हणून काय झाले? मुस्लीम हे अल्पसंख्याक असले तरी त्यांना प्रत्येक ठिकाणी पन्नास टक्के जागा मिळायलाच हव्यात. लोकसंख्येच्या प्रमाणात प्रतिनिधित्व असणे हेच लोकशाहीला अभिप्रेत असते. नव्हे, लोकशाहीचा तो नियमच आहे. पण त्याचे भान मुस्लीम लीगच्या कोणत्याही नेत्याला नव्हते. जिनांनी त्यासाठीच द्विराष्ट्र सिद्धान्त पुढे केला होता. त्यांनी काँग्रेससमोर चौदा मागण्यांचा प्रस्ताव ठेवला. त्यालाच Fourteen Points म्हटले जाते. त्यापैकी काही मागण्यांचा येथे उल्लेख करतो.

- संघराज्य मान्य आहे. पण केंद्र शासनाचे नियंत्रण केवळ आपल्या हितसंबंधांपर्यंत असेल. सत्ता ही मुख्यत: प्रांतांच्या हातात असेल.
- सर्व प्रांतांना स्वायत्तता मिळावी.
- सर्व विधान मंडळे आणि इतर लहानमोठ्या निर्वाचित मंडळांवर अल्पसंख्याकांना ठोस प्रतिनिधित्व मिळावे.
- केंद्रीय विधिमंडळात मुस्लिमांना १/३ पेक्षा कमी प्रतिनिधित्व मिळता कामा नये.
- पंजाब, बंगाल आणि पश्चिमोत्तर प्रांतातल्या मुस्लीम मतांवर परिणाम होईल असे कुठलेही निर्णय घेता येणार नाहीत.
- सर्व समुदायांना पूर्ण धार्मिक स्वातंत्र्य असेल. अर्थात धर्मप्रसार, उपासना आणि धार्मिक शिक्षणाचा अधिकार असेल.
- सिंध प्रांताला मुंबई प्रांतातून वेगळे करावे.

- भारतीय सेवेमध्ये मुस्लिमांना पुरेसे प्रतिनिधित्व नाही; ते द्यावे.
- घटनेमध्ये मुस्लीम धर्माला, त्यांच्या धार्मिक संस्थांना, वैयक्तिक कायदे, भाषा, शैक्षणिक संस्था यांना सुरक्षिततेची हमी द्यावी.

या मागण्यांकडे कुणी फारसे लक्ष दिले नाही. त्यामुळे जिनांची अहंता दुखावली गेली. गांधीजींना ते पाण्यात पाहू लागले. मुस्लिमांच्या जातीय भावना ते भडकावत राहिले. 'इस्लाम खतरे में है' हे त्यांचे पालुपद होते. प्रत्येक बाबतीत गांधींशी ते स्पर्धा करू लगले. १९३७च्या नंतर गांधीजींना ते अक्षरश: शत्रू मानू लागले. हिंदू आणि मुसलमान यांच्यात कसलेच साम्य नाही हा त्यांच्या प्रचाराचा मुख्य मुद्दा बनला.

मुस्लिमांनी 'वंदे मातरम्' हे गीत गाऊ नये. हिंदीच्या ऐवजी उर्दूचा आग्रह धरावा. या मागण्यांबरोबरच द्विराष्ट्र सिद्धान्त हाच त्यांच्या राजकारणाचा पाया बनला. वेगळ्या राष्ट्राची ते मागणी करू लागले. मुस्लीम लीगचे १९४० चे वार्षिक अधिवेशन लाहोर येथे झाले. जिना हेच त्याचे अध्यक्ष होते. त्यांनी आपल्या अध्यक्षीय भाषणात द्विराष्ट्र सिद्धान्ताचे जोरदार समर्थन केले. त्याचा महत्त्वाचा भाग येथे मी उद्धृत करत आहे. ते म्हणाले,

> "The Hindus and the Muslims belong to two different religious philosophies, social customs, literature. They neither intermarry, nor interdine and, indeed, they belong to two different civilizations which are based mainly on conflicting ideas and conceptions. Their aspects on life and of life are different. It is quite clear that Hindus and Musclmans derive their inspiration from different sources of history. They have different epics, their heroes are different; very often the hero of one is a foe of the other and, likewise, their victories and defeats overlap. To yoke together two such nations under a single state, one as a numerical minority and the othor as a majority, must lead to growing discontent and final destruction of any fabric that may be built up for the government of such a state."[१०]

मुस्लीम लीगच्या या ऐतिहासिक अधिवेशनात वेगळ्या मुस्लीम राष्ट्राची मागणी करणारा ठरावही पास करण्यात आला. १९३५च्या कायद्यात फेडरेशनचा जो समावेश होता त्याला या अधिवेशनात विरोध दर्शवण्यात आला. ठरावातील तिसऱ्या परिच्छेदात म्हटले आहे :

Resolved that it is the considered view of this Session of the All India Muslim League that no constitutional plan would be workable in this country or acceptable to the Muslims unless it is designated on the following basic principle, viz. that geographically contiguous units are demarcated into regions which should be so constituted with such territorial readjustments as may be necessary, that the areas in which the Muslims are numerically in a majority as in the North-Westen and Easten Zones of India should be grouped to constitute Independent States in which the Constituent Units shall be autonomous and sovereign.[११]

या ठरावात मुस्लीमबहुल प्रांतांना स्वायत्त आणि सार्वभौम राज्याची मान्यता मिळावी अशी मागणी करण्यात आली. याचा अर्थ त्यांना वेगळे राष्ट्र हवेच असाच होतो.

जिनांच्या अध्यक्षीय भाषणाचा हा गाभा आहे. त्यांचे हे भाषण म्हणजे रोगापेक्षा औषध भयंकर होते. त्यांच्या भाषणातला विखार सुज्ञ मुसलमानांनादेखील जाणवला. रामगढ येथे झालेल्या काँग्रेस अधिवेशनाचे (१९४०) अध्यक्ष मौलाना अबुल कलाम आझाद हे होते. त्यांनी बॅ. जिनांच्या भाषणाला अतिशय योग्य असे उत्तर दिले. आपल्या भाषणात ते म्हणाले –

"It was India's historic destiny that many human races and cultures and religions should flow to her, finding a home in the hospitable soil, and many a caravan should rest here... One of the last of these caravans, following the footprints of its predecessors, was that of the followers of Islam. This came here and setlled here for good. This led to a meeting of culture-currents of two different races. Like the Ganga and Jamuna, they flowed for a while through separate courses, but nature's immutable law brought them together and joined them in a sangam. This fusion was a notable event in history... Eleven hundred years of common history have enriched India with our common achievements. Our languages, our poetry, our literature, our culture, our art, our dress, our manners and customs, the innumerable happenings of our daily life, everything bears the stamp of our joint endeavour. This joint wealth is the heritage of our common nationality and we do not want to leave it and go back to a time when this joint life had not begun... The cast has now been moulded and destiny has set its seal upon it. Whether we like it or not, we have now become an Indian nation, united and indivisible. No fantasy or artificial scheming to separate and divide can break this unity. We must accept the logic of fact and history and engage ourselves in the fashioning of our future destiny."[१२]

॥ ६ ॥

जिनांच्या भाषणानंतर जातीयवादी राजकारणाला प्रोत्साहन मिळाले. बऱ्याच पुरोगामी म्हणवून घेणाऱ्या लोकांनी काँग्रेस सोडली होती. मौलाना मुहंमद अली यांच्यासारखा मुस्लीम नेता काँग्रेसपासून दूर गेला होता. बरेच राष्ट्रवादी मुस्लीम नेते कालवश झाले होते. हकीम अजमल खान आणि डॉ. अन्सारी यांच्या निधनाने काँग्रेसची मोठी हानी झाली होती. काँग्रेसमध्ये नाव घेण्यासारखा मोठा मुस्लीम नेता म्हणजे मौलाना अबुल कलाम आझाद. काँग्रेसमध्ये पं. जवाहरलाल नेहरू आणि सरदार वल्लभभाई पटेल यांचे जे स्थान होते तेच मौलाना अबुल कलाम आझाद यांचेही होते. ते गांधीजींच्या अत्यंत विश्वासातले होते. इस्लामिक तत्त्वज्ञानाचे ते फार मोठे भाष्यकार होते. वाणी आणि लेखणीचे ते स्वामी होते. या सांप्रदायिक वादळात पहाडाप्रमाणे ते निश्चल होते. त्यांच्या शब्दांना जगात मान्यता होती. जिनांच्या द्विराष्ट्र सिद्धान्तातला फोलपणा त्यांनी सांगण्याचा प्रयत्न केला.

महात्मा गांधींनीदेखील द्विराष्ट्र सिद्धान्ताचा विरोध केला. या संदर्भातले त्यांचे स्पष्टीकरण असे :

The vast majority of Muslims of India are converts to Islam or are the descendants of converts. They did not become a separate nation as soon as they became converts. Bengali Muslim speaks the same tongue that a Bengali Hindu does, eats the same food and has the same amusements as his Hindu neighbour. They dress alike. I have often found it difficult to distinguish by outward sign between a Bengali Hindu and Bengali Muslim. The same phenomenon is observable more or less in the south among the poor, who constitute the masses of India... Hindus and Muslims of India are not two nations. Those whom God has made one, man will never be able to divide.[१३]

बॅ. जिनांची भूमिका मुसलमानांनादेखील संभ्रमात टाकणारी होती. सगळ्या देशात या द्विराष्ट्र सिद्धान्तावर उलटसुलट चर्चा होऊ लागली. हा प्रश्न अतिशय गुंतागुंतीचा होता. स्वातंत्र्य चळवळीला खीळ बसणे स्वाभाविक होते. या प्रश्नाचे तटस्थपणे विश्लेषण करणारे एक पुस्तक *पाकिस्तान अथवा भारताची फाळणी* (१९४०) डॉ. बाबासाहेब आंबेडकरांनी लिहिले. त्यांच्यावरही काहींनी टीका केली. त्याची दुसरी आवृत्ती त्यांनी १९४५मध्ये प्रकाशित केली. या प्रश्नाच्या चर्चेच्या निमित्ताने त्यांनी राष्ट्रीयता, राष्ट्रवाद आणि राष्ट्र या संकल्पनांचीही या पुस्तकात चर्चा केली आहे. त्यांनी मांडलेली बाजूही राष्ट्रनिर्मितीची प्रक्रिया समजून घेण्यासाठी उपयुक्त ठरणारी आहे.

मुस्लीम लीगने अतिशय आत्मविश्वासाने बॅ. जिनांचे नेतृत्व स्वीकारले होते. वेगळे राष्ट्र पदरात पाडून घेणारच अशी त्यांची जिद्द होती. इतकेच नव्हे तर या नवीन मुस्लीम राष्ट्राचे नाव 'पाकिस्तान' असेल हेही ठरवण्यात आले होते. पाकिस्तान हे नावही आशयगर्भ होते आणि आहे. आपल्या राष्ट्राचे नाव काय असावे याची चर्चा होणे ही स्वाभाविक गोष्ट होती. ही चर्चा १९३०मध्ये वेगळ्या राष्ट्राची मागणी केल्यानंतर सुरू झाली होती.

पाकिस्तान हे नाव चौधरी रहमत अली या मुस्लीम विद्यार्थ्याने सुचवलेले नाव आहे. हा विद्यार्थी केंब्रिज विद्यापीठात शिकत होता. वेगळ्या मुस्लीम राष्ट्राची चर्चा जगभरात चालू असताना त्याने 'Now or Never' या नावाचे पत्रक जुलै, १९३५मध्येच प्रसिद्ध केले होते. त्यात त्याने 'पाकिस्तान' शब्द वापरला होता. मुस्लीमबहुल प्रांतांच्या आणि देशांच्या अद्याक्षरातून त्याने हे नाव तयार केले होते. मुसलमानांच्या दृष्टीने त्याला जे प्रांत आणि देश पवित्र वाटत होते, अशांच्या इंग्रजी आद्याक्षरांपासून हे नाव त्याने सुचवले होते.

P = **P**unjab
A = **A**fgania (North West Frontier Province)
K = **K**ashmir
I = **I**ran
S = **S**indh
T = **T**urkistan
A = **A**fganistan
N = Balochista**N**

पाक म्हणजे पवित्र. पाकिस्तान म्हणजे पवित्र लोकांचा देश. या नावाबद्दल या विद्यार्थ्याने पत्रकामध्ये लिहिले होते :

> It means the lands of the Paks... the spiritually pure and clean. It symbolizes the religious beliefs and the ethical stocks of our people; and it stands for all the territorial constituents of our original Fatherland. It has no other origin and no other meaning; and it does not admit of any other interpretation.[१४]

हे नाव वेगळ्या राष्ट्राची मागणी करणाऱ्या मुस्लीम लोकांना आवडले होते.

॥ ७ ॥

वेगळ्या राष्ट्राच्या या मागणीच्या संदर्भात डॉ. बाबासाहेब आंबेडकर काय म्हणतात ते पाहू या. बाबासाहेबांना ही मागणी धक्कादायक वाटली नव्हती. धर्म, भाषा आणि संस्कृतीचे प्राबल्य राष्ट्रांच्या निर्मितीमध्ये नेहमीच राहिलेले आहे. १९३५च्या कायद्याखाली भाषेच्या आधारावर काही प्रांतांची फेररचना झालेली आढळते. भाषेच्या आधारावरच राज्यपुनर्रचनेची मागणी १९३५चा कायदा अस्तित्वात आल्यानंतर सुरू झाली होती. ओडिशा, तेलुगू, कन्नड या भाषिकांनी भाषांच्या नावावर भाषिक प्रांतांची मागणी केली होती. इतरांपेक्षा आमची संस्कृती वेगळी आहे हेच त्या मागणीमागचे तर्कशास्त्र होते. पाकिस्तानच्या मागेदेखील हेच तर्कशास्त्र होते. दोन्हींच्या मागचे तर्कशास्त्र एकच आहे. पण एक ठळक फरक यासंदर्भात लक्षात घ्यावा लागेल. तो फरक आहे राज्य (प्रांत) आणि राष्ट्र यांच्यामधला. राष्ट्रातून फुटून निघणे वेगळे आणि राष्ट्रात राहूनच भाषिक राज्य (प्रांत) मागणे वेगळे. वेगळ्या राज्याला (प्रांताला) थोड्याबहुत प्रमाणात स्वायत्तता असते; पण सार्वभौमिकता नसते. मुस्लीमबहुल प्रांतांना फेडरेशनमध्ये स्वायत्तता मिळालीच असती. पण त्यांना हवी होती ती सार्वभौमिकता.

राष्ट्र म्हणजे काय? या प्रश्नावर आजपर्यंत बरेच लेखन झालेले आहे. प्रचंड खलही झालेला आहे. राष्ट्रीयता ही एक सामाजिक भावना आहे. सामाजिक भावना सामाईक असणारे लोक एकत्रित राहू इच्छितात. पण त्याचबरोबर इतरांना आपल्यापासून दूरही लोटू शकतात. स्वकीय आणि परकीय असा भेद ते निर्माण करू शकतात. राष्ट्रीयत्व हे दुधारी शस्त्र असते. राष्ट्रीयत्व हे आपले कोण आणि परकीय कोण याची जाणीव निर्माण करते.

आम्ही सर्व, हिंदू आणि मुस्लीम एकाच वंशाचे लोक आहोत. हिंदूंनी हे कितीही सांगितले तरी मुस्लीम ते एकूण घ्यायला तयार नव्हते. वंश एक असला तरी हिंदू हे

जातींच्या नावावर एकत्रित येत नाहीत. वेगवेगळ्या जाती या एकमेकींपासून फटकून वागतात आणि राहतात. मराठी ब्राह्मण आणि मराठी महार एकाच वंशाचे असून ते जातीमुळे एकत्रित येत नाहीत. भाषेच्या बाबतीतही अशीच परिस्थिती आहे. मराठी ब्राह्मण आणि मराठी महार दोघेही मराठीच बोलतात. पण ते बंधुभावाने एकत्रित राहत नाहीत. हे असे का व्हावे? हिंदूंचे तर्कशास्त्र मुस्लिमांनी मान्य केले नाही. 'आम्ही वेगळे आहोत' ही भावना मुसलमानांमध्ये प्रबल होती. त्यामुळे दोन्ही समाजांमध्ये सामाजिक एकत्व (Social Fusion) निर्माण झाले नाही. दोन्ही समाजांमध्ये बऱ्याचशा गोष्टी सामाईक असल्या तरी मुस्लिमांमध्ये अलगपणाची भावना कायम राहिली. नव्हे, उलट ती वाढत गेली. वंश, भाषा आणि भौगोलिक भूप्रदेश एक असूनही 'एकत्व' निर्माण होऊ शकले नाही ही वस्तुस्थिती आहे. वंश, भाषा आणि भौगोलिक भूप्रदेश सामाईक असूनही त्याची परिणती राष्ट्रात का झाली नाही? रेनान (Renan) या फ्रेंच विचारवंताच्या खालील शब्दांत या प्रश्नाचे उत्तर कदाचित सापडेल. तो म्हणतो :

> That race must not be confounded with nation. The truth is that there is no pure race; and that making politics depend upon ethnographical analysis, is allowing it to be borne upon chimera... Racial facts, important as they are in the beginning, have a constant tendency to lose their importance. Human history is essentially different from zoology. Race is not everything, as it is in the sense of rodents and felines.[१५]

भाषे विषयी रेनान पुढे म्हणतो :

> Language invites re-union; it does not force it. The United States and England, Spanish America and Spain speak the same languages and do not form single nations. On the contrary, Switzerland which owes her stability to the fact that she was founded by the assent of her several parts counts three or four languages. In man there is something superior to language, --will. The will of Switzerland to be united, in spite of the variety of her languages, is a much more important fact than a similarity of language, often obtained by persecution.[१६]

सामाईक देशाबद्दल रेनान पुढे म्हणतो -

> It is no more the land than the race that makes a nation. The land provides a substratum, the field of battle and work; man provides the soul; man is everything in the formation of that sacred thing which is called a people. Nothing of material nature suffices for it.[१७]

याचा अर्थच असा की वंश, भाषा आणि भूप्रदेश हे राष्ट्रबनवण्यासाठी पुरेसे नाहीत. मग 'राष्ट्र' बनते कशामुळे? याचे उत्तर रेनानच्या शब्दात :

> A nation is a living soul, a spritual principle. Two things, which in truth are but one, constitute this soul, this spiritual principle. One is in the past, the other in the present. One is the common possession of a rich heritage of memories; the other is the actual consent, the desire to live together, the will to preserve worthily the undivided inheritance which has been handed down. Man does not improvise. The nation, like the individual, is the outcome of a long past of efforts, and sacrifices, and devotion. Ancestor-worship is therefore, all the more legitimate; for our ancestors have made us what we are. heroic past, great men, glory, -- I mean glory of the genuine kind, -- these form the social capital, upon which a national idea may be founded. To have common glories in the past, a common will in the present; to have done great things together, to will to do the like again, -- such are the essential conditions for the making of a people. We love in proportion to the sacrifices we have consented to make, to the sufferings we have endured. We love the house that we have built, and will hand down to our descendant. The Spartan hymn, 'We are what you were; we shall be what you are,' is in its simplicity the national anthem of every land.[१८]
>
> In the past an inheritance of glory and regrets to be shared, in the future a like ideal to be realised; to have suffered, and rejoiced,

and hoped together; all these things are worth more than custom houses in common, and frontiers in accordance with strategical ideas; all these can be undrestood in spite of diversities of race and language. I said just now, 'to have suffered together' for indeed, suffering in common is a greater bond of union than joy. As regards national memories, mournings are worth more than triumphs; for they impose duties, they demand common effort.[११]

ज्याबद्दल अभिमान वाटावा अशी गोष्ट हिंदू आणि मुसलमानांमध्ये आहे का? दोघांनीही एखाद्या विशिष्ट गोष्टीसाठी यातना भोगल्या आहेत का? या दोन्ही प्रश्नांचे उत्तर नकारात्मकच आहे. उलट ते एकमेकांच्या विरुद्धच लढत राहिले. दोघांचे हितसंबंध वेगवेगळेच राहिलेले आहेत. त्यांचे राजकीय हितसंबंधही वेगवेगळे राहिलेले आहेत. त्यांच्या श्रद्धा वेगवेगळ्या आहेत. त्यांच्या प्रेरणा वेगवेगळ्या आहेत. म्हणून त्यांच्यामध्ये जिव्हाळा निर्माण झालाच नाही. हिंदू समाज तर फारच विस्कळीत राहिलेला आहे. परस्परविश्वास निर्माण होईल अशा फार कमी घटना घडलेल्या आहेत. उलट अविश्वास निर्माण होईल असाच दोघांचा व्यवहार राहिलेला आहे.

रेनानच्या म्हणण्याप्रमाणे nation is a living soul, a spiritual principle. एकमेकांना एकत्रित बांधणारे चैतन्यदायी तत्त्व निर्माण झालेच नाही. दोघांमध्ये आत्मीय संबंध निर्माण झालेच नाहीत. बाबासाहेबांनी ही वस्तुस्थिती निदर्शनास आणली आहे. दोन्ही समाजांमध्ये नेहमीच द्वंद्व राहिलेले आहे. या परिस्थितीसाठी दोन्ही समाज जबाबदार आहेत हेही त्यांनी सांगितलेले आहे.

एक हजार वर्षे एकत्रित राहूनही या दोन्ही समाजांमध्ये आत्मिक संबंध निर्माण झाले नाहीत. मग राष्ट्रनिर्मितीची प्रक्रिया कुठून आणि कशी निर्माण होणार? या दोन्ही जमातींमधले अंतर मिटलेच नाही. उलट ते वाढत गेले.

डॉ. बाबासाहेब आंबेडकरांनी हिंदू आणि मुस्लीम या दोघांच्याही बाजू वस्तुनिष्ठपणे मांडल्या आहेत. दोघांनीही आपापल्या मुद्द्यांचे समर्थन केले आहे.

मुसलमानांचे मुद्दे :

१. आम्हांला स्वतंत्र भूभाग हवा.
२. त्या भूभागावर आम्हांला सार्वभौम राष्ट्र उभे करावयाचे आहे.
३. आमच्या भाषेचा, संस्कृतीचा, धर्माचा विकास करण्यासाठी आम्हाला स्वतंत्र सार्वभौम राष्ट्र हवे. इस्लाम हा त्याचा आधार असेल.
४. हिंदुस्थानात हिंदू बहुसंख्य असल्यामुळे आम्हांला ते दुय्यम वागणूक देतात.

हिंदूंचे मुद्दे :

१. आम्हांला अखंड भारत हवा आहे.

२. द्विराष्ट्र सिद्धान्त आम्हांला मान्य नाही.

३. विभाजनामुळे भारत दुबळा होईल.

४. हिंदू आणि मुसलमान सामंजस्याने एकत्रित राहू शकतात.

जगातील राष्ट्रे ज्या पद्धतीने उदयास आली त्या पद्धतीने पाकिस्तान हे राष्ट्रदेखील उदयास येऊ शकते हेही डॉ. आंबेडकरांनी सांगितले आहे. पण अशा प्रकारची सांप्रदायिक समस्या फक्त भारतातच आहे का? असा प्रश्न ते उपस्थित करतात. कॅनडात ती आहे. इंग्रजी भाषिक आणि फ्रेंच भाषिक लोकात तिथे संघर्ष आहे. पण फ्रेंचांनी वेगळे राष्ट्र मागितले नाही. दक्षिण आफ्रिकेत डच भाषिक आणि इंग्लिश भाषिक लोकांमध्ये वाद आहे. पण डचांनी वेगळ्या राष्ट्राची मागणी केलेली नाही. स्वित्झर्लंडमध्ये जर्मन, फ्रेंच आणि इटालियन भाषिकांत वाद आहे. पण वेगळ्या राष्ट्राची कुणीही मागणी केली नाही. मग भारतात हिंदूंनी आणि मुसलमानांनी एकाच संविधानाच्या छायेत का राहू नये? ही अशक्य कोटीतील गोष्ट आहे का? अर्थात नाही.

हिंदू आणि मुसलमान यांच्यामध्ये भेदही आहेत आणि साम्यही आहे. सामाजिक गोष्टींवर भर दिला तर गुण्यागोविंदाने एकत्रित या जमाती राहू शकतात. दोघांच्या सामाईक गोष्टींवर जोर दिला तर भारताचे दोन भाग करण्याची गरजच नाही.

जिना हे हिंदू-मुस्लिमांच्या भेदांवर जोर देतात म्हणून ते द्विराष्ट्र सिद्धान्त मांडतात. भारतीय केवळ 'लोक' आहेत, 'राष्ट्र' नाहीत या निर्णयावर ते येतात. या प्रश्नाकडे सकारात्मक दृष्टीने पाहिले पाहिजे. सांप्रदायिक दृष्टी बाळगली तर फुटीरता वाढू शकते. हिंदूंनी 'हिंदुवाद' जपला. तो धोकादायक ठरू शकतो. स्वातंत्र्य, समता आणि बंधुभाव ही तत्त्वे आत्मसात करण्याची गरज आहे. बहुसंख्याक जमातींचा सांप्रदायिक वाद हा धोक्याचा ठरू शकतो.

कॅनडा, दक्षिण आफ्रिका आणि स्वित्झर्लंडमध्ये सांप्रदायिक अशा राजकीय पक्षांवर बंदी घालण्यात आली आहे. त्यामुळे अल्पसंख्याकांनी तेथे वेगळ्या राष्ट्राची मागणी केली नाही. याचा आपण गांभीर्याने विचार करावा. या मार्गाचे अनुकरण का करू नये?

डॉ. बाबासाहेब आंबेडकर हे जिनांना जातीय तेढ वाढवल्याबद्दल जबाबदार धरतात. १९३७मध्ये जिना हे मुस्लिमांच्या सांप्रदायिक राजकारणामध्ये सक्रिय झाले. मुस्लीम लीगचे आश्चर्यकारकपणे पुनरुज्जीवन झाले. वेगळ्या मुस्लीम राष्ट्राची मागणी त्यांनी प्रतिष्ठेची केली. पण दुर्दैव असे की त्यांच्या या दुष्कृत्याची जाणीव मुसलमानांना झाली नाही. मुसलमानांचा पाकिस्तानसाठीचा दावा कमजोर आहे असे मत बाबासाहेबांनी असंदिग्ध शब्दांत व्यक्त केले आहे. पण 'हा प्रश्न एवढा विकोपाला गेला आहे, की

फाळणी अटळ दिसते' असेही ते म्हणतात.

डॉ. बाबासाहेब आंबेडकरांनी *Pakistan or the Partition of India* या पुस्तकाचा समारोप खालील शब्दांत केला आहे.

> What I have proposed may not be the answer to the question : What next? I don't know what else can be. ll I know is that there will be no freedom for India without an answer. It must be decisive, it must be prompt and it must be satisfactory to the parties concerned.[२०]

जिनांची जात्यंधता एवढी वाढली होती, की त्यांना स्वतंत्र मुस्लीम राष्ट्राशिवाय दुसरे काहीही दिसत नव्हते. लाहोर मुस्लीम लीग अधिवेशनानंतर द्विराष्ट्र सिद्धान्तावर भारतातील राजकारण केंद्रित झाले होते.

॥ ८ ॥

मार्च, १९४२मध्ये ब्रिटिश सरकारने भारतात 'क्रिप्स मिशन' पाठवले. त्या वेळी ब्रिटनचे पंतप्रधान विन्स्टन चर्चिल हे होते. स्टॅन्फर्ड क्रिप्स हे चर्चिलच्या मंत्रीमंडळात संरक्षण मंत्री होते. क्रिप्स मिशनचे ते चेअरमन होते. दुसरे महायुद्ध संपले होते. भारताचे व्हाईसरॉय त्या वेळी लॉर्ड लिनलिथगो होते. या मिशनने भारतातला असंतोष कसा कमी करता येईल याची चर्चा काँग्रेस आणि मुस्लीम लीग यांच्या नेत्याशी केली. चर्चिल हे भारताला स्वातंत्र्य द्यावे या मताला अनुकूल नव्हते. पण प्रश्न चिघळत चालला होता. अमेरिकेचे राष्ट्राध्यक्ष रूझवेल्ट यांना हा प्रश्न सुटावा असे वाटत होते. त्यासाठी त्यांनी चर्चिलला सल्ला दिला होता.

प्रस्तावित फेडरेशनमध्ये सामिल व्हायचे नाही असे एखाद्या प्रांताला वाटत असेल, तर त्याला तशी मुभा देण्यात येईल, असे या क्रिप्स मिशनचे म्हणणे होते. अर्थात हा प्रस्ताव जिनांना आणि त्यांच्या मुस्लिमांना अनुकूल होता. पण काँग्रेसने तो फेटाळला. गांधीजींनी तर त्याची a post-dated cheque on a crashing bank या शब्दांत हेटाळणी केली. क्रिप्स मिशनला अर्थात यश आले नाही. त्याला परत जावे लागले. जिना मात्र लंडन आणि नवी दिल्ली यावर खूश होते. ते चर्चिलच्या संपर्कात होते. चर्चिलची मर्जी त्यांनी संपादित केली होती. ब्रिटिश शासनाने परत जाण्याची घाई करू नये असे जिनांना वाटत होते. हिंदू आणि मुस्लीम यांच्यातील हा संघर्ष आपल्या पथ्यावर पडेल असे त्यांना वाटत होते; पण काँग्रेसची भूमिका ब्रिटिश शासनाला धुडकावणे कठीण होते.

ही परिस्थिती लक्षात घेऊन गांधीजींनी 'चले जाव' (Quit India) ही चळवळ सुरू केली. ८ ऑगस्ट १९४२ रोजी मुंबईत झालेल्या काँग्रेस कमिटीच्या बैठकीत तसा ठरावच करण्यात आला. ९ ऑगस्ट १९४९ रोजी केलेल्या आपल्या भाषणात गांधीजींनी 'करा अथवा मरा' (Do or Die) हा संदेश देशाला दिला. त्यांच्या हाकेला 'न भूतो न भविष्यति' असा प्रतिसाद मिळाला. भारतीय राष्ट्रवादाची प्रचंड लाट देशात उसळली.

मुस्लीम लीगने 'भारत छोडो' आंदोलनाचा निषेध केला. त्याचा विरोध करण्यासाठी मुसलमानांना चिथावले. 'स्वयंनिर्णया'ची तिने मागणी केली होती. फक्त सी. राजगोपालाचारींची या मागणीला स्वीकृती होती. काँग्रेसच्या सर्व नेत्यांनी ती धुडकावून लावली होती. काँग्रेसचे पुढारी जेलमध्ये होते. त्यामुळे लोक खवळले आणि रस्त्यावर आले. हिंदू-मुसलमानांचे दंगे देशात पेटले. व्हाइसरॉय लिनलिथगो यांनी दंग्याचा सर्व दोष अहिंसेचे उपासक असलेल्या गांधीजींना दिला. गांधीजींनी उपोषणाचे शस्त्र उचलले. ९ फेब्रुवारीला सुरू झालेले उपोषण ३ मार्चला संपले.

जिनांनी आपला 'द्विराष्ट्र सिद्धान्त' पुढे रेटण्याचा प्रयत्न चालूच ठेवला. या सिद्धान्ताने त्यांना पूर्णतः पछाडले होते. गांधीजींनी जिनांच्या या सिद्धान्ताचे वर्णन, भास (Hallucination) या शब्दात केले होते. मुस्लीम राष्ट्रवाद हा राष्ट्रवाद नसून जमातवाद होता. 'द्विराष्ट्र सिद्धान्त' जिनांच्या हातातले कोलीत होते. त्याचा उपयोग त्यांनी हिंदू-मुस्लिमांचे दंगे पेटवण्यासाठी केला. हे त्यांच्या हातातले शस्त्र होते.

हिंदू आणि मुसलमान यांच्यातली दरी कमी करण्याचा प्रयत्न ब्रिटिश आणि अमेरिकन पत्रकारांनी केला. त्यांपैकी ब्रिटिश पत्रकार एडवर्ड थॉम्प्सन हे एक होते. त्याने जिनांजवळ हिंदू-मुस्लीम संघर्षाविषयी चिंता व्यक्त केली. क्षणाचाही विलंब न लावता जिना म्हणाले, "Yes, Yes, Yes. Hindu and Muslims are two differrent nations who can never live together." हिंदू आणि मुस्लीम या दोन राष्ट्रांचा संघर्ष हिंदुस्थानातील प्रत्येक प्रांतात, प्रत्येक शहरात आणि प्रत्येक गावात चालू आहे.[२१]

राष्ट्रीयत्व आणि धर्म यांची गल्लत करता कामा नये. राष्ट्र हे अनेक घटकांपासून बनलेले असते. धर्म हाच केवळ त्याच्या निर्मितीतला घटक नसतो. भाषा, संस्कृती, सामाईक भूतकाळ, सामाईक वारसा अशा अनेक घटकांमुळे राष्ट्र बनलेले असते. एक राष्ट्रीय नेता हा कम्युनल नेता बनतो ही धक्कादायक बाब आहे. विकास हा खालून वर होत असतो. वरून खाली होत नसतो. पण जिनांच्या बाबतीत दुर्दैवाने हे घडले.

जिनांचा अहंकार त्यांच्या ह्या अधःपतनाला कारणीभूत ठरला. गांधीजींचे नेतृत्व प्रकर्षाने पुढे येत असताना जिना हे अस्वस्थ झाले. गांधींसारखा जिनांचा दृष्टिकोन व्यापक नव्हता. 'Jinnah was the complete antithesis of Gandhiji,' असे एम. सी. छागलांनी म्हटले आहे. ते योग्यच आहे. नेहरूंची लोकप्रियतादेखील जिनांना खुपत

होती. Jinnah was also the complete antithesis of Nehru, असेही म्हणावे लागेल. जिना हे अतिशय महत्त्वाकांक्षी होते. ते बदलले नसते तर शेक्सपियरच्या शब्दात त्यांच्याविषयी म्हणावे लागले असते, 'He is the brooch indeed, and gem of all the nation.' (Hamlet) जिनांच्या देशभक्तीला खरे तर तोडच नव्हती.

१९३०नंतर जिनांचा कायापालट झालेला दिसतो. मोहंमद इक्बाल यांनी मुसलमानांसाठी स्वतंत्र राष्ट्राची मागणी केली आणि मुस्लीम लीगचे ध्येय बदलले. पाकिस्तान हाच जिनांचा ध्रुवतारा बनला. ज्या प्रांतांत मुसलमानांची बहुसंख्या होती, त्यांचा तो प्रश्न नव्हता. पण ज्या प्रांतात मुसलमानांची संख्या अल्प होती त्यांच्या बाबतीत काय? त्यांची त्यांना काळजी नव्हती. जिनांचे उत्तर असे, 'They will look after themselves. I am not interested in their fate.'

द्विराष्ट्र सिद्धान्त भारताने कधीही मान्य केला नाही. लोकांच्या हटवादामुळे देशाचे विभाजन झाले. पण त्या सिद्धान्तावर आधारलेले पाकिस्तान बावीस-तेवीस वर्षांनंतरच कोसळले. एकच धर्म मानणाऱ्यांमध्ये मानवसंहार झाला. ह्याच द्विराष्ट्र सिद्धान्ताच्या आधारावर पाकिस्तान काश्मीर घेऊ इच्छिते. इस्लाम ही अफूची गोळी म्हणून किती दिवस वापरणार?

खरे तर आधुनिक राज्य हे धर्मनिरपेक्षतेवरच टिकू शकते. धर्मनिरपेक्षता ही माणसाच्या व्यापक आणि मानवतावादी दृष्टिकोनावर अवलंबून असते. धर्मनिरपेक्षता नागरिकांमध्ये भेदभाव करू इच्छित नाही. तिच्यासमोर सगळे नागरिक समान असतात. धर्माच्या आधारावर नागरिकांचे वर्गीकरण केले जात नाही. माणसाचा विचार माणूस म्हणूनच केला जातो. तो हिंदू आहे की मुसलमान, ख्रिश्चन आहे की शीख हा विचार केला जात नाही. समान नागरिकत्व हीच त्यांची कसोटी असते. धर्म ही नागरिकांची वैयक्तिक श्रद्धा मानली जाते. उंबरठ्याबाहेर त्याचे स्थान नसते. धर्मनिरपेक्षता ही राज्यघटनेमध्येच अनुस्यूत असते. घटना ही सर्व नागरिकांवर बंधनकारक असते.

लोकशाही हा सर्वांच्या श्रद्धेचा विषय असतो. लोकशाही म्हणजे स्वातंत्र्य, समता आणि बंधुभाव. लोकशाही म्हणजे व्यक्तिप्रतिष्ठा, व्यक्तिस्वातंत्र्य आणि व्यक्तिविकास. लोकशाही म्हणजे अनेक मूल्यांचा आणि सद्‌गुणांचा समुच्चय. ह्या सद्‌गुणांमध्ये सहिष्णुता हा सर्वोच्च सद्‌गुण मानला जातो. हे सर्व सद्‌गुण सुरक्षित ठेवण्यासाठी न्यायव्यवस्था असते. १९३९पर्यंत जिना हे राष्ट्रवादी होते. नंतर ते धर्मांध बनले. त्यांच्या राजकारणाला मानवी स्पर्शच राहिला नाही. एम. सी. छागलांच्या शब्दांत,

> "As I have said before, Jinnah had no personal or human side to his character. He did not believe in friendship or in human

contacts. He was highly egocentric, interested only in himself, and in politics only to the extent that it furthered his own personal ambition and gave him a sense of grandeur. The arrogance which increased day by day became insufferable when he began to look on himself as the Quaid-e-Azam of all the Muslims in the subcontinent."[२२]

'पाऊंड ऑफ फ्लेश' कधी मिळेल यासाठी उतावीळ झालेला हा नेता होता. त्यांचा प्रवास हा करुणेकडून क्रौर्याकडे झाला. भारतीय राष्ट्रवादाचे प्रतीक मानले गेलेले जिना हे कम्युनॅलिझमचे प्रतीक बनले. विशेष म्हणजे कधी काळी त्यांना 'मुस्लीम गोखले' म्हणून संबोधले जात होते.

भारताला स्वातंत्र्य द्यावयाचे ठरले. भारतीय नेतृत्वाकडे सत्तेचे हस्तांतर करण्याची प्रक्रिया सुरू करण्यासाठी १९४६मध्ये ब्रिटनने कॅबिनेट मिशन पाठवले. ब्रिटनच्या पंतप्रधानपदी क्लेमंट ॲटली हे आले. या कॅबिनेट मिशनमध्ये पॅथिक लॉरेन्स, सर स्टॅन्फर्ड क्रिप्स आणि ए. व्ही. अलेक्झांडर यांचा समावेश होता. भारतीय ब्रिटिश सरकारमध्ये निवडून आलेल्या प्रतिनिधींशी प्राथमिक चर्चा करून त्यांना संविधान परिषदेची (Constituent Assembly) स्थापना करावयाची होती. निवडून आलेल्या प्रतिनिधींमध्ये मुख्यत: काँग्रेस आणि मुस्लीम लीगचेच लोक होते. त्यांच्या साहाय्यानेच त्यांना कार्यकारी मंडळ (Executive Council) तयार करायचे होते.

कॅबिनेट मिशनला हिंदू बहुसंख्याक असलेले प्रांत आणि मुस्लीम बहुसंख्याक असलेले प्रांत या दोहोंचाही विचार करणे आवश्यक होते. अशा पद्धतीने देशाची फाळणी झाली पाहिजे हा प्रस्ताव कॅबिनेट मिशनच्या विचाराधीन होता. भारतीय संस्थानांचा प्रश्नही सोडवणे आवश्यक होते. संस्थानिकांनी आपल्या इच्छेप्रमाणे दोन्हींपैकी कोणत्याही एका गटात सामील व्हावे असा पर्याय त्यांच्यासमोर ठेवण्यात आला.

काँग्रेसने संविधान परिषदेत (Constituent Assembly) सहभागी व्हायचे ठरवले. पण देशाचे संभाव्य विभाजन 'कॅबिनेट मिशन प्लॅन'मध्ये असल्यामुळे तो प्लॅन नाकारण्यात आला.

आता प्रश्न होता तो कार्यकारी मंडळ (Executive Council) स्थापण्याचा. अर्थात त्यात काँग्रेस आणि मुस्लीम लीग यांचेच प्रतिनिधत्व असणार हे उघड होते. काँग्रेसने व्हाइसरॉयने स्थापन केलेल्या कार्यकारी मंडळात प्रवेश केला. पं. जवाहरलाल नेहरू हे पंतप्रधान झाले. गृहखाते वल्लभभाई पटेल यांच्याकडे देण्यात आले. बहुसंख्याक हिंदू प्रांतांमध्ये काँग्रेसची सरकारे आणि बहुसंख्याक मुस्लीम

प्रांतांमध्ये मुस्लीम लीगची सरकारे अस्तित्वात आली. संविधान सभेला घटना तयार करण्यास सांगण्यात आले.

मात्र, जिनांना आणि मुस्लीम लीगला ही सरकारे नकोच होती. त्यांनी त्यांवर बहिष्कार टाकला. पाकिस्तानच्या निर्मितीसाठी संघर्ष करावयाचा निर्णय त्यांनी घेतला. कायदा आणि सुव्यवस्था कोसळली आणि पंजाब, बंगाल आणि इतर प्रांतांत दंगे सुरू झाले. दिल्ली, कलकत्ता आणि मुंबईमध्येही दंगे पेटले. जिनांनी 'Direct Action'ची घोषणा केली.

जिना आपल्या मागणीवर ठाम होते. गृहयुद्धाची ते सतत धमकी देत होते. त्यांची मानसिकता मध्ययुगीन होती. देशाचे विभाजन झाल्यानंतर काय परिणाम होतील याची यत्किंचितही त्यांना काळजी नव्हती. जिनांबरोबर त्यांचे काही साथीदारही चर्चेत सहभागी झाले होते. ते तर जिहादचीच भाषा करत होते. कॅबिनेट मिशनच्या संदर्भात घेतलेली त्यांची भूमिका जातीय अस्मितेची होती. परिणामत: बोलणी फोल ठरली.

१६ ऑगस्ट १९४६ रोजी मागचा पुढचा कसलाही विचार न करता जिनांनी Direct Action जाहीर केली. या 'प्रत्यक्ष कृती'चा अर्थ काय हे त्यांनी विशद केले नाही. मला नीतिशास्त्रावर चर्चा करायची नाही एवढंच ते म्हणाले. थोडक्यात त्यांचे मानसिक संतुलन ढळले होते. सांविधानिक मार्गाला त्यांनी रामराम ठोकला होता. हातात शस्त्र घ्या असा आदेशच आपल्या अनुयायांना त्यांनी दिला.

याचा परिणाम म्हणून हजारो लोक मारले गेले. संपूर्ण देशात लूट आणि जाळपोळ सुरू झाली. बंगालचे पंतप्रधान सुरावर्दी यांनी तर मुसलमान गुंडांना उघडउघड चिथावणी दिली. हजारो हिंदूंचे मुडदे पडले. गांधीजी नौखालीला ती आग विझवण्यासाठी गेले. निष्पाप हिंदू आणि मुसलमान या दोघांचाही बळी गेला. जिनांना या गोष्टीचा कितीतरी आनंद झाला. तो आसुरी आनंद होता. त्यांना आपली जिद्द पूर्ण करावयाची होती.

रफिक झकारिया यांनी जिनांची तुलना शेक्सपियरच्या Merchant of Venice या नाटकातल्या शायलॉक या पात्राशी केली आहे. शायलॉकला हवे होते अँटोनिओच्या शरीरातील एक पाऊंड मांस. त्यासाठी तो कोर्टात हातात सुरा घेऊन नाचत होता. पोर्शियाने त्याला रोखले. वकील या नात्याने त्याला ती म्हणाली -

Tarry a little; there is something else.
This bond doth give thee here no jot of blood;
The words expressly are a pound of flesh
Take then thy bond, take thou thy pound of flesh;
But, in the cutting it, if thau dost shed
One drop of Christian blood, thy lands and goods

Are, by the laws of Venice, confiscate
Unto the state of Venice.

पण जिनांच्या बाबतीत झकारिया म्हणतात,

> "Alas there was no such embargo which could have prevented Jinnah from cutting portions from the body of India without shedding blood; in fact it was mercilessly amputated with no thought for the grievous consequences."[२३]

परिस्थितीच अशी निर्माण झाली की काँग्रेसच्या नेत्यांना इच्छा नसतानाही फाळणी मान्य करावी लागली. व्हाइसरॉय वेव्हेल (Wavell) यांनी आघाडी सरकार (Coalition Government) गठित केले. काँग्रेस आणि मुस्लीम लीग या दोन्ही संघटनांना शासनात प्रतिनिधित्व देणे भाग होते. जिनांनी वेव्हेलना दोन अटी घातल्या : दोन्ही संघटनांना समसमान प्रतिनिधित्व आणि मुस्लीम प्रतिनिधींची निवड करण्याचा अधिकार केवळ मुस्लीम लीगचाच असेल. वेव्हेल यांनी या दोन्ही अटी अमान्य केल्या. नेहरूंच्या नेतृत्वाखाली अंतरिम सरकार २ सप्टेंबर १९४६मध्ये अस्तित्वात आले.

सत्तेबाहेर राहणे फायद्याचे ठरणार नाही असे वाटल्यामुळेच कदाचित मुस्लीम लीग सरकारमध्ये सामील झाली. लियाकत अली खान हे अर्थमंत्री बनले. काँग्रेस आणि लीगच्या मंत्र्यांमध्ये सख्य नव्हते. अर्थमंत्री या नात्याने लियाकत अलींनी प्रत्येक बाबतीत अडवाअडवी सुरू केली. जिनांनी चर्चिलची मर्जी संपादन केली होती. त्यांनी गृहयुद्धाची भाषा सोडली नव्हती.

ॲटली हे ब्रिटनचे पंतप्रधान बनले. सत्तांतराची प्रक्रिया त्यांनी सुरू केली. ती पूर्ण करण्याचे वेळापत्रकच त्यांनी तयार केले होते. व्हाइसरॉय वेव्हेल यांना परिस्थिती हाताळण्यात यश आले नव्हते. म्हणून ॲटलींनी त्यांच्या ठिकाणी लॉर्ड माऊंटबॅटन यांची व्हाइसरॉय म्हणून नेमणूक केली. ते शेवटचे व्हाइसरॉय. दि. २२ मार्च १९४७ रोजी ते दिल्लीत आले.

परिस्थिती अतिशय अवघड होती. पण अगदी आत्मविश्वासाने ते कामाला लागले. लीग आणि काँग्रेसच्या प्रमुख नेत्यांशी प्रथम त्यांनी अनौपचारिक चर्चा केल्या. दोन्ही बाजू समजून घेण्याचा प्रयत्न त्यांनी केला. जिनांचा दृष्टिकोन अगदी ताठर होता. पाकिस्तानचा दुराग्रह कायम होता. त्यांनी माऊंटबॅटन यांना 'सर्जिकल ऑपरेशन' केल्याशिवाय हा प्रश्न सुटणार नाही हे स्पष्ट शब्दांत सांगितले. मुसलमानांची वेगळी संस्कृती आणि सभ्यता, वेगळी भाषा आणि साहित्य, कला आणि स्थापत्य, कायदे आणि नीतिनियम, कालगणना आणि प्रथा, इतिहास आणि परंपरा या सर्व गोष्टी वेगळ्या आहेत. मुसलमान हे 'राष्ट्र' आहे.

हिंदुस्थान हे खऱ्या अर्थाने राष्ट्र नाही. मुसलमानांचे वेगळे राष्ट्र घोषित करणे याशिवाय दुसरा पर्यायच नाही, असा त्यांचा दावा होता.

॥ ९ ॥

जिनांच्या जगात दोनच गोष्टींना स्थान होते : ते स्वत: आणि पाकिस्तान. माऊंटबॅटनननी त्यांच्यासोबत दहा बैठका घेतल्या. पण त्यातून कोणताच पर्याय त्यांना सापडला नाही. मुस्लीम राष्ट्राची स्वतंत्र निर्मिती या एकाच पर्यायावर ते अडून राहिले. मुस्लीम लीगचे ते हुकूमशहा बनले होते. वाटाघाटी करण्यासाठी त्यांच्याशिवाय दुसरा कोणताही नेता मुस्लीम लीगमध्ये नव्हता. *Freedom at Midnight* या अभिजात ग्रंथाच्या लेखकांनी जिना काय म्हणाले त्यासंबंधी लिहिले आहे -

> 'India has never been a true nation,' Jinnah asserted. 'It only looks that way on the map. The cows I want to eat, the Hindu stops me from killing. Every time a Hindu shakes hands with me he has to wash his hands. The only thing the Moslem has in common with the Hindu is his slavery to the British.'[२४]

देशाची विभागणी कशी करायची एवढीच चर्चा जिनांना अभिप्रेत होती. बंगाल आणि पंजाब यांचा समावेश पाकिस्तानमध्ये झालाच पाहिजे हा त्यांचा आग्रह होता.

माऊंटबॅटन हे जिनांशी सहमत होणे शक्य नव्हते. हिंदुस्थानमध्ये इस्लामिक राज्य निर्माण करणे यासाठीच जिनांचा दुराग्रह होता. पंजाब आणि बंगाल या प्रांतातील हिंदूंची संख्या पाहता त्यांचे विभाजन करणे आवश्यक होते. पण माऊंटबॅटन यांच्या ह्या मुद्द्याचे जिनांनी निषेधात्मक भाषेत खंडण केले. पाकिस्तान हे आर्थिकदृष्ट्या 'व्हायबल' होण्यासाठी दोन्ही प्रांत त्यांना हवे होते.

माऊंटबॅटन यांचे म्हणणे जिना समजून घ्यायलाच तयार नव्हते. शांतपणे ऐकून घेण्याचीही त्यांची तयारी नाही, हे माऊंटबॅटनच्या लक्षात आले. 'He was the evil genius in the whole thing. The others could be persuaded, but not Jinnah. While he was alive nothing could be done.'[२५] जिनांची आढ्यता पाहून माऊंटबॅटनी निष्कर्ष काढला, 'A psychopathic case, hell bent on this Pakistan.'[२६]

जिनांशी चर्चा करण्याआधी माऊंटबेटननी गांधी, नेहरू आणि सरदार पटेल यांच्याशी चर्चा केली होती. या नेत्यांमध्ये त्यांना समजूतदारपणा दिसून आला होता.

त्यांच्या बोलण्यात मार्दव होते, ऋजुता होती आणि विवेक होता. महात्मा गांधी, पं. जवाहरलाल नेहरू, सरदार वल्लभभाई पटेल, बॅ. जिना आणि लॉर्ड माऊंटबॅटन ह्या पाच व्यक्तीच या चर्चेत सामील झाल्या होत्या. या चार नेत्यांशी या विषयावर चर्चा केल्यानंतरच पुढचा मार्ग दिसणे शक्य होते. या चर्चेतूनच समान धागा कुठे सापडतो का हे माऊंटबॅटन पाहत होते. पण दुर्दैवाने तो सापडला नाही.

नेहरूंना प्रामुख्याने दोन तीव्र राजकीय इच्छा (Political Passions) होत्या : इंग्लंडची संसदीय लोकशाही आणि कार्ल मार्क्सचा आर्थिक समाजवाद. त्यांना भारतात संसदीय लोकशाही रुजवायची होती आणि समाजवादातून लोकांना आर्थिक न्याय द्यावयाचा होता. त्यासाठीच त्यांना स्वातंत्र्य हवे होते. गांधीजींच्या नेतृत्वाखाली काम करण्यात त्यांना आनंद वाटत होता. नेहरूजींच्या व्यक्तिमत्त्वावर प्रकाश टाकताना *Freedom at Midnight* चे लेखकद्वय लिहितात -

> He was a superb orator and writer, a man who treasured words as a courtesan jewels. Anointed by Gandhi, he had advanced steadily through the ranks of Congress eventually to priside over it three times. The Mahatma had made it clear that it was on his shoulders that he wished his mantle to fall.
>
> For Nehru, Gandhi was a genius. Nehru's cool, pragmatic mind had rejected almost all of Gandhi's great moves : civil disobedience, the Salt March, Quit India. But his heart had told him to follow the Mahatma and his heart, he would later admit, had been right.
>
> Gandhi had been, in a sense, Nehru's guru. It was he who had re-Indianized Nehru, sending him into the villages to find the real face of his homeland, to let the fingers of his soul touch India's sufferings. Whenever the two men were in the same place, Nehru would spend at least half an hour sitting at 'Bapuji's' feet, sometimes talking, sometimes listening, sometimes just looking and thinking. Those were, for Nehru, moments of intense spiritual satisfaction, perhaps the closest brush his atheist's heart would ever have with religion.[२७]

गांधी-नेहरूंचे संबंध हे पिता-पुत्राचे संबंध होते. गांधीजी हे नेहरूंचे 'Oracle' (कौल सांगणारा धर्मगुरू) होते. भारताचे कोणत्याही परिस्थितीमध्ये विभाजन नाही झाले पाहिजे या भूमिकेवर ते ठाम होते. लॉर्ड माऊंटबॅटन यांचे नेहरूजींशी मित्रत्वाचे संबंध निर्माण झाले होते. या दोघांचे दोन मुद्द्यांवर एकमत झाले होते : रक्तपात टाळायचा असेल तर निर्णय लवकर झाला पाहिजे आणि भारताचे विभाजन करणे ही फार मोठी शोकांतिका ठरेल.

गांधीजींच्या व्यक्तिमत्त्वाची महानता लॉर्ड माऊंटबॅटनच्या लक्षात आली होती. नैतिक मूल्यांचे गांधीजी हे प्रतीक होते. इतिहासात ते येशू ख्रिस्त आणि बुद्ध म्हणून ओळखले जातील. माऊंटबॅटनना त्यांनी 'भारताचे विभाजन करू नका, भारताची फाळणी करू नका' एवढेच आर्जवी शब्दांत सांगितले. या बाबतीत गांधीजी किती संवेदनशील होते याचे वर्णन *Freedom at Midnight*च्या लेखद्वयांनी केले आहे.

> Dividing India, Mountbatten assured Gandhi, was the last solution he whished to adopt. But what alternatives were open to him?
>
> Gandhi had one. So desperate was he to avoid partition that he was prepared for a Solomonic judgment. Give the Moslems the baby instead of cutting it in half. Place three hundred million Hindus under Moslem rule by asking his rival Jinnah and his Moslem League to form a government. Then hand over power to that government. Give Jinnah all India instead of just the part he wanted.[२८]

हा सोलोमोनिक न्याय म्हणजे काय? किंग सोलोमन हा जनकासारखाच न्यायी राजा होता. बायबलमध्ये त्याच्या विषयीची कथा येते. हा डेव्हिडचा पुत्र अतिशय न्यायी होता. एका स्त्रीचे मूल दुसऱ्या एका स्त्रीने चोरून नेले. जिचे मूल चोरून नेले तिने न्याय मिळावा म्हणून सोलोमन राजाच्या दरबारी आपली फिर्याद नोंदवली. दोन्ही स्त्रियांना राजाने प्रश्न विचारले. कोणाचे खरे हे ठरवणे कठीण होते. शेवटी राजाने त्या मुलांचे दोन भाग करून दोन्ही स्त्रियांना देण्याचे ठरवले. जी त्या मुलाची खरी आई होती ती आपल्या मुलाचे मरण पाहू इच्छित नव्हती. त्याला वाचवण्यासाठी तिने आपले मूल त्या दुसऱ्या स्त्रीला देऊ केले. गांधीजींना असा न्याय हवा होता. देशाचे दोन तुकडे करणे ते टाळू इच्छित होते. राजा हरिश्चंद्राचे हृदय त्यांना लाभले होते.

गांधीजींनी हा पर्याय पुढे केला. त्यांना कोणत्याही परिस्थितीमध्ये देशाची फाळणी नको होती. हा पर्याय मी देशाच्या कानाकोपऱ्यात जाऊन लोकांना पटवीन याची खात्रीही

त्यांनी माऊंटबॅटनना दिली. पण हा पर्याय होऊ शकत नाही. देशाचे विभाजन किंवा त्याची अखंडता हे दोनच पर्याय होते. Partition or no partition. There was no other partition. जिना हे विभाजनावर अडून बसले. ते आपला 'Pound of flesh' कुठल्याही परिस्थितीमध्ये सोडायला तयार नव्हते. त्यांची भूमिका ही दुर्योधनाची भूमिका होती. हा पेच प्रसंग सोडवण्यासाठी माऊंटबॅटनना दुसरा कोणताही मार्ग दिसणे शक्य नव्हते. 'विभाजन किंवा विनाश' हाच जिनांचा हट्ट होता.

इंग्रजांचे भारतातून परत न जाणे हा एक मार्ग होता. अर्थात तो कोणालाही मान्य झाला नसता. घड्याळाचे काटे मागे फिरवणे हे कोणाच्या हातात होते? फाळणी अटळ होती. विभाजन कसे आणि कोणत्या पद्धतीने करायचे याचे नियोजन माऊंटबॅटननी केले. भारतातील अकरा प्रांतांच्या गव्हर्नरांना त्यांनी दिल्लीला बोलावले. प्रत्येक प्रांतांतील परिस्थिती अजमावली. लोकसंख्येचे बलाबल लक्षात घेतले. व्हाइसरॉय लॉर्ड माऊंटबॅटन आणि अकरा गव्हर्नर या बारा लोकांपैकी एकानेही देशविभाजनाचे समर्थन केले नाही. पण त्याशिवाय दुसरा पर्याय त्यांना दिसला नाही.

देश विभाजनाची आपत्ती (Catastrophe) काँग्रेसच्या नेत्यांच्या गळी उतरवण्याचा लॉर्ड माऊंटबॅटनने प्रयत्न केला. या संदर्भातली सर्व वस्तुस्थिती समोर ठेवली. विचारांती त्यांनी देशविभाजनाचा निर्णय घेतला. तो ऐकून गांधीजींना तर कमालीच्या यातना झाल्या. पंजाब आणि बंगाल प्रांतांचे विभाजन झाले. सिंध, पश्चिमोत्तर प्रांत आणि विभाजित पंजाब आणि बंगाल यांचा समावेश पाकिस्तानात करण्यात आला. देशी संस्थानिकांना त्यांच्या इच्छेनुसार भारतात किंवा पाकिस्तानात सामील होण्याची किंवा स्वतंत्र्य राहण्याची मुभा देण्यात आली. दहा-बारा संस्थानिक स्वतंत्र राहू इच्छित होते. सामिलीकरणाचा प्रश्न सरदार वल्लभभाई पटेलांच्या राजकीय इच्छाशक्तीमुळे सुटला. हैदराबादसाठी पोलिस कारवाई करावी लागली. काश्मीरचा प्रश्न चिघळला. 'द्विराष्ट्र सिद्धान्त' पुढे करून पाकिस्तानला काश्मीर हवे होते. 'द्विराष्ट्र सिद्धान्त' भारताला आधीपासूनच मान्य नसल्यामुळे पाकिस्तानचा दावा त्याला मान्य नव्हता आणि नाही. शिवाय काश्मीरच्या महाराजाने स्वखुशीने सामीलनाम्यावर सही केली. भारतातील मुसलमानांची संख्या पाकिस्तानातील मुसलमानांच्या संख्येपेक्षा जास्त आहे. इंडोनेशिया सोडला तर एवढी मुस्लीम लोकसंख्या दुसऱ्या कुठल्याही मुस्लीम देशात नाही.

लॉर्ड माऊंटबॅटनने आपली योजना नेहरू आणि पटेल यांच्या गळी उतरवली. ना इलाजाने गांधीजींनाही ती मान्य करावी लागली. मौलाना अबुल कलामांना मात्र विभाजन अजिबात मान्य नव्हते. गांधीजींमुळे ते टळेल असे त्यांना वाटत होते. पण गांधीजींनी शेवटी ते मान्य केले. मौलाना अबुल कलाम आझादांनी या विषयीचे दुःख *India Wins Freedom* ह्या आपल्या आत्मकथेत व्यक्त केले आहे.

मौलाना अबुल कलामांची तगमग सगळ्यांनाच अस्वस्थ करणारी होती. नेहरू आणि सरदार पटेलांनी शरणागती पत्करल्याचे पाहून आझादांना प्रचंड वेदना झाल्या होत्या. डोळ्यांत अश्रू घेऊन ते गांधीजींना म्हणाले,

> My only hope now is in you. If you stand against partition, we may yet save the situation. If you however acquiesce, I am afraid, India is lost.

गांधीजींनी उत्तर दिले होते, "What a question to ask! If the Congress wishes to accept partition, it will be over my dead body. So long as I am alive I will never agree to the partition of India. Nor will I, if I can help it, allow Congress to accept it."[२९]

मौलाना आझाद एकटे पडले ही गोष्ट उघड आहे.

लॉर्ड माऊंटबॅटनने 'मॅकियाव्हेलियन' (Machiavellian) नीतीचा अवलंब करून हा प्रश्न सोडवला. शेवटी त्यांचा हा Balkanization Plan मान्य करावा लागला. तो जाहीर होताच पुन्हा दंगे उसळले. भारताच्या इतिहासातले हे दुसरे महाभारत होते.

॥ १० ॥

फाळणी झाल्यानंतर आरोप-प्रत्यारोपाचे सत्र सुरू झाले. फाळणीसाठी जबाबदार कोण? या प्रश्नाची आपापल्या परीने चर्चा सुरू झाली. फाळणी टाळता आली नसती का? त्यासाठी जे प्रयत्न करायला पाहिजे होते ते करण्यात आले का? या प्रश्नांची समाधनकारक उत्तरे अजूनही प्राप्त झालेली नाहीत.

डॉ. राम मनोहर लोहिया यांच्या मते पुढील आठ गोष्टी फाळणीला कारणीभूत ठरल्या. (१) ब्रिटिशांचे कपट, (२) कॉंग्रेस नेत्यांचे उतारवय, (३) हिंदू-मुसलमान दंग्यांमुळे उद्भवलेली परिस्थिती, (४) दृढतेचा आणि सामर्थ्याचा जनतेमधील अभाव, (५) गांधीजींची अहिंसा, (६) मुस्लीम लीगचे फुटीर धोरण, (७) संधी येईल तेव्हा तिचा फायदा घेण्याची आमची असमर्थता आणि (८) हिंदूंचा अहंकार.[३०] खरे तर आणखी एक कारण यांस जोडले पाहिजे ते म्हणजे बॅ. जिनांचे हटवादी आणि अतिअहंकारी नेतृत्व. जिना आपला हट्ट सोडयला मुळीच तयार नव्हते. मुस्लीम लीगमधला एकही नेता त्यांच्या विरोधात जावयास तयार नव्हता. संपूर्ण मुस्लीम समाज आंधळेपणाने जिनांच्या मागे उभा होता.

कॉंग्रेस कार्यकारिणीच्या ज्या बैठकीत फाळणीच्या योजनेस मंजुरी देण्यात आली त्या बैठकीस जयप्रकाश नारायण आणि राम मनोहर लोहिया या दोन समाजवादी नेत्यांना

बोलवले होते. मौलाना आझाद, आचार्य कृपलानी, खान अब्दुल गफारखान (सरहद्द गांधी) हेही उपस्थित होते. त्या बैठकीत बहुतेकांनी मौन धारण केले होते. सगळ्यांच्याच मनात विषाद होता. दु:खही होते. दोनदोन वाक्यांत त्यांनी ते व्यक्त केले. आचार्य कृपलांनी त्या वेळी काँग्रेस अध्यक्ष होते. त्यांनी एकही शब्द उच्चारला नाही. ते अत्यंत दु:खी होते. कारण त्यांचा पूर्ण सिंधप्रांत पाकिस्तानच्या घशात गेला होता. जयप्रकाश यांनी फाळणीला विरोध केला.

गांधीजींनी या बैठकीत हस्तक्षेप केला. ते जे बोलले ते अतिशय महत्त्वाचे होते. लोहियांच्या शब्दांतच सांगायला पाहिजे :

> ''या बैठकीत चर्चेत गांधीजींनी हस्तक्षेप केला, तो महत्त्वाचा आहे. गांधीजींनी उपस्थित केलेल्या दोन मुद्द्यांचा विचार केला पाहिजे. फाळणीला मान्यता देण्यापूर्वी नेहरू आणि पटेल यांनी आपणास त्याची कल्पना दिली नव्हती, असे गांधीजी काहीशा तक्रारवजा भाषेत म्हणाले. गांधीजींना आपले बोलणे पुरे करू न देताच नेहरू जरा आवेशाने म्हणाले की, आपण गांधीजींना सर्व कल्पना वेळोवेळी देत होतो. गांधीजींनी पुन्हा जेव्हा सांगितले की, आपणाला फाळणीच्या योजनेची माहिती आधी कोणी दिली नव्हती, तेव्हा नेहरूंनी आपले शब्द थोडे बदलले. गांधीजी त्या वेळी दूर नौखालीत होते. त्यामुळे योजनेचा सारा तपशील जरी गांधीजींना सांगण्यात आला नसला, तरी फाळणीच्या योजनेची स्थूल कल्पना आपण पत्राद्वारे गांधीजींना दिली होती, असा नेहरूंनी खुलासा केला आहे.''[३१]

लोहियांनी बराचसा दोष नेहरूजी आणि सरदार वल्लभभाई पटेल यांना दिला आहे. बॅ. जिना हे तर या नाट्यातले खलनायक होते. इंग्रजांनी तर 'Divide and Rule' या मार्गदर्शक तत्त्वाचाच उपयोग अगदी सुरुवातीपासूनच केला होता. *Freedom at Midnight* या ग्रंथाचे लेखकद्वय इंग्रजांबद्दल म्हणतात, ''The British had run India for three centuries with the byword 'Divide and Rule'. They proposed to leave it on a new one : 'Fragment and Quit'.''[३२]

फाळणी मान्य केली नसती तर काय झाले असते? उघड आहे; इंग्रज इथून परत गेले नसते. किती काळ हे सांगता येत नाही. ॲटलीनंतर येणाऱ्या पंतप्रधानाने कुठली भूमिका घेतली असती? सांगता येत नाही. मुस्लीम लिगच्या भूमिकेत अशा अवस्थेत काही फरक पडला असता का? जिना जिवंत असेपर्यंत तरी काहीच फरक पडला नसता. त्यांच्या नंतर मुस्लीम लीगच्या भूमिकेत फरक पडला असता किंवा नाही हे सांगता येत नाही. गांधी-नेहरूंच्या नंतर काँग्रेसची भूमिका काय राहिली असती हेही सांगता येत नाही. प्राप्त परिस्थितीमध्ये फाळणी अटळ ठरली.

लॉर्ड माऊंटबॅटननी सत्तांतराची अंतिम तारीख १५ ऑगस्ट १९४७ ही निश्चित केली. अर्थात हा दिवस भारताच्या स्वातंत्र्याचा प्रथम दिवस होता. अंधाराची जागा प्रकाशाने घेतली. पण ज्यांनी हे स्वातंत्र्य मिळवून दिले त्यांच्या मनात मात्र अंधार दाटला होता. गांधीजींची अवस्था अर्नेस्ट हेमिंगवेच्या *The Old Man and the Sea* या कादंबरीच्या नायकासारखी झाली होती. प्रयत्नांची पराकाष्ठा करून त्या वृद्ध नायकाने अतिविशाल असा व्हेल मासा पकडून आणला. पण त्याचे लचके अनेक शार्क माशांनी तोडले. त्या व्हेलचा केवळ सांगाडा त्याच्या हाती लागला. लोकांनी तो सांगाडा पाहून आश्चर्य व्यक्त केले. एवढा मोठा मासा पकडल्यामुळे लोकांनी त्याला नशीबवान म्हटले. पण तो वृद्ध नायक म्हणाला, 'No. I am not lucky. I am not lucky anymore.'

स्वातंत्र्याचा केवळ भव्य सांगाडा आमच्या हाती आला असेच गांधीजींना वाटले. एका प्रचंड साम्राज्याशी टक्कर देऊन त्यांनी स्वातंत्र्य मिळवले. पण ते चिरफळलेले स्वातंत्र्य होते.

स्वातंत्र्याची कथा ही अशी दु:खदायी आहे. It is a sad tale of two nations. नेहरू आणि पटेल हे खचले होते; पण सत्ता मिळवण्याची त्यांना घाई झाली होती असा लोहियांनी आरोप केला आहे. बॅ. जिना तर सत्तेसाठी हपापलेलेच होते. Beverly Nichols यांनी *Verdict on India* या त्यांच्या पुस्तकात डॉ. जिनांविषयी लिहिले आहे,

> "I have called Mr. Jinnah the most important man in Asia. That was to ensure that you kept him spotlit in your mind. Like all superlatives the description is open to argument, but it is not really so far from the truth. India is likely to be the world's greatest problem for some years to come, and Mr. Jinnah is in a position of unique strategic importance. He can sway the battle this way or that as he chooses. His 100 million Muslims will march to the left, to the right, to the front, to the rear at his bidding, and at nobody else's... that is the point."[३३]

बॅ. जिना ज्या वेळी कराचीला गेले तेव्हा भारतातील मुसलमानांनी आपल्या भविष्याविषयी चिंता व्यक्त केली. आपल्यामुळे पाकिस्तान मिळाले, मात्र आमचे भवितव्य धोक्यात आले आहे असे ते जिनांना म्हणाले. तेव्हा जिना म्हणाले, 'You are mistaken; the whole world knows that it is I who single-handedly has brought Pakistan into existence. I am its sole creator. No one else can take credit for it.'[३४]

रफिक झकारियांनी भारताच्या फाळणीला बॅ. जिनांनाच पूर्णपणे जबाबदार धरले आहे. जिनांचा 'द्विराष्ट्र सिद्धान्त' किती खोटा आहे हे भारतातीलच नव्हे तर पाकिस्तानातील मुस्लिमांच्याही लक्षात आले. झकारिया म्हणतात,

> The anti-Hindu frenzy that Jinnah had generated among the Muslims merely to gain Pakistan has in turn given rise to an anti-Muslim feeling among Hindus. This vicious circle of hate has threatened the peace and harmony of the whole of South Asia.[३५]

॥ ११ ॥

बांगलादेशाची निर्मिती झाली तेव्हा तर जिनांचा द्विराष्ट्र सिद्धान्त आणि इस्लामवर आधारलेला मुस्लीम राष्ट्रवाद पूर्णतः कोलमडला. केवळ धर्माच्या पायावर राष्ट्र उभे करता येत नाही. ते करता आले तरी फार काळ टिकत नाही असे इतिहास सांगतो. धर्म, वंश, भाषा, संस्कृती यातून राष्ट्रीयत्व आणि राष्ट्रवाद निर्माण होतो ही गोष्ट खरी आहे. या राष्ट्रवादाच्या आधारावर श्रेष्ठत्व प्रस्थापित करण्याचा जेव्हा प्रयत्न केला जातो, तेव्हा तो राष्ट्रवाद संकुचित ठरतो. आमचा धर्म श्रेष्ठ आहे; आमची भाषा आणि संस्कृती श्रेष्ठ आहे; आणि म्हणून ईश्वराने इतरांवर राज्य करण्यासाठी आमची निवड केली आहे, असा सामूहिक अहंकार (Collective Ego) निर्माण केला जातो. सामूहिक अहंकार हा द्वेष निर्माण करत असतो. We are the chosen people of God अशी समजूत इस्लामने मुसलमानांमध्ये निर्माण केली. राज्य आमचेच असले पाहिजे आणि सत्ता आमच्याच हातात असली पाहिजे. कायदा आमचाच असेल आणि सर्वांनी त्याचे पालन केले पाहिजे. आमच्याच कायद्यावर आधारलेले आणि आमच्याच पूर्णपणे नियंत्रणात असलेले राज्य म्हणजे 'दार-उल-इस्लाम' ही मुसलमानांची संकल्पना. या संकल्पनेतूनच मुस्लीम राष्ट्रवाद फोफावला. त्यात सहिष्णुतेला आणि समावेशकतेला स्थान नव्हते. जिनांच्या नेतृत्वाने अशा राष्ट्रवादाला खतपाणी घातले. त्याची परिणती ही पाकिस्तानच्या निर्मितीत झाली. आणि अशा प्रकारे भारताचा भूगोलही बदलला आणि इतिहासही. बॅ. जिना हेच ह्या भयंकर शोकांतिकेस कारण ठरले. आपल्या महत्त्वाकांक्षेसाठी मॅकबेथने जसा डंकनचा निर्घृण खून केला होता, तसा जिनाने हिंदुस्थानचा खून केला. रफिक झकारियांनी हेच *The Man Who Divided India* या पुस्तकात विशद केले आहे. मॅकबेथच्या हातावरचे रक्त पाहून लेडी मॅकबेथ उद्गारली होती : Here's the smell of the blood still : all the perfumes of Arabia will not sweeten this little hand. Oh! oh! oh! (Act V, Sc. 1)

जिनांच्या हातावरचा रक्ताचा डाग ना सिंधूच्या पाण्याने धुतला जाऊ शकतो, ना झेलम-रावी-चिनाब-सतलजच्या पाण्याने! कुठल्याही अत्तराने त्याची दुर्गंधी जाऊ शकणार नाही!

संदर्भ

१. Quoted by Partha S. Ghosh, *BJP and the Evolution of Hindu Nationalism* (New Delhi : Manohar Publishers and Distributors, 1999), P. 156

२. Maulana Abul Kalam Azad, *Words of Freedom : Ideas of Nation*, P. 83-84.

३. Quoted by R. C. Majumdar, *Three Phases of India's Struggle for Freedom*, P. 43

४. उद्धृत, मधुसूदन चतुर्वेदी, *राष्ट्र, राष्ट्रीयता एवं राष्ट्रवाद*, (जयपुर : आर.बी.एस.ए. पब्लिशर्स, २०२०), पृ. १५४

५. R. C. Majumdar, *Three Phases of India's Struggle for Freedom*, P. 43-44.

६. रामधारी सिंह दिनकर, *संस्कृति के चार अध्याय*, पृ. ६८५-७०८.

७. Romila Thapar, 'The Past as Seen in Ideologies Claiming to Be Nationalist,' *What the Nation Really Needs to Know*, ed. by Rohit Azad Others (Noida: Uttar Pradesh : Harper Collins Publishers India, 2016), P. 182.

८. Quoted by Sandhya Chaudhri, *Gandhi and the Partition of India* (New Delhi: Sterling Publishers Private Ltd, 1984), P. 48

९. तत्रैव, P. 49

१०. Quoted by Rafique Zakaria, *The Man Who Divided India* (Mumbai : Popular Prakashan, 2001), P. 81-82

११. Quoted by Dr. Babasaheb Ambedkar, *Pakistan or The Partition of India : Writings and Speeches*, Vol. 8, P. 21

१२. Quoted by Rafiq Zakaria, *The Man Who Divided India*, P. 82-83

१३. तत्रैव, P. 83

१४. Quoted by Sandhya Chaudhari, *Gandhi and the Partition of India*,

P. 50

१५. Quoted by Dr. Babasaheb Ambedkar, *Pakistan or the Partition of India : Writings and Speeches*, Vol. 8, P. 34

१६. तत्रैव, Vol. 8, P. 34

१७. तत्रैव, Vol. 8, P. 34

१८. तत्रैव, Vol. 8, P. 35

१९. तत्रैव, Vol. 8, P. 35

२०. तत्रैव, Vol. 8, P. 416

२१. Quoted by Rafiq Zakaria, *The Man Who Divided India*, P. 98

२२. M. C. Chagla, *Roses in December* (Bombay : Bhartiya Vidya Bhavan, 1973), P. 107

२३. Rafiq Zakaria, *The Man Who Divided India*, P. 121

२४. Larry Collins Dominique Lapierre, *Freedom at Midnight* (Delhi : Vikas Publishing House Pvt. Ltd. 1976), P. 104

२५. तत्रैव, P. 105

२६. तत्रैव, P. 105

२७. तत्रैव, P. 86

२८. तत्रैव, P. 93

२९. Maulana Abul Kalam Azad, *India Wins Freedom* (New Delhi : Orient Longman, 1989), P. 203

३०. डॉ. राम मनोहर लोहिया, *लोहिया विचार दर्शन* (पुणे : गोपाळ मोकाशी : सदाशिव बागाईतकर स्मृतिमाला, १९९१), पृ. २०८

३१. तत्रैव, पृ. २१२

३२. Larry Collins Dominique Lapierre, Freedom at Midnight, P. 126

३३. Quoted by Rafiq Zakaria, The Man Who Divided India, P. 148

३४. तत्रैव, P. 148-149

३५. तत्रैव, P. XIV

◆◆◆

५

धर्मनिरपेक्ष राष्ट्राची उभारणी

॥ १ ॥

१५ ऑगस्ट १९४७ रोजी भारत हे खऱ्या अर्थाने राष्ट्र-राज्य (Nation-State) बनले. सार्वभौम राष्ट्राचा दर्जा त्याला प्राप्त झाला. त्या दिवशी सकाळी युनियन जॅकच्या ठिकाणी तिरंगा फडकला. आणि योगायोग असा की त्याच वेळी आकाशात इंद्रधनुष्य चमकले. इंद्रधनुष्य हे भारताच्या बहुविधतेचे प्रतीक आहे. हा बहुधार्मिक, बहुसांस्कृतिक, बहुवांशिक आणि बहुभाषिक देश आहे.

राष्ट्राचा पाया म्हणजे त्याचा भौगोलिक भूभाग आणि त्याचा कळस म्हणजे त्याचे सार्वभौमत्व! पण दुर्दैव असे की भारताचा भूगोल बदलला आणि इतिहासही बदलला. नव्या इतिहासाला सुरुवातही झाली. विभाजनाची घोषणा होताच देशात प्रचंड रक्तपात झाला. एकीकडे आनंद तर दुसरीकडे दु:ख. अशा मन:स्थितीत पं. जवाहरलाल नेहरूंनी १४ ऑगस्टच्या मध्यरात्री देशाला उद्देशून घटना परिषदेत उत्स्फूर्तपणे भाषण केले. भाषण लिहिण्यास वेळही नव्हता आणि मन:स्थिती तर मुळीच नव्हती. खून आणि जाळपोळीच्या वार्ता क्षणोक्षणी येत होत्या. आणि ज्यांच्या अथक प्रयत्नामुळे स्वातंत्र्य मिळाले होते, ते पूज्य बापू तिकडे नौखालीत जातीय दंग्यांची आग विझवीत होते. या प्रसंगी नेहरूंनी जे भाष्य केले ते 'Tryst with Destiny' Speech (नियतीशी करार) या नावाने ओळखले जाते. त्या भाषणात भारताच्या यशापयशाचा आलेख आहे. त्याचबरोबर त्याच्या भवितव्याचे संकेत आहेत. भारताने नियतीशी केलेल्या कराराचा उल्लेखही त्यात आहे. या भाषणाचा अंश मी याआधी उद्धृत केलेला आहे. नेहरूजींच्या भाषणात उच्च आणि श्रेष्ठ जीवनमूल्यांचा उल्लेख आहे. भारताच्या उज्ज्वल परंपरेचा आलेखही त्यात आहे.

'भारताची शोधगाथा इतिहासाच्या उष:काळीच सुरू झाली होती. अनेक शतकांच्या प्रवासात भारताला यश आणि अपयशांना तोंड द्यावे लागले होते. पण त्याने आपल्या

ध्येयाचा ध्रुवतारा कधीच सोडला नाही. आपल्या आदर्शांचा त्याला कधी विसर पडला नाही. त्याचे दुर्दैव आज संपुष्टात आले आहे. स्वत:चा आत्मा त्याला पुन्हा सापडला आहे. अनेक शतकानंतर आज आम्ही स्वतंत्र आहोत. आमच्या समोर अनेक आव्हाने उभी आहेत.' ती आव्हाने स्वीकारण्याचे आवाहन नेहरूजींनी सर्व भारतीयांना केले.

संविधान सभेचे कामकाज सुरू झाले होते. राज्याचे स्वरूप काय असावे यावर विचारमंथन स्वातंत्र्यलढ्याच्या काळातच स्थूलपणे झाले होते. सांविधानिक मूल्यांचा विकास त्याच काळात झाला होता. संसदीय लोकशाही भारताने स्वीकारण्याचे ठरवले होते. आपले राज्य हे धर्मनिरपेक्ष असावे, ते धर्माधिष्ठित (Theocratic) असता कामा नये हा विचार मान्य झाला होता. बॅ. जिनांच्या 'द्विराष्ट्र सिद्धान्ता'ला विरोध करण्याचे हेच कारण होते. देशाची फाळणी झाली आणि पाकिस्तान हे धर्माधिष्ठित राज्य बनले. भारताने मात्र धर्मनिरपेक्षतेचाच (Secularism) स्वीकार केला. पाकिस्तान हे मुसलमानांचे राज्य बनले, मग भारत हे हिंदूंचे राष्ट्र का नको? असा मुद्दाही पुढे आला. हिंदू महासभा आणि इतर हिंदुत्ववादी संघटनांनी तो आग्रह धरला होता. पण तो मान्य झाला नाही. धर्मनिरपेक्ष तत्त्वावरच स्वातंत्र्यलढा उभारला गेला होता आणि स्वातंत्र्यप्राप्तीनंतर धर्मनिरपेक्ष तत्त्वावरच संविधान बनवण्यात आले.

दुर्दैवाने भारताची फाळणी झाली. पण स्वातंत्र्यलढ्यातून जी राजकीय संस्कृती उत्क्रांत झाली होती ती धर्मनिरपेक्ष संस्कृती होती. बॅ. जिनांच्या नेतृत्वाखाली मुस्लीम लीगने वेगळ्या सार्वभौम इस्लामिक राज्याची मागणी केली आणि प्राप्त परिस्थितीमध्ये ती मान्य करावी लागली. भारतीय नेत्यांनी मात्र धर्मनिरपेक्षतेचाच (Secularism) स्वीकार केला. ते द्रष्टे असल्यामुळे त्यांचा निर्णय शहाणपणाचा ठरला.

॥ २ ॥

भारतीय संविधानाची जी आधारभूत तत्त्वे (Basic Features) आहेत त्यात सर्वात महत्त्वाचे तत्त्व धर्मनिरपेक्षता हेच आहे. भारतीय संविधानाची 'उद्देशिका' वाचल्यानंतर ते कोणत्या मूलभूत तत्त्वांवर आधारलेले आहे हे आपल्या सहज लक्षात येईल. संविधानाची 'उद्देशिका' (Preamble) ही राष्ट्राची दिशा (Direction) आणि गंतव्य (Destination) ठरवीत असते. संविधानाची उद्देशिका ही ध्रुवताऱ्याचे काम करत असते. ती उद्देशिका अशी आहे :

आम्ही, भारताचे लोक, भारताचे एक सार्वभौम
समाजवादी धर्मनिरपेक्ष लोकशाही गणराज्य घडवण्याचा
व त्याच्या सर्व नागरिकांस :

सामाजिक, आर्थिक आणि राजनैतिक न्याय;
विचार, अभिव्यक्ती, विश्वास, श्रद्धा
व उपासना यांचे स्वातंत्र्य;
दर्जाची आणि संधीची समानता;
निश्चितपणे प्राप्त करून देण्याचा
आणि त्या सर्वांमध्ये व्यक्तीची प्रतिष्ठा
व राष्ट्राची एकता आणि एकात्मता
यांचे आश्वासन देणारी बंधुता
प्रवर्धित करण्याचा संकल्पपूर्वक निर्धार करून;
आमच्या संविधान सभेत
आज दिनांक २६ नोव्हेंबर, १९४७ रोजी
याद्वारे हे संविधान अंगीकृत आणि अधिनियमित
करून स्वत:प्रत अर्पण करत आहोत.

भारत हे राष्ट्र १५ ऑगस्ट, १९४७ रोजीच अस्तित्वात आले होते. पण संविधानाने दि. २६ नोव्हेंबर १९४९ रोजी त्यावर शिक्कामोर्तब केले. कारण या दिवशी भारतीय लोकांनी भारतीय संविधान अंगीकृत आणि अधिनियमित करून स्वत:प्रत अर्पण केले. १५ ऑगस्ट, १९४७ ते २६ नोव्हेंबर, १९४९ पर्यंत ते De facto राष्ट्र होते. पण ते खऱ्या अर्थाने De jure झाले ते २६ नोव्हेंबर, १९४९ रोजी. त्या दिवशी सांविधानिकदृष्ट्या राष्ट्रनिर्मितीची प्रक्रिया खऱ्या अर्थाने पूर्ण झाली. पाच हजार वर्षांचा प्रदीर्घ इतिहास असणारा भारत त्या दिवशी सार्वभौम राष्ट्र बनले. खरे तर राष्ट्र हे सार्वभौमच असते. जे सार्वभौम नसते त्याला राष्ट्र म्हणता येत नाही.

'सार्वभौम', 'समाजवादी', 'धर्मनिरपेक्ष' आणि 'प्रजासत्ताात्मक' ही लोकशाही राष्ट्राची अंगभूत विशेषणे आहेत. 'लोकशाही' या संकल्पनेत 'सार्वभौमत्व', 'समाजवाद', 'धर्मनिरपेक्षता' आणि 'प्रजासत्ताक' या संकल्पना अनुस्यूत असतात. या संकल्पनांतूनच 'लोकशाही'ला पूर्णत्व प्राप्त होते. 'लोक' हेच सार्वभौम सत्तेचे उमगस्थान! लोकशाहीलाच खऱ्या अर्थाने लोकसत्ताक सार्वभौम सत्ता म्हटले पाहिजे. लोकशाहीत सर्वांना सारखाच न्याय मिळतो आणि मिळाला पाहिजे. समानता हाच समाजवादाचा पाया असतो. लोकशाही ही समतेवर अर्थात समाजवादावर आधारलेली असते आणि असली पाहिजे. लोकशाहीत धर्माच्या, जातीच्या, वंशाच्या, रंगाच्या, भाषेच्या वा लिंगाच्या आधारावर भेदभाव केला जात नाही आणि करता कामा नये. आणि म्हणून लोकशाही ही 'धर्मनिरपेक्ष' (Secular) असते आणि असली पाहिजे. भारतीय संविधानात प्रस्थापित केलेली धर्मनिरपेक्षता ही इतकी व्यापक आहे.

आमची धर्मनिरपेक्षता ही केवळ धर्मनिरपेक्षता नाही. भारत हे केवळ धर्मनिरपेक्ष राष्ट्र नाही. ते वंशनिरपेक्ष, जातनिरपेक्ष, वर्णनिरपेक्ष, भाषानिरपेक्ष आणि लिंगनिरपेक्ष राष्ट्रही आहे. घटनेतील मूलभूत अधिकार आणि राज्यधोरणाची मार्गदर्शक तत्त्वे यांचा अभ्यास केल्यानंतर भारतीय धर्मनिरपेक्षतेची व्यापकता आपल्या लक्षात येईल.

धर्मनिरपेक्षता हे भारतीय संविधानाचे पायाभूत तत्त्व आहे. त्यावर संविधान उभे आहे. इतर मूलभूत तत्त्वांची रचना या पायाभूत तत्त्वांवर करण्यात आली आहे. त्यात बदल करण्याचा अधिकार कोणालाही नाही. संविधानाची संरचनाच त्यावर झालेली आहे. मूलभूत अधिकार आणि मार्गदर्शक तत्त्वे बदलण्याचा अधिकार संविधानालाही नाही. आणि म्हणून या आधारभूत तत्त्वांना संविधानामध्ये शास्वत स्वरूप प्राप्त झालेले आहे. राज्यकारभारामध्ये धर्माचा हस्तक्षेप होता कामा नये याची दक्षता घेणे म्हणजे धर्मनिरपेक्षता.

॥ ३ ॥

मुळात संविधान हेच धर्मनिरपेक्ष असले पाहिजे. कुठल्याही धर्मावर ते आधारलेले असता कामा नये. संविधान हा राज्याचा सर्वोच्च कायदा असतो. बाकीचे कायदे संविधानावर आधारलेले असतात. संविधानच धर्मनिरपेक्ष असेल, तर बाकीचे कायदेदेखील धर्मनिरपेक्ष असतील.

आधुनिक राष्ट्रांची संविधाने ही बहुधा धर्मनिरपेक्ष तत्त्वावर आधारलेली आहेत. मुस्लीम राष्ट्रांची संविधाने मात्र धर्माधिष्ठित आहेत. कुराण हा धर्मग्रंथ त्यांच्या संविधानांचा स्रोत आहे. आमचा धर्म वेगळा, आमची कौम वेगळी, आमची संस्कृती वेगळी म्हणून आम्हीही वेगळे, ह्या वेगळेपणातच त्यांची अस्मिता आहे. नुसते वेगळे आम्ही नाही आहोत. आमचा धर्म आणि संस्कृती इतर धर्मापेक्षा आणि संस्कृतीपेक्षा श्रेष्ठ आहे ही त्या वेगळेपणामागची भावना आहे. याच्या आधारावरच पाकिस्तानची निर्मिती झाली. दार-उल-इस्लाममध्ये राहणे हेच त्यांना इष्ट वाटते. दार-उल-इस्लाम हेच पाक असते, पवित्र्य असते, ही त्यांची धारणा आहे.

पाकिस्तान हे धर्माधिष्ठित (Theocratic) राज्य होणार ही गोष्ट उघड होती. पाकिस्तानचे संविधान 'शरिया'वर आधारलेले असणार ही गोष्ट जिनांनी वेळोवेळी केलेल्या विधानांवरून स्पष्ट होते. इस्लामचे आदर्श हेच पाकिस्तानचे आधार असणार; पण जिना हे अधूनमधून सेक्युलर असल्याचेही भासवायचे. आरंभी ते सेक्युलर होते यात शंका नाही; पण नंतर मुस्लीम राष्ट्रवादाने त्यांना पछाडले. कम्युनॅलिझम हाच त्यांचा नॅशनॅलिझम बनला. पाकिस्तानची निर्मिती जाहीर झाल्यानंतर ११ ऑगस्ट

१९४७ रोजी पाकिस्तानच्या संविधान सभेत (Constituent Assembly) बोलताना ते म्हणाले होते :

> "If you change your past and work together in the spirit that every one of you, no matter to what community he blongs, is first, second and last a citizen of this state with equal rights... there will be no end to the progress you will make... I cannot emphasise it too much. We should begin to work in that spirit and in course of time all these angularities of the majority and minority communities, the Hindu community and the Muslim community... will vanish. We should keep that in front of us as our ideal and you will find that in course of time Hindus would cease to be Hindus and Muslims would cease to be Muslims, not in the religious sense, because that is the presonal faith of each individual, but in the political sense of the citizen of the state."[१]

पण हे सर्व 'बोलाचीच कढी आणि बोलाचाच भात' ठरला. हिंदूंना पाकिस्तानने दुय्यम नागरिक म्हणूनच वागवले. त्यांना संपवण्याचाच त्यांनी प्रयत्न केला. धार्मिक दृष्टीने हिंदू समुदाय आणि मुस्लीम समुदाय अस्तित्वात असतील पण राजकीय दृष्टीने ते एकाच देशाचे नागरीक असतील अशी आदर्श भाषा त्यांनी वापरली.

११ ऑगस्ट १९४७ रोजी केलेले त्यांचे भाषण ऐतिहासिकदृष्ट्या अतिशय महत्त्वाचे मानले जाते. त्या संदर्भात त्यांनी विदेशी पत्रकारांना मुलाखतीही दिल्या होत्या. त्यात त्यांनी स्पष्ट शब्दांत सांगितले होते की पाकिस्तान हे धर्माधिष्ठित (Theocratic) राज्य असणार नाही. राज्याचा आणि धर्माचा काहीही संबंध नसतो. सगळ्या नागरिकांना त्यांचा धर्म काहीही असला तरी सारखेच अधिकार मिळणार. शब्द बापुडे केवळ वारा!

इस्लाम आणि धर्मनिरपेक्षता या दोन गोष्टी एकत्रित कशा येऊ शकतील? जिनांवर भाष्य करताना श्रीमती सबा नकवी ह्या पत्रकार म्हणतात –

> "These arguments are quite bogus. Jinnah first set the house on fire, then expressed some regret at the death toll; he sought the first country created in the name of Islam, and after getting it said he wanted it to be secular. Pakistan (or the Land of the Pure) he called his project, though there would be little room in the hearts

of the new nation's keepers to respect the Bengali Muslims of East Pakistan (now Bangladesh). He formulated the two-nation theory, then spoke of the need of Pakistan to treat its minorities well.

How on earth would the residents of his nation of the pure respect the minorities when the word 'Pakistan' itself suggests that non-Muslims are impure?"[२]

जिनांना नीरोचीच उपमा देणे योग्य ठरेल.

दि. १४ ऑगस्ट १९४७ रोजी पाकिस्तान हे इस्लामिक राष्ट्र अस्तित्वात आले. त्या दिवशी पाकिस्तानच्या संविधान सभेसमोर केलेले जिनांचे भाषण सर्व समुदायांच्या कल्याणाचे आश्वासन देणारे होते. व्हाइसरॉय लॉर्ड माऊंटबॅटन आणि लेडी माऊंटबॅटन हे त्या प्रसंगी उपस्थित होते. त्या भाषणात त्यांनी इस्लाम किती शांतीप्रिय आणि सहिष्णू धर्म आहे याचे वर्णन केले. ते म्हणाले :

"The tolerance and goodwill that the great emperor Akbar showed to all non-Muslims is not of recent origin. It dates back 13 centuries ago when our Prophet not only by words but by deeds treated the Jews and Christians handsomely after he conquered them.

He showed to them the outmost tolerance and regard and respect for their faith and beliefs. The whole history of Muslims where they ruled is replete with those humane and great principles and which should be followed and practised by us."[३]

बॅ. जिनांनी आपल्या या भाषणात सम्राट अकबर आणि प्रेषित मोहंमदांचा उल्लेख केला आहे. सम्राट अकबरांनी मुस्लिमेतर प्रजेला किती चांगल्या प्रकारे वागवले याची त्यांना पाकिस्तानच्या निर्मितीनंतर आठवण झाली! मुहंमद पैगंबरांनी ज्यू आणि ख्रिश्चन लोकांना जिंकल्यानंतरही किती आदराने वागवले याचीही त्यांना याप्रसंगी आठवण झाली. अकबर हा त्यांच्या समोरचा आदर्श असता तर द्विराष्ट्र-सिद्धान्ताची त्यांनी निर्मिती केलीच नसती. Direct Action Day जाहीर करताना त्यांना प्रेषित मोहंमदांची आठवण झाली नाही. जिथे जिथे मुसलमानांनी राज्य केले, तिथे तिथे मानवतावादी तत्त्वांचाच त्यांनी अवलंब केला असेही ते आपल्या भाषणात म्हणाले. पाकिस्तान ह्या राष्ट्राचा विकास सगळ्यांच्या हितासाठीच असेल असे त्यांनी आपल्या भाषणात आवर्जून सांगितले. 'सौ

चूहे खा के बिल्ली हज चली' अशातला हा प्रकार आहे. खरे तर हे निव्वळ ढोंग होते.

ज्यांनी ज्यांनी हिंदू-मुस्लीम ऐक्यासाठी प्रयत्न केले, त्यांच्या पदरी अपयशच पडले हा या देशाचा इतिहास आहे. रामधारीसिंह दिनकर यांनी आपल्या *संस्कृतिके चार अध्याय* या ग्रंथात या संदर्भात असे म्हटले आहे :

> एकता का एक आन्दोलन अकबर ने चलाया था, किन्तु उसे औरंगजेब ने काट दिया। दूसरा आन्दोलन महात्मा गाँधी ने चलाया। उसे जिन्नाने काट दिया। इस्लाम प्रभावित होने से डरता है, क्योंकि संशोधित, प्रभावित अथवा सुधरा हुआ इस्लाम इस्लाम नहीं है।[४] पाकिस्तान अस्तित्वात आले ते कडवे धर्माधिष्ठित राष्ट्र म्हणूनच.

॥ ४ ॥

भारताने सेक्युलॅरिझम स्वीकारला ही अतिशय महत्त्वाची गोष्ट आहे. पण सेक्युलर किंवा सेक्युलॅरिझम या शब्दाचा संविधानात कुठेच उल्लेख नाही. सुरुवातीला उद्देशिकेमध्येही या शब्दाचा उल्लेख नव्हता. १९७६मध्ये केलेल्या ४२व्या घटनादुरुस्तीच्या माध्यमातून 'समाजवादी' आणि 'धर्मनिरपेक्ष' या शब्दांचा उद्देशिकेमध्ये समावेश करण्यात आला. 'समाजवादी' आणि 'धर्मनिरपेक्ष' या दोन्हीही शब्दांचा आढळ घटनेतील कोणत्याही कलमामध्ये होत नाही. हे शब्द जरी घटनेत नसले, तरी त्यांच्यातील 'आशय' मात्र तिच्यात आहे. १९७६मध्ये हे दोन शब्द उद्देशिकेत (Preamble) जाणीवपूर्वक समाविष्ट करण्यात आले आहेत. तथापी 'समाजवाद' आणि 'धर्मनिरपेक्षता' या शब्दांची व्याख्या करण्यात आलेली नाही. आणि म्हणून या शब्दांचा नेमका अर्थ काय आहे या बाबतीत संदिग्धता निर्माण झाली होती. विशेषतः 'सेक्युलॅरिझम' या शब्दाच्या संदर्भात केवळ शब्दकोशातील अर्थ घेऊन त्याचा पूर्ण आशय आपल्या लक्षात येणार नाही. हा शब्द केवळ शब्द नाही. तो एक अर्थपूर्ण संकल्पनाही सूचित करतो. त्या संकल्पनेला इतिहासाचा संदर्भ आहे. पण युरोपच्या इतिहासाचा संदर्भ आणि भारताच्या इतिहासाचा संदर्भ, हे दोन्ही संदर्भ वेगवेगळे आहेत. त्यामुळे सेक्युलॅरिझम या शब्दाच्या अर्थछटाही वेगवेगळ्या आहेत. युरोपमध्ये धर्मसत्ता आणि राज्यसत्ता यांच्या संघर्षातून 'सेक्युलॅरिझम'ची संकल्पना पुढे आलेली आहे, ही ऐतिहासिक वस्तुस्थिती प्रथम लक्षात घेणे आवश्यक आहे. युरोपमध्ये तेराव्या शतकापासून ते अठराव्या शतकापर्यंत राज्यसत्ता (स्टेट) विरुद्ध धर्मसत्ता (चर्च) असा सत्तासंघर्ष चालू होता. धर्मसत्तेचे प्राबल्य राज्य आणि समाजावर होते. राज्यसत्ता ही धर्मसत्तेच्या अधीन होती. याचा अर्थ 'राज्य' हे 'चर्च'च्या अधीन होते. चर्च हे 'आध्यात्मिक' (Spiritual) सत्तेचे प्रतीक होते, तर राज्य हे भौतिक (Secular) सत्तेचे

प्रतीक होते. धर्मसत्तेच्या अधीन केवळ पारलौकिक जीवनच नव्हते, तर इहलौकिक जीवनही होते. धर्मसत्ता ही अतिपवित्र मानली जात होती. राज्यसत्ता ही धर्मसत्तेच्या अधीन असणे म्हणजे राजा हा पोपच्या अधीन असणे होय. पोप हा ईश्वराचा प्रतिनिधी आणि राजा हा पोपचा प्रतिनिधी मानला जात होता. सगळ्या युरोपचा राज्यकारभार हा रोम येथून चालत होता.

युरोपच्या प्रबोधन काळात धर्मसत्ता आणि राज्यसत्ता यांच्यामध्ये संघर्ष सुरू झाला. युरोपमध्ये अनेक राज्ये होती. पण ती सर्व रोमन चर्चच्या अधीन होती. बायबलमधला शब्द हाच कायदा होता आणि त्याचा अर्थ लावण्याचा अधिकार हा केवळ पोपला होता. युरोपमधल्या सर्व राज्यांच्या राजांना रोमन चर्चच्या पोपच्या अधीन राहूनच राज्य करावे लागत असे. दोघांचे हितसंबंध अर्थात वेगवेगळे होते. त्यामध्ये संघर्ष होणे हे अटळ होते. धर्मसत्ता आणि राज्यसत्ता यांनी एकमेकांना छेद देऊ नये म्हणून एक अधिनियम तयार करण्यात आला. तो असा : 'सीझरचे देणे सीझरला द्या; आणि देवाचे देणे देवाला द्या.' (Render unto Caesar, the things that are Caesar's and unto God, the things that are God's.) याचा अर्थ या दोन सत्तांमध्ये अशा प्रकारे लक्ष्मणरेषा ओढण्यात आली. ही लक्ष्मणरेषा म्हणजेच दोन्ही सत्तांना विभक्त करणारी सीमारेषा. धर्मसत्ता ही तर पूर्वीपासूनच सार्वभौम होती; पण आता राज्यसत्तेलाही सार्वभौमत्व प्राप्त झाले. धर्मसत्तेचा स्रोत ईश्वर आणि राज्यसत्तेचा स्रोत लोक! अर्थात हे सहजासहजी आणि लवकर मान्य झाले नाही. अठराव्या शतकात या गोष्टी मान्य झाल्या. ज्या दिवशी लोकांना राज्यसत्तेचा अर्थात त्याच्या सार्वभौमत्वाचा स्रोत मानण्यात आला त्या दिवशी राज्याचा (State) राष्ट्र-राज्य (Nation-state) म्हणून पुनर्जन्म झाला. आधी 'राज्यवाद' होता; आणि आता 'राष्ट्रवाद' (Nationalism) जन्माला आला.

चौदाव्या शतकात इटलीमध्ये मार्सिग्लिओ (Marsiglio) या विचारवंताने 'सेक्युलॅरिझम' आणि 'सेक्युलर स्टेट' ची संकल्पना स्पष्ट केली. त्याने सर्वप्रथम 'सेक्युलर' हा शब्द वापरला. 'डिव्हाइन लॉ' (Divine Law) आणि 'ह्युमन लॉ' (Human Law) अर्थात 'दैवी कायदा' आणि 'मानवी कायदा' यांच्यातील भेदरेषा त्याने स्पष्ट केली. नागरिकांचे 'इहलौकिक' (सेक्युलर) जीवन हे 'मानवी कायद्या'च्या (ह्युमन लॉ) आधारावरच नियंत्रित केले पाहिजे, आणि तो अधिकार राज्यत्तेचा असला पाहिजे. धर्माचा संबंध व्यक्तीच्या 'पारलौकिक' (Spiritual) जीवनाशी येतो आणि म्हणून त्याचे नियंत्रण किंवा नियमन 'दैवी कायद्या'च्या (Divine Law) आधारावर केले पाहिजे, आणि तो अधिकार धर्मसत्तेचा आहे ही गोष्ट मार्सिग्लिओने स्पष्ट केली. अशा प्रकारे राज्य आणि चर्च यांचे अधिकारक्षेत्र ठरवण्यात आले. वस्तुतः हा एक क्रांतिकारक विचार होता; आणि तो प्रबळ होत गेला. राज्यसंस्था आणि धर्मसंस्था

यांच्या विलगीकरणातून 'सेक्युलॅरिझम' जन्मास आला. इतकेच नव्हे तर राज्यसंस्था ही धर्मसंस्थेपेक्षा श्रेष्ठ आहे ही भावना जनमानसात रुजविली गेली. या दोन्ही संस्थांनी एकमेकांच्या कार्यक्षेत्रात हस्तक्षेप करायचा नाही असा करार करण्यात आला. दोन्ही संस्था स्वायत्त बनल्या. पण राज्यसंस्था ही शेवटी पूर्णतः सार्वभौम बनली. लोक हाच सार्वभौम सत्तेचा स्त्रोत आहे हा सिद्धान्त अंततः अस्तित्वात आला. या सिद्धान्तातूनच पुढे लोकशाही उत्क्रांत झाली. धर्माचे वलय शेवटी व्यक्तीपर्यंतच मर्यादित राहिले.

भारतामध्ये धर्मक्षेत्राने फार मोठे मानवी जीवन व्यापलेले आहे. देशात विज्ञानाचा विकास होतो आहे; मात्र वैज्ञानिक दृष्टिकोन वाढताना दिसत नाही ही वस्तुस्थिती आहे. मॅथ्यू अरनॉल्डच्या शब्दांत सांगायचे झाल्यास भारतीय समाज अद्याप दोन जगांत भटकतो आहे - one dead, the other is powerless to be born.

धर्मनिरपेक्षतेचा व्हावा तेवढा विकास अद्याप झालेला नाही. या देशात वर्णव्यवस्थेचा आधार हा धर्मच आहे. वसाहतवादाच्या काळात जातिव्यवस्था ही अधिक मजबूत झाल्याचे आढळून येईल. वसाहतवादाच्या काळात वरिष्ठ जातींनाच विकासाची संधी मिळत गेली. बहुजन समाज शिक्षणापासून वंचित राहिला. शिक्षणात वरून खाली झिरपण्याचा सिद्धान्त लागू करण्यात आला होता. जातिव्यवस्थेच्या निर्मूलनातून धर्मनिरपेक्षता ही आपल्या सर्व आयामांसहित विकास पावेल. पण भारतात जातिभेद आजही पाळला जातो. जात ही भारतीय विषमतेचे जन्मस्थान आहे. वरिष्ठ जात ही शोषणाचे शस्त्र आहे. हे शोषण संपवायचे असेल तर शोषणाचा स्त्रोत संपवावा लागेल.

युरोपमध्ये 'चर्च' आणि 'राज्य' यांच्यातील निर्णायक संघर्षात 'राज्य' हे अधिक सामर्थ्यशाली ठरले. तथापि तेराव्या शतकात आरंभ झालेला युरोपमधला हा संघर्ष अठराव्या शतकाच्या पूर्वार्धापर्यंत सातत्याने चालूच होता. या प्रदीर्घ संघर्षामध्ये 'धर्मकारण' आणि 'राजकारण' यांच्यातील वाद शिगेला पोहोचला होता. सगळा युरोप खंड त्यामुळे ढवळून निघाला. तथापि लोकजीवनावरचा धर्माचा प्रभाव क्षीण होणे कठीण होते.

॥ ५ ॥

व्यक्तीचे 'आध्यात्मिक' (Spiritual) जीवन समृद्ध करावयाचे असेल आणि त्याला शेवटी 'मुक्ती' (Salvation) मिळवायची असेल, तर धर्माचा आणि धर्मशास्त्राचा आधार घेणे अटळ होते. पण त्याचबरोबर 'भौतिक' (Secular) जीवनही सुखी आणि समृद्ध करावयाचे असेल, तर धार्मिक बंधने कमी करणे आवश्यक होते. मात्र 'चर्च'ला हे मान्य नव्हते. शास्त्रवचनाच्या पलीकडे जाऊन विचार करणे चर्चला अवघड होते.

माणूस हा खरे तर 'पारलौकिक' जीवन सोडायला तयार नव्हता; पण 'इहलौकिक' जीवन जगणे तर अटळच होते. माणसाला 'मुक्ती'ही हवी आहे आणि इहलौकिक जीवनातील सुखही हवे आहे. 'आध्यात्मिक' जीवन आणि 'भौतिक' जीवन या दोन्हीही जीवनांचा त्याला हव्यास आहे. आध्यात्मिक आणि भौतिक ही दोन परिमाणे मानवी जीवनाला प्राप्त झाली आहेत. 'मुक्ती' प्राप्त करण्यासाठी त्याला धार्मिक जीवन आणि 'स्वातंत्र्य' प्राप्त करण्यासाठी त्याला भौतिक जीवन हवे. 'मुक्ती' (Salvation) हे माणसाच्या जीवनाचे गंतव्य (Destination) आहे, तर 'स्वातंत्र' हे त्याच्या लांबच्या प्रवासाचे पहिले पाऊल आहे.

युरोपच्या प्रदीर्घ अशा प्रबोधन काळात जीवनाच्या प्रत्येक अंगावर विचारमंथन झाले. 'आध्यात्मिक मुक्ती' (Salvation) आणि 'भौतिक स्वातंत्र्य' (Liberty) ही मानवी जीवनाची दोन अविभाज्य अंगे मानण्यात आली. भौतिक जीवन सुखी, समृद्ध आणि अर्थपूर्ण करण्याच्या धडपडीतून युरोपच्या हाती 'विज्ञान' आले. डार्विनने उत्क्रांतीचा सिद्धान्त मांडला. त्याचा प्रभाव भौतिक जीवनावर पडला. जीवनाकडे पाहण्याचा दृष्टिकोन बदलू लागला. साहित्य हे सेक्युलर बनू लागले. विज्ञानामुळे सामाजिक आणि राजकीय क्षेत्र आणि बौद्धिक क्षेत्र बदलले. सामाजिक आणि राजकीय क्षेत्रात लोकशाहीची प्रगती झाली आणि बौद्धिक क्षेत्रात विज्ञानाची. हे जे बदल होत गेले ते ईश्वराच्या इच्छेमुळेच अशी लोकांची धारणा झाली. लॉर्ड टेनिसनने त्याचे वर्णन पुढीलप्रमाणे केले -

The old order changeth, yielding place to new,
And god fulfils himself in many ways
Lest one good custom should corrupt the world.

विज्ञानाची प्रगती जसजशी होत गेली, तसतशी बायबल आणि त्यावर आधारलेला आचार-विचार, धर्म आणि विज्ञान यांतील विसंगती स्पष्ट होत गेली. खरे तर विज्ञानाने लोकांच्या धर्मश्रद्धेलाच धक्के द्यायला सुरुवात केली. त्यांच्यामध्ये संघर्ष सुरू झाला. चर्चच्या हातात बायबल होते आणि राज्याच्या हातात विज्ञान आले. 'रिफॉर्मेशन', 'एन्लायटनमेंट' आणि 'रिनेसान्स' या नावांनी ओळखल्या जाणाऱ्या चळवळी युरोपमध्ये सुरू झाल्या. धार्मिक कर्मकांडांच्या निषेधातून प्रोटेस्टंट संप्रदायाचा जन्म झाला. कॅथॉलिक आणि प्रोटेस्टंट असे ख्रिश्चन धर्माचे दोन भाग पडले. या दोन्ही संप्रदायांच्या संघर्षातून राष्ट्रीय चर्च (National Church) अस्तित्वात आले. अशा प्रकारे मध्ययुगीन मानसिकतेचे बंध तोडून युरोपने 'आधुनिक' जगात पदार्पण केले.

सेक्युलॅरिझम या शब्दातून इहवाद, जडवाद, निरीश्वरवाद, आधुनिकतावाद असे निरनिराळे अर्थ सूचित होतात. पण एका विशिष्ट उदिष्टासाठी हा शब्द वा ही संकल्पना

अस्तित्वात आली आहे. आणि ते उद्दिष्ट म्हणजे धर्म आणि राज्य यांची फारकत. धर्माने राज्यकारभारात हस्तक्षेप करावयाचा नाही आणि राज्याने धर्मकार्यात हस्तक्षेप करावयाचा नाही. आणि हेच उद्दिष्ट भारतानेही आपल्यासमोर ठेवले आहे.

|| ६ ||

धर्मनिरपेक्षतेचे भारतीय संदर्भ युरोपीय संदर्भापेक्षा वेगळे आहेत. शब्द एकच पण त्यामागची पार्श्वभूमी ही भिन्न आहे. आणि म्हणून हा शब्द वापरात आला तेव्हा त्याचे लोकांनी निरनिराळे अर्थ लावले. अधर्म, नास्तिक, धर्मविरोधी, धर्मनिरपेक्ष असे वेगवेगळे शब्द वापरात येऊ लागले. पण संविधानाला अभिप्रेत असणारा शब्द म्हणजे 'धर्मनिरपेक्षता'. युरोपमध्येदेखील हा शब्द निरनिराळ्या अर्थाने वापरात आल्याचे आढळून येते. सेक्युलर म्हणजे 'धर्मविरोधी' (Anti-religious), 'अधार्मिक' (A-religious) किंवा 'धर्मविरहित' (Non-religious) असे सहसा मानले जात नाही. या संकल्पनेत ऐहिक जीवनाच्या धारणेसाठी आवश्यक असणाऱ्या नैतिक मूल्यांचा समावेश मात्र केला गेला आहे.

भारतात धर्मसत्ता विरुद्ध राज्यसत्ता असा संघर्ष नव्हता. या ठिकाणचा संघर्ष हा धर्माधर्मातील आणि पंथापंथातील संघर्ष होता. युरोपमध्ये प्रामुख्याने ख्रिश्चन धर्मच होता. युरोपीय देश हे बहुधर्मीय आणि बहुसांस्कृतिक नाहीत. ख्रिश्चन धर्मात निरनिराळे पंथ आहेत. सगळ्या पंथांचा स्रोत ख्रिश्चन धर्म हाच असल्यामुळे त्यांच्यात संघर्ष निर्माण होण्याचे काही कारण नव्हते. त्या ठिकाणचा मुख्य संघर्ष हा धर्मसत्ता (चर्च) आणि राज्यसत्ता (State) यांच्यातील होता. वर्चस्व होते ते धर्मसत्तेचे. म्हणून राज्यसत्तेला तेथे स्वतंत्र स्थान द्यावे लागले. राज्यसत्तेपासून धर्म दूर ठेवण्यात आला.

भारत हा बहुधार्मिक, बहुवांशिक, बहुसांस्कृतिक आणि बहुभाषिक देश असल्यामुळे या ठिकाणची गुंतागुंत क्लिष्ट स्वरूपाची राहिली होती आणि आहे. तो बहुविध (Plural) समाज आहे. एकविध (Singular) समाज नाही. विशेषतः बहुधार्मिकता हे संघर्षाचे मुख्य कारण आहे. असा देश धर्माधिष्ठित करणे म्हणजे संघर्षाला प्रोत्साहन देणे असे ठरले असते. हिंदू हे बहुसंख्याक आहेत हे खरे आहे. हिंदू धर्म हा राष्ट्रधर्म मानावा अशी मागणीही होती. पण तसे केले असते तर संघर्ष कमी होण्याऐवजी अधिक वाढला असता. जगातील सर्व धर्मांच्या शाखा भारतात आहेत. त्यापैकी हिंदू, जैन, बौद्ध आणि शीख हे चार धर्म तर भारतातच जन्मले आहेत. ज्यू, पारशी, ख्रिश्चन आणि इस्लाम या धर्मांचे लोकही भारतात आहेत. शिवाय विविध धर्मांमध्ये अनेक पंथ आहेत. हिंदू धर्मातील वेगवेगळ्या पंथांमध्ये एकवाक्यता आढळत

नाही. भारत हे विविध धर्मांचे 'कॉमनवेल्थ' आहे असे म्हटले तरी चालेल. शिवाय जाती-उपजातींची संख्या तर प्रचंड प्रमाणात आहे. जाती-उपजातींनाही धर्माचे अधिष्ठान प्राप्त झालेले आहे. त्यांच्यातला संघर्षही दखलपात्र आहे. भारताची भाषिक विविधताही प्रचंड आहे. देशात १२२ भाषा आणि १९,५०० बोली भाषा आहेत. अशी बहुविधता जगातील दुसऱ्या कोणत्याही देशाला लाभलेली नाही.

मुसलमानांनी पाकिस्तान मागितले आणि अगदी अट्टाहासाने त्यांनी ते मिळवले. पण वेगळ्या राष्ट्राची मागणी केवळ मुसलमानांचीच नव्हती हे लक्षात ठेवले पाहिजे. दक्षिणेतील लोकांनी वेगळ्या द्रविडस्थानची मागणी केली होती. आमची संस्कृती वेगळी आहे असा त्यांचा दावा होता. उत्तरेत धर्माच्या आधारावर खलिस्तानची मागणी केली होती. एखाद्या प्रांतात अस्पृश्य हे बहुसंख्याक असते, तर त्यांनीही अशीच वेगळ्या राज्याची मागणी केली असती.

बहुसंख्याक आणि अल्पसंख्याक हा वाद तर नेहमीच या देशात चाललेला असतो. भारतीय संविधानाने धर्म आणि भाषा यांच्या आधारावर अल्पसंख्याकांना मान्यता दिली आहे. पण प्रत्येक राज्यामध्ये धार्मिक, जातीय आणि भाषिक बहुसंख्याक आणि अल्पसंख्याक आहेत. अलीकडच्या काळात त्यांच्यात प्रचंड संघर्ष पेटलेला आढळतो. हे सर्व येथेच थांबेल याचे चिन्ह दिसत नाही. हिंदू धर्मातील काही पंथ स्वतंत्र धर्माची मागणी करत आहेत. जैनांना वेगळ्या धर्माची मान्यता देण्यात आली आहे. वेगळ्या धर्माच्या मान्यतेसाठी लिंगायतांचे आंदोलन चालू आहे. भाषिकवादही अधूनमधून उफाळून येतो. अनेक राष्ट्रवाद देशात निर्माण झाले आहेत. हा संघर्ष लक्षात घेऊनच भारताने कोणत्याही धर्माला जवळ केले नाही. आपले संविधानकर्ते दूरदृष्टीचे होते यात शंका नाही.

धर्मनिरपेक्ष राज्यामध्ये शासन धर्मावर चालत नाही आणि कायदेही धर्माच्या आधारावर केले जात नाहीत. न्याय, स्वातंत्र्य, समता आणि बंधुता यांच्या आधारावर शासन-प्रशासन आणि न्यायव्यवस्था चालते. युरोपमध्ये जी सर्वंकष आणि प्रदीर्घ अशी प्रबोधन चळवळ झाली त्या चळवळीने अनेक चांगल्या गोष्टींना जन्म दिला. विज्ञान, लोकशाही, राष्ट्रवाद, सेक्युलॅरिझम आणि आधुनिक मूल्ये ह्या गोष्टी त्यातून निर्माण झाल्या. कायदा हा न्यायतत्त्वावर आधारलेला असावा आणि राज्य हे कायद्यावर आधारलेले असावे. 'कायद्याचे राज्य' (Rule of Law) आणि 'कायद्यासमोरची समानता' (Equality before the law) या दोन सिद्धान्तांवर लोकशाही शासन आधारलेले असते. विज्ञानाने भौतिक जीवनाची व्यापकता आणि श्रीमंती वाढवली.

विज्ञानाच्या विकासाबरोबर युरोपमध्ये इहवाद अधिक बळकट होत गेला. परिणामतः केवळ राज्यच नव्हे तर समाजही 'सेक्युलर' बनत गेला. युरोपमध्ये झालेल्या प्रबोधनाची

फलनिष्पत्ती फार महत्त्वाची आहे. याचा अर्थ धर्म लोप पावला किंवा धर्मश्रद्धा नामशेष झाली असा होत नाही. एवढेच की धर्माची व्यापकता कमी झाली. वैज्ञानिक दृष्टी व्यापक बनली. शब्दप्रामाण्याची जागा बुद्धिप्रामाण्याने घेतली.

आपल्या देशात 'धर्मपीठ विरुद्ध राज्य' असा संघर्ष नव्हता. याचा उल्लेख मागे आलेलाच आहे. पण हा देश बहुधर्मीय आणि बहुपंथीय असल्यामुळे धर्माधर्मात आणि पंथापंथात नेहमीच संघर्ष होत आलेला आहे. राजा ज्या धर्माचा असेल त्या धर्माला राज्यसत्तेचा पाठिंबा मिळणे स्वाभाविक होते. त्या धर्माला मानणाऱ्या समुदायांना महत्त्व प्राप्त होणे स्वाभाविक होते. तथापि प्रत्येक धर्मसंप्रदायाकडे समभावाच्या आणि आदराच्या दृष्टीने पाहिले पाहिजे अशा प्रकारची शिकवण भारतीय जनमानसात रुजली होती. सहिष्णुता आणि समावेशकता ही भारतीय समाजाची व्यवच्छेदक लक्षणे होती. इतरांना सामावून घेण्याची वृत्ती समाजामध्ये निर्माण झाली होती.

मात्र इस्लामच्या आगमनानंतर परिस्थिती बदलली. इस्लाम हा असमावेशक (Exclusive) धर्म असल्यामुळे हिंदू आणि मुस्लीम समाजांमध्ये संघर्ष सुरू झाला. देशाची सत्ता मुस्लिमांच्या हाती गेल्यामुळे जेत्यांच्या भूमिकेत ते वावरू लागले. इस्लामचा प्रसार करणे हा त्यांचा उद्देश होता. गैरमुस्लिमांनी एक तरी इस्लाम स्वीकारला पाहिजे किंवा जिझिया कर दिला पाहिजे. एक-दोन अपवाद सोडले, तर मुस्लीम राज्यकर्त्यांनी आणि मुस्लीम समाजाने सर्वधर्मसमभावाचा अवलंब केला नाही. इस्लाममध्ये धर्मसुधारणेला फारसे स्थानच नाही. कुराण हाच त्यांच्या जगण्याचा आधार होता. प्रेषिताच्या तोंडून बाहेर पडलेला प्रत्येक शब्द हेच अंतिम सत्य. आणि सत्य हे सत्यच असते. ते कधीही बदलत नाही. कुराणवाक्य हे त्यांचे वेदवाक्य असते.

या देशात पाश्चिमात्यांचा शिरकाव झाल्यानंतर ख्रिश्चन धर्मप्रसाराला सुरुवात झाली. ब्रिटिशांबरोबर येथे आधुनिक विचार आले. पण त्यांना येथे राज्य करावयाचे होते. आपली सत्ता बळकट करण्यासाठी येथील विविध धर्मांच्या लोकांमध्ये फूट पाडण्याचा त्यांनी प्रयत्न केला. 'फोडा आणि राज्य करा' हेच धोरण शेवटपर्यंत त्यांनी राबवले. हा देश बहुधर्मीय आणि बहुसांस्कृतिक असल्यामुळे फूट पाडण्यास त्यांना चांगलाच वाव मिळाला. देशाची फाळणी ही त्यांच्या कूटनीतीचीच फलनिष्पत्ती आहे. भारतासारख्या विविध धर्मीय लोकांच्या देशात सर्वधर्मसमभावाची नितांत गरज आहे, हे आमच्या राष्ट्रीय नेत्यांच्या लक्षात आले होते. त्याच्या आधारावर त्यांनी लोकांमध्ये ऐक्य निर्माण करण्याचा प्रयत्न केला. स्वातंत्र्यलढ्यात या मूल्यांचा आविष्कार झाला. सहअस्तित्वासाठी ते आवश्यक होते. धर्मनिरपेक्षता म्हणजे सर्वधर्मसमभाव या विचाराला प्राधान्य मिळाले. प्रत्येकाच्या धर्मश्रद्धेचा आदर करावा ही शिकवण गांधीजींनी सर्व भारतीयांना दिली.

भारतात इहवादी (सेक्युलर) जीवनदृष्टीचा प्रसारही ब्रिटिशांच्या काळात झाला. या

देशात शतकानुशतके शिक्षणाचा अभाव असल्यामुळे लोकांमध्ये धर्मविषयक अंधश्रद्धा प्रचंड प्रमाणात वाढली होती. अनेक वाईट प्रथा-परंपरा निर्माण झाल्या होत्या. कर्मकांड आणि दैववादाने वैयक्तिक आणि सामाजिक जीवन पूर्णपणे ग्रासले होते. पण ब्रिटिशांनी आपल्याबरोबर विज्ञान आणि नवे विचार आणले होते. शिक्षणही हळूहळू सर्वांना उपलब्ध होऊ लागले. परिणामतः प्रबोधनाची प्रक्रिया देशात सुरू झाली. भारतीय प्रबोधनाने एकीकडे सर्वधर्मसमभावाची परंपरा दृढ केली, तर दुसरीकडे इहवादी जीवनदृष्टीचा पुरस्कारही केला. आणि म्हणून भारताने धर्मनिरपेक्षतेची जी संकल्पना स्वीकारली आहे तिच्यात सर्वधर्मसमभाव आणि इहवाद या दोन्ही मूल्यांचा समावेश आहे.

॥ ७ ॥

धर्माधिष्ठित राज्य (Theocratic State) हे लोकांमध्ये ऐक्य आणि एकात्मता निर्माण करू शकत नाही. त्याच्या परिणामांची आमच्या घटनाकारांना जाणीव होती. त्याचे चार परिणाम संभवतात :

१. एखाद्या राष्ट्राने ज्या धर्माला राज्याधिकृत धर्म म्हणून मान्यता दिलेली असेल त्या धर्माचे लोक हे प्रथम श्रेणीचे नागरिक मानले जातात. अशा राष्ट्रात धार्मिक अल्पसंख्याकांना दुय्यम प्रतीची वागणूक मिळते.
२. ज्या धर्माला राज्याधिकृत धर्म म्हणून राज्यघटनेनेच मान्यता दिलेली असेल, तो धर्मच त्या राष्ट्रातील कायद्याचा प्रमुख आधार बनतो. धर्मशास्त्र हेच संविधानाचे अधिष्ठान बनते. आणि म्हणून त्या देशातील न्यायव्यवस्थाही त्या धर्माच्या चौकटीबाहेर जाऊ शकत नाही.
३. धर्माधिष्ठित राष्ट्रात खऱ्या अर्थाने लोकशाही नांदू शकत नाही. कारण समतेच्या तत्त्वावर सर्व नागरिकांना सारखीच वागणूक तेथे मिळू शकत नाही. 'समान संधी', 'समान अधिकार' आणि 'समान न्याय' या तीन तत्त्वांवर लोकशाही आधारलेली असते. धर्माच्या आधारावर नागरिकांमध्ये भेद निर्माण करणे याचा अर्थ काही नागरिकांना अधिक अधिकार आणि अधिक संधी, तर काही नागरिकांना कमी अधिकार आणि कमी संधी असाच होतो. संधीची आणि अधिकारांची समानता ही खऱ्या अर्थाने स्वातंत्र्याची समानता असते. स्वातंत्र्याची समानता हाच खऱ्या अर्थाने धर्मनिरपेक्ष लोकशाही समाजव्यवस्थेचा पाया असतो. धर्माधिष्ठित राष्ट्रात 'न्याय्य समाज' (Just Society) अस्तित्वात येऊ शकत नाही.
४. धर्माधिष्ठित राष्ट्रातले शासन कालबाह्य कायद्यांवर आणि मूल्यांवर आधारलेले असते. धर्मग्रंथ हाच त्याच्या संविधानाचा आधार असतो. त्या राष्ट्रातील समाजव्यवस्थाही

कालबाह्य मूल्यांवर आधारलेली असते. धर्मशास्त्राला कालसापेक्षता आणि मूल्यसापेक्षता मान्य नसते. इहवादी समाज हा कालसापेक्ष, मूल्यसापेक्ष आणि परिवर्तनशील असतो.

आमच्या घटनाकारांनी या सर्व परिणामांचा खोलात जाऊन विचार केलेला आहे. केवळ धर्माधर्मातील संघर्ष टाळावा एवढाच त्यांचा हेतू नव्हता. राष्ट्राकडे पाहण्याचा त्यांचा दृष्टिकोन नकारात्मक नव्हता. तो सकारात्मक होता. विविध धर्मांच्या लोकांना धार्मिक स्वातंत्र्यही दिले पाहिजे; पण त्याचबरोबर राज्यकारभारामध्ये धर्मसंप्रदायांचा हस्तक्षेपही न झाला पाहिजे आणि त्यांना राज्यकारभारामध्ये नागरिक या नात्याने प्रतिनिधित्वही मिळाले पाहिजे, अशा प्रकारची भूमिका त्यांनी घेतली होती. वस्तुतः त्यांची ही भूमिका रास्त आणि योग्य होती. विविध धर्मांच्या लोकांना आपल्या धर्मश्रद्धा उरी बाळगण्याचा अधिकार भारतीय राज्यघटनेने दिलेला आहे. खरे तर तो त्यांचा 'मूलभूत' अधिकारच आहे. राज्याला धर्मस्वातंत्र्य नाही; मात्र त्याने नागरिकांना धर्मस्वातंत्र्य दिले आहे. आपल्या नागरिकांना धर्मस्वातंत्र्य देणे हे आपले मूलभूत कर्तव्य आहे, असे त्याने मानले आहे. पण त्याचबरोबर या देशातील राज्यकारभार आणि न्यायव्यवस्था कोणत्याही धर्मशास्त्राच्या आदेशानुसार चालणार नाही; आणि या देशातील कायदे हे कोणत्याही धर्मावर आधारलेले असणार नाहीत, या गोष्टीची काळजीदेखील घटनाकारांनी घेतली आहे. शासन-प्रशासन आणि न्यायव्यवस्था ही संविधानानुसार चालेल. धर्म आणि राज्य यांचा अन्योन्य संबंध नाही हाच त्याचा अर्थ. अशा राज्यालाच 'सेक्युलर राज्य' म्हटले जाते.

काही राष्ट्रांचा अपवाद सोडला, तर जगातील बऱ्याच राष्ट्रांनी धर्मनिरपेक्षतेचे धोरण अंगीकारलेले आहे. त्यांची संविधाने लिखित स्वरूपाची आहेत. मुस्लीम राष्ट्रे मात्र धर्माधिष्ठित आहेत. इस्लाम हाच त्यांचा राष्ट्रधर्म आहे. कुराण हाच त्यांच्या कायद्याचा आधार आहे. इस्लामने घालून दिलेल्या तत्त्वानुसारच त्यांचा राज्यकारभार आणि न्यायव्यवस्था चालते. धर्माच्या चौकटीत राहूनच शक्य तेवढा बदल त्यांनी केलेला आहे. इहवादी जीवन आणि पारलौकिक जीवन यांत ते भेद करत नाहीत. धर्म आणि राजकारण यांतला भेदही त्यांना मान्य नाही. खरे तर त्यांना धर्मनिरपेक्षता (Secularism) ही संकल्पनाच मान्य नाही. इस्लामला जे मान्य असेल तेच मुसलमानांना मान्य आहे. बांगला देश मात्र याला अपवाद आहे. पण या देशातही धर्मांधता वाढत आहे. प्रेषित मुहंमदाने उच्चारलेला शब्द हाच अंतिम शब्द ते मानतात.

काही मुस्लिमेतर राष्ट्रे धर्माधिष्ठित आहेत. इंग्लंड, म्यानमार, डेन्मार्क, स्पेन, श्रीलंका ही धर्माधिष्ठित राष्ट्रे आहेत. पण त्यांनी आधुनिक मूल्ये स्वीकारलेली आहेत. त्यांनी मूलतत्त्ववादाचा अंगीकार केलेला नाही. अमेरिका हे आधुनिक जगातील पहिले धर्माधिष्ठित लोकशाही राष्ट्र. वस्तुतः हा देश तसा बहुधर्मीय नाही. धर्माच्या नावावर

तिथे कधी दंगेधोपे झालेले नाहीत. तिथे संघर्ष झाला तो वांशिक स्वरूपाचा. काळ्या लोकांवर गोऱ्या अमेरिकनांनी गुलामी लादली होती. काळ्यांचा त्यांनी प्रचंड छळ केला; पण त्यांच्या संविधानाला ना वंशाचे (Race) अधिष्ठान आहे, ना धर्माचे. अमेरिकेच्या पहिल्या संविधान दुरुस्तीने धर्मसत्ता आणि राज्यसत्ता यांना पूर्णत: वेगळे केले. अमेरिकन राज्य घटनेतील कलम क्र. ६ म्हणते :

> No religious test shall ever be required as a qualification to any office or public trust under the United States.

या कलमामध्ये धर्मनिरपेक्षतेची संकल्पना व्यक्त झालेली आहे. पहिल्या घटना दुरुस्तीने (१७९१) ही संकल्पना अधिक स्पष्ट केली आहे. त्यात असे म्हटले आहे : Congress shall make no law respecting an establishment of religion, or prohibiting the free exercise thereof.

तत्कालीन अध्यक्ष थॉमस जेफरसन यांनी या तरतुदीचा अर्थ खालील शब्दांत विशद केला आहे :

> I contemplate with sovereign reverence that act of the American people which declared that their legislature should make no law respecting an establishment of religion or prohibiting the free exercise thereof thus building a wall of separation between the Church and the State.[५]

चर्च आणि राज्य यांना एकमेकांपासून अलग करणारी भिंत या घटनादुरुस्तीने बांधली. धर्मनिरपेक्षतेची अमेरिकन संकल्पना ही अशी आहे. All men are created equal या मूलभूत तत्त्वावर अमेरिकन राष्ट्र उभे आहे. अमेरिकन संविधान हे धर्माचा विरोधही करत नाही आणि आदरही करत नाही. त्याची भूमिका तटस्थतेची आहे. धर्माने राज्याच्या कारभारात हस्तक्षेप करावयाचा नाही आणि राज्याने धर्माच्या कारभारात दखल द्यायची नाही. अमेरिकन संविधानामध्ये ईश्वराचा उल्लेख मात्र आहे. संविधानाने धर्मस्वातंत्र्य सर्व नागरिकांना दिले आहे.

याउलट सोव्हिएत रशियातील धर्मनिरपेक्षता ही धर्मविरोधावर अर्थात नास्तिकतावादावर आधारलेली होती. धर्म म्हणजे अफूची गोळी. हा संदर्भ रशियन धर्मनिरपेक्षतेला होता. तथापि व्यक्तिगत जीवनात धर्मश्रद्धा बाळगण्यास संविधानाने बंदी घातलेली नव्हती. सोव्हिएत रशियाच्या संविधानातील कलम ५२प्रमाणे नागरिकाला सद्सद्विवेकबुद्धीचे स्वातंत्र्य देण्यात आले होते. सोव्हिएत रशिया कोसळल्यानंतर

परिस्थिती बदलली. पण रशिया हे धर्मनिरपेक्षच राष्ट्रच आहे.

भारताने स्वीकारलेली धर्मनिरपेक्षतेची संकल्पना काहीशी समन्वयवादी आहे. म्हणून तिच्यावर टीकादेखील झाली. 'धर्मनिरपेक्ष' (Secularism) या शब्दाची व्याख्या करण्याचा प्रयत्न झाला पण ते शक्य झाले नाही. संविधान सभेमध्ये त्यावर खडाजंगीदेखील झाली. देशाच्या एकात्मतेला धक्का पोहोचवायचा नसेल, तर धर्म आणि राज्य हे एकमेकांपासून दूरच ठेवणे गरजेचे आहे यावर मात्र एकमत झाले. धर्मसंघर्ष आणि जातिसंघर्ष या दोन प्रकारच्या संघर्षांमुळे देशाचे ऐक्य धोक्यात आल्याचा अनुभव होता. घटनाकारांनी इहवादी दृष्टिकोनालाही महत्त्व दिले. 'ईश्वर' या शब्दाचा संविधानात कुठेच उल्लेख नाही. 'We the people of India...' अर्थात 'आम्ही भारताचे लोक...' या शब्दप्रयोगाने उद्देशिकेची सुरुवात होते. कारण लोक हेच सार्वभौम सत्तेचा स्रोत मानले जातात.

॥ ८ ॥

आपल्या संविधानातील धर्मनिरपेक्षतेच्या व्यापकतेचे स्वरूप लक्षात घ्यावयाचे असेल तर तिच्यातील मूलभूत अधिकार आणि राज्यधोरणाची मार्गदर्शक तत्त्वे या दोन्हींचा अभ्यास करावा लागेल. भारतीय संविधान निर्मितीचे कार्य चालू असताना जगात मानवी अधिकारांची चर्चा चालू होती. राष्ट्रसंघाची स्थापना झाल्यापासून त्या चर्चेला प्रोत्साहन मिळाले होते. राष्ट्रसंघाने २४ डिसेंबर १९४८ रोजी मानवी अधिकारांची घोषणा केली. Declaration of Human Rights, 1948 हा एक महत्त्वाचा दस्तऐवज आहे. त्याचा प्रभाव आमच्या संविधानकारांच्या मनावर पडणे स्वाभाविक होते. सांगायचा मुद्दा असा की जग एका वेगळ्या दिशेत जात होते. मूलभूत अधिकार (Fundamental Rights) आणि राज्यधोरणाची मार्गदर्शक तत्त्वे (Directive Principles of State Policy) यांत संविधानाचे सार आहे.

भारतीय संविधानातील धर्मनिरपेक्षतेची संकल्पना व्यापक आहे. ती राजकीय, सामाजिक आणि आर्थिक अंगांना स्पर्श करणारी आहे. मूलभूत अधिकार आणि राज्य धोरणाची मार्गदर्शक तत्त्वे यांचा बारकाईने अभ्यास केला, तर हे आपल्या लक्षात येऊ शकेल. त्यात समाजवाद, धर्मनिरपेक्षता आणि लोकशाही ह्या तिन्ही संकल्पना अनुस्यूत आहेत. याचा उल्लेख मागे आलेला आहेच. कलम क्र. १४, १५, १६, १७ आणि १८ ही कलमे महत्त्वाची आहेत. आपले नागरिकत्व हे समतेच्या तत्त्वावर आधारलेले आहे. समान नागरिकत्व हा नवभारताच्या राष्ट्रीयत्वाचा आणि राष्ट्रवादाचा पाया आहे. राज्य हे धर्मनिरपेक्षतेवर आधारलेले असल्यामुळे नागरिकत्वही धर्मनिरपेक्षतेवरच आधारलेले

असणार. आणि म्हणून धार्मिक आणि सामाजिक परंपरा दूर सारणे आवश्यक होते. धर्माची आणि समाजाची मान्यता असल्यामुळे त्यांना एक प्रकारचे पावित्र्य चिकटलेले होते. त्या पवित्र मानलेल्या प्रथा-परंपरा दूर सारणे अतिशय कठीण होते. कायद्याच्या पातळीवर का नाही पण त्या प्रथम दूर सारणे आवश्यक होते. कायदा हा समाज परिवर्तनाचे फार मोठे माध्यम असतो. संविधान हा तर राष्ट्राचा सर्वोच्च कायदा आहे. ही कलमे येथे मी उद्धृत करत आहे -

कलम (१४)

राज्य, कोणत्याही व्यक्तीस भारताच्या राज्यक्षेत्रात कायद्यापुढे समानता अथवा कायद्याचे संरक्षण नाकारणार नाही.

कलम (१५)

१. राज्य, कोणत्याही नागरिकाला प्रतिकूल होईल अशा प्रकारे केवळ धर्म, वंश, जात, लिंग, जन्मस्थान या अथवा यांपैकी कोणत्याही कारणावरून भेदभाव करणार नाही.

२. केवळ धर्म, वंश, जात, लिंग, जन्मस्थान या अथवा यांपैकी कोणत्याही कारणावरून कोणताही नागरिक -

क. दुकाने, सार्वजनिक उपहारगृहे, हॉटेल आणि सार्वजनिक करमणुकीची स्थाने यांत प्रवेश; किंवा

ख. पूर्णतः किंवा अंशतः राज्याच्या पैशाने राखलेल्या अथवा सर्वसाधारण जनतेच्या उपयोगाकरताच खास नेमून दिलेल्या अशा विहिरी, तलाव, स्नानघाट, रस्ते आणि सार्वजनिक राबत्याच्या जागा यांचा वापर,

याविषयी कोणतीही निःसमर्थता, दायित्व, निर्बंध किंवा शर्त यांच्या अधीन असणार नाही.

३. या अनुच्छेदातील कोणत्याही गोष्टीमुळे, स्त्रिया आणि बालके यांच्याकरता कोणतीही विशेष तरतूद करण्यास राज्याला प्रतिबंध होणार नाही.

४. या अनुच्छेदातील किंवा अनुच्छेद २९चा खंड (२) यातील कोणत्याही गोष्टीमुळे, नागरिकांच्या सामाजिक आणि शैक्षणिकदृष्ट्या मागासलेल्या कोणत्याही वर्गाच्या उन्नतीकरता अथवा अनुसूचित जाती आणि अनुसूचित जनजाती यांच्याकरता कोणतीही विशेष तरतूद करण्यास राज्याला प्रतिबंध होणार नाही.

५. या अनुच्छेदामधील किंवा अनुच्छेद १९चा खंड (१), उपखंड (छ) यामधील कोणत्याही गोष्टीमुळे, नागरिकांच्या सामाजिक आणि शैक्षणिकदृष्ट्या मागसलेल्या कोणत्याही वर्गांच्या किंवा अनुसूचित जाती

आणि अनुसूचित जनजाती यांच्या उन्नतीकरिता कोणतीही विशेष तरतूद करण्यास राज्याला प्रतिबंध होणार नाही. मात्र, अशी तरतूद अनुच्छेद ३०च्या खंड (१)मध्ये निर्देशिलेल्या अल्पसंख्याक शैक्षणिक संस्थाखेरीज अन्य खासगी शैक्षणिक संस्थांमध्ये -- मग त्या राज्यांकडून अनुदान प्राप्त होणाऱ्या असोत अगर नसोत -- प्रवेश देण्याशी संबंधित असावयास हवी.

कलम (१६)

१. राज्याच्या नियंत्रणाखालील कोणत्याही पदावरील सेवायोजन किंवा नियुक्ती यासंबंधीच्या बाबींमध्ये सर्व नागरिकांस समान संधी असेल.

२. कोणाताही नागरिक केवळ धर्म, वंश, जात, लिंग, कूळ, जन्मस्थान, निवास या किंवा यांपैकी कोणत्याही कारणांवरून राज्याच्या नियंत्रणाखालील कोणतेही सेवायोजन किंवा पद यांच्याकरता अपात्र असणार नाही, अथवा त्यांच्या बाबतीत त्याला प्रतिकूल असा भेदभाव केला जाणार नाही.

३. या अनुच्छेदातील कोणत्याही गोष्टीमुळे एखादे राज्य किंवा संघराज्यक्षेत्र यांच्या शासनाच्या अथवा त्यांच्यातील कोणत्याही स्थानिक किंवा अन्य प्राधिकरणाच्या नियंत्रणाखालील एखाद्या वर्गाच्या किंवा वर्गांच्या, पदावरील सेवायोजन किंवा नियुक्ती यांच्या संबंधात अशा सेवायोजनाच्या किंवा नियुक्तीच्या पूर्वी त्या राज्यातील किंवा संघ राज्यक्षेत्रातील निवासाविषयी एखादी आवश्यकता विहित करणारा कोणताही कायदा करण्यास संसदेला प्रतिबंध होणार नाही.

४. या अनुच्छेदातील कोणत्याही गोष्टीमुळे, राज्याच्या सेवांमध्ये नागरिकांच्या ज्या कोणत्याही मागासवर्गाला राज्याच्या मते पर्याप्त प्रतिनिधित्व नाही अशा वर्गाकरिता नियुक्ती किंवा पदे राखून ठेवण्यासाठी कोणतीही तरतूद करण्यास राज्याला प्रतिबंध होणार नाही.

या कलमांत दुरुस्ती होऊन त्यांत दोन कलमांची भर पडलेली आहे.

५. या अनुच्छेदातील कोणत्याही गोष्टीमुळे, एखाद्या धार्मिक किंवा सांप्रदायिक संस्थेच्या कारभाराशी संबंधित असलेल्या पदाचा किंवा तिच्या शासक मंडळाचा कोणताही सदस्य म्हणजे विशिष्ट धर्माची अनुयायी असणारी किंवा एखाद्या विशिष्ट संप्रदायाची व्यक्ती असली पाहिजे. अशी तरतूद करणाऱ्या कोणत्याही कायद्याच्या प्रवर्तनावर परिणाम होणार नाही.

कलम (१७)

अस्पृश्यता नष्ट करण्यात आली आहे आणि तिचे कोणत्याही स्वरूपातील आचरण निषिद्ध करण्यात आले आहे. अस्पृश्यतेतून उद्‍भवणरी कोणतीही निःसमर्थता

लादणे हा कायद्यानुसार शिक्षापात्र अपराध असेल.

कलम (१८)

१. सेवाविषयक किंवा विद्याविषयक मानविशेष नसलेला असा कोणताही किताब राज्याकडून प्रदान केला जाणार नाही.

२. भारताचा कोणताही नागरिक कोणत्याही परकीय देशाकडून कोणताही किताब स्वीकारणार नाही.

३. भारताची नागरिक नसलेली कोणतीही व्यक्ती, ती राज्याच्या नियंत्रणाखालील कोणतेही लाभाचे किंवा विश्वासाचे पद धारण करत असताना राष्ट्रपतीच्या संमतीशिवाय कोणत्याही परकीय देशाकडून कोणताही किताब स्वीकारणार नाही.

४. राज्याच्या नियंत्रणाखालील कोणतेही लाभाचे किंवा विश्वासाचे पद धारण करणारी कोणतीही व्यक्ती, राष्ट्रपतीच्या संमतीशिवाय परकीय देशाकडून किंवा त्याच्या नियंत्रणाखालील कोणत्याही प्रकारची कोणतीही भेट, वित्तलब्धी किंवा पद स्वीकारणार नाही.

कलम (१९)

आणि त्याची पोटकलमे अतिशय महत्त्वाची आहेत. हे कलम संविधानाचा आरसा आहे असे म्हटले तरी चालेल. या कलमानुसार -

१. सर्व नागरिकांस-

क. भाषण आणि अभिव्यक्ती यांच्या स्वातंत्र्याचा;

ख. शांततेने आणि विनाशस्त्र एकत्र जमण्याचा;

ग. अधिसंघ वा संघ बनवण्याचा;

घ. भारताच्या राज्यक्षेत्रात सर्वत्र मुक्तपणे संचार करण्याचा;

ड. भारताच्या राज्यक्षेत्राच्या कोणत्याही भागात राहण्याचा आणि स्थायिक होण्याचा; आणि

छ. कोणताही पेशा करण्याचा अथवा कोणताही व्यवसाय, व्यापार किंवा धंदा चालवण्याचा; हक्क असेल.

या कलमांमध्ये कुठेही धर्मनिरपेक्षता हा शब्द वापरलेला नाही. आणि म्हणून त्याची व्याख्या करण्याचे काही कारण नाही. पण तिच्या संकल्पनेचा विस्तार मात्र या कलमांमध्ये झालेला आहे. अस्पृश्यतेसारखी दुष्ट प्रथा नष्ट करण्यात आली. धर्माच्या नावावर ती हजारो वर्षे चालत होती. भारताच्या कोणत्याही नागरिकास समानतेची वागणूक मिळेत. त्यात त्याचा धर्म, जात, वंश, लिंग, जन्मस्थान या गोष्टी आडव्या येणार नाहीत.

राज्य कायद्याचे आणि कायद्यासमोरची समानता प्रस्थापित करील. कलम १५(२) हे तर अतिशय महत्त्वाचे आहे. केवळ धर्म, वंश, जात, लिंग किंवा जन्मस्थान यांपैकी कोणतीही गोष्ट समानतेची वागणूक देण्याच्या मार्गात येणार नाही. भारतीय धर्मनिरपेक्षतेची संकल्पना ही केवळ धर्मावर आधरलेली नाही. ती धर्माबरोबर वंश, जात, लिंग, जन्मस्थान यांवरदेखील आधारलेली नाही. सर्व नागरिक कायद्यासमोर समान आहेत. समानता हाच धर्मनिरपेक्षतेचा आत्मा आहे.

॥ ९ ॥

भारतीय सेक्युलॅरिझमचा विचार करत असताना केवळ धर्म-संप्रदायाचाच विचार करता येत नाही. धर्म-संप्रदायांबरोबर जाती-पोटजातींचाही विचार करावा लागतो. येथे धर्म-संप्रदाय जसे ईश्वरनिर्मित मानले जातात, तशा जाती-पोटजातीदेखील धर्माधिष्ठित मानल्या जातात. पाश्चात्त्य देशात जाती नाहीत. आहेत ते वर्ग. धर्माचे पावित्र्य त्यांना चिकटवलेले नाही. शिवाय वर्ग हे बदलले जाऊ शकतात. वर्णांची किंवा जातींची अवस्था वेगळी आहे. वर्णांना आणि जातींना धर्मशास्त्राचा आधार आहे. धर्म हा अपौरुषेय आहे असा समज आहे. तो बदलता येत नाही. वर्णव्यवस्था ही धर्माने निर्माण केलेली आहे म्हणून ती बदलता येत नाही. जातिव्यवस्था ही धर्मातूनच विकसित झालेली आहे. ती धर्माधिष्ठित असल्यामुळे पवित्र मानली गेली आहे. ती बदलणार कशी? हिंदूंमध्ये 'स्वधर्माला' अनन्यसाधारण महत्त्व आहे. 'स्वधर्म' म्हणजे वर्णधर्म. ज्या वर्णात तुमचा जन्म झाला आहे, तो वर्णच तुमचा 'स्वधर्म' निर्धारित करत असतो. वर्णाने दिलेला धर्मच हा तुमचा धर्म. म्हणून व्यवसाय बदलता येत नाही. अलीकडे ह्या दृष्टिकोनात बदल झालेला आहे. परंतु अशिक्षित लोकांची आजही त्यावर श्रद्धा आहे. त्याबाहेर येण्यासाठी ते आजही तयार नाहीत. या जातिव्यवस्थेच्या बुडाशी अस्पृश्यता आहे. शतकानुशतके समाजाचा एक मोठा हिस्सा अस्पृश्यतेत अडकला आहे. ती अस्पृश्यता नष्ट करण्यात आली. (कलम १७) खरे तर जातिव्यवस्थाच समूळ कायद्याने नष्ट करायला हवी होती. धर्माने जितके भारतीय समाजाचे ध्रुवीकरण केले आहे, तेवढेच, किंबहुना त्यापेक्षा अधिक ध्रुवीकरण, जातींनी केलेले आहे. म्हणून भारतीय सेक्युलॅरिझममध्ये धर्म-संप्रदायांबरोबर जाती समुदायांचा विचार करणेदेखील आवश्यक आहे. पण या मुद्द्यावर फारशी चर्चा झालेली नाही आणि होत नाही. भारतीय सेक्युलॅरिझमची संकल्पना जेवढी धर्मनिरपेक्ष आहे, तेवढीच ती जातिनिरपेक्षदेखील असली पाहिजे. राज्यकर्त्यांनी ही गोष्ट प्रकर्षाने लक्षात घ्यावयास पाहिजे. कारण धर्मांधता जेवढी घातक आहे, तेवढीच जात्यंधताही घातक आहे. धर्मांध पक्षांप्रमाणे जाती-संघटनांनीदेखील सेक्युलॅरिझमला धोका निर्माण

केलेला आहे. जातिसंस्था बळकट होत असताना आपण आज पाहत आहोत. राष्ट्रीय नेत्यांमध्ये राम मनोहर लोहिया यांना या प्रश्नाची तीव्रता जाणवली होती. जातिव्यवस्थेच्या संदर्भातच स्त्रीदास्याचा विचार करण्याची गरज आहे. हे प्रश्न एकमेकांत गुंतलेले आहेत. त्याकडे चिकित्सक दृष्टीने पाहण्याची आवश्यकता आहे. जमातवाद आणि जातिवाद ह्या एकाच नाण्याच्या दोन बाजू आहेत. या दोन्हीही गोष्टी संकुचित अस्मितांना खतपाणी घालीत आहेत.

कलम (१९) तर भारताच्या संविधानाचा प्राणच आहे. जीवनाची सर्व क्षेत्रे नागरिकांना दिलेल्या अधिकारांनी व्यापली आहेत. अभिव्यक्ती स्वातंत्र्य हे सर्वात महत्त्वाचे स्वातंत्र्य आहे. आपले विचार व्यक्त करण्याचे मूलभूत स्वातंत्र्य सर्व नागरिकांना बहाल करण्यात आले. ते लिहू शकतात, बोलू शकतात, प्रकाशित करू शकतात, प्रसारित करू शकतात आणि विविध प्रकारे व्यक्त होऊ शकतात. शांतता भंग न करता ते एकत्रित येऊ शकतात, सभा-संमेलने भरवू शकतात, मोर्चे काढू शकतात, संघटना बांधू शकतात, राजकीय क्षेत्रात ते मुक्तपणे संचार करू शकतात, भारताच्या कोणत्याही कानाकोपऱ्यात ते संचार करू शकतात, व्यवसाय करू शकतात, स्थायिक होऊ शकतात. ते संचार, संभाषण, अभिव्यक्ती, व्यवसाय आणि निवास करण्याचे पूर्ण स्वातंत्र्य उपभोगू शकतात. लोकशाहीला खरे तर हेच अभिप्रेत आहे. टीका करण्याचे स्वातंत्र्यही त्यांना आहे. आविष्कार स्वातंत्र्याशिवाय व्यक्तीला आपल्या व्यक्तिमत्त्वाचा आविष्कार करता येत नाही.

भारतीय राज्यघटना ही तीन पायाभूत संकल्पनांवर आधारलेली आहे. समाजवाद, धर्मनिरपेक्षता आणि सामाजिक न्याय यांवर तिची संरचना करण्यात झालेली आहे. तिचा पिरॅमिड त्यांवर उभा आहे. त्या तिन्हीही घटकांचा आविष्कार या तरतुदींमध्ये केलेला आहे. त्या तरतुदींमध्ये या तिन्ही संकल्पनांचा आशय भरलेला आहे. खरे तर लोकशाही ही या तिन्ही संकल्पनांवर आधारलेली आहे. याचा अर्थ राज्यघटना ही सामाजिक अभियांत्रिकीचे (Social Engineering) साधन आहे.

स्वतंत्र भारताने समाजवादाच्या दिशेत जायचे ठरवले. त्याने संमिश्र अर्थव्यवस्था स्वीकारली. पण तो पोथीवादी समाजवाद नव्हता. भारताने उदारमतवादी लोकशाही स्वीकारली आहे. भारतीय संविधान हा विविध विचारांचा 'महासमन्वय' आहे.

नागरिकांना दिलेल्या मूलभूत अधिकारांमध्ये धर्मस्वातंत्र्याचा अधिकार हा महत्त्वाचा आहे. धर्मसंस्था ही सनातन संस्था आहे. तिने माणसाचे आणि समाजाचे सर्व जीवन व्यापलेले आहे. संविधानातील २५ ते २८ ही कलमे धर्मस्वातंत्र्याची आहेत. भारताने धर्मविरोधाची भूमिका घेतली नाही. या बाबतीतही भारताचे धोरण उदारतेचेच आहे. धर्म हेच अनेक प्रश्नांना कारणीभूत असूनही घटनेने धर्मस्वातंत्र्य दिले हे फार

महत्त्वाचे आहे. सोविएत रशियाने जशी धर्मविरोधी भूमिका घेतली, तशी भूमिका भारताने घेतली नाही.

२५ ते २८ या कलमांमध्ये नागरिकांना जे धर्मस्वातंत्र्य दिले आहे, त्याचा बारकाईने विचार केला पाहिजे. ती कलमेच मी येथे उद्धृत करतो.

कलम (२५)

१. सार्वजनिक सुव्यवस्था, नीतिमत्ता आणि आरोग्य यांच्या आणि या भागातील अन्य तरतुदींच्या अधीनतेने, सदसद्विवेकबुद्धीच्या स्वातंत्र्याला आणि धर्म मुक्तपणे प्रकट करण्याच्या, आचरण्याच्या आणि त्याचा प्रचार करण्याच्या अधिकाराच्या सर्व व्यक्ती सारख्याच हक्कदार आहेत.

२. या अनुच्छेदातील कोणत्याही बाबीमुळे,

क. धर्माचरणाशी निगडित असेल अशा कोणत्याही आर्थिक, वित्तीय, राजनैतिक वा अन्य धार्मिकतेत कार्याचे विनियमन करणाऱ्या किंवा त्यावर निर्बंध घालणाऱ्या;

ख. सामाजिक कल्याण आणि सुधारणा यांबाबत अथवा सार्वजनिक स्वरूपाच्या हिंदू धार्मिक संस्था, हिंदूंचे सर्व वर्ग आणि पोट-भेद यांना खुल्या करण्याबाबत तरतूद करणाऱ्या,

कोणत्याही विद्यमान कायद्याच्या प्रवर्तनावर परिणाम होणार नाही किंवा असा कोणताही कायदा करण्यास राज्याला प्रतिबंध होणार नाही.

स्पष्टीकरण-एक- कृपाणे धारण करणे आणि स्वतःबरोबर बाळगणे हे शीख धर्माच्या प्रकटीकरणात समाविष्ट असल्याचे मानले जाईल.

स्पष्टीकरण-दोन- खंड (२)च्या उपखंड (ख)मध्ये हिंदू या शब्दोल्लेखात शीख, जैन वा बौद्ध धर्म प्रकट करणाऱ्या व्यक्तींचा उल्लेख समाविष्ट आहे असा त्याचा अर्थ लावला जाईल, आणि हिंदू धार्मिक संस्थांच्या उल्लेखांचा अर्थही तदनुसार लावला जाईल.

कलम (२६)

सार्वजनिक सुव्यवस्था नीतिमत्ता आणि आरोग्य यांच्या अधीनतेने प्रत्येक धार्मिक संप्रदायास अथवा त्यांच्यापैकी कोणत्याही गटास,--

क. धार्मिक आणि धर्मादायी प्रयोजनांकरता संस्थांची स्थापना करून त्या स्वखर्चाने चालवण्याचा;

ख. धार्मिक बाबींमध्ये आपल्या व्यवहारांची व्यवस्था पाहण्याचा;

ग. जंगम आणि स्थावर मालमत्ता मालकीची असण्याचा आणि ती संपदान करण्याचा; आणि

घ. कायद्यानुसार अशा मालमत्तेचे प्रशासन करण्याचा हक्क असेल.

कलम (२७)

ज्यांचे उत्पन्न एखाद्या विशिष्ट धर्माचे अथवा धार्मिक संप्रदायाचे संवर्धन करण्यासाठी किंवा तो चालू ठेवण्यासाठी विनिर्दिष्टपणे विनियोजित कलेले आहे, असे कोणतेही कर देण्याची कोणत्याही व्यक्तीवर सक्ती केली जाणार नाही.

कलम (२८)

१. पूर्णतः राज्याच्या पैशातून चालवल्या जाणाऱ्या कोणत्याही शैक्षणिक संस्थेत कोणतेही धार्मिक शिक्षण दिले जाणार नाही.

२. जी शैक्षणिक संस्था राज्याकडून प्रशासली जात असेल परंतु धार्मिक शिक्षण देणे आवश्यक करणारा कोणताही दाननिधी किंवा न्याय याखाली ती स्थापन झालेली असेल तिला खंड (१)मधील कोणतीही गोष्ट लागू होणार नाही.

३. राज्याने मान्यता दिलेल्या किंवा राज्याच्या पैशातून साहाय्य मिळत असणाऱ्या कोणत्याही शैक्षणिक संस्थेत जे काही धार्मिक शिक्षण दिले जाईल, त्यात भाग घेण्यास अथवा अशा संस्थेत किंवा तिच्याशी संलग्न असलेल्या कोणत्याही जागेत, जी काही धार्मिक उपासना चालविली जाईल, तिला उपस्थित राहण्यास, अशा संस्थेत जाणाऱ्या कोणत्याही व्यक्तीने, किंवा अशी व्यक्ती अज्ञान असल्यास तिच्या पालकाने, आपली संमती दिली असल्याखेरीज अशा व्यक्तीस तसे करणे आवश्यक केले जाणार नाही.

अल्पसंख्याकांच्या संदर्भात धार्मिक स्वातंत्र्याला विशेष महत्त्व प्राप्त होते. मग ते धार्मिक अल्पसंख्याक असोत अथवा भाषिक अल्पसंख्याक. धर्माच्या संदर्भात लोक जेवढे संवेदनशील असतात, तेवढेच ते भाषेविषयीदेखील संवेदनशील असतात. या दोन्हींच्याही बाबतीत त्यांच्या भावना तीव्र असतात हे या देशातील लोकांनी अनुभवले आहे. धार्मिक अस्मिता जेवढी तीव्र तेवढीच भाषिक अस्मिताही तीव्र असते. राज्यपुनर्रचनेच्या काळात हे देशाने अनुभवले आहे. लोकशाहीचा कारभार लोकभाषेत व्हावा म्हणून १९५६मध्ये झालेली भाषिक तत्त्वावरची राज्यपुनर्रचना ही योग्यच होती. पण लोक आपल्या धर्माविषयी जेवढे संवेदनशील असतात, तेवढेच ते भाषेविषयीही संवेदनशील असतात हे या देशाच्या अनुभवास आलेले आहे. आणि म्हणून धार्मिक अल्पसंख्याकांना धार्मिक अल्पसंख्याक म्हणून जशी घटनेने मान्यता दिली आहे, तशीच ती भाषिक अल्पसंख्याकांनाही दिली आहे.

राष्ट्रवादामध्ये भाषा हादेखील एक अतिशय महत्त्वाचा घटक आहे. आपल्या भाषेबद्दल लोक अतिशय संवेदनशील असतात. केवळ भाषाच नव्हे तर लिपीबद्दलही ते संवेदनशील असतात. भारताला जोडणारी भाषा म्हणून काँग्रेसने हिंदीचा प्रचार करावयाचे ठरवले होते. या देशाची राष्ट्रभाषा हिंदीच होऊ शकते म्हणून अनेक राज्यात हिंदी प्रचार सभा स्थापन करण्यात आल्या होत्या. पण हिंदी प्रचाराला मुस्लीम लीगने उर्दूविरोधी मानले. उर्दू विरुद्ध हिंदी असे तीव्र आंदोलन हिंदुस्थानमध्ये उभे राहिले. उर्दू ही भारतीय मुसलमानांची भाषा आणि हिंदी ही हिंदूंची भाषा. खरे तर उर्दूचा विकास हिंदू आणि मुसलमान या दोघांनी मिळून केलेला आहे. मुसलमानांनी उर्दूमध्ये फारसी शब्द आणले तर हिंदूंनी संस्कृत शब्द. अशा प्रकारे मुसलमान आणि हिंदू यांच्यामध्ये दरी निर्माण झाली. उर्दूने मुस्लीम राष्ट्रवादाला उत्तेजन दिले, तर हिंदीने हिंदू राष्ट्रवादाला खतपाणी घातले. उर्दूची लिपी पर्शियन आहे तर हिंदीची देवनागरी. लिपीवरूनदेखील हिंदू-मुस्लिमांमध्ये संघर्ष झाला. गांधीजींनी हिंदीऐवजी हिंदुस्थानी शब्द वापरला आणि तिच्यासाठी देवनागरी आणि फारसी या दोन्ही लिपींमधून लिहिण्याची शिफारस केली. हिंदुस्थानीमध्ये फारसी आणि संस्कृतचे शब्द नसतील असा प्रयत्न झाला. हिंदीवरून मुस्लीम लीगने काँग्रेसला जातीयवादी ठरवले.

भारतीय भाषांच्या आधारावर हिंदूंमध्येदेखील वादनिर्माण झाले. भाषांच्या आणि लिपींच्या आधारावर भारतात उपराष्ट्रवादांची निर्मिती झाली. दक्षिण भारतातील लोकांनी हिंदीचा विरोध केला. आजही तो कायम आहे. परिणामतः हिंदी ही राष्ट्रभाषा बनू शकली नाही. कार्यालयीन भाषा आणि संपर्क भाषा म्हणूनच तिचा वापर होतो आहे. भाषा माणसामाणसाला जोडतेही आणि तोडतेही हा आपला अनुभव आहे.

धार्मिक स्वातंत्र्याबरोबर नागरिकांना संविधानाने सांस्कृतिक आणि शैक्षणिक स्वातंत्र्यदेखील दिलेले आहे. शिक्षण असेल वा संस्कृती, तीत भाषेला अनन्यसाधारण महत्त्व असते. व्यक्तीच्या जडणघडणीमध्ये भाषेची फार मोठी भूमिका असते. भाषा, साहित्य आणि संस्कृती यांच्यातला अनुबंध अतिशय महत्त्वाचा असतो. 'Language is the roadmap of a culture. It tells you where its people come from and where they are going,' असे रीटा ब्राऊन या विदुषीने म्हटले आहे. संस्कृतीमुळेच माणसाच्या जीवनाला अर्थ प्राप्त होतो. भाषेतच एखाद्या भाषिक समाजाचा इतिहास असतो. त्याच्या भवितव्याचे दिग्दर्शनही त्यात असते. भाषेचे महत्त्व अधोरेखित करत असताना कोलेरिज नावाचा इंग्लिश कवी म्हणतो, 'Language is the armoury of the human mind and at once contains the trophies of its past and the weapons of its future conquests.' आणि शिक्षण तर भाषेच्या माध्यमाशिवाय देताच येत नाही. शिक्षण हा नागरिकाचा जन्मसिद्ध अधिकार आहे. घटनेतील २९वे कलम भारतीय नागरिकांना सांस्कृतिक आणि शैक्षणिक अधिकार बहाल करते.

कलम (२९)

१. भारताच्या राज्यक्षेत्रात किंवा त्याच्या कोणत्याही भागात राहणाऱ्या कोणत्याही नागरिक गटाला आपली स्वत:ची वेगळी भाषा, लिपी वा संस्कृती असेल त्याला ती जतन करण्याचा हक्क असेल.

२. राज्याकडून चालवल्या जाणाऱ्या किंवा राज्यनिधीतून साहाय्य मिळत असलेल्या कोणत्याही शैक्षणिक संस्थेत कोणत्याही नागरिकास केवळ धर्म, वंश, जात, भाषा या किंवा यांपैकी कोणत्याही कारणावरून प्रवेश नाकारला जाणार नाही.

'राज्य धोरणाची निर्देशक तत्त्वे' या विभागात कल्याणकारी राज्य निर्माण करण्याचा संकल्प आहे. नागरिकांना सामाजिक, आर्थिक आणि राजकीय अधिकार देण्यासाठीच्या त्यात तरतूदी आहेत. कलम ३८ हे नवीन समाजव्यवस्था निर्माण करण्यावर भर देते, जेणेकरून लोककल्याणाचे संवर्धन व्हावे.

भारतीय संविधान हे नवसमाजाचे प्रवर्तन करते असे म्हणणे चुकीचे ठरणार नाही.

॥ १० ॥

धर्मनिरपेक्षता हा संविधानाचा मूलभूत घटक आहे. ते पायाभूत तत्त्व आहे. त्याचा संकोच करता येत नाही. वाटल्यास त्याचा विस्तार करता येतो, त्याची व्यापकता वाढवता येते. तो पायाभूत घटक असल्यामुळे त्याचा संकोच करणे म्हणजे संविधानाचा पाया उखडणे होय. कलम ३६८नुसार संविधानाच्या इतर भागांमध्ये बदल करता येतो. पायाभूत घटकांमध्ये करता येत नाही. भारत हे धर्माधिष्ठित राष्ट्र नसल्यामुळे त्यात बदल करण्याची तरतूद त्यात नाही. यासंदर्भात काही प्रकरणेही सर्वोच्च न्यायालयामध्ये गेली होती. उदाहरणार्थ, 'केशवानंद भारती' आणि 'मिनर्व्हा मिल्स' ही दोन प्रकरणे घ्या. त्यात धर्मनिरपेक्षता हा संविधानाचा पायाभूत घटक असल्याचे सांगितले आहे. आणि म्हणून त्यात दखल देता येत नाही. धर्मस्वातंत्र्याचा समावेश मूलभूत अधिकारांमध्ये करण्यात आलेला आहे.

केशवानंद भारती या प्रकरणाने घटनेला एक नवी दिशा आणि नवी दृष्टी दिली. 'पायाभूत संरचनेचा सिद्धान्त' (Doctrine of Basic Structure) मांडून घटनेला एक नवा आशय दिला. त्याची थोडक्यात माहिती अशी :

केशवानंद भारती हे केरळमधील कासारगौड जिल्ह्यातील एडनीर हिंदू मठाचे प्रमुख होते. केरळ सरकारच्या जमीन सुधारणा कायद्याविरोधात त्यांनी न्यायालयात आव्हान दिले होते. हा खटला ऐतिहासिक महत्त्वाचा ठरला. तो सर्वात मोठ्या घटनापीठासमोर

चालवला गेला. त्यावर १३ न्यायाधीश होते. हा खटला ६८ दिवस चालला. निकालपत्र तब्बल ७०३ पानांचे होते. ३१ ऑक्टोबर १९७२ रोजी युक्तिवाद सुरू झाला तो २६ मार्च १९७३ रोजी संपला. सात विरुद्ध सहा मतांनी सरन्यायाधीश एस. एम. सिक्री आणि न्या. एच. आर. खन्ना यांनी निकाल दिला.

कलम क्र. ३६८ अनुसार राज्यघटनादुरुस्तीचा अधिकार असला तरी तसे करताना राज्यघटनेच्या पायाभूत रचनेला धक्का लावता येणार नाही. या कलमानुसार राज्यघटनेतील तरतुदीत दुरुस्ती करता येईल; पण त्यामुळे राज्यघटनेच्या मूळ रचनेस धक्का बसता कामा नये. मूळ रचनेला धक्का बसला किंवा नाही हे ठरवण्याचा अधिकार सर्वोच्च न्यायालयास राहील. न्यायिक पुनर्विलोकनाचा अधिकार सर्वोच्च न्यायालयास राहील असे निकालपत्रात नमूद करण्यात आले. न्या. खन्ना यांनी निकालात राज्यघटनेची 'पायाभूत संरचना' (Basic Structure) असा शब्दप्रयोग वापरला आहे.

घटनादुरुस्ती जर राज्यघटनेतील मूलभूत तत्त्वांना बाधा आणत असेल, तर ती रद्दबातल करण्याचा अधिकार न्यायालयास राहील असे त्यांनी म्हटले होते. घटनेच्या मूळ संरचनेतच घटनेचा मूळ गाभा आहे. आणि तो बदलता येणार नाही. राज्यघटनेचा मूळ गाभा म्हणजे काय? यावर खूप खल झाला. धर्मनिरपेक्षता हा मूळ संरचनेचा गाभा आहे हे निष्पन्न झाले.

केशवानंद भारती यांचे वकील नानी पालखीवाला हे होते. केशवानंद भारती हे दि. ६ सप्टेंबर १९७३ रोजी वारले.

धर्मनिरपेक्ष राज्य हे धर्माच्या बाबतीत तटस्थतेची भूमिका घेते. ते कोणत्याही धर्मात ढवळाढवळ करत नाही. त्याचबरोबर ते एका धर्माचा हस्तक्षेप दुसऱ्या धर्मात होऊ देत नाही. कायद्याचे राज्य आणि कायद्यासमोरची समानता हे दोन मूलभूत सिद्धान्त समोर ठेवूनच नागरिकांना समान न्याय देण्याचा ते प्रयत्न करते. धर्मनिरपेक्ष राज्यात राज्य हे धर्मात हस्तक्षेप करत नाही आणि धर्म हा राज्यात हस्तक्षेप करत नाही.

॥ ११ ॥

कायद्याचे राज्य आणि कायद्यासमोरची समानता ही लोकशाही राज्यव्यवस्थेची मूलभूत तत्त्वे अर्थपूर्ण ठरावयाची असतील तर कायदा हा न्यायावर आधारलेला असला पाहिजे आणि तो सगळ्या नागरिकांसाठी 'समान' असला पाहिजे. धर्म, जात, वंश, लिंग, भाषा यांच्यावर आधारलेला तो असता कामा नये. पण वेगवेगळ्या धर्मांचे वेगवेगळे कायदे या देशात अस्तित्वात होते आणि आजही ते मोठ्या प्रमाणात आहेत. सर्व नागरिकांसाठी मग ते कोणत्याही धर्माचे असोत - समान कायदा असावा या तत्त्वाचाही विचार संविधान

सभेत झाला. हा अतिशय वादाचा मुद्दा ठरला. तथापि 'समान नागरी कायदा' आज ना उद्या व्हावा म्हणूनच घटनेत ४४वे कलम घालण्यात आले आहे. ते असे आहे : नागरिकांना भारताच्या राज्यक्षेत्रात सर्वत्र एकरूप नागरी संहिता लाभावी यासाठी राज्य प्रयत्नशील राहील.

समान नागरी कायद्याला मुस्लीम समाजाचा कडवा विरोध होता आणि आहे. समान नागरी कायदा करणे म्हणजे मुस्लीम धर्मात हस्तक्षेप करणे असे ते समजतात. त्यांच्यासाठी शरियत हाच सर्वोच्च कायदा आहे. त्यात राज्याला हस्तक्षेप करण्याचा काहीच अधिकार नाही अशी त्यांची भूमिका आहे.

समान नागरी कायदा झालाच तर तो कोणत्याही धर्मग्रंथावर आधारलेला असणार नाही. तो आधुनिक मानवी मूल्यांवर आधारलेला असेल. न्याय, स्वातंत्र्य, समता आणि बंधुता या ध्रुवतत्त्वांवर तो आधारलेला असेल. खरे तर त्याला विरोध करण्याचे काही कारण नव्हते आणि नाही. सगळ्यांना सारखाच न्याय, सगळ्यांना सारखीच वागणूक, सगळ्यांना सारखेच अधिकार असावेत आणि सगळ्यांची सारखीच कर्तव्ये असावीत. यात गैर काय आहे? या विरोधाच्या मागे संकुचित अशा धार्मिक अस्मिता दडलेल्या आहेत.

कोणत्याही धर्माने सगळ्यांना सारखाच न्याय दिलेला नाही. सारखीच वागणूक दिलेली नाही. प्रत्येक धर्मात भेदभाव आहेत. विशेषतः धर्मांनी स्त्रियांना पुरुषांच्या बरोबरीचे मानलेले नाही. तिहेरी तलाकचाच मुद्दा घ्या. त्याचे सतत समर्थन करण्यात आले. केवळ कुराणमध्ये त्याचा उल्लेख आहे म्हणून. स्मृती ग्रंथांनी हिंदूंना समानतेने वागवले नाही.

हिंदू कोडबिल आले ते हिंदू स्त्रियांना न्याय देण्यासाठी. खरे तर ते सर्वांसाठीच होते. पण अल्पसंख्याकांचा विशेषतः मुस्लिमांचा विरोध असल्यामुळे ते हिंदूंपुरते मर्यादित ठेवावे लागले.

मूलभूत तत्त्वांमध्ये बदल करता येत नाही असा एक मुद्दा मागे आलेला आहे. पायाभूत तत्त्वांचा संकोच करता येत नाही. त्याचा विस्तार करता येतो. उदाहरणार्थ, सार्वत्रिक प्राथमिक शिक्षण हे आधी राज्यधोरणाच्या मार्गदर्शक तत्त्वांमध्ये समाविष्ट होते. नंतर ते मूलभूत अधिकारांमध्ये समाविष्ट करण्यात आले. खरे तर हा क्रांतिकारक निर्णय मानला पाहिजे.

समान नागरी कायद्याचे ४४वे कलम राज्यधोरणाची मार्गदर्शक तत्त्वे या विभागात समाविष्ट करण्यात आले आहे. संविधानात दिलेले अधिकार जेवढे मूलभूत आहेत तेवढीच मूलभूत ही मार्गदर्शक तत्त्वेदेखील आहेत. खरे तर मार्गदर्शक तत्त्वे ही राज्याची मूलभूत कर्तव्ये आहेत असे मानले पाहिजे. या तत्त्वांमध्ये आर्थिक लोकशाहीची संकल्पना आहे. या तत्त्वांचे वर्णन डॉ. बाबासाहेब आंबेडकरांनी Instrument of Instructions असे केले आहे. एका प्रकरणामध्ये न्या. हेगडे आणि न्या. मुखर्जी यांनी म्हटले आहे :

The Fundamental Rights and the Directive Principles constitute the conscience of our Constitution. The purpose of the Fundamental Rights is to create an egalitarian society to free all citizens from coercion or restriction by society and to make liberty available for all. The perpose of the Directive Principles is to fix certain social and economic goals, for immediate attainment by bringing about a non-violent social revolution. Through such a social revolution the Constitution seeks to fulfill the basic needs of the common man and to change the structure of our society. It aims at making the Indian masses free in the positive sense. Without faithfully implementing the Directive Principles, it is not possible to achieve the Welfare State contemplated by the Constitution.

धर्मनिरपेक्षता आणि समाजवाद या दोन्ही संकल्पना समतेच्या तत्त्वावर आधारलेल्या आहेत.

भारताने संकुचित राष्ट्रवादाला कधीच खतपाणी घातले नाही. तो समाजाला जोडणारा असावा, तो तोडणारा असता कामा नये. तसे असते तर त्याने धर्मनिरपेक्षता (Secularism) स्वीकारली नसती. अंतर्गत शांतता आणि सुरक्षा यांचे संवर्धन करण्यासाठी जसे धर्मनिरपेक्षतेचे तत्त्व त्याने स्वीकारले तसे आंतरराष्ट्रीय शांतता आणि सुरक्षा यांच्या संवर्धनासाठी त्याने राष्ट्राराष्ट्रांमध्ये न्यायसंगत आणि सन्मानपूर्वक संबंध राखण्यासाठी आंतरराष्ट्रीय कायदा पाळण्याचे तत्त्वही अंगीकारले. त्या दृष्टीने घटनेतील कलम ५१ अतिशय महत्त्वाचे आहे. ते पुढीलप्रमाणे आहे-

राज्य हे-

क. आंतरराष्ट्रीय शांतता आणि सुरक्षा यांचे संवर्धन करण्यासाठी;

ख. राष्ट्राराष्ट्रांमध्ये न्यायसंगत आणि सन्मानपूर्ण संबंध राखण्यासाठी;

ग. संघटित जनसमाजांच्या आपसातील व्यवहारांमध्ये आंतरराष्ट्रीय कायदा आणि तहांची आबंधने याबद्दल आदरभावना जोपासण्यासाठी; आणि

घ. आंतरराष्ट्रीय तंटे लवादाद्वारे मिटवण्यास प्रोत्साहन देण्यासाठी, प्रयत्नशील राहील.

भारताचा राष्ट्रवाद हा धर्मनिरपेक्ष आहे. पारंपरिक राष्ट्रवादाला छेद देणारी ही बाब आहे. हा राष्ट्रवाद भविष्यलक्ष्यी (Future-oriented) आहे. समान नागरिकत्व हाच त्याचा पाया आहे. धर्मनिरपेक्षतेचे तत्त्व अद्याप आम्हाला आत्मसात करता आलेले

नाही. त्यासाठी बराच काळ जावा लागणार आहे. त्यासाठी धर्मनिरपेक्ष संस्कृती निर्माण करण्याची आवश्यकता आहे. नागरिकांच्या मनामध्ये धर्मनिरपेक्षता ही तीव्र इच्छा (Passion) बनली पाहिजे. धर्मनिरपेक्षता हा पं. जवाहरलाल नेहरूजींच्या समोरील आदर्श (ideal) होता. त्यासंबंधी ते केवळ बोललेच नाहीत तर तो आदर्श त्यांनी धोका पत्करून अंमलात आणला. देश विभाजनानंतर देशात दंगे पेटले. आपला जीव धोक्यात घालून त्यांनी अनेकांचे प्राण वाचवले. धर्मनिरपेक्ष आदर्शाला गांधीजींनी आपला धर्मच मानला होता. त्याला ते सर्वधर्मसमाभाव म्हणत. 'बोले तैसा चाले त्यांची वंदावी पाउले' या श्रेणीतील ते नेते होते.

॥ १२ ॥

कम्युनॅलिझम हाच सेक्युलॅरिझमचा खरा शत्रू आहे. जातिवाद, धर्मांधता, भाषावाद यातून कम्युनॅलिझम निर्माण होतो. नेहरूजींना संकुचित विचारांचा कधी स्पर्शही झाला नव्हता. खऱ्या अर्थाने ते जगाचे नागरिक होते. त्यांचा राष्ट्रवाद हा अतिशय व्यापक होता. Nehru was secular by instinct, असे त्यांचे वर्णन केले जात असे. धर्मनिरपेक्षता ही त्यांची नैसर्गिक प्रवृत्ती होती.

शतकानुशतके धार्मिक परंपरांमध्ये वाढलेल्या या देशात धर्मनिरपेक्षतेचे तत्त्व रुजवणे ही काही सोपी गोष्ट नव्हती आणि नाही. पण या देशाने धर्माधिष्ठित राष्ट्र बनण्याचे नाकारले. त्यात गांधीजींचा आणि नेहरूजींचा फार मोठा वाटा आहे. धर्मनिरपेक्षता हे तत्त्व समजावून घेण्यासाठी या देशाला किती तरी वर्षे लागली. पण नेहरूजींनी ती जनसामान्यांना समजावून सांगितली. नेहरूजी धर्मनिरपेक्षतेला लोकशाहीचे अविभाज्य अंग मानत होते. एकदा थोर वैज्ञानिक अल्बर्ट आइन्स्टाईनने नेहरूंना प्रश्न विचारला होता, 'तुम्ही तोंड देत असलेला सर्वात अवघड प्रश्न कोणता?' नेहरूंनी त्वरित उत्तर दिले होते, 'एका अतिशय धार्मिक समाजात धर्मनिरपेक्ष दृष्टिकोन कसा रुजवावा हा सर्वात मोठा प्रश्न आहे.'[६]

भारतासारख्या अतिप्राचीन आणि परंपरावादी समाजात धर्मनिरपेक्षतेची संकल्पना रुजवणे हा खरोखरच फार अवघड प्रश्न आहे. भारतीय संस्कृतीमध्ये धर्मनिरपेक्षतेचे तत्त्व रुजवण्याचा त्यांनी प्रयत्न केला. आपल्या सहकाऱ्यांमध्ये हे तत्त्व रुजवण्याचा प्रथम त्यांनी प्रयत्न केला. हे तत्त्व संविधानामध्येच समाविष्ट केल्यामुळे लोकशाहीचेच ते पायाभूत तत्त्व बनले. त्या संदर्भात सर्वोच्च न्यायालयालाही आपली भूमिका स्पष्ट करावी लागली. अशा प्रकारे भारतीय लोकशाहीचे ते अविभाज्य अंग बनले. मी यापूर्वी धर्मनिरपेक्ष संस्कृतीचा उल्लेख केला आहे. ती संस्कृती हळूहळू आकार घेत जाईल. धर्मनिरपेक्ष राष्ट्रवाददेखील तीतून विकसित होईल असे मला वाटते. सत्ता, समाज आणि

संस्कृती या तिन्हीही गोष्टी धर्मनिरपेक्ष का बनू नयेत?

घटनेतील ही धर्मनिरपेक्षतेची कल्पना अतिशय महत्त्वाची आहे, यात काही शंकाही. संविधानाला जातिधर्मनिरपेक्ष राज्यच नव्हे, तर जातिधर्मनिरपेक्ष समाजही अभिप्रेत आहे. त्यासाठी सामाजिक पुनर्रचनेचे कार्य हाती घेणे आवश्यक आहे. केवळ राज्यकारभारामध्येच जातिधर्मांचा हस्तक्षेप असून चालणार नाही तर सामाजिक संबंधांमध्येदेखील तो असणार नाही याची खबरदारी घ्यावी लागणार आहे. विविध धर्म आणि संप्रदायांतील लोकांचे परस्पर संबंध हे जिव्हाळ्याचे व्हायचे असतील तर धर्माच्या पलीकडे जावे लागेल. समाजप्रबोधनाचा प्रवाह हा समाजात अखंडपणे चालू असला पाहिजे. सर्वच धर्म आणि जातीतील लोकांना समाजसुधारणेला हात घातला पाहिजे. 'आधी राजकारण की समाजकारण?' हा प्रश्न आता आपल्यासमोर नाही. राजकारण आणि समाजकारण हे वेगळे असण्याचे कारण नाही. सुधारणा ही जीवनाच्या सर्वांगाना स्पर्श करणारी असली पाहिजे. केवळ राजकीय धर्मनिरपेक्षता असून चालणार नाही. सामाजिक आणि आर्थिक धर्मनिरपेक्षतेचीही आवश्यकता आहे. सर्वांना आपल्या उन्नतीसाठी समान संधी आणि समान सुविधा मिळाल्या पाहिजे. त्या मार्गात जात, धर्म, वंश, रंग, भाषा, लिंग अशी कोणतीही बाब आडवी न आली पाहिजे. समान नागरी कायदा हवा आहे तो यासाठी. सर्वांच्या समोरचे गंतव्य एकच. सर्वांचे अंतिम उद्दिष्ट एकच. धर्मनिरपेक्षतेची सर्वस्पर्शी संकल्पना माणसामाणसात, समाजासमाजात प्रबळ कशी होईल यासाठी सर्वंकष प्रयत्नांची गरज आहे. नेमका हाच विचार भारताच्या सर्वोच्च न्यायालयाचे माजी सरन्यायाधीश श्री. गजेंद्रगडकर यांनी मांडला होता. ते म्हणाले होते :

> "It is only when the conscience of the communities-- Hindus, Muslims, Parsis, Christians and all others-- fully responds to the challenge of the times and unreservedly accepts the basic concept of the Indian Constitution, that the ideal of secularism would be achieved and a secular social order created and let us remember that without a secular society, a secular state can never become a reality."[७]

गजेंद्रगडकरांच्या शेवटच्या वाक्यातील शेवटचा भाग लक्षात घ्या... 'let us remember that without a secular society, a secular state can never become a reality.' धर्मनिरपेक्ष समाज निर्माण केल्याशिवाय धर्मनिरपेक्ष राज्य वास्तवात उतरणार नाही. पण ही बाब राज्यकर्त्यांच्या लक्षात आलेली दिसत नाही. जाती-धर्म-पंथांवर आधारलेल्या समाजामध्ये लोकशाही जीवनमूल्ये रुजवण्याचे काम

अतिशय कठीण आहे. पण ते करावे लागेल. मूल्यांतराशिवाय हे कार्य होऊ शकणार नाही. पारंपरिक समाज आणि घटनेला अभिप्रेत असलेला जातिधर्मातीत इहवादी आधुनिक समाज यांच्या मूल्यव्यवस्थेमध्ये आपल्याला फार मोठी दरी आणि विसंगती सापडेल. ती विसंगती काढून टाकल्याशिवाय समतेवर आधारलेला जातिधर्मातीत समाज अस्तित्वात येऊ शकणार नाही. धर्मनिरपेक्षतेचे तत्त्व हे समाज व्यवस्थेचेच अविभाज्य अंग बनले पाहिजे. नेमकी हीच बाब डॉ. बाबासाहेब आंबेडकरांनी घटना समितीतील आपल्या शेवटच्या भाषणाद्वारे आपल्या लक्षात आणून दिली होती. त्यातील महत्त्वाचा मुद्दा हाच होता :

> "We must begin by acknowledging the fact that there is complete absence of two things in Indian Society. One of these is equality. On social plane, we have in India a society based on the principle of graded inequality which means elevation for some and degradation for others. On the economic plane, we have a society in which there are some who have immense wealth as against many who live in abject poverty. On the 26th January 1950, we are going to enter into a life of contradictions. In politics we will have equality and in social and economic life we will have inequality. In politics we will be recognising the principle of one man one vote and one vote one value. In our social and economic life, we shall, by reason of our social and economic stature, continue to deny the principle of one man one value. How long shall we continue to live this life of contradictions? How long shall we continue to deny equality in our social and economic life? If we continue to deny it for long, we will do so by putting our political democracy in peril. We must remove this contradiction at the earliest possible moment or else those who suffer from inequality will blowup the structure of political democracy which this Assembly has so laboriously built up."[८]

जिचा उल्लेख डॉ. बाबासाहेब आंबेडकर सामाजिक लोकशाही म्हणून करतात ती जातिधर्मातीत समाजव्यवस्थेशिवाय कशी अस्तित्वात येऊ शकेल? या संदर्भात दोन गोष्टींची कास आपल्याला धरावी लागेल. समान नागरी कायदा अंमलात आणणे, ही

पहिली गोष्ट; आणि शिक्षणाच्या माध्यमातून प्रबोधन आणि नवप्रवर्तन घडवून आणणे, ही दुसरी गोष्ट. या दोन्ही गोष्टी सध्या तरी अवघड दिसतात. पण त्याशिवाय मार्गच नाही. घटनेतील ४४व्या कलमाने आपल्या राष्ट्रावर समान नागरी कायदा बनवण्याची जबाबदारी टाकली आहे, हे विसरता कामा नये. काही गोष्टी करण्यासाठी अनेक पिढ्या लागतात. एका पिढीला अपयश आले म्हणून दुसऱ्या पिढीने निराश आणि निष्क्रिय व्हायचे नसते. अशक्य कोटीतील गोष्टी शक्य कोटीत आणण्याचा प्रयत्न सतत करावाच लागतो. बुद्धिचातुर्य आणि वज्रनिश्चय या दोन्हींच्या आधारावर पुढचा मार्ग दिसत असतो. विवेकबुद्धीच्या प्रकाशातच एकएक पाऊल टाकीत पुढे गेले पाहिजे.

॥ १३ ॥

समान नागरी कायद्याचा पाया हा धर्मनिरपेक्ष सामाजिक लोकशाही मूल्यांवर आधारलेला असेल. कुठल्याही धर्मग्रंथाशी त्याचा संबंध असणार नाही. नैतिक मूल्यांवर तो आधारलेला असेल आणि जनकल्याण हेच त्याचे उद्दिष्ट असले पाहिजे. मानवी मूल्य हे त्याचे अधिष्ठान आणि मानवी कल्याण हाच त्याचा उद्देश असेल. त्याचा संबंध ना शरियतशी असेल ना मनुस्मृतीशी. इहवादी जीवनमूल्ये यांवरच त्याची संरचना असेल. समान नागरी कायदा हा संविधानावरच आधारलेला असेल.

भारतीय संविधान हे जसे जातिधर्मातीत आहे तसेच त्यावर आधारलेला कायदा हादेखील जातिधर्मातीतच असला पाहिजे. अशा धर्मातीत समाजरचनेत समान हिताकडे दुर्लक्ष होणार नाही. ह्या सगळ्या प्रक्रियेत सदसद्विवेकबुद्धी (Conscious) ही मार्गदर्शनाचे काम करील. मानवजातीला आतापर्यंत आलेले अनुभव हा सर्वांचा सामाईक ठेवा मानला पाहिजे. त्याचा उपयोग या कामी निश्चित होईल. त्यालाच रवींद्रनाथ टागोर हे मानवधर्म (Religion of Man) म्हणतात. 'मानवाचा धर्म' हाच सगळ्यांचा धर्म असला पाहिजे.

धर्मनिरपेक्षता या संकल्पनेला कोणाचा विरोध नव्हता असे नव्हे. तो होता. या संकल्पनेला विरोध झाला. संविधान सभेतही विरोध झाला आणि बाहेरही. हिंदुत्ववादी संघटनांनी तसेच मुस्लीम संघटनांनी तिला संविधान सभेच्या बाहेर विरोध केला आणि त्यांच्या प्रतिनिधींनी सभागृहात विरोध केला. तो तीव्र स्वरूपाचा विरोध होता. हिंदू महासभा आणि मुस्लीम लीग या दोन्हीही संघटना सक्रिय होत्या. हा प्रश्न ऐरणीवर आल्यामुळे त्यावर तीव्रतेने मते व्यक्त होत होती. सभागृहाच्या विषयपत्रिकेवर हा विषय आणणे आवश्यक होतेच. आणि तो ठेवला गेलाच. कलम ४४वे हे त्याचीच फलनिष्पत्ती. Well begun is half done.

पारंपरिक समाजामध्ये नवीन मूल्यांचे रोपण करणे कठीण असते. लोकांच्या

मन:प्रवृत्तीमध्ये बदल घडवून आणणे हे अतिशय अवघड असते. लोकांच्या दृष्टिकोनात क्रांतिकारक बदल झाल्याशिवाय नवीन समाज अस्तित्वात येऊ शकत नाही. माजी सरन्यायाधीश श्री. पी. बी. गजेंद्रगडकर यांनी या संदर्भात जे चिंतन केले आहे ते अतिशय महत्त्वाचे आहे. ते मी येथे मांडतो. ते म्हणतात :

> How are you going to bring about a revolution in the outlook of the traditional community? What are the guidelines for a social reformer who embarks on the adventure of inculcating in the traditional public mind a spirit of responsiveness to the call of modernism, of secularism and social justice? These questions have been answered ages ago by Gautma Buddha. Said he : 'Faith is the seed I sow, and good works are the rain that fertilises it; wisdom and modesty are the parts of the plough, and my mind is the guiding reign. I lay hold of the handle of the law; earnestness is the goal I use; and diligence is my draught ox. Thus this ploughing is ploughed destroying the weeds of delusion. The harvest that gives is the ambrosia fruit of Nirvana and by this ploughing all sorrow ends. That is the road to the modern Nirvana of secularism free from obscurantism, free from fanatism and from communalism.'[१]

माणसाच्या मनातून धर्मश्रद्धा काढणे अतिशय कठीण आहे. हजारो वर्षांच्या संस्कारातून ती खोलवर रुजलेली आहे. ती मुळांसकट उपटून काढता येत नाही. तिची मुळे एवढी दाट आणि खोल आहेत की ती एकमेकांपासून अलगही करता येत नाहीत. जिथून ती तुटतात तिथून दुसरी मुळे दाटपणे उगवतात. धर्मश्रद्धा जेवढी सखोल आणि पवित्र आहे असे वाटते तेवढीच सखोल आणि पवित्र धर्मनिरपेक्षतादेखील आहे असे माणसाला प्रामाणिकपणे वाटले पाहिजे. आधुनिक युगात या श्रद्धेलादेखील तेवढेच किंवा तिच्यापेक्षा अधिक महत्त्व प्राप्त करून दिले पाहिजे. धर्मनिरपेक्षता ही उच्चतम नैतिक मूल्यांवर आधारलेली आहे.

धर्मनिरपेक्षता या मूल्याचे बीजारोपण झाल्यानंतर तिला अंकुर फुटले पाहिजेत. तिला फांद्या फुटल्या पाहिजेत. तिचा वृक्ष चांगल्या प्रकारे वाढला पाहिजे.

संदर्भ

१. Quoted by Partha S. Ghosh, *BJP and the Evolution of Hindu Nationalion*, PP. 403-404

२. Saba Naqui's Write-up in the 'Outlook', September 9, 2013

३. Jinnah's Speech reprinted in the 'Oultook', September 9, 2013

४. रामधारी सिंह दिनकर, *संस्कृतिके चार अध्याय*, पृ. ३५५

५. Quoted by P. B. Gajendragadkar, *Securalism and the Constitution of India* (Bombay : University of Bombay, 1971), P. 12

६. Quoted by Dr. N. G. Rajurkar, *Nehru : Utopian or a Statesman* (New Delhi : Pentagon Press, 2014), P. 205

७. P. B. Gajendragadkar, *Secularism and the Constitution of India*, P.12

८. Ed. Bhagwan Das, *Thus Spoke Dr. Ambedkar*, Selected Speeches, Vol. II, PP. 186-187

९. P. B. Gajendragadkar, *Secularism and the Constitution of India*, P. 158

◆◆◆

६
राष्ट्रनिर्मितीची प्रक्रिया

॥ १ ॥

राष्ट्रनिर्मितीची प्रक्रिया अद्याप पूर्ण झालेली नाही. अतिशय मंदगतीने ती चालू आहे. स्वातंत्र्य आंदोलनाच्या नेत्यांनी भारताचे कल्पनाचित्र रंगवले होते. त्याचे 'व्हिजन' त्यांच्या दृष्टीसमोर होते. ते संविधानात उतरले आहे. संविधानाने आमच्यासमोर धर्मनिरपेक्ष राष्ट्रवादाची संकल्पना ठेवली. संविधानानुसार राज्य कारभारही सुरू झाला. पण त्यात अनेक गतिरोधके निर्माण झाली किंवा केली गेली. काही लोकांचा घटनेला सुरुवातीपासूनच विरोध होता. भारतीय संविधानात त्यांना भारतीय असे काही दिसत नव्हते. पारंपरिक हिंदू संस्कृतीचे दर्शन त्यांना त्यात दिसले नाही. म्हणून त्यांचा त्याला विरोध होता.

संविधान परिषदेतील काही सदस्य जुन्या मूल्यव्यवस्थेचा पुरस्कार करणारे होते. सनातन भारतीय संस्कृतीचे घटनेच्या माध्यमातून तिचे ते पुनरुज्जीवन करू इच्छित होते. पण घटना तयार झाली ती नव्या आधुनिक मूल्यांवर. या मूल्यांचा आविष्कार प्रदीर्घ अशा स्वातंत्र्य आंदोलनाला झाला होता. या घटनेत प्राचीन संस्कृती, चालीरीती, जीवनपद्धती टिकविणारे काहीच नाही म्हणून टीका केली. अशी घटना टिकणार नाही, काही वर्षांनंतर ती अस्तित्वातच राहणार नाही असे भाकितदेखील केले गेले. अस्सल भारतीय स्वरूपात ती नव्याने लिहिली पाहिजे, असा त्यांचा आग्रह होता.

या संविधानाचे कौतुकही मोठ्या प्रमाणात झाले. शतकानुशतके मनुस्मृतीचा कायदा असणाऱ्या या देशात भीमस्मृतीचा कायदा आला. त्यामुळे मन्वंतर घडले असे सगळ्या देशाला वाटले. संविधानाचा विरोध करणाऱ्यांमध्ये प्रामुख्याने हिंदुत्ववादी संघटना होत्या. हिंदू महासभा अणि राष्ट्रीय स्वयंसेवक संघ (आरएसएस) यांचा संविधानाला तीव्र विरोध होता. भारतीय राष्ट्रवादाचा प्रमुख आधार हिंदू धर्म आहे. जगातील तो सर्वश्रेष्ठ धर्म आहे.

पण त्या धर्माचा साधा उल्लेखही या संविधानात नाही याचे त्यांना दुःख आणि नैराश्य होते. याची चर्चा पुढे येणारच आहे.

'ईश्वराच्या नावावर...' या शब्दांनी या संविधानाची सुरुवात झालेली नाही. त्याची सुरुवात झालेली आहे, 'आम्ही, भारताचे लोक...' या शब्दप्रयोगाने. म्हणून 'भारतीय लोक' हेच या घटनेचा मूलाधार आहे. लोकशाहीमध्ये 'लोक' या घटकालाच सर्वोच्च महत्त्व असणार. हे संविधान लोकांनी स्वत:प्रति प्रदान केले आहे. ते भारताचे भविष्यकालीन 'व्हिजन' संविधानाने भारतीय लोकांसमोर ठेवते. त्यानुसारच भारत या राष्ट्राची निर्मिती व्हायला हवी. ती अद्याप झालेली नाही. खरे तर राष्ट्रनिर्मितीची प्रक्रिया अखंडपणे चालूच राहते.

राष्ट्रनिर्मितीच्या प्रक्रियेमध्ये अडथळे निर्माण होत आले आहेत. निर्माण केले जात आहेत. लोकांचे ऐक्य आणि संघटन हे उत्प्रेरकाचे काम करत असते. त्याच्यामुळे त्या प्रक्रियेची गती आणि वेग वाढत असतो. त्यासाठी 'एकमय' लोकांची आवश्यकता असते. पण त्याचा अभाव असल्यामुळे त्या प्रक्रियेला गती मिळत नाही. धर्मनिरपेक्ष राष्ट्रवाद अद्याप गतिमान झालेला नाही.

संसदीय लोकशाहीवर आधारलेले धर्मनिरपेक्ष संविधान भारताने निर्माण केले. हे संविधान न्याय, स्वातंत्र्य, समता आणि बंधुता या ध्रुवमूल्यांवर आधारलेले आहे. संविधानाने सामाजिक, आर्थिक आणि राजकीय न्याय; विचार, अभिव्यक्ती, विश्वास, श्रद्धा आणि उपासना यांचे स्वातंत्र्य; दर्जा आणि संधीची समता आणि व्यक्तीची प्रतिष्ठा, राष्ट्राची एकता आणि एकात्मता यांचे आश्वासन देणारी बंधुता या अतिशय महत्त्वाच्या मूल्यांवर राष्ट्राची बांधणी करण्याचा संकल्प सोडला आहे. हे संविधान लोकांनीच स्वत:प्रति अर्पण केलेले आहे. या मूल्यांवर समाजाची पुनर्रचना करणे ही साधी गोष्ट नाही. हे शिवधनुष्य पेलण्याची ताकद पारंपरिक जीवन जगणाऱ्या समाजाजवळ नव्हती आणि नाही.

॥ २ ॥

संविधानाद्वारे लोकशाही जीवनाच्या नवमूल्यांचे प्रवर्तन आम्ही केले. भारताच्या इतिहासातील ही एक अभूतपूर्व घटना आहे. लोकशाही ही केवळ राज्यपद्धती नाही; ती एक नवीन जीवनपद्धतीदेखील आहे. समाजाने कात टाकल्याशिवाय ही जीवनपद्धती अमलात कशी येणार? संविधानातील समाजवाद आणि धर्मनिरपेक्ष मूल्ये पारंपरिक जीवन जगणाऱ्या समाजाला आत्मसात करणे कठीण होते. संविधानामुळे मूल्यांतर झाले. त्यामुळे प्रदीर्घ असा युगान्त झाला आणि एक नवा युगारंभदेखील झाला.

जुन्या आणि पारंपरिक मूल्यांचा त्याग करून नवीन मूल्ये आत्मसात केल्याशिवाय राष्ट्रनिर्मिती कशी होणार? जुनी मूल्ये सोडून नवीन मूल्ये आत्मसात करण्यासाठी वेळ लागणार हे मान्य. पण जुन्या मूल्यांनाच चिकटून राहण्याचेच ठरवल्यास नवीन मूल्ये अमलात कशी येणार? देश स्वतंत्र होऊन आता ७५ वर्षे पूर्ण होत आहेत. सांविधानिक मूल्ये अद्याप अंमलात आलेली नाहीत. पारंपरिक रीतीरिवाजांना चिकटून राहण्याची प्रवृत्ती आणि इच्छाशक्तीचा अभाव ही दोन कारणे ठळकपणे दिसतात. देशात प्रचंड प्रमाणात निरक्षरता होती. भारतीयांची साक्षरता वाढण्यासाठी अनेक वर्षे जावी लागली. साक्षरतेच्या अभावी सांविधानिक मूल्ये लोकांच्या आकलनात येणे कठीण होते. स्वातंत्र्यप्राप्तीनंतर समाजप्रबोधनाची चळवळही मंद झाली. शिवाय राज्यकर्ते आणि लोकप्रतिनिधी हेच सांविधानिक मूल्यांविषयी उदासीन होते. 'समाजवाद' आणि 'धर्मनिरपेक्षता' ही दोन मूल्ये तर त्यांनी अव्हेरलीच होती.

समता ही लोकशाहीची जीवनरेखा आहे. लोकशाहीचे ते प्राणतत्त्व आहे. पारंपरिक समाजामध्ये समता या तत्त्वाचा मोठ्या प्रमाणात अभाव होता. वर्णव्यवस्था अर्थात जातिव्यवस्था ही उच्च-नीचतेवर आधारलेली होती. हिंदू धर्माचा पायाच मुळात जन्माधिष्ठित वर्णव्यवस्थेवर आधारलेला असल्यामुळे समता या मूल्याला हिंदू समाजात स्थान नव्हते. घटना परिषदेमध्ये केलेल्या आपल्या शेवटच्या भाषणात डॉ. बाबासाहेब आंबेडकरांनी या गोष्टीचा उल्लेख केलेला आहे. हिंदू धर्म हा समावेशक नव्हता; तो असमावेशक होता आणि आजही मोठ्या प्रमाणात असमावेशक आहे.

सर्वसामान्य लोकांना लोकशाहीचा परिचय नव्हता. मुसलमानी आक्रमणांपासून अगदी देश स्वतंत्र होईपर्यंत लोकशाही शासनव्यवस्थेचा आणि समाजव्यवस्थेचा लोकांना परिचय नव्हता. सतत १२०० वर्षे देश गुलाम होता. मुसलमानांनी लादलेली गुलामगिरी संपली की लगेच ब्रिटिशांनी या देशावर गुलामगिरी लादली. गुलामगिरी ही सर्व प्रकारचे शोषण करत असते. सामाजिक, आर्थिक आणि राजकीय गुलामगिरीत देश पूर्णपणे भरडला गेला होता. तथापि ब्रिटिशांनी येथे आधुनिक मूल्ये आणली होती. त्यामुळे नवप्रबोधनाची प्रक्रिया येथे सुरू झाली. आधुनिक राष्ट्रवादाची भावना चेतवली गेली. त्यामुळेच स्वातंत्र्याचा लढा सुरू झाला. वसाहतवादातून मुक्त होणारे भारत हे पहिले राष्ट्र. भारताचा स्वातंत्र्यलढा हा वसाहतवादाच्या जोखडाखालील इतर देशांसाठी प्रेरणादायी ठरला.

स्वातंत्र्यलढ्याची परिणती स्वातंत्र्यप्राप्तीत झाली. स्वातंत्र्य हे या लढ्याचे साध्य होते. हा लढा चालू असताना प्रबोधनाची चळवळही वेगाने चालूच होती. त्यात विचारमंथन घडले. त्यातून लोकशाही मूल्यांचा आविष्कार होत गेला हे महत्त्वाचे आहे. देशात निरनिराळ्या विचारधारांवर (Ideologies) खलही झाला. साम्यवाद, समाजवाद,

गांधीवाद, हिंदुत्ववाद आदी विचारसरणींमुळे समाज ढवळून काढणारे विचारमंथन झाले. त्या विचारमंथनातून आमच्या नेत्यांना भविष्याच्या वाटा दिसू लागल्या. भारत हे धर्मनिरपेक्ष (Secular) राज्य असेल हा त्यांचा सर्वात मोठा आणि महत्त्वाचा निर्णय. देशावर इंग्रजांचेच राज्य असल्यामुळे संसदीय लोकशाही स्वीकारणे हे स्वाभाविक होते. ब्रिटिशांची न्यायव्यवस्था (Judiciary) येथे रुजल्यामुळे तीच आम्ही स्वीकारली यात शंका नाही.

धर्मनिरपेक्ष राज्य हा अतिशय शहाणपणाचा निर्णय होता. पाकिस्तान हे धर्माधिष्ठित राज्य (Theocratic State) बनले. पाकिस्तानचे संविधान इस्लामवर आधारलेले आहे. इस्लाम हा पाकिस्तानचा राष्ट्रीय धर्म आहे. इस्लाम हेच त्याच्या घटनेचे, राज्यकारभाराचे आणि न्यायव्यवस्थेचे अधिष्ठान आहे. मुसलमान हे पाकिस्तानचे प्रथम क्रमांकाचे नागरिक. बाकी सर्व अल्पसंख्याक हे दुय्यम प्रतीचे नागरिक. सर्व नागरिकांना समान नागरिकत्व हा प्रश्नच तिथे उद्‌भवत नाही. पाकिस्तानचे धोरण उघड आहे. इस्लामिक राज्यात गैरमुस्लिमांना बरोबरीचे स्थान असू शकत नाही. पाकिस्तानने तेथील अल्पसंख्याक अर्थात हिंदू, शीख, ख्रिश्चन यांना जवळपास नामशेष केले आहे. सक्तीच्या धर्मांतराला आणि अत्याचारांना अल्पसंख्याकांना सामोरे जावे लागते. न्याय, स्वातंत्र्य, समता आणि बंधुभाव या मूल्यांना तेथे काहीच स्थान नाही. या मूल्यांचा तिथे कधी उल्लेखही होत नसावा. धर्माधिष्ठित राज्यात लोकशाही मूल्यांना फारसा अर्थ नसतो. इस्लामिक राष्ट्रात लोकशाही केवळ नावापुरती असते.

पाकिस्तान मुसलमानांचे तर हिंदुस्थान हिंदूंचे का नको? इस्लाम हा पाकिस्तानचा राष्ट्रीय धर्म असेल, तर हिंदू हा हिंदुस्थानाचा राष्ट्रीय धर्म का नको? हे प्रश्न सतत चर्चेत राहिलेले आहेत. देश विभाजनापूर्वी आणि देश विभाजनानंतरही. आजही त्याविषयीची चर्चा चालूच आहे. मुसलमानांनी इस्लामिक संघटना उभ्या केल्या आणि धर्माला राष्ट्रवादाचा आधार मानणाऱ्या हिंदूंनी हिंदुत्ववादी संघटना तयार केल्या. जिनांनी तर 'द्विराष्ट्र सिद्धान्त' तयार केला. त्याने देशात हिंदू-मुस्लीम दंगे घडवले आणि जिद्दीने वेगळे राष्ट्र पदरात पाडून घेतले.

॥ ३ ॥

या सगळ्या पार्श्वभूमीवर गांधीजींच्या नेतृत्वाखाली स्वातंत्र्य चळवळ चालविणाऱ्या काँग्रेसने हे राष्ट्र धर्मनिरपेक्षच राहणार हा निर्धार केला. अमेरिकेच्या संयुक्त राज्यांनी (United States of America) हे जसे धर्मनिरपेक्ष (Secular) राज्य बनवले त्याच पद्धतीने भारतानेही धर्मनिरपेक्षतेवर आपल्या स्वतंत्र राष्ट्राची उभारणी करण्याचा निर्णय घेतला.

भारताच्या सर्व नागरिकांना आपापला धर्म पाळण्याचे पूर्ण स्वातंत्र्य आहे. भारताला स्वत:चा धर्म नाही.तो सर्व धर्मांचा आदर मात्र करतो. आपल्या राज्यकारभारामध्ये तो कोणत्याही धर्माचा हस्तक्षेप होऊ देत नाही. संविधानाच्या कक्षेत राहून त्याचे प्रशासन चालते.

संविधानामध्ये 'सेक्युलर' हा शब्द सुरुवातीला नव्हता. तो ४२व्या राज्यघटना दुरुस्तीद्वारे घालण्यात आला. हा शब्द फक्त घटनेच्या प्रास्ताविकामध्ये आढळतो. घटनेमध्ये 'सेक्युलर' हा शब्द असो अथवा नसो. पण त्याचा आशय मात्र घटनेच्या सर्वांगामध्ये भिनलेला आहे. नागरिकत्व हा राष्ट्रीयत्वाचा मुख्य आधार असतो. समान नागरिकत्व आणि नागरिकांना समान अधिकार हा सेक्युलर राज्याचा लक्षवेधक गुणधर्म असतो. भारतीय नागरिकत्व समान आहे. समतेच्या तत्त्वावर ते आधारलेले आहे. भारतीय नागरिक हे प्रथम क्रमांकाचे नागरिक आहेत. त्यात कसलाच भेदभाव नाही. ना धर्माचा, ना जातीचा, ना वंशाचा, ना रंगाचा, ना भाषेचा, ना लिंगाचा. भारतात जन्म घेणे एवढीच एक अट त्यासाठी आहे.

अमेरिका हे धर्मनिरपेक्ष राज्य असूनही तिथे दुहेरी नागरिकत्व आहे. दुहेरी म्हणजे दुय्यम नव्हे. तरीपण एका राज्याचा नागरिक हा दुसऱ्या राज्यात त्या राज्याचे अधिकार प्राप्त करू शकत नाही. समान नागरिकत्व ही सेक्युलॅरिझमची ओळख आहे.

भारतीय राज्यघटनेने जसा जातिधर्मांच्या आधारावर नागरिकांमध्ये भेद केला नाही, तसा बहुसंख्याक आणि अल्पसंख्याक यांच्या आधारावरही भेदभाव केला नाही. उलट अल्पसंख्याकांच्या संरक्षणासाठी विशेष तरतुदी केल्या आहेत. त्यांना समान धार्मिक अधिकार तर दिलेले आहेतच; पण ते आपल्या धर्माचा आणि सांस्कृतिक मूल्यांचा प्रचार-प्रसारदेखील करू शकतात. आपल्या स्वतंत्र शिक्षण संस्था ते काढू शकतात. आपल्या भाषेचा विकास ते करू शकतात. आपल्या लिपीचे ते संरक्षण करू शकतात. आपल्या संस्कृतीचे संवर्धन ते करू शकतात. अल्पसंख्याकांच्या शिक्षण संस्थांना विशेष अनुदानेही मिळू शकतात.

समता हे तत्त्व धर्मनिरपेक्ष (Secular) राज्याचे प्राणतत्त्व आहे आणि असले पाहिजे. विषमतेमध्ये शतकानुशतके अडकलेल्या देशाने समतेवर आधारलेली राज्यघटना निर्माण केली याला विशेष महत्त्व आहे. जुने ते सोने मानणाऱ्या देशाला ही नवीन मूल्ये अंमलात आणावयाची होती.

एखादे लोकशाही राष्ट्र हे आपल्या अल्पसंख्याकांना कसे वागवते, विविध क्षेत्रांमध्ये त्यांना समान संधी देते किंवा नाही; तसेच त्यांना सत्तेमध्ये प्रतिनिधित्व मिळते किंवा नाही, यावर त्याचे यशापयश अवलंबून असते. या बाबतीतही भारत किती प्रमाणात यशस्वी झाला हे चिकित्सकपणे पाहण्याची आवश्यकता आहे. थोडक्यात संविधान हे किती प्रमाणात अमलात आणता आले त्याचा ताळेबंद पाहणे हेदेखील आवश्यक आहे.

सुरुवातीच्या काळात 'सेक्युलॅरिझम' म्हणजे काय याची स्पष्टता लोकांना नव्हती. सेक्युलॅरिझम म्हणजे 'धर्मविरोध' असा काहींनी अर्थ काढला. सेक्युलर म्हणजे 'निधर्मी' असा काहींनी अर्थ काढला. 'नास्तिकता' असाही काहींनी अर्थ काढला. जीवनाच्या प्रत्येक अंगात जिथे रूढी-परंपरा पूर्णपणे भिनलेल्या आहेत, अशा देशात 'धर्मविरोध', 'निधर्मी', 'धर्मांधता' किंवा 'नास्तिकता' या गोष्टींना मान्यता कशी प्राप्त होईल? धर्माला न मानणारी संकल्पना लोकांना आवडणे शक्यच नाही. भारतीय संविधानाने स्वीकारलेली सेक्युलॅरिझमची संकल्पना सर्वांनाच धर्माचे, विश्वासाचे आणि श्रद्धेचे स्वातंत्र्य देते. तो तर त्यांचा मूलभूत अधिकार आहे. सेक्युलॅरिझमचा अर्थ शेवटी 'धर्मनिरपेक्षता' असा स्थिर झाला.

गांधीजींनी सर्वधर्मसमभावाची संकल्पना मांडलेली होती. त्यांनी सर्वच धर्मांचा समान आदर केला. धर्म ही अतिशय संवेदनशील बाब आहे. सर्वच धर्मांनी उदात्त अशा तत्त्वांचा अंगीकार केलेला आहे. त्यांचे हे सर्वधर्मसमभावाचे तत्त्वच सेक्युलॅरिझमच्या मागे आहे. स्वत:चा धर्म पाळा आणि दुसऱ्याच्या धर्माचा आदर करा हीच त्यांची शिकवण होती. राज्य हे धर्मनिरपेक्ष असेल. कोणत्याही धर्माप्रमाणे त्याचा राज्यकारभार नसेल.

सगळ्यांना समान वागणूक. सगळ्यांना समान न्याय आणि सगळ्यांना समान संधी, हाच धर्मनिरपेक्षतेचा खरा अर्थ आहे. धर्मनिरपेक्षता ही केवळ 'धर्म'निरपेक्षता नाही, ती 'वंश'निरपेक्षता, 'जात'निरपेक्षता, 'रंग'निरपेक्षता, 'लिंग'निरपेक्षता, 'भाषा'निरपेक्षतादेखील आहे. अतिशय व्यापक अशी ही संकल्पना आहे. थोडक्यात मानवतावाद म्हणजे धर्मनिरपेक्षता. माणूस म्हणूनच माणसाचा विचार करणे. माणसाला माणूस म्हणूनच न्याय देणे, संधी देणे, प्रतिष्ठा देणे हेच धर्मनिरपेक्षतेला अभिप्रेत आहे. याची चर्चा याआधी केली आहेच. Man is the measure of all things हेच सूत्र आमच्या संविधान निर्मात्यांच्या समोर होते.

॥ ४ ॥

धर्मनिरपेक्षतेची संकल्पना सर्वसामान्य लोकांच्या आकलनात सहजासहजी आली नाही. त्यासाठी आवश्यक असणारे प्रबोधनही झाले नाही. धर्मनिरपेक्षतेच्या सर्व अर्थछटा लक्षात घेतल्या पाहिजेत. डॉ. एन. जी. राजूरकर हे राज्यशास्त्राचे एक नामांकित अभ्यासक आहेत. त्यांच्या मते सेक्युलॅरिझम हा शब्द बहुआयामी आहे. या शब्दाला निरनिराळ्या कल्पना अभिप्रेत आहेत असे त्यांचे म्हणणे आहे. ते म्हणतात :

सेक्युलॅरिझम हा शब्द जरी नेहमी वापरला जात असला, तरी तो वापरत असताना

लोकांना भिन्न भिन्न कल्पना अभिप्रेत असतात. सेक्युलॅरिझमची एक कल्पना अशी की धर्म आणि राज्य यांच्या कक्षा स्पष्टपणे ठरवल्या गेल्या पाहिजेत. धर्माच्या कक्षेत धर्माला आणि राज्याच्या कक्षेत राज्याला पूर्ण स्वातंत्र्य असावे. धर्माच्या कक्षेत विवाहविषयक नियम, तसेच वारसा हक्क, घटस्फोट वगैरे विषय येतील तर इतर गोष्टी राज्याच्या कक्षेत येतील. युरोपमध्ये, मध्ययुगात चर्च आणि राजांमध्ये जो सातत्याने संघर्ष झाला त्यांच्या मुळाशी कोणती गोष्ट कोणत्या कक्षेत यावी हा वादग्रस्त प्रश्न होता. कौटिल्याच्या अर्थशास्त्रातून जी सेक्युलर संकल्पना प्रगट होते, तीही अशा विभागणीवरच आधारित आहे. माणसाला राज्यसत्ता आणि धर्मसत्ता, या दोहोंचा गुलाम करणारी अशी ही सेक्युलॅरिझमची कल्पना आहे.

धर्माबाबत राज्यसत्तेला तटस्थ आणि धर्मनिरपेक्ष करणे, ही सेक्युलॅरिझमची दुसरी कल्पना. राज्यातील प्रत्येक धर्मगटाला समानतेची आणि प्रतिष्ठेची वागणूक द्यायची आणि कोणत्याही धर्माच्या अंतर्गत गोष्टीत ढवळाढवळ करायची नाही, हे अशा सेक्युलर राज्याचे स्वरूप असते. तसे पाहता सेक्युलॅरिझमच्या पहिल्या आणि दुसऱ्या संकल्पनेत फरक नाहीच. ज्या राष्ट्रातील प्रजा एकाच धर्माची असेल, तेथे सेक्युलॅरिझम पहिल्या स्वरूपात प्रकट होईल; तर एखाद्या राष्ट्राची प्रजा जेव्हा भिन्न भिन्न धर्मांची असेल, तेथे सेक्युलॅरिझम दुसऱ्या स्वरूपात प्रगट होईल. अर्थात दुसऱ्या कल्पनेशी निगडित अशी महत्त्वाची बाब म्हणजे, 'प्रत्येक धर्मगटाचे अधिकार आणि कक्षा यांचे निरीक्षण करण्याचा आणि नियंत्रण करण्याचा अधिकार राज्यसत्तेला मिळून तिचे सार्वभौमत्व या दुसऱ्या भूमिकेत व्यवहारात निर्णायक ठरते.'

सेक्युलॅरिझमच्या तिसऱ्या कल्पनेत राज्यसत्तेचा धर्माला विरोध अभिप्रेत असतो. धर्म ही राज्यसत्तेच्या दृष्टीने एक प्रतिगामी संस्था असते आणि त्या कारणास्तव धर्माचे अस्तित्व नष्ट करणे हे अशी राज्यसत्ता आपले कर्तव्य मानते. धर्माचा विरोध करून जडवादाचा पुरस्कार करणे हे अशा राज्यसत्तेत प्रत्येक पदाधिकाऱ्याचे कर्तव्य असते. कम्युनिझममधील सेक्युलॅरिझमचे स्वरूप असे असते. एके काळी या मुद्द्यावर कम्युनिस्ट राजवटी फार आग्रही होत्या. अलीकडे आग्रहात शिथिलता आली आहे. सेक्युलॅरिझमची ही कल्पना धर्मविरोधी आहे. तशी व्यक्तिस्वातंत्र्य आणि विचारस्वातंत्र्य यांच्याही विरोधी आहे.

जी कल्पना भारतीय संविधानात स्वीकारण्यात आली आहे, ती सेक्युलॅरिझमची चौथी कल्पना आहे. या कल्पनेप्रमाणे प्रत्येक नागरिकाला धर्माबाबत, त्याला पटेल ती विचारसरणी स्वीकारणे शक्य आहे. प्रत्येक व्यक्तीला धर्मविषयक

चिंतनाचे स्वातंत्र्य आहे. त्यामुळे ज्यांना जडवादी व्हायचे असेल त्यांना जडवादी होता येईल. ज्यांना एखाद्या धर्मात राहून त्या धर्माच्या काही पद्धती सोडायच्या असतील त्या सोडता येतील. ज्यांना धर्माप्रमाणे आचरण करायचे आहे त्यांना तसे करता येईल. धर्मसत्तेला व्यक्तीचे नियंत्रण करता येणार नाही. व्यक्तीला कोणताही धर्म स्वीकारता येईल. धर्मत्याग करता येईल. धर्मातील एखादा भाग सोडून देता येईल. धर्मविषयक बाबतीत प्रत्येक व्यक्तीचे स्वातंत्र्य हा भारतीय सेक्युलॅरिझमचा एक प्रमुख आधार आहे. सार्वजनिक जीवनाबाबत संसदेचा कायदा सर्वश्रेष्ठ असल्यामुळे या कायद्याच्या विरोधी जाणारा सार्वजनिक जीवनाचा भाग धर्माच्या कक्षेतून रद्द होतो. धर्म ही व्यक्तीची खासगी बाब आहे. सार्वजनिक व्यवहार राज्यसत्तेच्या ताब्यात असला पाहिजे आणि खासगी जीवनातील धर्मस्वातंत्र्य सामान्य नीतिमत्ता, शिष्टाचार, आरोग्य आणि सामाजिक हित यांच्याविरुद्ध उपयोगात येऊ शकणार नाही. या भूमिकेवर भारतीय संविधानाने स्वीकारलेला सेक्युलॅरिझम जीवनाचे आधुनिकीकरण, व्यक्तिस्वातंत्र्य आणि लोकशाही यांच्याशी बांधलेला, सर्वांना समान हक्क आणि न्याय देणारा आहे.[१]

सेक्युलॅरिझमच्या या चारही कल्पना समजून घेतल्या पाहिजेत. भारताने पहिली आणि चौथी कल्पना स्वीकारल्याचे दिसते. चौथी कल्पना धर्माने राज्यकारभारामध्ये हस्तक्षेप करायचा नाही. पण वेळ प्रसंगी राज्य धर्मक्षेत्रात हस्तक्षेप करू शकते. घटना राबवण्याचे काम हे राज्याचे आहे. ती राबवीत असताना धर्माचा अडथळा होत असेल, तर तो दूर करणे हे राज्याचे कर्तव्य ठरते. उदाहरणार्थ, मंदिराच्या गाभाऱ्यात स्त्रियांचा प्रवेश किंवा मुस्लीम महिल्यांच्या संदर्भात तिहेरी तलाकचा प्रश्न. भारतातील संविधान स्त्री-पुरुषांमध्ये भेद करत नाही. दोघांनाही समान अधिकार मिळाले पाहिजेत. त्यात धर्म आड येत असेल तर तो अडथळा दूर करणे ही राज्याचीच जबाबदारी आहे. व्यक्तिस्वातंत्र्य आणि विचारस्वातंत्र्याला भारतीय संविधानाने अधिक महत्त्व दिलेले आहे. धर्माच्या संदर्भात भारतीय नागरिक हवी ती भूमिका घेऊ शकतात. ते धर्मांतर करू शकतात. नास्तिक होऊ शकतात, धर्मत्याग करू शकतात आणि धर्मसुधारणाही करू शकतात. धर्म ही त्यांची व्यक्तिगत बाब आहे.

लोकशाही, राष्ट्रवाद आणि धर्मनिरपेक्षता या तिन्ही संकल्पना समकालीन आहेत. युरोपीय प्रबोधनातून निष्पन्न झालेल्या ह्या संकल्पना आहेत. अर्थात त्या आधुनिक संकल्पना आहेत. लोकशाही ही अतिशय व्यापक आणि आशयगर्भ अशी संकल्पना आहे. लोकशाही शासन हे लोकांचे, लोकांसाठीचे आणि लोकांनी चालवलेले शासन असते. लोकशाहीत न्याय, स्वातंत्र्य, समता आणि बंधुता ही ध्रुवमूल्ये अनुस्यूत असतात.

ती सर्वांना समान संधी देते. ती त्यांना व्यक्तिस्वातंत्र्य आणि अभिव्यक्ती स्वातंत्र्य देते.

लोकशाही ही तीन आयामी संकल्पना आहे. राजकीय लोकशाही, सामाजिक लोकशाही आणि आर्थिक लोकशाही. ती नागरिकांना राजकीय, सामाजिक आणि आर्थिक न्याय आणि स्वातंत्र्याचे आश्वासन देते. एक मनुष्य, एक मत आणि एक मत, एक मूल्य हे राजकीय लोकशाहीचे सूत्र आहे. समान दर्जा, समान संधी आणि समान प्रतिष्ठा हे सामाजिक लोकशाहीचे सूत्र आहे. समान संधी, समान सुविधा, जगण्याची सर्व साधने आणि जीवनाची सुरक्षितता हे आर्थिक लोकशाहीचे सूत्र आहे. संविधानातील मूलभूत अधिकार आणि राज्यधोरणाची मार्गदर्शक तत्त्वे याचा आम्ही स्वीकार केला. लोकशाही संकल्पनेचा संपूर्ण आशय त्यांत आहे.

लोकशाहीला अभिप्रेत असलेले सर्व अधिकार उपभोगण्याच्या मार्गात धर्म, जात, वंश, रंग, भाषा, लिंग यापैकी कुठलीही गोष्ट आड येऊ नये म्हणून सेक्युलॅरिझम स्वीकारलेला आहे. खरे तर लोकशाही ही धर्मनिरपेक्ष असते. जी धर्मनिरपेक्ष नसते ती खरी लोकशाही असू शकत नाही. लोकशाहीचे वर्णन खालीलप्रमाणे करता येईल :

- खरी लोकशाही ही वंश-धर्म-जात-वर्ण-लिंग-भाषानिरपेक्ष असते. जी वंश-धर्म-जात-वर्ण-लिंग-भाषानिरपेक्ष नसते, ती खरी लोकशाही नसते.
- खरी लोकशाही ही समताधिष्ठित असते. जी समताधिष्ठित नसते, ती खरी लोकशाही नसते.
- खरी लोकशाही ही सर्वसमावेशक असते. जी सर्वसमावेशक नसते, ती खरी लोकशाही नसते.
- खरी लोकशाही ही लोकांची भागीदारी असते. जी लोकांची भागीदारी नसते, ती खरी लोकशाही नसते.
- खरी लोकशाही ही सर्वांना सारखाच न्याय देते. जी सर्वांना सारखाच न्याय देत नाही, ती खरी लोकशाही नसते.
- खरी लोकशाही ही स्वातंत्र्य, समता आणि बंधुभाव यांवर आधारलेली असते. जी स्वातंत्र्य, समता आणि बंधुभाव यांवर आधारलेली नसते, ती खरी लोकशाही नसते.
- खरी लोकशाही ही सर्वांना समान संधी आणि समान सुविधा देते. जी सर्वांना समान संधी आणि सुविधा देत नाही, ती खरी लोकशाही नसते.
- खरी लोकशाही ही सर्वांना समान प्रतिष्ठा देते. जी सर्वांना समान प्रतिष्ठा देत नाही, ती खरी लोकशाही नसते.

लोकशाही ही अशी अतिव्यापक संकल्पना आहे. धर्मनिरपेक्षता ही लोकशाहीचा गाभा आहे हे लक्षात ठेवले पाहिजे.

॥ ५ ॥

भारतात धर्मनिरपेक्ष राष्ट्राची प्रतिष्ठापना करण्यात आली आहे ही गोष्ट खरी आहे. पण त्याचा विकास झालेला नाही. संविधानाला अभिप्रेत असलेले राष्ट्र अद्याप निर्माण झालेले नाही. भारत अद्याप अशा राष्ट्राच्या शोधातच आहे. अलीकडच्या काळात हे वास्तव कथन करणारी बरीच पुस्तके प्रकाशित झाली आहेत. त्या पुस्तकांचे मथळे जरी आपण लक्षात घेतले तरी ही गोष्ट आपल्या ध्यानात येईल. सुनील खिलनानी यांचे *The Idea of India* (२००४), अँडरसन पेरी यांचे *The Indian Ideology* (२०१२), जी. अलॉय सिअस (G. Aloy Sius) यांचे *Nationalism without a Nation in India* (२००८), Edward D. Cruz यांचे *India : The Quest for Nationhood* (१९६७), T. A. Embree यांचे *India's Search for National Identity* (१९८०) ही त्यांपैकी काही पुस्तके.

गेल्या दोनतीन वर्षांपासून Idea of India या विषयावर माध्यमांमध्ये बरीच उलटसुलट चर्चा होत आहे. स्वातंत्र्यपूर्व काळापासूनच हिंदुत्ववादी संघटनानांचा प्रयत्न हिंदू राष्ट्रासाठी होता. स्वातंत्र्यानंतरही त्यांनी हे उद्दिष्ट सोडले नाही. उलट हिंदुत्ववादाचा पाठपुरावा करणाऱ्या अनेक संघटना त्यांनी निर्माण केल्या. स्वातंत्र्यपूर्व काळात हिंदू महासभा आणि राष्ट्रीय स्वयंसेवक संघ या दोनच प्रमुख संघटना होत्या. हिंदू महासभा ही राजकीय पातळीवर काम करत होती; आणि राष्ट्रीय स्वयंसेवक संघ ही संघटना सामाजिक-सांस्कृतिक पातळीवर काम करत होती. आज या संघटनेचे जाळे देशभर पसरले आहे. देशाला हिंदू राष्ट्र बनवणे हाच हिंदुत्ववाद्यांचा उद्देश आहे. धर्मनिरपेक्ष राष्ट्र बनण्याच्या मार्गात हा फार मोठा अडथळा ठरू शकतो.

हिंदू कोण? हिंदुत्व म्हणजे काय? राष्ट्रीयत्व म्हणजे काय? हिंदू, हिंदुत्व आणि राष्ट्रीयत्व या शब्दांच्या व्याख्या स्वातंत्र्यवीर सावरकरांनी केल्या आहेत. राष्ट्रीय स्वयंसेवक संघाने त्यांची आशयगर्भता वाढवली आहे. *हिंदुत्व* हे सावरकरलिखित पुस्तक म्हणजे हिंदुत्ववाद्यांचा जाहीरनामाच आहे. त्यांचे ते बायबल आहे असे म्हटले तरी चालेल. हे पुस्तक सावरकरांनी १९२३मध्ये लिहिले. १९२५मध्ये डॉ. बळीराम हेडगेवारांनी राष्ट्रीय स्वयंसेवक संघाची स्थापना केली. 'जो या देशाला पितृभूमी आणि पवित्र भूमी मानतो, तो हिंदू' अशी सावरकरांनी हिंदूची व्याख्या केली आहे. हिंदुत्व हेच भारताचे राष्ट्रीयत्व आहे; आणि हे राष्ट्रीयत्व ऋग्वेदाइतकेच प्राचीन आहे. इतर देशांचे राष्ट्रीयत्व अगदी अलीकडचे आहे. मात्र हिंदूंचे राष्ट्रीयत्व या देशाइतकेच प्राचीन आहे.

सावरकरांनी हिंदूची व्याख्या पुढीलप्रमाणे केली आहे.

आसिंधु सिंधु पर्यन्ता यस्य भारतभूमिका।
पितृभूः पुण्यभूश्चैव स वै हिंदुरिति स्मृतः।।

जो भारतवर्षाला सिंधूपासून हिंदी महासागरापर्यंतच्या भूप्रदेशाला आपली पितृभूमी आणि पुण्यभूमी मानतो तो हिंदू. जो या दोन अटी पूर्ण करतो तो हिंदू. जो आपल्या पितृभूमीशी आणि पुण्यभूमीशी प्रामाणिक आहे तोच खरा हिंदू, असे त्यांनी मानले आहे. हिंदू हा राष्ट्राचा पाया आहे असे ते म्हणतात. 'पितृभू' आणि 'पुण्यभू' हे सावरकरांचे पारिभाषिक शब्द आहेत. ज्याचा जन्म या देशात झाला आहे ती त्याची 'पितृभू'. 'पितृभू'विषयी वाद नाही. वाद आहे तो 'पुण्यभू'विषयी. या भूमीत निर्माण झालेल्या धर्माला जो मानतो, त्याची ती 'पुण्यभू' आहे. जे बाहेरच्या धर्माला मानतात त्यांची ही 'पुण्यभू' नाही, असू शकत नाही. हिंदू, जैन, बौद्ध आणि शीख यांची भारतभूमी ही 'पुण्यभू' आहे. मुसलमान, ख्रिश्चन, यहुदी, पारशी यांची ती 'पुण्यभू' नाही. पितृभू आणि पुण्यभू या दोन्ही बाबी जन्मावर ठरतात. ज्यांचा जन्म हिंदू, जैन, बौद्ध आणि शीख धर्मात झाला आहे त्यांची ही पुण्यभू आहे. इतरांची ती पुण्यभू नाही. हिंदू म्हणून जो जन्मतो किंवा जो धर्मांतर करून हिंदू होतो, त्याची ही पुण्यभू आहे.

सावरकरांनी हिंदू आणि अहिंदू यांच्यामध्ये अशी उंच भिंत बांधलेली आहे. त्यांचा अहिंदूंच्या प्रामाणिकपणावर विश्वास नाही. मुसलमानांवर तर अजिबात नाही. सावरकरांची हिंदू आणि हिंदुत्वाची ही व्याख्या आहे. ती हिंदूधर्माची व्याख्या नाही. हिंदुत्वाची व्याप्ती हिंदू धर्मापेक्षा अधिक आहे. हिंदू धर्म हा हिंदुत्वाचा घटक आहे असे ते मानतात. *हिंदुत्व* हा त्यांचा ग्रंथ हिंदुत्वाचा पाया आहे. 'हिंदुत्व' ही राजकीय संकल्पना आहे. ती धार्मिक संकल्पना नाही. हिंदू धर्म आणि हिंदुत्व हे समानार्थी शब्द नाहीत. या पुस्तकात सावरकर हिंदू धर्माविषयी चर्चा करत नाहीत. हिंदू आणि हिंदुत्व याविषयीच ते लिहितात. याचा अर्थ हिंदुत्वाचा संबंध हिंदू धर्माशी नाही असा होत नाही. त्यांचा भर आहे तो हिंदू आणि हिंदू राष्ट्रावर, हिंदू धर्मावर नाही.

'पुण्यभू'च्या कसोटीवर अहिंदूंना हिंदूंपासून ते वेगळे करतात. ते महत्त्व देतात ते हिंदूंच्या इतिहासाला. या भारतभूमीत जो इतिहास घडला आहे, तो हिंदूंचा इतिहास आहे. त्या इतिहासाचा सावरकरांना अभिमान आहे. हिंदुत्वाचा संबंध हिंदू धर्मापेक्षा हिंदू राष्ट्राशी अधिक आहे. सिंधूपासून हिंद महासागरापर्यंतच्या भूमीशी तो आहे. याचा अर्थ सावरकर हे हिंदुत्वनिष्ठ आहेत, ते हिंदू धर्मनिष्ठ नाहीत. मुसलमानांना वगळून ते भारतातील इतर अहिंदूंचा विचार करतात. आम्ही भारतीय आहोत असे म्हणून चालत नाही. भारत ही त्यांची पुण्यभूदेखील असली पाहिजे. पण ती नाही; होऊही शकत नाही.

सावरकर हिंदुत्वालाच राष्ट्रीयत्व मानतात. *हिंदुत्व* या ग्रंथाची रचना त्यांनी या

सिद्धान्तावर केली आहे. राष्ट्रीयत्वाच्या त्यांनी तीन कसोट्या मानल्या आहेत. भूमी, वंश आणि संस्कृती. या तिन्ही कसोट्या हिंदूंजवळ आहेत. याशिवाय ते 'पुण्यभू' ही राष्ट्रीयत्वाची महत्त्वाची कसोटी मानतात. जे हिंदुस्थानला 'पुण्यभू' मानत नाहीत, ते खऱ्या अर्थाने या राष्ट्राचे नाहीत; कारण त्यांची निष्ठा भारताबाहेरच्या देशांवर आहे. सावरकरांनी हिंदू-अहिंदूची अशा प्रकारे विभागणी केली आहे. मुसलमानांवर त्यांचा विश्वास नव्हता. मुसलमान जिथे गेले तिथे त्यांनी 'दार-उल-इस्लाम'ची स्थापना करण्याचा प्रयत्न केला. त्यांनी जिहाद पुकारला तो त्यासाठीच, तलवार उपसली ती त्यासाठीच.

हिंदू आणि मुसलमान हे दोन राष्ट्रे आहेत असे सावरकरांनीदेखील मानले होते. हिंदू धर्माबद्दल त्यांचा फारसा आग्रह नव्हता. तो हिंदुत्वाबद्दल होता. हिंदुत्वावर आधारलेले राष्ट्र म्हणजे धार्मिकतेवर आधारलेले राष्ट्र नाही ही त्यांची भूमिका होती. त्यांच्या अनुयायांनी मात्र हिंदू धर्म आणि हिंदू राष्ट्र यांची गल्लत केलेली आहे.

राष्ट्रीय स्वयंसेवक संघाने सावरकरांच्या हिंदुत्वाचा सिद्धान्त स्वीकारला. पण त्याचबरोबर ते हिंदू धर्माविषयीही आग्रही आहेत. गोळवलकरांनी हिंदू समाजाला विराट पुरुष मानले. पुरुषसूक्तातून वर्णव्यवस्था निर्माण झाली यावर त्यांचा भर होता. चातुर्वर्ण्य हाच हिंदू धर्माचा पाया आहे असे ते मानतात. या व्यवस्थेचा त्यांनी गुणगौरव केलेला आहे. सावरकर आणि गोळवलकर यांच्या दृष्टिकोनातला हा फरक लक्षात घेतला पाहिजे. पण गोळवलकर गुरुजींना 'पुण्यभूमी' ही अट मान्य आहे. मुसलमानांना नागरिकत्वाचे अधिकार मिळू नयेत यावर ते ठाम होते.

'पितृभू' आणि 'पुण्यभू' या दोन शब्दांत हिंदू राष्ट्रवादाचा स्रोत आहे. हिंदू हा भारतवर्षाला पितृभू आणि पुण्यभू मानतो. 'हिंदू' हा शब्द नसून इतिहास आहे, असे सावरकर म्हणतात. सप्तसिंधू हे या देशाचे वैदिक नाव आहे. हिंदूधर्म हा हिंदुत्वाचा एक भाग आहे. हिंदुत्व त्यापेक्षा अधिक काहीतरी आहे. 'हिंदुत्वात आमचा इतिहास, आमचा धर्म, आमची संस्कृती, आमची संस्कृत भाषा आणि साहित्य, आमच्या चालीरीती अर्थात आमचे सारसर्वस्व आहे', हे सावरकर अतिशय अभिमानाने सांगतात.

सामाईक धर्म, भाषा, वंश (Race), संस्कृती, इतिहास यांवर हिंदू राष्ट्रवाद उभा आहे. सिंधूपासून हिंद महासागरापर्यंत हा देश पसरलेला असला, तरी हिंदू राष्ट्राला भौगोलिक सीमा नाहीत. पृथ्वी हीच हिंदुत्वाची भौगोलिक सीमा आहे, अशा शब्दांत सावरकर हिंदुत्वाचे आणि हिंदू राष्ट्राचे वर्णन करतात. म्हणजे एक प्रकारचा युटोपियाच ते उभा करतात. हिंदू धर्मात ते सर्व भारतीय धर्मांचा समावेश करतात. मुस्लीम, ख्रिश्चन, पारशी, यहुदी यांना मात्र ते परकीय मानतात. 'आम्ही' आणि 'ते' असा ते फरक करतात. हिंदू हे देशाचे प्रथम नागरिक आहेत आणि इतर लोक हे दुय्यम नागरिक आहेत, असाच अर्थ त्यांच्या म्हणण्यातून निघतो.

सावरकरांना हिंदूंचे ऐक्य झाले पाहिजे याची जाणीव होती. जातींमुळेच हिंदूंमध्ये ऐक्य नाही याची त्यांना कल्पना होती. अस्पृश्यता नामशेष व्हावी असे त्यांना वाटत होते. त्यांना मंदिर प्रवेशही करू दिला जात नाही. त्यासाठी त्यांनी रत्नागिरी येथे पतितपावन मंदिराची स्थापनाही केली होती. सावरकर हे समाजसुधारक होते. आज गाईचे प्रचंड स्तोम माजवल्याचे आपण पाहतो. पण गाय एक उपयुक्त पशू आहे या दृष्टिकोनातून ते गाईकडे पाहत होते. ते एक प्रतिभाशाली कवी आणि लेखक होते. त्यांच्या देशभक्तीला तोडच नव्हती. ते भारताचे माझिनी होते. मोहंमद इक्बालने मुस्लीम राष्ट्रवादाला जसे खतपाणी घातले, तसा सावरकरांनी हिंदू राष्ट्रवाद निर्माण केला. इक्बाल हे एक महान कवी आणि तत्त्वज्ञ होते. तसे सावरकरही प्रतिभाशाली कवी, इतिहासकार आणि तत्त्वज्ञ होते. त्यांनी हिंदुत्वाचे तत्त्वज्ञान मांडले आणि हिंदू राष्ट्रासाठी आपले जीवन खर्च केले. हिंदुत्ववाद्यांचे ते आजही प्रेरणास्थान आहेत. हिंदू राष्ट्रवादाचे ते प्रेषित मानले जातात.

सावरकरांना हिंदुहृदयसम्राट म्हटले जात होते. ते बुद्धिवादी होते. ते समाजसुधारक होते. धर्माच्या स्थानी विज्ञान यावे असा त्यांचा बुद्धिवाद प्रखर होता. त्यांचे विचार आधुनिक होते. स्वातंत्र्यवीर सावरकरांची हिंदुत्वाची संकल्पना धर्मापेक्षाही अधिक व्यापक होती. त्यांचे राष्ट्र विश्वव्यापी होते. *हिंदुत्व* या पुस्तकाचा शेवट त्यांनी खालीलप्रमाणे केला आहे -

आमुचा स्वदेश। भुवनत्रयामध्यें वास।

'My country? Oh brothers, 'the limits of the Universe- there the frontiers of my country lie?' विश्व हेच राष्ट्र असेल, तर सगळी पृथ्वी हीच 'पितृभू' असेल हे उघड आहे आणि मग 'पुण्यभू' कोणती?

॥ ६ ॥

हिंदुत्वाला भरभक्कम सैद्धान्तिक पाया देण्याचे कार्य राष्ट्रीय स्वयंसेवक संघाने केले आहे. गोळवलकर गुरुजी हे हेडगेवारांनंतर राष्ट्रीय स्वयंसेवक संघाचे सरसंघचालक बनले. जवळपास बावीस वर्षे ते या पदावर होते. संघाचे ते 'थिंकटँक' होते. हिंदुत्व आणि हिंदू राष्ट्रवादाला त्यांनी पोलादी चौकट प्राप्त करून दिली. त्यांचे सर्व चिंतन 'चिंतन सुधा' आणि 'Bunch of Thoughts' या पुस्तकांत समाविष्ट आहे. आपला समाज हाच आपला परमेश्वर, ही त्यांची भूमिका आहे. हिंदू समाजाला ते विराट पुरुषाची उपमा देतात. हा हिंदू समाज हाच विराट पुरुष आहे. सर्वशक्तिमान परमेश्वराचेच ते अभिव्यक्त स्वरूप आहे![२] याचा अर्थ त्यांना हिंदुत्वाचे सारसर्वस्व पुरुषसूक्तामध्ये आढळते. डॉ. बाबासाहेब आंबेडकरांनी ज्या पुरुषसूक्ताला चातुर्वर्ण्याचा आणि जातिभेदाचा स्रोत

मानले, त्यालाच गोळवलकर गुरुजी हिंदुत्वाचा आधार मानतात. अर्थात वर्णव्यवस्थेचे आणि पर्यायाने जातिव्यवस्थेचे ते समर्थन करतात. वर्णव्यवस्था ही उच्च-नीचतेवर उभी आहे. पुढे त्यातूनच तीनशे-साडेतीनशे जातींची उतरंड तयार झाली. वर्णव्यवस्था हाच हिंदू समाजाचा आणि हिंदू धर्माचा पाया मानला जातो. गोळवलकर चातुर्वर्ण्याचे गोडवे गातात. त्यावर आधारलेला हिंदू धर्म आणि हिंदू धर्मावर आधारलेला राष्ट्रवाद त्यांना प्राणापेक्षाही प्रिय वाटतो. हिंदू समाजाला ते विराटपुरुष मानतात. त्याला ते सर्वशक्तिमान परमेश्वर मानतात. हिंदुत्व हेच राष्ट्रीयत्व अशी त्यांची श्रद्धा आहे. या विराट पुरुषाचे मुख हे ब्राह्मण, बाहू हे क्षत्रिय, जांघा हे वैश्य आणि पाय हे शूद्र, हे ओघाने आलेच.

जे येथील संस्कृतीला, परंपरांना मानत नाहीत, जे मातृभूमी म्हणून भारताची सेवा करत नाहीत, ते येथील असूच शकत नाहीत, असे गुरुजी म्हणतात. मातृभूमीविषयी ज्वलंत निष्ठा, आपण थोर मातेची लेकरे आहोत या जाणिवेतून निर्माण झालेला स्नेहभाव, भ्रातृभाव आणि समान संस्कृती आणि वारसा, समान इतिहास आणि परंपरा आणि समान आदर्श आणि आकांक्षा यांमधून उत्पन्न होणाऱ्या समान राष्ट्रीय जीवनाची उत्कट जाणीव या तीन गोष्टींवर हिंदू राष्ट्रवाद उभा आहे. जीवनमूल्यांची ही 'त्रिमूर्ती' आहे असे ते मानतात. हिंदू राष्ट्रीयत्व हाच आपल्या राष्ट्रमंदिराचा आधार आहे अशी त्यांची श्रद्धा आहे.

गोळवलकरांनी स्पष्ट शब्दांत म्हटले आहे :

> "The non-Hindu people in Hindustan must learn to adopt the Hindu culture and language, must learn to respect and hold in reverence Hindu religion, must entertain no idea but those of glorification of the Hindu race and culture... may stay in the country, wholly subordinated to the Hindu nation, claiming nothing, deserving no priviledges, not even citizen rights. In this country, Hindus alone are national, and muslims and others, if not actually anti-national, are at last outside the body of the nation."[३]

गोळवलकर गुरुजी मुस्लीम आणि इतरांना नागरिकत्वच नाकारतात. नागरिकांना मिळणारे अधिकार आणि सोईसवलती ते मुसलमानांना नाकारतात. अहिंदू या देशातले असू शकतात, पण या देशाचे असू शकत नाहीत. त्यांना नागरिकाचे कुठलेही हक्क मागण्याचा अधिकार नाही. फक्त हिंदूच या राष्ट्राचे नागरिक आहेत. राष्ट्रीयत्व केवळ त्यांनाच प्राप्त आहे. मुस्लीम आणि इतरांना 'राष्ट्रबाह्य'च मानले पाहिजे असे ते म्हणतात.

हिंदू राष्ट्रजीवन हेच भारताचे राष्ट्रजीवन आहे. हिंदू हे कधीच सांप्रदायिक ठरू शकत नाहीत हा गुरुजींचा दावा आहे. या राष्ट्राला मुसलमानांचाच धोका आहे असे

त्यांना वाटते. 'अंतर्बाह्य हिंदू व्हा' हाच त्यांचा संदेश आहे. हिंदुत्व हाच राष्ट्रजीवनाचा महामंत्र आहे.

मुसलमान हे या देशाशी कधीच प्रामाणिक राहणार नाहीत ही गोळवलकरांची धारणा होती. हिंदुत्ववादावर राष्ट्राची बांधणी केली पाहिजे. देशाची फाळणी झाली आहे. भारतातील मुस्लिमांची मानसिकता बदलत नाही. यापुढेही फाळण्या होऊ द्यायच्या का? हिंदू या नावाला राष्ट्रीयत्व चिकटले आहे. हिंदू आणि राष्ट्रीयत्व यांमध्ये फारकत करता येत नाही. दोन्ही शब्दांचा आशय आणि अर्थ एकच आहे म्हणून हिंदुराष्ट्रनिर्मिती हेच आमचे 'मिशन' आहे. या देशाचे प्रश्न केवळ हिंदूच सोडवू शकतात असे त्यांचे मत आहे.

गोळवलकरांचा समतेवर (Equality) विश्वास नव्हता. 'No equality but a Harmony' असे ते म्हणत. समता नव्हे समरसता, हा विचार त्यांनी माडला. पण समतेशिवाय समरसता कशी निर्माण होईल? समाजात उच्च-नीचता कायम ठेवून बंधुभाव कसा निर्माण होईल? चातुर्वर्ण्यावर आधारलेल्या समाजात समरसता कशी निर्माण होईल? गोळवलकरांनी सांस्कृतिक राष्ट्रवादाची संकल्पना मांडली. हिंदू समाज हा विराट पुरुष आहे अशी त्यांची श्रद्धा होती. या विराट पुरुषाच्या मुखातून ब्राह्मण, बाहूतून क्षत्रिय, जांघेतून वैश्य आणि पायातून शूद्र निर्माण झाले. ब्राह्मण, क्षत्रिय, वैश्य आणि शूद्र असे चार वर्ण निर्माण झाले. हिंदू समाज या चार वर्णांवर आधारलेला आहे. नंतर जाती निर्माण झाल्या. हिंदू लोक म्हणजेच हिंदू राष्ट्र आणि राष्ट्र म्हणजेच ईश्वर. गोळवलकरांना मनुस्मृतीसहित वेद, पुराणे आदी ग्रंथ पूजनीय होते. हिंदू हा शब्द अलीकडचा नाही. तो ऋग्वेदातदेखील होता. तो शब्द होता सप्तसिंधू. फारसी भाषेत 'स' हे अक्षर नाही. ते 'ह' आहे. म्हणून सप्तसिंधूचे सप्तहिंदू अर्थात हिंदू असा शब्दनिर्माण झाला. हिंदू राष्ट्र हे ऋग्वेदाइतकेच प्राचीन आहे. म्हणून हिंदू राष्ट्र हेच नाव आम्हाला अभिप्रेत आहे असे त्यांचे म्हणणे आहे.

सावरकरांना हिंदूंच्या संघटनेसाठी समाजसुधारकाची भूमिका घ्यावी लागली. अस्पृश्यता निर्मूलनाचा प्रश्न त्यांना महत्त्वाचा वाटला. जातिव्यवस्थेच्या प्रश्नाला हात घालावा असे त्यांना मनापासून वाटले. अस्पृश्यांच्या मंदिरप्रवेशाचा त्यांनी अतिशय गांभीर्याने विचार केला. त्यात यश येणे कठीण आहे हे पाहून त्यांनी पतितपावन मंदिराची अस्पृश्यांसाठी स्थापना केली. सावरकरांचा दृष्टिकोन वैज्ञानिक होता. ते बुद्धिवादी होते. त्यांच्या अनुयायांनी मात्र समाजसुधारणेकडे पाठ फिरवली. संघाने समाजसुधारणेला हात घातला नाही.

राष्ट्रीय स्वयंसेवक संघाला समाजसुधारणेशिवाय हिंदूंचे संघटन हवे होते. हिंदू समाज हा जातीजातींमध्ये विभागला गेला आहे, जनसामान्य हे शिक्षणापासून वंचित आहेत, तो दैववादी बनला आहे, आणि अनेक वाईट प्रथापरंपरांनी तो दुबळा झाला

आहे. या प्रश्नांना हात घातल्याशिवाय तो संघटित होऊ शकणार नाही असे त्याला कधी वाटले नाही. मार्टिन ल्यूथरच्या समाज सुधारणेमुळे युरोपमधला ख्रिश्चन समाज नवतेजाने उजळून निघाला. तशी सुधारणा भारतातही झाली पाहिजे. त्याशिवाय हिंदू समाज नवतेजाने उजळून निघणार नाही हा विचार त्याला स्पर्शही करू शकला नाही.

आर्यसमाजाचे संस्थापक स्वामी दयानंद सरस्वती यांनीही धर्म आणि समाजसुधारणेचे कार्य हाती घेतले होते. त्यांना जातिव्यवस्था संपवायची होती. त्यांनीही वर्णव्यवस्था मानली होती. पण त्यांची वर्णव्यवस्था ही गुणकर्मावर आधारलेली होती. ती जन्मावर आधारलेली नव्हती. वेदांचा अधिकार ब्राह्मणांना जितका आहे, तितकाच तो शूद्रातिशूद्रांनादेखील आहे, या भूमिकेवर ते ठाम होते. समाजसुधारणेसाठी त्यांनी १९७५मध्ये मुंबई येथे आर्यसमाजाची स्थापना केली. ते इतर धर्मांकडेही व्यापक दृष्टिकोनातून पाहत होते. नंतर त्यांनी दिल्ली येथे ईसाई, मुसलमान आणि हिंदू यांची संयुक्त सभा आयोजित केली. उदात्त तत्त्वांसाठी तिन्ही धर्म एकत्र यावेत अशी त्यांची इच्छा होती. त्यातून निष्पन्न काही झाले नाही. तिन्ही धर्मांतील वाईट चालीरीतींवर आणि तत्त्वांवर त्यांनी टीका केली. त्यांनी अहिंदूंना अभारतीय कधी मानले नाही. सगळ्यांचीच प्रगती त्यांना हवी होती. हिंदूंमधली जातिव्यवस्था त्यांना संपवायची होती. आर्यसमाजाच्या ध्वजाखाली सर्व जातींचे लोक आले होते.

राष्ट्रीय स्वयंसेवक संघाला अशी भूमिका घेता आली नाही. त्याची गरजच संघप्रमुखांना आणि स्वयंसेवकांना कधी वाटली नाही. धर्मसुधारणेशिवाय या देशात समाजसुधारणा होऊ शकत नाही. पण ह्या प्रश्नाला संघाने स्पर्शच केला नाही. कुठलीही सुधारणा धर्मचिकित्सेशिवाय होऊ शकत नाही. हिंदूंचे संघटन करावयाचे असेल, तर हिंदू धर्माची चिकित्सा करावीच लागेल. हिंदूधर्माची चिकित्सा म्हणजे ज्या जन्माधिष्ठित वर्णव्यवस्थेवर तो आधारलेला आहे त्याची चिकित्सा अर्थात चातुर्वर्ण्यांची चिकित्सा. ती त्यांना करावीशी वाटली नाही. उलट त्याचे गौरवीकरणच ते करत राहिले. हिंदू समाज हा विराट पुरुष आहे. तोच आमचा परमेश्वर आहे असे ते म्हणत राहिले. ज्या पुरुषसूक्ताची चिरफाड महात्मा गौतम बुद्धांपासून डॉ. बाबासाहेब आंबेडकरांपर्यंतच्या सर्व समाजसुधारकांनी केली, त्या पुरुषसूक्ताचे गुणगान संघाच्या नेतृत्वाने सतत केले.

संघाने हिंदूंमध्ये हिंदू राष्ट्रवादाचा अर्थात हिंदुत्वाचा कैफ (Intoxication) निर्माण केला. सतत हिंदुत्वाचा गौरव ते करत राहिले. हिंदुत्व हे अफूची गोळी आहे हे त्यांना माहीत होते. या गोळीचा ते सतत मारा करत राहिले. अशा कैफ चढलेल्या हिंदू राष्ट्रवादानेच महात्मा गांधींचा बळी घेतला. हिंदुत्वाला ते राष्ट्रधर्म मानतात. हिंदुत्व हेच राष्ट्रीयत्व अशी त्यांची श्रद्धा आहे. सावरकरांनी हिंदूची जी व्याख्या केलेली आहे ती राष्ट्रीय स्वयंसेवक संघाने मान्य केलेली आहे. जो भारताला 'पितृभू' आणि 'पुण्यभू' मानतो तोच खरा हिंदू.

॥ ७ ॥

हिंदुत्ववाद्यांनी हिंदू धर्म आणि हिंदू संस्कृतीला मूलतत्त्ववादाच्या कोंदणात बसवायचा प्रयत्न केला. राम पुनियानींनी म्हटल्याप्रमाणे, "Hindutva is a political category, while Hinduism is a religious category. But since the ascendance of this politics the word 'Hinduism' has been sidetracked and for all practical purposes only the word 'Hindutva' is used."[४] हिंदुत्वाने ब्राह्मण-ब्राह्मणेत्तर वादाला खतपाणी घातलेलेच आढळून येते. हिंदू धर्मग्रथांवर भारताचे संविधान आधारलेले असले पाहिजे असा राष्ट्रीय स्वयंसेवक संघाचा आग्रह होता. के. सुदर्शननी ही मागणी लावून धरली होती.

Uproot Hindutva या पुस्तकाचा लेखक Thirumaavalavan आपल्या 'Preface'मध्ये म्हणतो, 'Uproot Hindutva right from its roots.' 'हिंदुत्व हे मुळापासून उखडून टाका.' 'BJP does not rule India but RSS does!' राष्ट्रीय स्वयंसेवक संघामुळे हिंदुत्वाची मुळे समाजजीवनाच्या विविध क्षेत्रांमध्ये सर्व दिशांत खोलवर पसरलेली आहेत. भारतीय जनता पक्ष ही खरे तर संघाची राजकीय शाखा आहे. विश्व हिंदू परिषद, वनवासी कल्याण आश्रम, भारतीय मजूर संघ, अखिल भारतीय विद्यार्थी परिषद इत्यादी त्याच्या विविध क्षेत्रांमध्ये काम करणाऱ्या शाखा आहेत. या सगळ्यांचा मिळून संघ परिवार बनला आहे.

राष्ट्रीय स्वयंसेवक संघ ही हिंदुत्वाची वाहिनी आहे. दक्षिण भारतात या संघटनेच्या विरुद्ध आंदोलन झाले होते. द्रमुक आणि अण्णा द्रमुक हे पक्ष संघाच्या विरोधातच काम करत आले आहेत. संघाचा आधार चातुर्वर्ण्य हाच आहे असे या पक्षांना वाटते. *Uproot Hindutva* या पुस्तकाचा लेखक म्हणतो, "Hindutva is a poisonous ideology that is spread from top to bottom of the caste structure."[५] त्याने असे विधान केले आहे, The Hindu religion is the sanctum sanctorum of Hindutva. हिंदुत्व हे हिंदू धर्माचे गर्भगृह आहे, असे तो म्हणतो. भाजप हे राष्ट्रीय स्वयंसेवक संघाचे राजकीय अंग आहे; पण खरी सत्ता ही संघाच्याच हातात आहे. भगवा ध्वज हाच त्यांचा राष्ट्रध्वज आहे.

स्वातंत्र्योत्तर काळात हिंदुत्वाचा आदर्श समोर ठेवूनच १९५१मध्ये जनसंघाची स्थापना झाली. जनसंघाचा पुनर्जन्म भारतीय जनता पक्षामुळे झाला. शामाप्रसाद मुखर्जी हे जनसंघाचे संस्थापक. हिंदू संस्कृती ही इतरांनीही स्वीकारली पाहिजे अशी गोळवलकर गुरुजींची अपेक्षा होती. ते एके ठिकाणी म्हणतात -

The non-Hindu people in Hindustan must adopt the Hindu culture and religion, must learn to respect and hold in reverence Hindu religion, and must entertain no ideas but those of glorification of the Hindu race and culture... claiming no privileges... not even citizen's rights.[६]

जनसंघ आणि नंतर भारतीय जनता पक्ष यांच्यासमोरचा हा आदर्श आहे. नागरिकांच्या अधिकारांचीही अपेक्षा न करता अहिंदूंनी हिंदू संस्कृती स्वीकारावी असे भारतीय जनता पक्षाला वाटते.

जनसंघाचे पहिले अधिवेशन २१ ऑक्टोबर १९५१ रोजी झाले होते. अटल बिहारी वाजपेयी हे त्याच्या संस्थापकांपैकी एक. त्याचे ध्येयधोरण ठरवण्यामध्ये त्यांचाही महत्त्वाचा वाटा होता. हिंदू राज्याची निर्मिती करणे हे या पक्षाचे अंतिम उद्दिष्ट होते. या पक्षाने हिंदू राष्ट्रवादाचा अर्थात हिंदुत्वाचा पुरस्कार केला. हिंदुत्व म्हणजे भारतीयत्व ही त्या पक्षाची भूमिका होती. जनसंघाने सेक्युलॅरिझमचा अर्थ धर्मनिरपेक्षता असा कधी मानला नाही. सेक्युलॅरिझम म्हणजे संप्रदाय निरपेक्षता असा या शब्दाचा अर्थ त्याने लावला. धर्म आणि संप्रदाय यांमध्ये त्याने फरक केला. पण व्यवहारात धर्म आणि संप्रदाय यांमध्ये तसा भेद नाही. कारण संप्रदाय हा धर्मातूनच निर्माण झालेला असतो. त्याची मुळे त्या धर्मातच असतात. राज्य हे धर्मसापेक्ष परंतु संप्रदायनिरपेक्ष असले पाहिजे, ही त्याची भूमिका आहे.

हिंदू या नावाबद्दल हिंदुत्ववाद्यांना कसलीच तडजोड मान्य नाही. भारतीय हे नावदेखील त्यांना मान्य नाही. ते प्राचीन असले तरी ते मान्य नाही. त्याचे कारण घटनेने हे नाव स्वीकारल्यानंतर त्यात सर्वधर्मांच्या लोकांचा समावेश होतो. त्यात हिंदू, मुसलमान, ख्रिश्चन, शिख, बौद्ध, जैन, पारसी, यहुदी अशा सर्वच लोकांचा समावेश त्यात होतो. हिंदूंची वेगळी प्रथगात्मता आहे. त्यांची ओळख आणि वेगळेपण सूचित करण्यासाठी 'हिंदू' हाच शब्द वापरला पाहिजे. हिंदूंचे राष्ट्र हे सूचित करण्यासाठी हिंदू राष्ट्र या नावाचा आग्रह यासाठीच आहे. हे राष्ट्र 'हिंदू राष्ट्र' म्हणूनच ओळखले जावे. कारण या नावातूनच हिंदू अस्मिता व्यक्त होते, असे त्यांना वाटते.

भारतीय जनता पार्टीचे पहिले अधिवेशन ६ एप्रिल १९८० रोजी भरले. अधिवेशनाचे अध्यक्ष होते अटल बिहारी वाजपेयी. पक्षाचे ते प्रमुख संस्थापकही होते. भारतीय जनता पक्षानेदेखील जनसंघाप्रमाणे 'सकारात्मक धर्मनिरपेक्षते'चा पुरस्कार केला. हिंदू या शब्दातच धर्मनिरपेक्षता अनुस्यूत आहे. हिंदू राष्ट्र म्हणजेच धर्मनिरपेक्ष राष्ट्र असा त्यांचा दावा आहे. हिंदू कधीही सांप्रदायिक होऊ शकत नाही. हिंदूंनी सगळ्यांनाच न्यायाची वागणूक दिली आहे. आपल्या एका भाषणात वाजपेयी म्हणाले होते -

"हम एकता में विश्वास रखते हैं, एकरूपता में नहीं। हमारा देश दुनिया में अनूठा है। भाईचारे की अद्भुत मिसाल वाला देश अनूठा बना रहेगा। कोई हमें सेक्युलरवाद पढाए, इसकी जरूरत नहीं। सेक्युलरवाद तो हमारी साँस-साँस में है। इस देश में मजहब अनेक हैं, पर सबको एक साथ लेकर चलने की आवश्यकता हैं।"[७]

याचा अर्थ हिंदू धर्म सगळ्यांना बरोबर घेऊन चालणारा धर्म आहे. वाजपेयी धर्म आणि मजहब यांमध्ये फरक करतात; आणि असेही सूचित करतात की हिंदू हा धर्म आहे आणि इस्लाम हा मजहब आहे. भारत हे राष्ट्र 'हिंदूमय' झाले पाहिजे असे त्यांना उत्कटपणे वाटते. आपण हिंदू आहोत याचा त्यांना रास्त अभिमान वाटतो. ते आपल्या एका कवितेमध्ये म्हणतात :

मै एक बिन्दु, परिपूर्ण सिन्धु है यह मेरा हिन्द समाज।
मेरा-इसका सम्बन्ध अमर है, मैं व्यक्ति और यह है समाज।
इससे मैंने पाया तन-मन, इससे मैंने पाया जीवन।
मेरा तो बस कर्तव्य यही, कर दूँ सब कुछ इसके अर्पण।
मैं तो समाज की थाती हूँ, मैं तो समाज का हूँ सेवक।
मैं तो समष्टी के लिए व्यक्ति का कर सकता बलिदान अभय।
हिन्दू तन-मन, हिन्दू जीवन, रग-रग हिन्दू मेरा परिचय।[८]

मी हिंदू आहे आणि माझा समाज सिंधू आहे. हिंदू हा या सिंधूतलाच एक बिंदू आहे. या समाजानेच मला जीवन दिले आहे. आणि म्हणून त्यासाठी माझे सर्वस्व अर्पण करणे हे माझे कर्तव्य आहे. व्यक्तीने समष्टीला सर्वस्व अर्पण केलेच पाहिजे. माझा परिचय काय? 'हिन्दू तन-मन, हिन्दू जीवन, रग-रग हिन्दू मेरा परिचय।' हिंदू समाज आणि हिंदू राष्ट्र यांना सर्वस्व अर्पण करण्याची प्रत्येक हिंदूने तयारी दाखवली पाहिजे, हाच संदेश अटल बिहारी वाजपेयी यांनी दिला आहे.

धर्मनिरपेक्ष राष्ट्रवाद हा भाजप आणि अन्य हिंदू संघटनांना मान्य नाही. हिंदुत्व हीच त्यांची राष्ट्रीयता आणि राष्ट्रवाद आहे. त्याच्या द्वारेच त्यांना सत्ता मिळवायची होती. आणि त्या कामात ते यशस्वी झाले आहेत. ज्या सकारात्मक धर्मनिरपेक्षतेचा भाजप दावा करतो तो दावा फोल ठरलेला आहे. हिंदू धर्मातच धर्मनिरपेक्षता अनुस्यूत आहे. अर्थात धर्मनिरपेक्षता हेच हिंदू धर्माचे अर्थात हिंदुत्वाचे अविभाज्य अंग आहे, अशी त्याची धारणा आहे. भाजपच्या हातात सत्ता गेल्यानंतर या गोष्टीचा प्रत्यय यायला पाहिजे होता. तो अजिबात अलेला नाही. उलट त्याने प्रचंड प्रमाणात समाजाचे ध्रुवीकरण केलेले आहे.

एकीकडे संविधानाचे गोडवे गायचे आणि दुसरीकडे सांविधानिक मूल्यांचा अनादर करायचा. डॉ. बाबासाहेब आंबेडकरांनी ज्या सांविधानिक नीतिमूल्यांचा (Constitutional Morality) आग्रह धरला होता त्या नीतिमूल्याला स्पर्शदेखील करावयाचा नाही, असे भाजप शासनाने ठरवले आहे की काय, हे समजत नाही. End justifies the means हे मूल्य तर पूर्णपणे मोडीत निघाले आहे. सांविधानिक नीतिमूल्यांची प्रतारणाच झालेली आहे.

॥ ८ ॥

हिंदूंच्या जातीय भावना प्रज्वलित करून सत्ता मिळवण्याचा सुरुवातीपासूनच हिंदू संघटनांचा प्रयत्न आहे. या देशात हिंदू जनता बहुसंख्याक आहे. धर्मश्रद्धा तिच्या मनात शतकानुशतके खोलवर रुजलेली आहे. सहिष्णुता आणि समावेशकता ही दोन महत्त्वाची मूल्ये हिंदू धर्माची व्यवच्छेदक लक्षणे आहेत. पण अशा धर्माला मूलतत्त्ववादी बनवण्याचा काही लोकांचा प्रयत्न आहे. धर्माच्या आधारावर हिंदू-मुस्लिमांमध्ये फूट पाडण्याचे काम हिंदुत्ववादी संघटनांनी सातत्याने केले आहे ही वस्तुस्थिती आहे. हिंदू राष्ट्रवाद आणि मुस्लीम राष्ट्रवाद यांच्यामध्ये स्वातंत्र्यपूर्व काळापासून सतत संघर्ष राहिलेला आहे. मुस्लीम राष्ट्रवादाने तर देशाची फाळणीच केली. द्विराष्ट्र सिद्धान्त मांडून मुस्लिमांनी पाकिस्तानची मागणी मान्य करून घेतली.

भाजपचे राजकारण धर्माधिष्ठित आहे. हिंदूंच्या धार्मिक भावना चेतवल्यामुळेच बाबरी मशिदीचा विध्वंस हिंदुत्ववादी संघटनांनी केला. ती अतिशय दुर्दैवी घटना होती. धर्मनिरपेक्ष मूल्यांवर केलेला तो आघात होता. त्याच्या दुष्परिणामांची कल्पना या लोकांच्या लक्षात आली नाही. हे दुष्परिणाम किती टोकाला जाऊ शकतात याचा अंदाजही त्यांना करता आला नाही. खरे तर हा प्रश्न १९३४पासून न्यायालयामध्ये प्रलंबित होता. मोगल बादशाह बाबर याने १५२८मध्ये त्याचा सेनाधिकारी मीर बाकी यास ही मशीद बांधण्याचा आदेश दिला होता. त्याने ती रामजन्मभूमीवर उभारलेल्या मंदिराच्या ठिकाणी बांधली. ही गोष्ट कोर्टाने मान्य केलेली होती.

हे भांडण न्यायालयात होते आणि राजकीय पक्षाने या आंदोलनात भाग घ्यायची आवश्यकता नव्हती. अराजकीय संघटनांनी त्या आंदोलनात भाग घेणे आपण समजू शकतो. राष्ट्रीय स्वयंसेवक संघ, विश्व हिंदू परिषद, बजरंग दल या संघटनांचा सहभाग आपण समजू शकतो. पण भाजपसारख्या राजकीय पक्षाने त्यात भाग घेतला. इतकेच नव्हे तर गुजरात, राजस्थान, मध्य प्रदेश, हिमाचल प्रदेश आणि उत्तर प्रदेश या भाजपशासित प्रदेशांनी या आंदोलनात तेल ओतण्याचे काम केले. भाजपने १९८२मध्ये पालमपूर येथे भरलेल्या अधिवेशनात या आंदोलनाला पूर्ण पाठिंबा देण्याचा ठराव केला होता. इतकेच

नव्हे, तर या आंदोलनात भागही घेतला. राम जन्मभूमी हा अशा प्रकारे राष्ट्रीय प्रश्न बनला.

लालकृष्ण अडवाणी हे भाजपचे जेष्ठ नेते. त्या पक्षाचे ते एक प्रमुख संस्थापक. त्यांनी २५ सप्टेंबर १९९०रोजी सोमनाथपासून अयोध्येपर्यंत रथयात्रा काढली. ती ३० ऑक्टोबर १९९० रोजी अयोध्येत पोहोचली. मंदिर बांधण्यासाठी देशभरातून विटा पाठवण्याचे आवाहनही त्यांनी केले. हिंदूंच्या भावना पेटवणारी भाषणे होऊ लागली.

या रथयात्रेमागे राममंदिर बांधण्याचा हेतू असेलही. पण सत्ता मिळवण्याचा त्यामागे मुख्य हेतू होता ही गोष्ट लपून राहिली नाही. रथयात्रा ही भाजपच्या पथ्यावर पडली यात तिळमात्र शंका नाही. देशात १९८५मध्ये शाहबानो प्रकरण घडले होते. खरे तर तत्कालीन पंतप्रधान राजीव गांधी यांनी सर्वोच्च न्यायालयाचा निर्णय मान्य करायला हवा होता. सेक्युलॅरिझमच्या नावाखाली मुस्लिमांचा अनुनय करायला नको होता. पण सेक्युलॅरिझम ही घटनेची कोनशिला आहे हे हिंदुत्ववादी पक्षांनी कधीच लक्षात घेतले नाही. उलट हिंदू धर्म हा सांप्रदायिक कधीच होऊ शकत नाही; हिंदूधर्म जातीयवादी कधीच होऊ शकत नाही आणि सेक्युलॅरिझम हा हिंदू धर्माच्या पोटात आहे असेच ते म्हणत राहिले आणि आजही म्हणत आहेत.

धर्मावर आधारलेला राष्ट्रवाद ही अफूची गोळी असते. कार्ल मार्क्सचे हे विधान भाजपने बाबरी मशीद विध्वंसनाच्या घटनेत खरे करून दाखवले. हिंदुत्वाची जरब वाढवणारी ही घटना होती. हिंदुत्वाचा उपयोग हिंदू-मुस्लीम यांच्यातली दरी वाढवण्यासाठीच त्यांनी केला. आजही ध्रुवीकरणाचे हत्यार म्हणूनच त्याचा उपयोग मोठ्या प्रमाणात सुरू आहे.

या घटनेची ॲनाटॉमी (Anatomy) समजून घेण्यासाठी 'लिबरहॅन अयोध्या आयोगा'चा अहवाल वाचायला हवा. या घटनेची चौकशी करण्यासाठी न्यायमूर्ती लिबरहॅन यांच्या अध्यक्षतेखाली केंद्रशासनाने एक-सदस्यीय आयोग २००४मध्ये नेमला होता. त्याचा अहवाल २००९मध्ये प्रसिद्ध झाला. तो वाचला तर बाबरी मशिदीच्या विध्वंसाच्या घटनेने भारतीय संविधनाची वीणच विस्कटून टाकल्याचे आपल्या लक्षात येईल.

बाबरी मशीद ही ६ डिसेंबर १९९२ रोजी पाडण्यात आली. या घटनेच्या मागचा जो घटनाक्रम आहे तो लिबरहॅन अयोध्या चौकशी अहवालातील प्रकरण ४मध्ये सविस्तर दिला आहे. जातीय द्वेष (Communal Fury) कसा निर्माण झाला किंवा केला गेला याची संपूर्ण माहिती हा घटनाक्रम वाचला म्हणजे आपल्या लक्षात येईल.

विश्व हिंदू परिषद, राष्ट्रीय स्वयंसेवक संघ, बजरंग दल, बीजेपी यांनी ६ डिसेंबर १९९२ रोजी कारसेवेचा दिवस ठरवला. त्या दिवशी दुपारची १२.१५ ही वेळ ठरवण्यात आली होती. रामचबुतऱ्याच्या ठिकाणी एक प्रशस्त मंच उभारण्यात आला

होता. सकाळपासूनच लोकांची रीघ सुरू झाली होती. संघाचे शंभर स्वयंसेवक लाठ्या, काठ्यांसहित त्या ठिकाणी व्यवस्था पाहण्यासाठी सज्ज होते. कारसेवक मोठ्या संख्येने उपस्थित होते. खोरे, कुदळी, पहारी, लोखंडी सळया त्यांनी बरोबर आणल्या होत्या.

साधू, संत, महंत मंचावर विराजमान होते. लालकृष्ण अडवाणी, विनय कटारिया, मुरली मनोहर जोशी, अशोक सिंघल, आचार्य गिरिराज किशोर, उमा भारती, साध्वी ऋतंभरा ही नेते मंडळीही उपस्थित होती. भावना चेतवणारी भाषणेही तेथे झाली. अहवाल म्हणतो : Religious leaders and others had been making fiery speeches at the Ram Katha Kunj in Ayodhya for some time.[९]

दुपारी १२ वाजून १५ मिनिटांनी कारसेवकांनी मशिदीच्या इमारतीवर घाव घालायला सुरुवात केली. अर्थात हे सर्व पूर्वनियोजित होते. काही कारसेवक घुमटावर चढले. १ वाजून १५ मिनिटांनी मशिदीचा पहिला घुमट पाडण्यात आला; पोलिसांनी केवळ बघ्याची भूमिका घेतली होती. त्या ठिकाणी आधी ५००० लोक असावेत. ही संख्या वाढत वाढत दीड लाखापर्यंत पोहोचली असावी.

नेते मंडळी कारसेवकांना आवरायचा प्रयत्न करत होती. ते गाभाऱ्यातही शिरले. नेत्यांनी त्यांना अडवले नाही. अहवाल म्हणतो :

> No request was made to Karsevaks not to enter the Garbh Grah or not to demolish from inside under the domes. This selected act of the leaders itself speaks about the Hidden intentions of one and all being to acomplish demolition of the disputed structure.[१०]

अडवाणींनी त्यांना विनंती केली. उमा भारतीही बोलल्या. कारसेवक म्हणाले, 'We have not come here to eat Halwa Puri. We are not of that brand of Karsevaks. We have come from home to face firing.'[११]

मशिदीचा विध्वंस अटळ होता. शेवटी मशीद पाडण्यात आली. संध्याकाळी ६.२५ वाजता कल्याण सिंग यांनी मुख्यमंत्रीपदाचा राजीनामा दिला. लगेच राष्ट्रपती राजवट जाहीर करण्यात आली. जवळपास दोन लाख कारसेवक या वेळी उपस्थित असावेत. ते अतिशय आक्रमक झाले होते. ते घोषणा देत होते, 'एक धक्का और दो, बाबरी मस्जिद तोड दो।'

त्याच दिवशी दुपारी ३.३० वाजता अयोध्येमध्ये हिंदू-मुस्लीम दंगा पेटला. कारसेवकांनीच त्याची सुरुवात केली. हा दंगा शहरभर पसरला. मुस्लिमांची घरे जाळण्यात आली. परिस्थिती आटोक्यात आणण्यासाठी गोळीबार करणे आवश्यक होते. पण मुख्यमंत्री कल्याण सिंग यांनी परवानगी दिली नाही.

आयोगासमोर साक्ष देताना लालकृष्ण अडवाणी म्हणाले,

"I feel proud about my participation in the movement though with respect of incident of 6th December, 1992, VHP and RSS Leaders present with me signed the statement describing the demolition as unfortunate. I described myself as dejected and down cast on that day."[१२]

ज्या दिवशी हे विवादित बांधकाम पाडण्यात आले, त्या दिवशी संविधानावरही आघात झाले. पण त्याची पर्वा या मंडळींना नव्हती. कल्याण सिंग यांनी ही घटना घडवून आणण्यासाठी राजकीय सत्तेचा गैरवापर केला, असे म्हणायला हवे. आयोगासमोर त्यांनी खरी माहिती दिलीच नाही. उडवाउडवीची उत्तरे त्यांनी दिली. ते या घटनेचे 'हिरो' ठरले!

लिबरहॅन आयोगाने ज्या शिफारशी केल्या आहेत त्यात तीन शिफारशी अशा आहेत -

172.12. It is inherently unfair, immoral and legally dubious to hold democracy hostage to religious and casteist blackmail. The separation of state and religion has been debated at great length in every age and has found favour in almost every organized society.

172.18. It is my considered recommendation that the Parliament, Legislatures, elected governments and political parties themselves must rededicate themselves to ensuring a secular India, whether strengthening exsisting provisions in the Codes of Conduct or in election related laws.

172.19. It is high time that the Parliament constitute an assembly to look into the working of constitution and the short falls observed or noticed in the years since its inception; and to suggest requisite steps for remedying them.

लिबरहॅन आयोगाच्या चौकशीमध्ये हे आढळून आले की बाबरी मशिदीच्या विध्वंसनाच्या घटनेने संविधानाचा पायाच उखडण्याचा प्रयत्न केला. धर्मनिरपेक्षता हा घटनेचा पाया आहे. राष्ट्राची उभारणी त्याच्यावरच करावयाची आहे. आणि म्हणून धर्मनिरपेक्षता हे मूल्य आत्मसात करणे नितांत आवश्यक आहे. लिबरहॅन आयोगाच्या

शिफारशी त्याच संदर्भातल्या आहेत. शिवाय अहवालात 'सेक्युलॅरिझम' या विषयावर एक स्वतंत्र प्रकरण समाविष्ट करण्यात आलेले आहे.

भारत हा बहुवांशिक, बहुधार्मिक, बहुजातीय, बहुसांस्कृतिक, बहुभाषिक आणि बहुप्रादेशिक देश आहे. बहुविधता हे भारतीय समाजाचे व्यवच्छेदक वैशिष्ट्य आहे. तो एकजिनसी समाज नाही. भौगोलिक विविधता, वांशिक विविधता, धार्मिक विविधता, सांस्कृतिक विविधता, भाषिक विविधता अशा विविधतेने बनलेले हे राष्ट्र आहे. जगात दुसऱ्या कोणत्याही राष्ट्रात अशी विविधता नाही. कुठल्याही एका घटकामुळे राष्ट्र बनत नाही. विविध घटकांच्या एकत्रित येण्यामुळेच राष्ट्राची निर्मिती होत असते. राष्ट्राच्या निर्मितीमध्ये धर्म हा महत्त्वाचा घटक असतो. पण त्याचबरोबर भाषा, संस्कृती आणि इतर घटकांचाही त्यात समावेश असतो. भारताच्या अशा ह्या विविधतेतून एकता निर्माण करावयाची असेल, तर धर्मनिरपेक्षतेचाच आधार घ्यावा लागतो. धर्मनिरपेक्षता हे तत्त्व लोकशाहीचा प्राण आहे. ते सहिष्णुता, समावेशकता आणि समतेवर आधारलेले आहे. हे तत्त्व आत्मसात करण्याची नितांत आवश्यकता आहे. आयोगाचा भर यावरच आहे.

हिंदू समाजाच्या संदर्भात लिबरहॅन आयोगाचे म्हणणे असे आहे-

> The Hindu society is a well rooted and established patient society since time immemorial. It is of multicultural, multi religious, multilingual, multi-regional, multi-caste and multi-creed people. It has diversity of language and religion. The basis of secularisasion is the tradition of acceptance of complex, multilingual, multi-ethnic and multi-religious diversity as demonstrated in the historical process of thousands of years. Pluralism of religions and convictious is well recognised. There is strife amongst indigenous religions because of diverty of language and religions. It has multi-religious faiths, diverse creeds and culture.[१३]

अशा समाजात लोकशाही मूल्ये रुजवणे कठीण असते. पण जगातील जवळपास सगळ्याच देशांनी आज लोकशाही शासनव्यवस्था स्वीकारली आहे. सर्व प्रकारचे भेदाभेद मिटवण्याची संधी लोकशाहीने दिली आहे. लोकशाहीमध्ये अल्पसंख्याकांना संरक्षण द्यावे लागते. धर्मभेदामुळे आणि जातिभेदामुळे या देशाचे प्रचंड नुकसान झाले आहे. जातिभेद तर विषमतेचा आणि अन्यायाचा स्रोत राहिलेला आहे. खरे तर जातिव्यवस्थेची मुळे एकमेकांपासून विलग करणे आवश्यक होते आणि आहे. भारतासारख्या खंडप्राय देशात

राष्ट्रवादाची उभारणी धर्मनिरपेक्ष मूल्यांवरच करणे आवश्यक ठरते. संकुचित धार्मिक राष्ट्रवाद भूतकाळातला वारसा होता. आधुनिक काळात तो प्रासंगिक नाही, न्यायोचित तर नाहीच नाही. घटनाकारांनी ही बाब लक्षात घेऊनच धर्मनिरपेक्षतेला भारताचे अधिष्ठान ठरवले. आयोग म्हणतो -

> Secularism was meant for doing away the hierarchy of caste, religion etc. Constitution provided secularism as the premise of governance. Framers of constitution used it sina qua non in the creed of governance.[१४]

पुढे तो म्हणतो,

> Austin said, The Indian constitution is the cornerstone of the nation and observed that, the constitution makers intended to secure secular and socialist goals envisased in the preamble of the constitution.[१५]
>
> The report says further, Constitution allows the fulfilment of carving of self-realization or religious beliefs with national loyalty. It had been admitted even by L.K. Advani that secularism is the constitutional necessity, despite the fact that he carried out the mobilization which had as one of its objectives, the initiation of a debate on secularism or the need for redefining it.[१६]

समता हाच घटनेचा आत्मा आहे. आयोग म्हणतो, "Our constituion is the sole religion, caste and creed for governance. It does not tolerate classes amongst its citizen based on any isms. Equality is its hallmarks."[१७]

आयोगाने काँग्रेस पक्षालादेखील दोष दिला आहे. "Congress failed to take a stronger position in the extremely destructive Hindu political violance like demolition of mosque."[१८] केंद्रात त्या वेळी सत्ता काँग्रेसच्या हातामध्ये होती. मतांसाठी काँग्रेसने मुस्लिमांच्या अनुयायांचे राजकारण केले.

जमातवादावर आधारलेला राष्ट्रवाद हा एक प्रकारचा मूलतत्त्ववादच असतो. Secularim is anti-thesis of fundamentalism. सत्तेच्या राजकारणासाठी उदारमतवादी हिंदू धर्माला मूलतत्त्ववादी बनवण्याचे प्रयत्न हिंदुत्ववादी संघटना करत आहेत. "Secularism is nothing else but providing a casteless society. The cleavage between Hindu and Muslim is a challenge to secularism."[१९]

सामाजिक पुनर्रचनेसाठी धर्मनिरपेक्षतेचा उपयोग केला पाहिजे. सोशल इंजिनिरअरिंगसाठी सेक्युलॅरिझमचा यापुढे उपयोग करावा लागेल. म्हणून आयोग म्हणतो : "Secularism is the only social and political engineering model which has the sanction of our constitution, to govern the multi-religious, multi-cultural people who live in this vast country."[२०] भारतीय संविधानाला जातिविहीन समाज निर्माण करणे हेच अभिप्रेत आहे. पण असा जातिहीन धर्मनिरपेक्ष समाज निर्माण करण्यासाठी सोशल इंजिनीअरिंगची प्रक्रिया सतत चालली पाहिजे. समाजप्रबोधन आणि समाजसुधारणा या दोन्ही गोष्टींना सातत्य लाभले पाहिजे.

घटनेतील कलम ३८ लोककल्याणाच्या संवर्धनासाठी आवश्यक असणारी समाजव्यवस्था प्रस्थापित कराण्याविषयीचे आहे. ते म्हणजे :

१. राज्य, त्यास शक्य होईल तितक्या परिणामकारक रीतीने सामाजिक, आर्थिक आणि राजकीय न्यायाद्वारे राष्ट्रीय जीवनाच्या सर्व घटकांमध्ये प्रेरणा निर्माण करील अशी समाजव्यवस्था प्रस्थापित करून आणि तिचे जतन करून लोककल्याणाचे संवर्धन करण्यासाठी प्रयत्नशील राहील.

२. राज्य हे विशेषतः केवळ व्यक्ती-व्यक्तींमध्येच नव्हे, तर निरनिराळ्या क्षेत्रांमध्ये राहणाऱ्या किंवा निरनिराळ्या व्यवसायांमध्ये गुंतलेल्या लोकसमूहांमध्येदेखील, उत्पन्नाच्या बाबतीत असलेली विषमता किमान पातळीवर आणण्यासाठी आटोकाट प्रयत्न करील, आणि दर्जा, सुविधा आणि संधी यांच्या बाबतीत असलेली विषमता नाहीशी करण्यासाठी प्रयत्नशील राहील.

पण अशा समाजव्यवस्थेची अद्याप निर्मिती झाली नाही. त्यासाठी 'सोशल इंजिनीअरिंग' अद्याप करण्यात आले नाही. आर्थिक विषमता कमी होण्याऐवजी वाढतच आहे. जागतिकीकरणामुळे तर विषमतेची दरी प्रचंड प्रमाणात रुंदावत चाललेली आहे.

नवीन समाजरचनेसाठी सोशल इंजिनीअरिंग करण्याची आवश्यकता आहे. त्याची तत्त्वे संविधानात आहेत. The Constitution should be in action. संसद, शासन आणि न्यायपालिका ही संविधानाची रक्षणकर्ती अंगे आहेत. संविधान म्हणजे देशाचा सर्वोच्च कायदा. तो अंमलात आणण्याची मुख्य जबाबदारी ही शासनाची असते. संविधानाच्या महत्त्वाविषयी थॉमस पेनने म्हटले आहे,

> "Constitution is not a thing in name only, but in fact. It has not an ideal, but a real existence; and wherever it cannot be produced in a visible form, there is none. Constitution is a thing antecedent

to a government, and a government is only the creature of a constitution. The constitution of a country is not the act of its government, but of the people constituting its government."[२१]

॥ ९ ॥

शासनाचा अधिकार देशाच्या राज्यकारभारावर असतो. घटनेचा अधिकार मात्र शासनावर असतो. घटनेतील तत्त्वे आणि तरतूदी कृतीमध्ये आणण्याची जबाबदारी शासनाची असते. घटना सर्वोच्च (Supreme) असते. म्हणून ज्या नवसमाजाची निर्मिती संविधानाला अभिप्रेत आहे, त्यासाठी आवश्यक असणारी कृती शासनानेच केली पाहिजे. आणि शासनाच्या या कृतीला समाजाने सक्रिय पाठिंबा दिला पाहिजे.

धर्मनिरपेक्षतेच्या संकल्पनेवर संविधानाची निर्मिती झाल्यापासून आजपर्यंत बरेच विचारमंथन झाले आहे. सुप्रीम कोर्टाचे भूतपूर्व न्यायाधीश पी. बी. गजेंद्रगडकर यांनी धर्मनिरपेक्षता आणि भारताचे संविधान या विषयावर मौलिक चिंतन केले आहे. *Secularism and the Constitution of India* (१९७१) हे त्यांचे पुस्तक धर्मनिरपेक्षतेचा वेध घेते. आमचे संविधान धर्मनिरपेक्ष मूल्यांवर नवीन समाजव्यवस्था निर्माण करू इच्छिते असे एक महत्त्वाचे विधान गजेंद्रगडकर यांनी केले आहे. धर्मनिरपेक्षता (Secularism) कशी उत्क्रांत झाली याचा ते ऐतिहासिक आढावा घेतात. थोडक्यात धर्मनिरपेक्षतेचे तत्त्वज्ञानच ते उभे करतात.

भारतीय राज्यघटनेने धर्मनिरपेक्षतेचे तत्त्व स्वीकारले आहे. त्याच्या पायावर ती धर्मनिरपेक्ष समाजाची निर्मिती करू इच्छिते. त्यासाठी प्रथम धर्म आणि राज्य यांचे विलगीकरण करण्यात आले. धर्मनिरपेक्षतेचे बीज संविधानाने भारतीय भूमीत रुजवले. त्याला अंकुरही फुटला. पण तो वाढवण्याचे अथक प्रयत्न करण्याची आवश्यकता आहे. यासंदर्भात ते म्हणतात,

"The plant of secularism is a very delicate plant and if it has to grow on the Indian soil, it must be watered and tenderly nursed by all secularists in the country with care and dedication. It is hands of faith that are needed for the achievements of this task and these hands of faith must be supplied by the intellictuals of today."[२२]

धर्मनिरपेक्षतेचे रोपटे अतिशय नाजूक आहे. कम्युनल वारे त्याला सहन होत नाहीत. म्हणून ते अतिशय मेहनतीने वाढवले पाहिजे. त्याचा सांभाळ करण्यासाठी हजारो हातांची आवश्यकता आहे. मुबलक प्रमाणात त्याला खतपाणी घालावे लागेल. पण त्यात आम्ही कमी पडलो. म्हणून हे रोपटे खुरटले. त्याचा डेरेदार वृक्ष झालाच नाही. धर्मनिरपेक्ष राष्ट्राची त्याशिवाय खऱ्या अर्थाने निर्मिती होणार नाही.

धर्मनिरपेक्षतेचे तत्त्व लोकांच्या आकलनात आणण्यासाठी लोकशिक्षणाची कास धरण्याची आवश्यकता आहे. सर्व धर्मांच्या, जातींच्या आणि वेगवेगळ्या पंथांच्या लोकांना शिक्षण देण्याची गरज आहे. संविधानाने समान नागरी कायद्याचा पुरस्कार केला आहे. सर्व समाज घटकांना त्याचे महत्त्व पटवले पाहिजे. गजेंद्रगडकर म्हणतात, "In a secular State, there will be no occasion for communal tensions or conflicts between groups of citizen following different religions."[२३]

कवींद्र रवींद्रनाथ टागोरांनी हे राष्ट्र कसे असावे याचे एक सुंदर चित्र आपल्या एका कवितेत रंगवले होते. ती कविता अशी :

Where the mind is without fear and
the head is held high;
Where knowledge is free;
Where the world has not been broken
up into fragments by narrow domestic
walls;
Where words come out from the
depth of truth;
Where tireless striving stretches its
arms towards perfection;
Where the clear stream of reason has
not lost its way into the dreary desert
sand of dead habit;
Where the mind is led forward by
thee into ever-widening thought and
action -
Into that heaven of freedom, my
Father, let my country awake.

स्वातंत्र्यानंतर हे चित्र साकारले जाईल असे वाटत होते. पण आपल्या पदरी नैराश्यच पडले. आजही भारत भयमुक्त झालेला नाही. देशात ऐक्य आणि एकात्मता निर्माण झालेली नाही. आमच्या विचारांचा प्रवाह मृत प्रथा-परंपरांच्या वाळवंटात लुप्त झालेला आहे. आमच्या विचाराला आणि कृतीला व्यापकता प्राप्त झालेली नाही. हे परमेश्वरा, माझ्या या देशाला स्वातंत्र्याच्या स्वर्गात जाग येऊ दे.

स्वातंत्र्याचा स्वर्ग आम्हाला निर्माण करता आलेला नाही हेच खरे. देशातील बुद्धिवंतांवर धर्मनिरपेक्ष भारताच्या उभारणीमध्ये महत्त्वाचा वाटा उचलावा लागणार आहे. बुद्धिवंतांचा वर्ग हा राष्ट्राचा कणा असतो. सेक्युलॅरिझमचे मूल्य जनमानसात रुजवण्याचे काम त्यांना करावे लागेल. विशेषत: शिक्षक, साहित्यिक आणि पत्रकार यांनी तर त्यात सिंहाचा वाटा उचलण्याची गरज आहे. शिक्षक, लेखक आणि पत्रकार यांचा या ऐतिहासिक कामात पुढाकार असला पाहिजे. शिक्षण, साहित्य आणि प्रसारमाध्यमे त्यासाठी उपयोगात आणावी लागतील. साहित्य हे तर अतिशय प्रभावी माध्यम आहे. धर्मनिरपेक्षता आणि इतर सांविधानिक मूल्यांचा आविष्कार साहित्यातून झाला पाहिजे. स्वातंत्र्यलढ्यात साहित्याने जी भूमिका घेतली होती ती आणि तशीच भूमिका राष्ट्रनिर्मितीच्या कार्यातही घेतली पाहिजे. त्याशिवाय स्वराज्याचे सुराज्य कसे निर्माण होणार?

साहित्य हे राष्ट्राला परिभाषित करत असते. राष्ट्राची प्रतिमा त्यात प्रतिबिंबित झाली पाहिजे. राष्ट्र आणि राष्ट्रीयता या संकल्पना साहित्यातून विशद होत असतात. राष्ट्रालाही स्वत:चे व्यक्तिमत्त्व असते. त्यालाही आत्मा असतो. साहित्यात राष्ट्राचा इतिहास, वारसा आणि प्रेरणा असतात. पुढच्या पिढ्यांना आपले राष्ट्र कसे होते हे साहित्यातून कळते. पिढ्या घडवण्याचे कामच साहित्याला करावे लागते.

बाबरी मशीद विध्वंसनाच्या घटनेनंतर देशात अस्थिरतेचे वातावरण निर्माण झाले. हिंसेचा प्रचंड उद्रेक झाला. या देशात बुद्ध, महावीर, गांधी यांचा जन्म झाला होता या गोष्टीवर विश्वासच बसत नाही. हिंदू-मुस्लीम दंग्यांचे सत्र सुरू झाले. दहशतवाद प्रचंड प्रमाणात वाढला. अनेक शहरांवर दहशतवादी हल्ले झाले. २६ नोव्हेंबर २००८मध्ये मुंबईवर दहशतवाद्यांचा फार मोठा हल्ला झाला. काश्मीरचा प्रश्न प्रचंड प्रमाणात चिघळला. भाजपच्या हातात सत्ता गेल्यानंतर देशाचे भवितव्य संकटात सापडले. दलितांच्या आणि मुस्लिमांच्या हत्त्या होऊ लागल्या. ख्रिश्चनांच्या चर्चवर हल्ले होऊ लागले. लिंचिंग (Lynching) (झुंडशाही) हा प्रकार सुरू झाला. विचारस्वातंत्र्यावर आक्रमण होऊ लागले. सरकारवर जो टीका करील त्याला देशद्रोही ठरवण्यात येऊ लागले. विद्यापीठांवर हल्ले होऊ लागले. जवाहरलाल नेहरू विद्यापीठाला लक्ष्य करण्यात आले. हैद्राबाद केंद्रीय विद्यापीठात गोंधळ घालण्यात आला. आपली विचारसरणी लादण्यासाठीच या मार्गाचा अवलंब करण्यात आला.

ह्या सर्व परिस्थितीचे वर्णन या आधीच खुशवंत सिंग या ख्यातकीर्त लेखकाने आपल्या *The End of India* (२००३) या पुस्तकात केले आहे. या पुस्तकाचा मथळाच धक्का देणारा आहे. पुस्तकाच्या प्रस्तावनेची सुरुवातच खुशवंत सिंग यांनी खालीलप्रमाणे केली आहे :

> These are dark times for India. The carnage in Gujrat, Bapu Gandhi's home state, in early 2002 and the subsequent landslide victory of Narendra Modi in the elections will spell disaster for our country. The fascist agenda of Hindu fanatics is unlike anything we have experienced in our modern history. After Partition I had thought we would never again experience a similar holocaust.[२४]

गुजरात ही हिंदुत्वाची प्रयोगशाळा बनवण्याचे काम नरेंद्र मोदी यांनी केले. गुजरात ही गांधीजींची जन्मभूमी. ती हिंदुत्वाची प्रयोगशाळा बनली! क्रमाक्रमाने हिंदुत्व हे फॅसिस्ट बनले. मुस्लीमविरोधी, ख्रिश्चनविरोधी आणि डाव्या विचाराच्या विरोधी अशी त्याने भूमिका घेतली. हिंदू राष्ट्रवादाला हिंदुत्ववादी संघटनांनी कसे वाढवले याचा आलेखच खुशवंत सिंग यांनी या पुस्तकात रेखाटला आहे. गांधी, नेहरू आणि मौलाना आझाद ह्या नेत्यांमुळे भारत हे राज्य धर्माधिष्ठित बनले नाही. त्यांच्यामुळेच ते धर्मनिरपेक्ष बनले.

॥ १० ॥

खुशवंत सिंग यांनी गोळवलकर गुरुजींची नोव्हेंबर १९७२मध्ये द इलस्ट्रेटेड *वीकली* या साप्ताहिकासाठी मुलाखत घेतली होती. त्या वेळी ते या साप्ताहिकाचे संपादक होते. ती मुलाखत त्यांनी *The End of India* या पुस्तकात समाविष्ट केली आहे. खुशवंत सिंग यांनी गुरुजींचे *We or Our Nationhood Defined* (१९३९) आणि *Bunch of Thoughts* ही पुस्तके वाचली होती. त्यांनी या मुलाखतीपूर्वी ही पुस्तके मुद्दाम वाचली होती. त्यांना गुरुजींच्या आणि हिटलरच्या विचारांमध्ये साम्य आढळून आले होते. हिंदूंचे वंशश्रेष्ठत्वाचे विचार आणि गुरुजींचे चातुर्वर्ण्याचे समर्थन यांमध्ये साम्य आहे. मुलाखतीमध्ये गोळवलकर गुरुजींनी हिंदू धर्म आणि हिंदू संस्कृतीचे गौरवीकरण केले. त्यांचा प्रचार-प्रसार करण्याचे कामच संघ करतो आहे हे सांगितले.

या देशात कम्युनॅलिझम कसकसा पसरला याचा इतिहासही खुशवंत सिंग यांनी या पुस्तकात कथन केला आहे. सेक्युलॅरिझम हा कम्युनॅलिझमवरचा उतारा आहे. कम्युनॅलिझमने निर्माण केलेले प्रश्न सोडवायचे असतील तर सेक्युलॅरिझम स्वीकारावा

लागेल. धर्म आणि राजकारण यांच्यातील लक्ष्मणरेषा हिंदुत्ववाद्यांनी पुसून टाकली आहे.

खरे तर भारताला एका नव्या धर्माची आवश्यकता आहे असे खुशवंत सिंग यांना वाटते. जुन्या धर्मांनी माणसामाणसात आणि समाजासमाजात कलहच निर्माण केला. आपल्या प्रार्थनामंदिरांचा त्यांनी दुरुपयोगच केल्याचे आढळून येते. एका पंबाजी सूफी कवीने म्हटले आहे :

Break the mosque, break the temple,
break whatever besides;
But break not a human heart because
that's where God resides.

धर्माच्या नावावर कितीतरी मानवी हृदयांचा विनाश करण्यात आला आहे. धर्माच्या नावावर कितीतरी नरसंहार झालेले आहेत. माणसाने आपली श्रद्धा आपल्या हृदयात जपावी. आपल्या घरातच आपल्या धर्माचे पालन करावे.

लोक आपल्या धर्माचे प्रदर्शन सार्वजनिक ठिकाणी रोजच करत असतात. आपल्या धर्मातील उदात्त तत्त्वांचे पालन न करता केवळ कर्मकांड करत राहतात. त्याला कुठल्याही धर्माचा अपवाद नाही. अशा निरर्थक कामामध्ये ते आपला वेळ खर्च करतात. सर्जनात्मक कामासाठी वेळेचा ते उपयोग करत नाहीत. नव्या धर्माविषयी खुशवंत सिंग म्हणतात,

> "The new religion of India should be based on a work ethic. It should provide leisure time to recoup one's energy to resume work, but discourage uncreative pastimes. We must not waste time. There is a hadith of the Prophet which says : Don't waste time; time is God."[२५]

आधुनिक भारतासाठी खुशवंत सिंग यांनी एक बोधवाक्य तयार केले आहे. 'Work is worship, but worship is not work.' काम ही पूजा आहे; पण पूजा हे काम नाही. नवा धर्म हा देशात कार्यसंस्कृती निर्माण करणारा असला पाहिजे.

हिंदू राष्ट्रवाद जसा धर्मनिरपेक्षतेच्या विरोधात उभा आहे, तसा मुस्लीम राष्ट्रवादही तिच्या विरोधातच उभा आहे. भारतीय मुसलमानांना धर्मनिरपेक्षतेचे तत्त्वच मान्य नाही. खरे तर धर्मनिरपेक्षता हे अल्पसंख्याकांचे संरक्षण कवच आहे. मुसलमानांसाठी तर ते अधिकच महत्त्वाचे आहे. मुस्लीम समाज हा राष्ट्रीय प्रवाहात यायलाच तयार नाही. अलगतेतच ते स्वतःला सुरक्षित समजतात. सर्वधर्मसमभाव यावर भारतीय सेक्युलॅरिझम उभा आहे. पण सर्वधर्मसमभावाबद्दल ते बोलत नाहीत. सर्व धर्मांची आणि सर्व धर्मीयांची

प्रतिष्ठा राखली पाहिजे. त्याशिवाय समाजात एकात्मतेची भावना निर्माण होऊ शकत नाही. पण ही गोष्ट त्यांना मान्य नाही असे दिसते. दारिद्र्य, निरक्षरता आणि अलगतावाद ह्या तीन समस्यांमध्ये ते अडकले आहेत आणि आपल्या कोशाबाहेर यायलाच ते तयार नाहीत.

मुस्लीम समाज हा आधुनिक युगात यायलाच तयार नाही. मध्ययुगीन मानसिकता सोडायची इच्छा त्यांच्यामध्ये नाही. काळ बदलत असतो आणि काळाबरोबर विचारही बदलत असतात. पण ही बाब मुस्लिमांच्या लक्षात आलेली दिसत नाही. धर्म आणि राजकारण हे एकमेकांचे अविभाज्य अंगच आहेत या तत्त्वाला ते सोडू इच्छित नाहीत. आजच्या सर्व प्रश्नांची उत्तरे ते कुराण आणि शरियतमध्येच शोधतात.

राष्ट्र सर्वोच्च असते आणि राष्ट्राचे संविधान हा सर्वोच्च कायदा असतो ही गोष्टही मुसलमानांना मान्य नाही. शरियतलाच ते आपले संविधान मानतात. शरियतप्रमाणेच, मुस्लिमांना न्याय मिळाला पाहिजे हा त्यांचा दुराग्रह आहे. इस्लाम हा स्त्रियांना पुरुषांबरोबरीचे स्थान द्यायला आजही तयार नाही. प्रेषित मोहंमदांनी स्त्रियांना समानतेची वागणूक देण्याचे आवाहन केले. त्याचीही अवहेलना मुस्लिमांनी केली. पवित्र कुराण हा जगातला सर्वश्रेष्ठ ग्रंथ आहे आणि त्याला मानणारे मुसलमान हेच जगातील सर्वश्रेष्ठ लोक आहेत ही इस्लामची शिकवण. मुसलमान हे ईश्वराने निवडलेले लोक (Chosen People of God) आहेत अशी त्यांची भावना आहे.

इस्लाम आणि ख्रिश्चन हे दोन्हीही धर्म धर्मांतराला (Conversion) आपले 'मिशन' मानतात. कुठल्याही पद्धतीचा अवलंब करा पण इतर धर्मीयांना आपल्या धर्मात आणा हा त्यांचा कार्यक्रम राहिलेला आहे. साध्य-साधनांच्या शुचितेचा विचार त्यांना मान्य नाही. सत्ता मिळवा आणि ती इतरांवर लादा. सत्तेचा वापर धर्मांतरासाठी करा. 'इस्लाम' या शब्दाचा अर्थ शांतता आहे. पण शांततेशी त्यांचे काहीच देणेघेणे नाही अशा प्रकारे मुस्लीम वागत आलेले आहेत. एका हातात कुराण आणि दुसऱ्या हातात तलवार हेच इस्लामचे ऐतिहासिक वैशिष्ट्य राहिलेले आहे. हातातल्या तलवारीला ते अल्लाहची तलवार मानतात. अल्लाहची तलवार अपवित्र कशी असणार?

अल्लाह एकच आहे, मोहंमद हे शेवटचे प्रेषित आणि कुराण हा सर्वश्रेष्ठ ग्रंथ ही इस्लामची त्रिसूत्री आहे. जे काही आहे ते कुराणातच आहे. त्या पलीकडच्या गोष्टी मुसलमान मान्य करत नाहीत. सर्वांनी इस्लाम स्वीकारला पाहीजे. जे अल्लाहला मानत नाहीत ते सर्व काफिर. काफिरांनी इस्लाम स्वीकारलाच पाहिजे. नसेल तर जिहाद. इस्लामचा प्रसार जिहादच्या आधारावरच झालेला आहे.

मुसलमानांनी भारतावर जवळपास एक हजार वर्षे सत्ता गाजवली. त्यांनी या देशावर प्रदीर्घ काळ राज्य केले होते हे भारतीय मुसलमान आजही विसरायला तयार नाहीत.

भारतात राहावयाचे असेल, तर बहुसंख्याक असलेल्या हिंदूंच्या आश्रयाला राहावे लागणार असा त्यांचा समज आहे. हा समज सर सय्यद अहमद खान, मोहमंद इक्बाल आणि कायदेआजम जिना यांनी मुसलमानांमध्ये रुजवला. त्याला कोंब फुटले आणि त्याचा मोठा वृक्ष झाला. 'द्विराष्ट्र सिद्धान्त' त्यातूनच तयार झाला. ब्रिटिशांनी 'फोडा आणि राज्य करा' या नीतीचा अवलंब केला. मुसलमानांना त्यांनी जवळ केले. आणि शेवटी पाकिस्तानची निर्मिती झाली. पाकिस्तान हे धर्माधिष्ठित (Theocratic) राज्य. त्या देशातील अल्पसंख्याक हे दुय्यम नागरिक. त्यांचा सतत छळ झाला. त्यांच्यावर इस्लाम लादण्याचा प्रयत्न झाला आणि होत आहे. त्यांना संपवण्याचा प्रयत्न पाकिस्तानच्या निर्मितीपासूनच होत आहे. मंदिरे तोडण्याचा आणि त्यांच्यावर इस्लाम लादण्याचा प्रयत्न आजही होतो आहे.

॥ ११ ॥

भारत हे धर्मनिरपेक्ष राज्य आहे. भारतातील सर्व नागरिक प्रथम दर्जाचेच आहेत. दुय्यम दर्जाचे नागरिकत्व येथे नाही. सर्वांना मूलभूत अधिकार देण्यात आलेले आहेत. त्यांच्यावर कुणी आघात केले, तर कोर्टाची पायरी चढण्याचा अधिकार सर्वांना आहे. सर्वांना आपला धर्म पाळण्याचा मूलभूत अधिकार घटनेने दिला आहे. तुम्ही आपल्या धर्माचे पालन करू शकता. आपल्या स्वतंत्र संस्था काढू शकता. आपली भाषा, लिपी आणि संस्कृती यांचे संवर्धन करू शकता. अशा अवस्थेतही मुस्लिमांनी अलगतेचे धोरण स्वीकारणे याचा अर्थ काय होऊ शकतो?

धर्मनिरपेक्षता म्हणजे धर्मविरोध किंवा निधर्मीयता नव्हे. धर्मनिरपेक्षता ही धर्मस्वातंत्र्याशी बांधील आहे. त्याचा उद्देश सामाजिक सौहार्द निर्माण करणे हा आहे. भारतीय धर्मनिरपेक्षतेला ना हिंदू राष्ट्रवाद मान्य आहे, ना शीख राष्ट्रवाद, ना मुस्लीम राष्ट्रवाद मान्य आहे. धर्मनिरपेक्ष राष्ट्रवादाचीच आज भारताला गरज आहे. राष्ट्रवाद कुठलाही असो, तो ध्रुवीकरणासाठीच आजपर्यंत वापरला गेला आहे. दुधारी शस्त्र म्हणूनच त्याचा अधिक उपयोग करण्यात आलेला आहे. सी. डी बर्न्स (C. D. Burns) हा राज्यशास्त्राचा अभ्यासक म्हणतो,

> "The two tendencies have been at work simultaneously that of co-ordination or assimilation and that of separation or divesification; and we are only taking apart into its two elements a movement which is really one. The progress of humanity is to be understood as a resultant of these two almost opposing forces."[२६]

राष्ट्रवादातील परस्परविरोधी या दोन प्रवृत्ती एका मर्यादेपलीकडे गेल्या, की समस्या निर्माण होतात. हिंदू-मुसलमानांच्या बाबतीत हेच घडले आहे.

शिखांच्या राष्ट्रवादाने ८०च्या दशकात डोके वर काढले होते. काही माथेफिरूंनी पंजाबमध्ये प्रचंड दहशतवाद निर्माण केला होता. खलिस्तानची मागणी लावून धरली होती. आपल्या संकुचित अशा अस्मितेसाठी त्यांनी दहशतवादाचा मार्ग स्वीकारला होता. भिंद्रानवालेसारखा दहशतवादी खलिस्तान चळवळीचा नेता होता. शीख दहशतवाद्यांनी अमृतसर येथील गुरुद्वारामध्ये आश्रय घेतला होता. हा दहशतवाद संपवण्यासाठी तत्कालीन पंतप्रधान श्रीमती इंदिरा गांधी यांनी गुरुद्वारामध्ये सैन्य घुसवून हा दहशतवाद संपवण्याचा प्रयत्न केला होता. 'ऑपरेशन ब्लू स्टार' असे त्याला नाव देण्यात आले होते. पुढे इंदिरा गांधीच्या अंगरक्षकानेच गोळ्या घालून त्यांचा निर्घृण खून केला. त्याची प्रतिक्रिया म्हणून दिल्ली आणि इतर ठिकाणी शिखांच्या विरुद्ध दंगा उसळला. त्यात लाखो शीख मारले गेले. प्रश्न आणखी चिघळला. शिखांचा राष्ट्रवादही धर्मावरच आधारलेला. त्यांनीदेखील एका अर्थाने द्विराष्ट्र सिद्धान्ताच्या आधारेच खलिस्तानची मागणी केली होती. अशी फुटीरता समोर ठेवूनच कमलेश्वरांनी *कितने पाकिस्तान?* ही कादंबरी लिहिली आहे.

भारताशी मुसलमानांचे संबंध हे प्रेम-द्वेष (Ambivalence) या भावनेवर आधारलेले आहेत. असे संबंध 'द्वैत' आणि द्वेष निर्माण करत असतात. आपल्या देशाशी, देशातील इतर धर्मीयांशी सौहार्दाचेच संबंध असले पाहिजेत. सर्वधर्मसमभाव हा त्यासाठी आवश्यक आहे. प्रेम-द्वेष या प्रवृत्तीवर आधारलेले संबंध हे व्यक्तित्वाचे विघटन करत असतात.

कम्युनॅलिझम ही भारताची फार जुनी व्याधी आहे. भारतात मुस्लिमांचे आगमन झाल्यापासून हा प्रश्न वास्तवात आहे. देशाची फाळणी झाल्यानंतर हा प्रश्न सुटेल असे वाटले होते. जे मुसलमान स्वेच्छेने भारतात राहिले, ते भारताशी एकरूप होतील असे वाट होते. पण दुर्दैवाने तसे घडले नाही. स्वत:ची इस्लामिक अस्मिता टिकवूनही त्यांना मुख्य प्रवाहामध्ये सामील होता आले असते.

बहुसंख्य मुसलमानांनी आधुनिक मूल्ये स्वीकारली नाहीत. तशी इच्छाच त्यांच्यामध्ये निर्माण झालेली दिसत नाही. ती झाली असती तर भारतीय प्रबोधनाच्या चळवळीमध्ये त्यांनीही निश्चितच भाग घेतला असता. मुस्लीम समाजात फारसे प्रबोधन झालेच नाही. इस्लामने समतेचे तत्त्व मान्य केले आहे. पण ते मुसलमानांपर्यंतच मर्यादित आहे. इतरांना ते समान मानण्यास तयार नाहीत. आधुनिक मूल्यांसाठी आधुनिक शिक्षण घेतले पाहिजे. त्यांचे मदरसे आजही मध्ययुगीन शिक्षण पद्धतीवरच आधारलेले आहेत. ती मध्ययुगीन मानसिकताच तयार करणार हे उघड आहे. हा समाज भविष्यलक्ष्यी झालाच नाही. तो भूतलक्ष्यीच राहिला.

मुस्लीम समाजावर सर्वंकष वर्चस्व आहे ते मुल्ला-मौलवींचे. मुसलमानांमध्ये अशरफ हे सर्वश्रेष्ठ मुसलमान मानले जातात. हिंदूमध्ये ब्राह्मण जसे स्वतःला सर्वश्रेष्ठ समजतात, तसे मुस्लिमांमध्ये अशरफ हे सर्वश्रेष्ठ समजतात. मुस्लिमांमध्येही चार वर्ण आहेत. अशरफ, अजलाफ, अरजल आणि कमिने. कमिने हे मुस्लीम समाजातले शूद्र मानले जातात. मुस्लिमांमध्ये जातीय भावना पेटवण्याचे काम मुख्यतः अशरफ मुसलमानच करतात. ते म्हणतील ते कुराणवाक्यच असते. त्याप्रमाणेच मुस्लिमांनी वागले पाहिजे असा दंडक असतो. सामान्य मुसलमान रोजीरोटीच्या प्रश्नातच गुरफटला आहे.

भारतीय संविधानामध्ये समान नागरी कायद्याची (Common Civil Code) तरतूद आहे. त्याला मुस्लिमांचा विरोध आहे. हे राष्ट्र धर्मनिरपेक्ष असल्यामुळे समान नागरी कायदा हा कोणत्याही धर्मावर आधारलेला असणार नाही. सांविधानिक मूल्यांवरच तो आधारलेला असेल. तो न्याय, स्वातंत्र्य, समता आणि बंधुता या ध्रुवमूल्यांवर आधारलेला असेल. संविधानाने सर्व नागरिकांना मूलभूत अधिकार दिलेले आहेत. त्यांना धक्का न लावता तो करणे भाग आहे. परंतु हे मुस्लिमांना मान्य होत नाही. कोणताही बदल त्यांना मान्य नाही.

कुराणाच्या पलीकडे जाण्याची त्यांची मानसिकता नाही. कुराणाचा अर्थ मुल्ला-मौलवी लावतील तोच त्यांना मान्य करावा लागतो. अरबीमध्ये लिहिलेले कुराण सामान्य मुस्लीम जनतेला कळणे कठीण. उर्दूमध्ये अनुवादित कुराणदेखील आकलनात येणे कठीण. मुल्ला-मौलवींशिवाय दुसरा पर्यायच नाही. त्यांनी लावलेला अर्थ हाच अधिकृत आणि अंतिम अर्थ असतो. सगळ्याच धर्मांची ही अवस्था होती. ख्रिश्चन धर्मामध्ये पोप आणि त्याचा अधिकार मानणारे धर्मगुरू हे बायबलचा अर्थ लावीत होते. त्यांच्याविरुद्ध मार्टिन ल्यूथर यांनी बंड केले. हिंदू धर्मग्रंथ हे संस्कृतमध्ये लिहिलेले. संस्कृत भाषा ही देवभाषा. वेद, पुराणे, उपनिषदे, रामायण, महाभारत, मनुस्मृती, गीता ही सर्व संस्कृत भाषेत. देवभाषा फक्त भूदेवांना बोलायचा आणि वाचायचा अधिकार होता. भूदेवांतूनच पुरोहित वर्ग निर्माण झाला. देव, धर्म आणि सामान्यजन यांच्यामधला तो दलाल होता. पण शेवटी या वर्गाच्या विरुद्ध विद्रोह पुकारण्यात आला.

॥ १२ ॥

मुल्ला-मौलवी यांच्या विरुद्ध 'ब्र'सुद्धा कुणी काढलेला नाही, काढू शकत नाही, ही वस्तुस्थिती आहे. त्यांचा शब्दच अंतिम. कुराणाचा अर्थ दुसऱ्या विद्वानांनी लावलेला चालत नाही. मौलाना अबुल कलाम आझाद हे इस्लामचे गाढे अभ्यासक. त्यांचे पारंपरिक शिक्षण मक्केमध्ये झाले होते. इस्लामचा त्यांनी सखोल अभ्यास केला होता.

त्यांच्या विद्वत्तेला कुणीही आव्हान देऊ शकत नव्हता. अशा महान व्यक्तीने लावलेला कुराणाचा अर्थ भारतीय मुसलमानांनी मान्य केला नाही. जिनांच्या ऐवजी मुसलमानांनी मौलाना अबुल कलाम आझाद यांचे नेतृत्व मान्य केले असते, तर या देशाचा इतिहास वेगळा झाला असता.

मौलाना अबुल कलामांचे कुराणभाष्य तर्कशास्त्रावर आधारलेले आहे. पवित्र कुराण हा ईश्वरी ग्रंथ मानला जातो यात शंका नाही. पण त्याचे भाष्यकार मात्र मानवी आहेत. आणि म्हणून त्यांना प्रमाण मानता येणार नाही. पवित्र कुराण हा ईश्वरी ग्रंथ आहे, परंतु हदीस मात्र उत्तरकालीन आणि मानवी ग्रंथ आहे. म्हणून त्याला प्रमाण मानता येणार नाही. मौलानांचा युक्तिवाद बिनतोड होता. त्यांची भूमिका इस्लामनिष्ठच होती. इस्लामी धर्मपंडितांना उघडपणे त्या भूमिकेला विरोध करता आला नाही. पण मौन धारण करून त्यांनी ती तर्कशुद्ध भूमिका अमान्य केली. इस्लामला मौलाना अबुल कलाम आझाद हे प्रासंगिक बनवू इच्छित होते. प्रासंगिक बनून इस्लामशी त्यांना एकनिष्ठ राहता आले असते. मौलाना अबुल कलाम आझाद हेच या गोष्टीचे ज्वलंत उदाहरण त्यांच्यासमोर होते. मौलाना आझाद हे हिंदू-मुस्लीम ऐक्याचे प्रतीक होते. जेवढे ते इस्लामशी एकनिष्ठ होते तेवढेच ते भारताशीदेखील एकनिष्ठ होते. धर्मनिरपेक्षता ही त्यांच्या इस्लामिक एकनिष्ठतेच्या आड आली नाही.

देश स्वतंत्र झाल्यानंतर थोड्याच दिवसांत अर्थात दि. २३ ऑक्टोबर १९४७ रोजी दिल्लीच्या जामा मशिदीत केलेले त्यांचे भाषण अतिशय महत्त्वाचे होते. बदलत्या परिस्थितीची जाणीव त्यांनी आपल्या मुस्लीम बंधूंना करून दिली. ते म्हणाले होते,

"बंधुनो! बदलाशी जुळवून घ्या. आम्ही बदलाशी जुळवून घेण्यास तयार नाही, असे म्हणू नका. बदलांसाठी तयार राहा. तारे मंदावले असलीत; परंतु सूर्य तर अजूनही तळपतोच आहे. या सूर्याची काही किरणे उधार घ्या आणि आपल्या जीवनाच्या अंधकारमय गुहांना प्रकाशमान करा. नवीन राजकीय सत्ताधाऱ्यांकडून मी तुम्हांस शिफारसपत्रे मिळवण्यास सांगत नाही. या सगळ्या सभोवतालच्या तेजस्वी खाणाखुणा तुमच्या पूर्वजांनीच सोडलेल्या आहेत, त्यांना विसरू नका, त्यांना टाळू नका. त्यांच्या पात्र वारसदारांसारखे बना. खात्री बाळगा. तुम्ही जर पळून गेला नाही, तर तुम्हाला कोणीही पळवून लावणार नाही. तुम्ही पुढे या. आपण शपथ घेऊ या की, हा देश आपला आहे, आपण त्याचे आहोत. तसे झाले तर त्याच्या भवितव्याचा निर्णय आपल्या मताशिवाय अपूर्ण राहील."[२७]

एका राष्ट्रीय नेत्याने उभे केलेले हे चित्र आहे. पण आंधळ्यांना ते कसे दिसणार? भविष्याचा वेध घेण्याऱ्या या दूरदृष्टीच्या नेत्याचे शब्द बहिऱ्या कानांना कसे ऐकू येणार?

मुस्लीम समाजाला बदलण्याचा सल्ला त्यांनी नेहमीच दिला. मौलाना अबुल कलाम आझादांनी जिनांच्या 'द्विराष्ट्र सिद्धान्ता'ला सतत विरोध केला होता. बॅ. जिना हे मुस्लीम असले तरी धार्मिक नव्हते. मौलाना आझाद हे धार्मिक असले तरी धर्मनिरपेक्ष होते. विविध जातिधर्मातील लोकांचे सौहार्दपूर्ण सहअस्तित्व म्हणजे धर्मनिरपेक्षता.

देशाच्या फाळणीचा विरोध मौलाना अबुल कलाम आझादांनी शेवटच्या क्षणापर्यंत केला होता. पण दुर्दैवाने शेवटी देशाची फाळणी झालीच. भारतीय मुसलमानांना त्यांनी बदलेल्या परिस्थितीशी जुळवून घेण्याचे आवाहन सतत केले. विशेषतः मुस्लीम तरुणांना देशाच्या मुख्य प्रवाहात येण्याचा सल्ला त्यांनी दिला. २० फेब्रुवारी १९४९ रोजी अलिगढ मुस्लीम विद्यापीठाच्या पदवीदान समारंभामध्ये भारतीय राष्ट्रवादावर त्यांनी भाष्य केले आहे. ते स्वीकारण्याचे त्यांनी आवाहन केले होते. स्वतंत्र भारतात सगळ्यांना समान संधी मिळणार आहे. या देशाची उपेक्षा करून चालणार नाही. त्याच्याशी एकनिष्ठ राहिले पाहिजे.

आपल्या दीक्षान्त समारंभातील भाषणात मौलानांनी हे राष्ट्र धर्मनिरपेक्ष आहे याची तीव्रतेने जाणीव करून दिली. धर्मनिरपेक्ष लोकशाही राज्य हे व्यक्तीला तिचा वंश, धर्म, जात किंवा भाषा लक्षात न घेता संधी, समानता आणि सुविधा प्रदान करत असते. आपल्या धर्मनिरपेक्ष लोकशाहीचा उद्देश प्रागतिक राष्ट्रवादाचे चैतन्य निर्माण करणे हेच आहे आणि म्हणून देशाच्या प्रगतीसाठी आणि संपन्नतेसाठी आवश्यक असणारे योगदान द्या असे त्यांनी आवाहन केले. स्वतंत्र भारतात आपण धर्मनिरपेक्ष शिक्षणाचीच कास धरली पाहिजे, हेही त्यांनी आवर्जून सांगितले. ते स्वतंत्र भारताचे शिक्षणमंत्री होते. ते या पदावर सलग अकरा वर्षे होते.

॥ १३ ॥

मुस्लीम समाजामध्ये परिवर्तन घडवून आणण्यासाठी अलीकडच्या काळात हमीद दलवाईंनी खूप प्रयत्न केले. मुस्लीम मानसिकतेची कठोर चिकित्सा त्यांनी केली. १९७०मध्ये त्यांनी मुस्लीम सत्यशोधक मंडळाची स्थापना केली. या मंडळाद्वारे समाज परिवर्तनाचे क्रांतिकारक पाऊल त्यांनी उचलले. इस्लामच्या संदर्भात त्यांनी मार्टिन ल्यूथरची भूमिका घेतली. इस्लाम हा विस्तारवादी धर्म आहे. धर्मनिरपेक्ष राष्ट्रवाद त्यांनी मुस्लीम मानसिकतेमध्ये रुजवायचा प्रयत्न केला. कट्टरतावादी मुसलमानांनी त्यांना काफिर ठरवले. पुरोगामी म्हणविणाऱ्या राजकीय पक्षांनीदेखील मुस्लिमांच्या बाबतीत अनुनयाचीच भूमिका घेतली हे सत्य त्यांनी चव्हाट्यावर आणले. धर्म ही अफूची गोळी आहे असे म्हणणाऱ्या कम्युनिस्ट पक्षानेदेखील मुस्लीम जातीयवादाची दखलही घेतली

नाही. कम्युनिझम म्हणजे विसाव्या शतकातील इस्लाम आहे असे एका पाश्चात्त्य विचारवंताने म्हटले आहे. कम्युनिस्टांची 'क्रांती'ची भाषा आणि मुस्लिमांची 'जिहाद'ची भाषा या सारख्याच आहेत, हे हमीद दलवाईंचे विधान आशयगर्भ आहे.

हमीद दलवाईंनी सर्वाधिक महत्त्व दिले ते मुस्लीम महिलांच्या प्रश्नांना. ट्रिपल तलाकविरुद्ध त्यांनी मोहीमच सुरू केली होती. तिहेरी तलाक पद्धती ही अतिशय अन्यायकारक होती. सुप्रीम कोर्टाच्या निर्णयाने ती आता संपली. पण निकाह हलाला ही पद्धती तर त्यापेक्षाही अन्यायकारक आहे. शरियतचा या दोन्हीही पद्धतींना पाठिंबा आहे. शरियतला मुस्लीम लोक सर्वोच्च कायदा मानतात. त्याविरुद्ध हमीद दलवाईंनी बंड केले. हमीद दलवाईंनी मदरसा शिक्षण पद्धतीवरही प्रचंड रोष व्यक्त केला. ती पद्धत मुस्लीम मुलांच्या मनात अलगतेचे विष पेरते आणि त्यांना इस्लामच्या कोषातून बाहेर पडू देत नाही. मुस्लिमांना गरज आहे ती सेक्युलर आणि आधुनिक शिक्षणाची. पण त्यांना ते नको आहे.

हमीद दलवाईंनी समान नागरी कायद्याचे समर्थन केले. राष्ट्रीय एकता आणि एकात्मता निर्माण करण्यासाठी समान नागरी कायदा झालाच पाहिजे, अशी त्यांची भूमिका होती.

भारताने धर्मनिरपेक्ष संविधान स्वीकारले आहे. म्हणून ते सर्वांनी स्वीकारले पाहिजे असा त्यांचा आग्रह होता. भारत हा आम्ही जिंकलेला देश आहे, त्यावर आमचे राज्य राहिलेले आहे; आणि म्हणून त्यावर केवळ आमचाच हक्क आहे असे मुसलमानांना वाटत आलेले आहे. राज्य आम्हीच करू शकतो. हिंदूंना ते करता येत नाही. हा विचार मुस्लीम मानसिकतेमध्ये आहे. मुस्लीम हे मध्ययुगीन वातावरणामध्येच वावरत असतात. हमीद दलवाई त्यांना या वातावरणाच्या बाहेर काढू इच्छित होते. धर्मनिरपेक्ष राष्ट्रवाद मुस्लीम मनामध्ये रुजवण्याचा त्यांचा प्रयत्न होता.

नरहर कुरुंदकरांनी मुस्लीम मनाचा सखोल अभ्यास केला होता. मुस्लीम धर्मशास्त्राचाही अभ्यास त्यांनी खोलात जाऊन केला होता. मुस्लीम राजकारण त्यांनी जवळून पाहिले होते. राष्ट्रीय प्रवाहात ते का येत नाहीत याची त्यांनी कठोर चिकित्सा केली आहे.

मुसलमानांची मानसिकता समजून घेण्यासाठी कुरुंदकर इतिहासात तिचा मागोवा घेतात. मुसलमानांनी हिंदुस्थानवर केवळ राज्यच केले नाही, तर हिंदूंना मुस्लीम धर्म स्वीकारण्यासाठी जबरदस्तीदेखील केली. हिंदुस्थान हा देश इस्लाममय झाला पाहिजे अशी त्यांची मनीषा होती. साम, दाम, दंड आणि भेद हे सर्व मार्ग त्यांनी वापरले. सम्राट अकबराचा अपवाद सोडला, तर इस्लामिक राजवटींनी हिंदूंचे धर्मांतर घडवून आणण्याचा प्रयत्न केला. ज्या टिपू सुलतानाचा आज काही लोक गौरव करत आहेत, त्यानेही हाच

मार्ग स्वीकारला होता. इस्लाममध्ये सहिष्णुता हे तत्त्वच नव्हते. इस्लाम हा नेहमीच जेत्यांचा धर्म राहिला होता. जिथे जिथे इस्लाम गेला, तिथे तिथे तो एका हातात कुराण आणि दुसऱ्या हातात तलवार घेऊनच गेला. आणि त्याला घवघवीत यश प्राप्त झाले. हिंदुस्थानात मात्र सर्व हिंदूंना मुस्लीम करण्यात त्यांना पूर्ण यश प्राप्त करता आले नाही.

हिंदुस्थानला 'दारेसलाम' करण्यासाठी त्यांना ६७३ वर्षे लागली. दारेसलाम म्हणजे विजितभूमी. ज्या देशावर मुसलमानांची पूर्ण सत्ता असते, तो देश दारेसलाम असतो. पण नंतर हा देश इंग्रजांच्या ताब्यात गेला आणि तो 'दारूल हर्ब' बनला. अर्थात तो इस्लामिक देश राहिला नाही. या गोष्टीचे शल्य आजही कडव्या मुस्लिमांच्या मनात आहे. देशाची फाळणी झाल्यानंतर पाकिस्तान हे त्यांच्यासाठी दारेसलाम राहिले. पण भारत हा दारूलहर्ब बनला.

'द्विराष्ट्र सिद्धान्त' मांडला गेला तो वेगळे राष्ट्र पदरात पाडून घेण्यासाठीच. त्यांना दारेसलाम हिंदुस्थानच्या भूमीवर हवे होते. ज्या ज्या देशात मुस्लीम बहुसंख्याक आहेत, त्या देशांवर त्यांचीच सत्ता आहे आणि असणार. ते सर्व देश 'दारेसलाम' आहेत. ज्या देशांमध्ये ते अल्पसंख्याक आहेत ते देश 'दारूल हर्ब' आहेत. अर्थात त्या देशांवर त्यांची सत्ता नाही. पण अशा देशात आपला वैयक्तिक कायदा अर्थात शरियत लागू झाला पाहिजे, असा त्यांचा आग्रह असतो. त्यांची सत्ता नसली तरी त्यांच्या कायद्यात कुणीही हस्तक्षेप करता कामा नये, अशी त्यांची भूमिका असते. भारतीय मुसलमानांचीही हीच भूमिका आहे असे प्रतिपादन कुरुंदकर करतात. भारतीय राज्यघटनेपेक्षाही शरियत उच्चस्थानी आहे असे ते मानतात. थोडक्यात त्यांना सेक्युलॅरिझम मान्य नाही. भारताचे सार्वभौमत्व त्यांना मान्य नाही. त्याच्यापेक्षा कुराण उच्चस्थानी आहे; आणि संविधानापेक्षा शरियत श्रेष्ठ आहे अशी त्यांची भूमिका आहे. या भूमिकेवरच मुस्लीम राष्ट्रवाद उभा आहे.

कुरुंदकरांनी मुस्लीम मानसिकतेची अशा प्रकारे चिकित्सा केली आहे. भारतातील मुस्लीम आपली भूमिका सोडायला तयार नाहीत याचा प्रत्यय आपल्याला आलेला आहे. वहाबी आंदलोनामुळे त्यांचीही भूमिका अधिक ताठर बनलेली दिसते. आधुनिक मूल्ये त्यांना मान्य नाहीत आणि म्हणून त्यांचा सेक्युलॅरिझमला विरोध आहे.

ब्राह्मण हे हिंदूंमधले उच्चवर्णीय तर अशरफ हे मुसलमानांमधील उच्चवर्णीय. या दोन्ही समाजांतील उच्चवर्णीयांनी एकमेकांचा सतत द्वेष केला. त्यांच्यात हाडवैर निर्माण झाले. वाहाबी चळवळीला या उच्चवर्णीय मुसलमानांनी खतपाणी घतले. दारूल हर्बमध्ये राहावयाची पाळी आपल्यावर आल्यामुळे कर्मठ मुसलमानांना वैषम्य वाटणे स्वाभाविक आहे. सामान्य मुस्लीम समाज मुल्ला-मौलवी यांच्या शब्दापलीकडे जाऊ शकत नाही. अशा चक्रव्यूहात मुस्लीम समाज अडकलेला आहे.

या समाजाला आधुनिकतेकडे नेण्याचा अबुल कलाम आझादांनी अथक प्रयत्न केले. असगर अली इंजिनिअर, रफिक झकारिया, मोईन शाकीर, हमीद दलवाई, एम. सी. छागला या पुरोगामी मुस्लीम विचारवंतांचे प्रयत्न कमी पडले.

या देशात हिंदू, मुस्लीम, शीख, ख्रिश्चन, पारसी, यहुदी या सगळ्यांनाच एका बोटीतूनच प्रवास करावयाचा आहे. एकच बोट नियतीने त्यांना दिली आहे हे विशेषतः हिंदू आणि मुस्लीम यांनी लक्षात घेण्याची आवश्यकता आहे. विशेषतः मुस्लीम बंधूंनी हे लक्षात घेतले पाहिजे. स्वतंत्र बोट कुणालाही नियतीने दिलेली नाही. याची जाणीव त्यांना देश स्वतंत्र होताच सरदार वल्लभभाई पटेल यांनी करून दिली होती. त्यांना उद्देशून ते म्हणाले होते,

> "It is your duty to sail in the same boat and sink or swim together. I want to tell you very frankly that you cannot ride two horses. You select one horse, whichever you like best. Those who want to go to Pakistan can go there and live in peace. Let us live here in peace and work for ourselves. Those who are disloyal will have to go to Pakistan. Those who are still riding two horses will have to quit Hindustan."[२८]

इतिहासाने हिंदू आणि मुस्लीम यांच्या ललाटावर एकच भाग्यरेषा रेखाटलेली आहे हे लक्षात घ्यायला हवे. ती पुसून टाकण्याचा प्रयत्न म्हणजे दोघांचाही कपाळमोक्ष हे लक्षात ठेवा. या संदर्भात मला पंचतंत्रातली एक गोष्ट आठवते. ती अशी :

'एका सुंदर सरोवराकाठी असलेल्या एका झाडावर भारुंड नावाचा पक्षी राहत होता. त्या पक्षाला दोन तोंडे होती. एके दिवशी सायंकाळी आपल्या घरट्याकडे जाताना त्या पक्षाला खाली जमिनीवर सोनेरी रंगाचे एक सुवासिक फळ पडलेले दिसले. ते खाण्याची लालसा त्या पक्षाच्या मनात निर्माण झाली. म्हणून तो खाली उतरला. त्याच्या दोन्ही तोंडांमध्ये भांडण सुरू झाले. पहिले तोंड दुसऱ्या तोंडाला म्हणाले, 'अरे, मला हे फळ खाऊ दे, आपले पोट तर एकच आहे. मी खाल्ले काय आणि तू खाल्ले काय, ते आपल्याच पोटात जाणार आहे.' असा बिनतोड युक्तिवाद करून पहिल्या तोंडाने त्या फळाचा आस्वाद घेतला.

आणखी काही दिवसांनी तोच पक्षी एका सायंकाळी आपल्या घरट्याकडे जात होता. पुन्हा त्याला जमिनीवर पडलेले एक फळ दिसले. तो खाली उतरला. पण ते फळ विषारी होते. दुसरे तोंड पहिल्या तोंडाला म्हणाले, 'मी हे फळ खाणार. विषारी असले तरी मी ते खाणार.' पहिल्या तोंडाने त्याला परोपरीने समजावण्याचा प्रयत्न केला. ते म्हणाले,

'अरे, आपले पोट एकच आहे. हे फळ विषारी आहे. ते खाऊ नकोस. दोघांचे पोट एकच असल्यामुळे ते खाल्ले तर आपण मरून जाऊ.' पण दुसऱ्या तोंडाला पहिल्या तोंडाचा सूड उगवायचा होता. त्याच्याबरोबर आपणही मरू याचे त्याला भानच नव्हते. त्याने ते विषारी फळ खाल्ले. तो पक्षी जागीच तडफडून मरून पडला.

प्रश्न अगदी साधा होता. सुगंधी फळाचा आस्वाद दोघांनी मिळून घेतला असता तर मृत्यू ओढवला नसता. कथेचा संदेश अगदी उघड आहे.

हिंदू आणि मुस्लीम ही एकाच पक्षाची दोन तोंडे आहेत. खरे तर हा देशच बहुतोंडी आहे. पोट मात्र सर्वांचे एकच आहे. आपण भावंडे आहोत याचा त्यांना विसर पडता कामा नये. त्यांना मिळूनच जगावे लागेल आणि मिळूनच मरावे लागेल. धर्मनिरपेक्षतेचे तत्त्व सगळ्यांनीच जाणीवपूर्वक पाळण्याशिवाय दुसरा मार्ग नाही. न्याय, स्वातंत्र्य, समता, बंधुभाव आणि धर्मनिरपेक्षता हे भारताचे पंचशील आहे. धार्मिक आणि जातीय कलह कुणालाही परवडणारी गोष्ट नाही. इक्बालने म्हणूनच इशारा देऊन ठेवलेला आहे.

वतन की फिक्र कर, नादां, मुसीबत आनेवाली है,
तेरी बरबादियों के चर्चे हैं आसमानों में

हा इशारा हिंदू आणि मुसलमान या दोघांसाठीही होता आणि आहे. पण पुढे इक्बालच्या विचारातच बदल झाला. मुसलमानांची मानसिकता फारशी बदलत नाही. इस्लाम सर्व धर्मांत श्रेष्ठ आहे. म्हणून मुसलमानही सर्व मानवांत श्रेष्ठ आहेत हीच त्यांची भावना राहिली. कट्टर मुसलमान हे हिंदूंना काफिरच मानतात. महात्मा गांधींनाही त्यांनी काफिरच ठरवले होते. याचा अर्थ स्पष्ट आहे; आणि त्याला मानणारा मुसलमान हा एकमेव श्रेष्ठ माणूस आहे. पण हिंदूनीही मुसलमानांचा उपहास केलेला आहे. ते त्यांना 'म्लेंच्छ' म्हणतात. दोघांनीही एकमेकांशी सुसंस्कृतपणे वागण्याची आवश्यकता आहे. जो सुसंस्कृत असतो, त्याचा मनात प्रकाश आणि माधुर्य यांचा संगम झालेला असतो.

॥ १४ ॥

धर्मनिरपेक्षतेच्या मार्गात हिंदूंचे हिंदुत्व आणि मुस्लिमांचा धर्मवाद जसा उभा आहे, तशी हिंदूंची जातिव्यवस्थाही उभी आहे. हे तीन अडथळे दूर केल्याशिवाय धर्मनिरपेक्ष राष्ट्राची बांधणी पूर्ण होऊ शकणार नाही असे माझे प्रामाणिक मत आहे. जातींमुळे समाजाचे प्रचंड विघटन झालेले आहे. जातिव्यवस्थाच मुळात उच्च-नीचतेवर आणि विषमतेवर प्राचीन काळापासून उभी आहे. तिच्यासंबंधी या आधी मी लिहिलेले आहेच. जातीमुळेच हा

समाज एकजिनसी होऊ शकला नाही. कुठलाही समाज पूर्णपणे एकजिनसी होऊ शकत नाही. हिंदू समाजात विभिन्नता (Heterogeneity) प्रचंड प्रमाणात आहे. चातुर्वर्ण्य व्यवस्था ही वर्णावर्णांमध्ये भेद करते. भेद हा विषमतेला खतपाणी घालतो. हिंदू समाज हा चातुर्वर्ण्य व्यवस्थेवर उभा असल्यामुळे विषमता हे त्याचे अविभाज्य अंग आहे. ब्राह्मण, क्षत्रिय, वैश्य आणि शूद्र हे चार वर्ण ब्रह्माने निर्माण केलेले आहेत. ब्राह्मण त्याच्या मुखातून, क्षत्रिय त्याच्या बाहूतून, वैश्य त्याच्या जांघेतून आणि शूद्र त्याच्या पायातून निर्माण झाले हे धर्मशास्त्रच सांगते. धर्मग्रंथ हे पवित्र असतात. त्यातील प्रत्येक शब्द हा पवित्रच मानला जातो. वर्ण हे पवित्र आहेत आणि त्यातून निर्माण झालेल्या शेकडो जातीदेखील पवित्र आहेत. वर्णव्यवस्थेला आणि पर्यायाने जातिव्यवस्थेला धर्माचे अधिष्ठान असल्यामुळे आणि धर्मग्रंथ हे अपौरुषेय असल्यामुळे त्याचे पावित्र्य राखलेच पाहिजे हा हिंदूंचा समज आहे. यामुळेच हिंदू धर्मामध्ये आणि पर्यायाने हिंदू समाजामध्ये समतेचे तत्त्व रुजू शकले नाही.

लोकशाही ही समतेच्या तत्त्वावर उभी आहे. धर्मनिरपेक्षता हे मूल्यदेखील समतेवरच उभे आहे. जातींवर आधारलेल्या समाजाची मूल्यसरणी ही विषमतेचा पुरस्कार करते आणि लोकशाहीवर आधारलेल्या समाजाची मूल्यसरणी ही समाजाचा प्राणवायूच असते. स्वातंत्र्य, समता आणि बंधुता ही महत्त्वाची मूल्ये आहेत. राष्ट्र हे या मूल्यांवरच उभे राहू शकते. जातीवर राष्ट्र उभे करता येत नाही. केले तरी ते टिकत नाही. डॉ. बाबासाहेबांनी ही गोष्ट पुनःपुन्हा सांगितली आहे. त्यांचे *Annihilation of Caste* हे छोटेसे पुस्तक. डोळ्यांत अंजन घालणारे आहे. एकाच वंशाच्या (Race) लोकांना जात विभागते. खरे तर जात ही नकारात्मक आहे. ती समाजाचे संघटन होऊ देत नाही. जात ही अंततः समाजद्रोही आणि राष्ट्रद्रोही ठरते. तिच्या एवढी विघटनकारी आणि विनाशकारी दुसरी कोणतीच संस्था नाही हे डॉ. आंबेडकरांनी निरनिराळी उदाहरणे देऊन सांगितले आहे. जात्यंध लोकांनी तर तिचा उपयोग शस्त्रासारखाच केला आहे. लोकशाहीचा आशय जातीमध्ये येऊ शकत नाही. डॉ. आंबेडकर म्हणतात,

> Democracy is not merely a form of Government. It is primarily a mode of associated living, of conjoint communicated experience. It is essentially an attitude of respect and reverence towards fellowmen.[२९]

डॉ. आंबेडकर समाजाची पुनर्रचना स्वातंत्र्य, समता आणि बंधुता या आदर्श मूल्यांवर करू इच्छित होते. आपल्या संविधानाला तेच अभिप्रेत आहे. समाजव्यवस्था बदलणारे संविधान त्यांनी देशाला दिले. पण त्यानुसार अद्याप बदल झालेला नाही.

डॉ. आंबेडकर म्हणाले होते,

> There is no doubt, in my opinion, that unless you change your social order you can achieve little by way of progress. You cannot mobilize the community either for defence or for offence. You cannot build anything on the foundations of caste. You cannot build up a nation, you cannot build up a morality. Anything that you will build on the foundations of caste will crack and will never be a whole.[३०]

जातीमुळेच समाजात सौहार्दाचे आणि स्नेहाचे संबंध निर्माण होऊ शकलेले नाहीत. समाजाचा तीनचतुर्थांश भाग हा शूद्र आणि अतिशूद्र समजल्या जाणाऱ्या लोकांचा आहे. त्यांना आपुलकीची वागणूक मिळालीच नाही. शूद्रांनी वरिष्ठवर्णाची सेवा करूनच उदरनिर्वाह करावा हा मनुस्मृतीचा आदेश होता. खरे तर ते गुलाम म्हणूनच शतकानुशतके जगले. अस्पृश्यता हे तर गुलामीचे दुसरे नाव. ज्या दिवसापासून भारताचे संविधान लागू झाले त्याच दिवशी ती संपली. कायद्याच्या दृष्टीने ती संपली; पण प्रत्यक्षात ती आजही पाळली जात आहे हे वास्तव आहे. ग्रामीण भागात आजही ती अस्तित्वात आहे.

२०१४मध्ये केलेल्या एका सर्वेक्षणातून हे वास्तव पुढे आलेले आहे. देशातील प्रत्येक चौथी व्यक्ती अस्पृश्यता पाळते. कुठलीही जात याला अपवाद नाही. ब्राह्मणात सर्वाधिक म्हणजे ५१ टक्के, ब्राह्मणेतरात २४ टक्के, ओबीसी नागरिकांमध्ये ३३ टक्के, अनुसूचित जातींमध्ये १५ टक्के आणि अनुसूचित जमातींमध्ये २२ टक्के असे त्याचे प्रमाण आहे. शिखांमध्ये २३ टक्के, मुस्लिमांमध्ये १८ टक्के आणि ख्रिश्चनांमध्ये ५ टक्के लोक अस्पृश्यता पाळतात. जैन समाजातील ३५ टक्के नागरिक अस्पृश्यता पाळतात. आश्चर्य म्हणजे काही अस्पृश्य जाती स्वत:ला इतर अस्पृश्य जातींपेक्षा श्रेष्ठ समजतात.

सर्वेक्षणाने राज्यनिहाय अस्पृश्यता पाळणाऱ्यांची टक्केवारीदेखील दिली आहे. मध्य प्रदेश ५३ टक्के, हिमाचल प्रदेश ५० टक्के, छत्तीसगढ ४८ टक्के, राजस्थान आणि बिहार ४७ टक्के, उत्तर प्रदेश ४३ टक्के, उत्तराखंड ४० टक्के, केरळ २ टक्के, महाराष्ट्र ४ टक्के, आंध्र प्रदेश १० टक्के आणि ईशान्येतील राज्ये ७ टक्के जनता अस्पृश्यता पाळते. *(स्रोत : दै. पुण्यनगरी, रविवार दि. ३० नोव्हेंबर २०१४)*

हे चित्र काय दर्शवते? देशात धर्मनिरपेक्षता अद्याप रुजलेलीच नाही. लोकशाही मूल्ये आणि पारंपरिक सामाजिक मूल्ये परस्परविरोधी (Diametrically opposite) आहेत. ह्या दोन्ही प्रकारच्या मूल्यांमध्ये संघर्ष आहे. त्याचा आज उद्रेक होत असताना दिसतो आहे.

धर्मनिरपेक्ष राष्ट्राच्या निर्मितीच्या मार्गात जातिव्यवस्था उभी आहे. जातिविहीन समाज निर्माण करणे हा संविधानाचा उद्देश आहे. पण जातिव्यवस्था अलीकडे जास्त प्रबळ होत असताना आपण पाहत आहोत. तिचा विध्वंस करण्याची आवश्यकता डॉ. बाबासाहेब आंबेडकरांनी प्रतिपादिली आहे. ते स्वातंत्र्य, समता आणि बंधुता या मूल्यांवर हिंदू समाजाची पुनर्रचना करू इच्छित होते. जातींमुळे समाज संघटित होऊ शकत नाही.

ज्या समाजात सौहार्द, जिव्हाळा आणि प्रेमाचे संबंध असतात तोच खरा समाज असतो. ज्या समाजात माणसाला प्रतिष्ठा, आदर आणि जिव्हाळा प्राप्त होतो, तोच खरा समाज असतो. वेगवेगळ्या स्तरांतील लोकांना जिथे सन्मानाची आणि बंधुत्वाची वागणूक मिळते तोच खरा समाज. पण असा समाज भारतात अस्तित्वात आलाच नाही. समाजात एकत्रित राहणे म्हणजे एकमेकांच्या सुखदःखात सहभागी होणे, एकमेकांचे यशापयश वाटून घेणे; एकमेकांचे अनुभव शेअर करणे, म्हणजेच एकोप्याने राहणे होय. असा समाज अस्तित्वात न येण्याचे कारण म्हणजे जात, असे आंबेडकरांना वाटत होते. जातीला त्यांनी राक्षसाची (Monster) उपमा दिली आहे. हा राक्षस तुमची पदोपदी वाट अडवतो.

"Caste is the monster that crosses your path. You cannot have political reform, you cannot have economic reform, unless you kill this monster."[३१]

जात ही नकारात्मक गोष्ट आहे. जातीने समाजात द्वेषच निर्माण केला. माणसाच्या जाणिवेत आणि नेणिवेत जात खोलवर रुतून बसली आहे. वरिष्ठ जातींनी जातीचा उपयोग शस्त्र म्हणूनच केला आहे. जातीने माणसाचे कार्यक्षेत्र अतिशय मर्यादित केले आहे. माणसामध्ये सर्जनशक्ती जातीने निर्माणच होऊ दिली नाही. अशा जातीच्या आधारावर आदर्श समाज निर्माण कसा होईल? डॉ. आंबेडकर म्हणतात,

"What is your ideal society if you do not want caste is a question that is bound to be asked of you. If you ask me, my ideal would be a society based on Liberty, Equality and Fraternity."[३२]

जातिव्यवस्थेवर राष्ट्र उभे करता येत नाही हा आपला अनुभव आहे. विषमतेवर राष्ट्र उभे राहू शकत नाही. जात ही विषमतेचे प्रतीक आहे. जात जन्माधिष्ठित असल्यामुळे ती बदलता येत नाही. वर्ग बदलता येतो. -जातीतच लग्न होत असल्यामुळे जात बदलूच शकत नाही. ती बदलायची असेल आणि नामशेष करायची असेल, तर जातिबाह्य लग्ने करण्याची प्रथा निर्माण करावी लागेल. म्हणून डॉ. बाबासाहेब आंबेडकरांनी आंतरजातीय विवाह झाले पाहिजेत हे आग्रहाने सांगितले.

जातीच्या संदर्भात बाबासाहेबांनी श्रेणिबद्ध विषमतेचा (Graded Inequality) सिद्धान्त मांडला आहे. जातींची रचना उभी आहे. ती एक प्रकारची उतरंडच आहे. या उतरंडीच्या बुडाशी ज्या जाती आहेत, त्यांच्या वाट्याला अधिकात अधिक विषमता आलेली आहे. जसजशी उतरंड वर वाढत जाईल तसतशी विषमता कमीकमी होत जाते. उतरंडीच्या माथ्यावर जी जात आहे, तिच्या वाट्याला सर्व प्रतिष्ठा, सन्मान, संपन्नता आणि सर्व सुखे येतात. ब्राह्मण हा सर्वश्रेष्ठ वर्ण अर्थात सर्वश्रेष्ठ जात मानली गेली आहे. असा वर्ण आपली प्रतिष्ठा वाढवण्याचाच प्रयत्न करील. राष्ट्रनिर्मितीचा विचार त्याच्या मनाला स्पर्शही कदाचित करणार नाही. भारताचा इतिहास याला साक्ष आहे. राष्ट्राच्या निर्मितीसाठी समाज संघटित झाला पाहिजे. जातिव्यवस्थेमुळे तो संघटित होऊ शकला नाही. हे चित्र आज बदलत चालले आहे; पण ते अद्याप पूर्णपणे बदललेले नाही.

॥ १५ ॥

या जातिव्यवस्थेत स्त्रीचे स्थान कुठे आहे? हा प्रश्नही अतिशय महत्त्वाचा आहे. स्त्री ही कुठल्याही वर्गातील वा जातीतील असो, तिचा वर्ण हा शूद्रच मानला गेला. शूद्र वर्णातील स्त्री ही अतिशूद्र; आणि अतिशूद्र वर्णातील स्त्री ही बहिष्कृतांतील बहिष्कृत. मनुस्मृतीने शूद्रातिशूद्रांवर जेवढा अन्याय केला आहे, तेवढाच किंवा त्यापेक्षा जास्त अन्याय स्त्रीवर्गावर केला आहे. तिलाही विद्येचा अधिकार नव्हता. मालमत्ता बाळगण्याच्या अधिकारापासून ती वंचित होती. परावलंबन हेच तिचे प्राक्तन!

स्त्रीला स्वत:चे व्यक्तिमत्त्व असते असे आपण कधीच मानले नाही. ती उपभोगाची वस्तू आहे असेच मानण्यात आले. स्त्री ही खरेदी-विक्रीची वस्तूच मानण्यात आली होती. कुटुंबात आणि समाजात तिचे स्थान दुय्यम होते. सतीसारख्या अमानुष प्रथा तिच्यावर लादण्यात आल्या होत्या. गुलाम म्हणूनच स्त्री शतकानुशतके जगत आली होती. शारीरिक आणि लैंगिक अशा दोन्ही प्रकारे तिचे शोषण झाले.

जातिव्यवस्था हे विषमतेचे निकृष्ट रूप आहे. म्हणूनच बाबासाहेबांनी जातिनिर्मूलनाचा आग्रह धरला होता. जातिसंस्थेच्या संदर्भात आचार्य दादा धर्माधिकारी म्हणतात,

> 'जातिसंस्था जोवर कायम राहील तोवर सांप्रदायिकतेचा शेवट होणार नाही, जातिसंस्था ही हिंदू समाजाची कमजोरी आहे. जोवर ही कमजोरी राहील, तोवर नखशिखान्त शस्त्रास्त्रे धारण केली, तरी हिंदू समाजात सामर्थ्य येणार नाही.'[३३]

जयप्रकाश यांनी संपूर्ण क्रांतीचा नारा त्यासाठीच दिला होता. 'जानवे तोडा, माणसे जोडा' हा त्यांचा जयघोष होता. जानवे हे जातिप्रथेचे प्रतीक होते.

ज्ञान हे जन्माबरोबर येते आणि त्याच्या मृत्यूबरोबर संपते. भारतात माणूस आपले आयुष्य जातिप्रथेच्या तुरुंगातच घालवतो. त्यातून त्याची सुटका कधीच होत नाही. ही शिक्षा जन्माधिष्ठित असल्यामुळे ती कधीच संपणार नाही. माणसाला येथे स्वतंत्र अस्तित्व नाही. तो आपल्या जातीवरच आयुष्यभर अवलंबून राहतो. पाश्चात्त्य देशांत गरीब लोकांतून, कनिष्ठ समाजातून मोठमोठे मुत्सद्दी, योद्धे आणि राजकीय नेते वर आले. क्रुश्चेव्ह हा धनगराचा मुलगा होता, तर स्टालिन चर्मकाराचा मुलगा होता. हिटलर हा रंगाऱ्याचा मुलगा होता, तर अब्राहम लिंकन हा चर्मकाराचा मुलगा होता. अशा उदाहरणांकडे डॉ. राम मनोहर लोहियांनी आपले लक्ष वेधले आहे. भारतात असे कधी घडेल? जातीजातींमधील भेदभाव नष्ट केल्यामुळे जातिव्यवस्था नष्ट होणार नाही. जातीचे अस्तित्वच संपवले पाहिजे. भारतीय संविधानाला तेच अभिप्रेत आहे हे आमच्या राज्यकर्त्यांच्या तरी लक्षात आले आहे का? भारत हे खऱ्या अर्थाने राष्ट्र व्हावे असे वाटणाऱ्या लोकांनी जातिप्रथेचा तुरूंग जमीनदोस्त केला पाहिजे. त्यासाठी वरिष्ठ जातीतील लोकांनी पुढाकार घेण्याची आवश्यकता आहे. लोहियांनी या गोष्टीकडे आवर्जून लक्ष वेधले होते. देशाची संपत्ती कितीही वाढली तरी, जातीच्या भिंती पाडल्याखेरीज सर्वांना तिचा लाभ मिळणार नाही.

'एकमय लोक' म्हणजे राष्ट्र अशी महात्मा फुल्यांनी राष्ट्राची व्याख्या केली आहे. ही व्याख्या अतिशय समर्पक, आशयगर्भ आणि अर्थपूर्ण आहे. राष्ट्रीय काँग्रेसमध्ये सर्व समाज घटकांना प्रतिनिधित्व दिले गेले नाही. फक्त वरिष्ठ जातींनाच त्यात प्रतिनिधित्व होते. अशी ही संस्था राष्ट्राचा विचार करत होती. सर्व लोक शिक्षण घेऊन पुढे आले पाहिजेत. "ते सर्व सारखे 'एकमय' लोक झाल्याशिवाय (Nation) होऊ शकत नाही, असे असता एकट्या उपऱ्या आर्यभट ब्राह्मण लोकांनी नॅशनल काँग्रेस स्थापिली, तर तिला कोण विचारतो?"[३४]

राष्ट्र हे लोकांनी बनलेले असते. 'एकमय' लोक हा घटकच राष्ट्रवादाचा मुख्य घटक असतो हेच महात्मा फुल्यांनी सूचित केले आहे. राष्ट्रनिर्मितीसाठी सर्व लोक एकमय झाले पाहिजेत हे सांगायला फुले विसरत नाहीत. पण जात ही लोकांना 'एकमय' होऊ देत नाही. लोकांमध्ये एकरूपता निर्माण झाल्याशिवाय एकजिनसी समाज निर्माण होणारच नाही. 'मानवांचा धर्म एकच असावा' अशी त्यांची धारणा आहे. हा विचार त्यांनी अनेक अखंडातून व्यक्त केला आहे. माणसाला अनेक धर्मांची गरजच काय? माणसाचा धर्म एकच असावा आणि तो सत्यावर आधारलेला असावा. 'धर्मराज्य भेद मानवा नसावे.' 'मानवांचे धर्म नसावे अनेक.' मानवता हा एकच धर्म असावा ही महात्मा फुल्यांची भूमिका होती. त्यांनी सार्वजनिक सत्यधर्म सांगितला. त्यांनी सांगितलेला सार्वजनिक सत्यधर्म म्हणजे नैतिक आचारसंहिताच आहे.

धर्मांधतेची मुळे समाजात इतकी खोल आणि सर्व दिशांत गेली आहेत की ती खणून

काढणे अतिशय कठीण आहे. पूर्वजन्मीच्या कर्मांमुळे त्यांना विशिष्ट जातींमध्ये जन्म घ्यावा लागतो, असा कर्मसिद्धान्त हिंदू धर्माच्या मुखंडांनी मांडला आहे. कर्मविपाकाचा हा सिद्धान्त दैवी मानला जातो आणि दैव हे माणसाच्या हातात नसते. प्रत्येक प्रांतात वेगवेगळ्या जाती आहेत. एका प्रांतातील जात दुसऱ्या प्रांतातील त्याच जातीशी रोटीबेटी व्यवहार करत नाही.

जात उखडून काढण्यासाठी प्रचंड प्रयत्नांची गरज आहे. त्यासाठी निरंतर प्रबोधनाची आवश्यकता आहे. तिने समाजाचे आणि देशाचे प्रचंड नुकसान केले आहे. सेक्युलॅरिझमचा उद्देश जातिविहीन समाज हाच आहे.

हिंदुत्व, मुस्लीम मानसिकता आणि जातिव्यवस्था हे तीन मोठे अडथळे धर्मनिरपेक्षतेच्या मार्गात आहेत. राष्ट्रनिर्मितीची प्रक्रिया त्यांनी पूर्ण होऊ दिलेली नाही. हे अडथळे दूर करावे लागतील. आणि ती जबाबदारीही सर्वांनीच स्वीकारावी लागेल. कट्टर हिंदुत्व आणि कट्टर इस्लामियत ह्या एकाच नाण्याच्या दोन बाजू आहेत. आणि जातीयता ही हिंदू समाजाला लागलेली कीड आहे. समाजच पंगू (Crippled) असेल तर राष्ट्रही पंगूच असणार यात शंका नाही.

॥ १६ ॥

खरे तर आणखी एक मोठा अडथळा राष्ट्रनिर्मितीच्या मार्गात उभा आहे. तो म्हणजे या देशाचा इतिहास. इतिहास हा विषय शाळा-कॉलेजांमध्ये शिकवणे ही फार जिकिरीची गोष्ट झाली आहे. मुसलमानांच्या आगमनापासून आजपर्यंत हिंदू-मुस्लिमांमध्ये संघर्ष पेटलेला आढळतो. एकदोन अपवाद सोडले, तर मुस्लीम राज्यकर्त्यांनी इस्लामच्या नावावर हिंदूंवर अत्याचार केलेले आढळतात. ही गोष्ट हिंदू विसरायला तयार नाहीत. आणि मुस्लिमांना उलट त्याचा अभिमान वाटतो. इतिहास हादेखील राष्ट्रवादाचा एक महत्त्वाचा घटक मानला जातो. गतकाळातील स्मृती माणूस विसरायला तयार नसतो. घडलेला इतिहास ना हिंदू विसरलेले आहेत, ना मुसलमान. पण या स्मृती त्यांच्या मनात समान भावना निर्माण करत नाहीत. खरे तर स्मृती जेवढी महत्त्वाची आणि आवश्यक असते, तेवढीच विस्मृतीदेखील महत्त्वाची आणि आवश्यक असते. इतिहासाशी 'अटॅचमेंट' असते, तसा 'डिटॅचमेंट'देखील असली पाहिजे. इतिहास हा वस्तुनिष्ठपणे शिकवला पाहिजे. पण तो तसा शिकवला जात नाही. इतिहास हा पुढची दिशा ठरवण्यासाठी उपयोगी पडत असतो. इतिहासापासून काय घ्यायचे आणि काय टाळायचे हे आपल्याला ठरवता आले पाहिजे. नसेल तर इतिहासाची पुनरावृत्ती होते. घडलेला इतिहास टाळता येत नाही. त्यावर भाष्य मात्र अतिशय संयमाने केले पाहिजे.

इतिहासापासून आपण काय शिकतो? हा प्रश्न महत्त्वाचा आहे. विल ड्यूरांटने यावर एक पुस्तकच लिहिले आहे : *The Lessons of History* (१९६८). *The Story of Civilization*चे अकरा खंड लिहिल्यानंतर त्याने हे पुस्तक लिहिले. माणसाने हे जग कसे घडवले आणि ते घडवत असताना तो स्वतः कसा घडला याचा त्याने मागोवा घेतला आहे. माणसाने स्वार्थासाठी लढाया केल्या आणि प्रचंड रक्तपात केला. पण त्यातून तो पुढे कसा गेला हेही त्यांनी सांगितले आहे. इतिहासाकडे वस्तुनिष्ठ दृष्टीने पाहता आले पाहिजे. आणि जे काही घडले त्याला तोंड देता आले पाहिजे. सत्य पचवता आले पाहिजे.

जगाचा इतिहास म्हणजे एक मोठी शोकांतिका आहे. ग्रीक ट्रॅजेडीसारखीच ती विराटकाय ट्रॅजेडी आहे. भारताचा इतिहास तिच्याच एका अंकातला 'सीन' आहे.

इतिहास हा सांप्रदायिक (Communal) दृष्टिकोनातून शिकवता कामा नये. तसा तो शिकवला गेला, तर विद्यार्थ्यांच्या मनात तशाच भावना निर्माण होतील. तो सम्यक दृष्टिकोनातून शिकवला गेला पाहिजे. थोडक्यात, तो धर्मनिरपेक्ष दृष्टिकोनातूनच शिकवणे आवश्यक आहे.

मुळात इतिहास वस्तुनिष्ठपणे लिहिण्याची आवश्यकता आहे. सम्यक दृष्टीनेच तो लिहिण्याची आवश्यकता आहे. इतिहास लिहिणारे आणि इतिहास शिकवणारे या दोघांचाही दृष्टिकोन धर्मनिरपेक्ष हवा. वैज्ञानिक दृष्टिकोनातून इतिहासाकडे पाहता आले पाहिजे. इतिहास हा विषय सामाजिक शास्त्रांमध्ये (Social Sciences) मोडतो. आणि म्हणून इतिहास लेखन (Histriography) हे वैज्ञानिक दृष्टिकोनातूनच केले पाहिजे. इतिहासाचे लेखन करणाऱ्यांच्या आणि तो शिकवणाऱ्यांच्या मनात कसलेही पूर्वग्रह असता कामा नयेत. सांप्रदायिक (Sectarian) दृष्टिकोनातून इतिहासाचे लेखनही व्हायला नको आणि अध्यापनही नको.

॥ १७ ॥

धर्मनिरपेक्ष राष्ट्रातली शिक्षणप्रणालीदेखील धर्मनिरपेक्षच असली पाहिजे. आपल्या संविधानाचे उद्दिष्ट शिक्षणप्रणालीतून पूर्ण करता आले पाहिजे. संविधानाची उद्दिष्टे ही शिक्षणप्रणालीचीदेखील उद्दिष्टे असली पाहिजेत. भाजपच्या हातात सत्ता आल्यापासून इतिहासाचे आणि शिक्षणप्रणालीचे 'हिंदूकरण' करण्याचा प्रयत्न होतो आहे. भारतीय संस्कृतीच्या नावाखाली हिंदुत्वाचे गौरवीकरण करण्याचा प्रयत्न होतो आहे. शिक्षण प्रसाराचा आशय काय आहे याच्यावर त्याची फलनिष्पत्ती अवलंबून असणार. काही राज्यातून भाजप शासनाने भगवद्‌गीता अनिवार्यपणे शिकवण्याचा मनोदय व्यक्त केला.

भगवद्गीता हा चांगला ग्रंथ आहे. पण इतर धर्मांचे धर्मग्रंथही चांगलेच आहेत. त्यांना अभ्यासक्रमात स्थान देण्याचा विचार का व्यक्त केला जात नाही? संघ परिवाराची प्रत्येक कृती ही कळत नकळत ध्रुवीकरणाच्या दिशेने नेणारी असते. संघाने आपल्या कार्याची एक विशिष्ट शैली निर्माण केली आहे. तो विधायक कामेही करतो; पण त्यातून तो विखारही पेरतो. भाजपने गांधीवाद दाखवण्यासाठी स्वीकारला होता. दाखवायचे एक आणि करायचे एक ही गोष्ट जनसामान्यांच्या लक्षात येत नाही. हा एक Slow poisoningचाच प्रकार आहे.

भारतीय राज्यघटना समाजाला ज्या दिशेत घेऊन जाऊ इच्छिते त्याच दिशेत घेऊन जाणारी शिक्षणप्रणाली आवश्यक आहे. तिचा आशय महत्त्वाचा आहे. व्यावसायिक अभ्यासक्रमांच्या बाबतीत आशयाचा प्रश्न निर्माण होत नाही. आशयाचा प्रश्न निर्माण होतो तो सामाजिक शास्त्रे आणि मानव्य विद्या यांच्या संदर्भात. आपले संविधान हे सेक्युलॅरिझमवर आधारलेले असल्यामुळे आपली शिक्षणप्रणालीदेखील सेक्युलॅरिझमवर आधारलेली असली पाहिजे. ती धर्माधिष्ठित नसली पाहिजे. धर्माचा अभ्यास करावयाचाच असेल तर तो विविध धर्म-संप्रदायांचा तौलनिक अभ्यास करायला हवा. डॉ. एस. राधाकृष्णन आयोगाने तशी शिफारस केली होती.

संदर्भ

१. डॉ. न. गो. राजूरकर, *विचारयात्रा* (औरंगाबाद : रजत प्रकाशन, २०१७), पृ. १००-१०२

२. गोळवलकर, *चिंतनसुधा - समग्र गुरुजी खंड- ११* (पुणे : भारतीय विचार साधना, २००६), पृ. ४५

३. Quoted by J. K. Oommen, *Nation, Civil Society and Social Movement* (New Delhi : Sage Publications, 2004), P. 28

४. Ram Puniyani, 'Foreword' to Thirumaavalavan's *Uproot Hindutva* (Kolkata : Samya, 2004), P. X

५. Thirumaavalavan, *Uproot Hindutva*, P. XX

६. Anslie T. Embree, *Utopias in Conflict* (Delhi : Oxford University Press, 1992), P. 48

७. उद्धृत चन्द्रिका प्रसाद शर्मा, *कवि राजनेता अटल बिहारी वाजपेयी* (नयी दिल्ली : किताबघर, तृ.सं. १९९७), पृ. २७६

८. तत्रैव, पृ. २८

९. Report of the Liberhan Ayodhya Commission of Inquiry, Part 1, P. 254

१०. तत्रैव, P. 256

११. तत्रैव, P. 256

१२. तत्रैव, P. 263

१३. Report of the Liberhan Ayodhya Commission of Inquiry, Part 2, P. 863

१४. Report of the Liberhan Ayodhya Commission of Inquiry, Part 1, P. 866

१५. तत्रैव, P. 866

१६. तत्रैव, P. 866

१७. तत्रैव, P. 867

१८. तत्रैव, P. 868

१९. तत्रैव, P. 869

२०. तत्रैव, P. 871

२१. Thomas Paine, The Rights of Man, P. 34

२२. P.B. Gajendragadkar, *Secularism and the Constitution of India*, P. 109

२३. तत्रैव, P. 174

२४. Khushwant Singh, *The End of India* (New Delhi: Penguin Books,2003), P. 3

२५. तत्रैव, P. 160-161

२६. C. Delisle Burns, *Political Ideals*, (Calculta : The World Press Pvt. Ltd, 1960), P. 140

२७. उद्‌धृत डॉ. रावसाहेब कसबे, *धर्मग्रंथ आणि मानवी जीवन प्रवाह* (मुंबई : लोकवाङ्मय गृह, २०१५) पृ. ४७२-४७३

२८. उद्‌धृत डॉ. न. गो. राजूरकर, *विचारयात्रा*, पृ. १११

२९. Dr. Babasaheb Ambedkar, *Annihilation of Caste* (Nagpur : Samata Prakashan, 2004), P. 47

३०. तत्रैव, P. 58-59

३१. तत्रैव, P. 34

३२. तत्रैव, P. 46

३३. आचार्य दादा धर्माधिकारी, *संपूर्ण क्रांती* (पुणे : जनबोध, १९७८), पृ. ७३

३४. महात्मा फुले, *महात्मा फुले समग्र वाङ्मय* (मुंबई : महाराष्ट्र राज्य साहित्य आणि संस्कृती मंडळ, १९९१), पृ. ४९५

◆◆◆

७
पुढची दिशा आणि मार्ग

॥ १ ॥

स्वातंत्र्य आंदोलन हे भारतीय प्रबोधनाचेच एक अविभाज्य अंग होते. खरे तर या प्रबोधनाची सुरुवात राजा राममोहन रॉय यांच्यापासून झाली होती. राष्ट्रीय काँग्रेसला गांधीजींचे नेतृत्व लाभल्यापासून स्वातंत्र्य चळवळीला विशाल रूप प्राप्त झाले होते. खऱ्या अर्थाने ती व्यापक अशी लोकचळवळ बनली होती. कुठलीही चळवळ यशस्वी करावयाची असेल तर लोकांमध्ये ऐक्याची भावना निर्माण करावी लागते. ऐक्याच्या आविष्कारातूनच राष्ट्रवाद जन्माला यावा लागतो. स्वातंत्र्य चळवळीने तो राष्ट्रवाद निर्माण केला. गांधीजींच्या नेतृत्वाने त्याला संकुचित स्वरूप येऊ दिले नाही. भारतीय संस्कृती प्राचीन काळापासूनच सहिष्णुता आणि समावेशकता यांवर आधारलेली होती. देशात ऐक्य आणि एकात्मता वाढवण्यासाठी स्वातंत्र्य आंदोलनात हिंदूंबरोबर मुस्लीम, शीख, ख्रिश्चन, पारसी या लोकांना सहभागी करून घेणे आवश्यक होते. गांधीजींच्या नेतृत्वामुळे ते शक्य झाले. खेड्यापाड्यात विखुरलेला बहुजन समाज आणि महिला याही स्वातंत्र्य आंदोलनात सहभागी झाल्या. विविध घटकांमध्ये ऐक्य निर्माण करण्याचे गांधीजींचे प्रयोग चालू होते. या प्रयोगातूनच सर्वधर्मसमभाव या महामूल्याचा आविष्कार झाला. हिंदू-मुस्लीम ऐक्यासाठी तर त्यांनी आपली हयात खर्च केली.

स्वातंत्र्य, समता आणि बंधुभाव ही फ्रेंच राज्यक्रांतीची घोषणाही या आंदोलनामागची एक प्रेरक शक्ती होती. जगात निरनिराळ्या विचारसरणींचा खल होत होता. लोकशाहीचे वारे सर्व जगात वाहत होते. स्वातंत्र्य आंदोलनात लोकशाही मूल्यांचा आविष्कार होत होता. खरे तर या आंदोलनाच्या माध्यमातून पुढची धोरणे हळूहळू आकार घेत होती. काँग्रेस पक्ष त्याला आकार देत होता. भारताचे संविधान कसे असावे याचे स्थूल चित्रही आमच्या नेत्यांसमोर होते. मुस्लीम लीगने पाकिस्तानची मागणी केली होती आणि हिंदू महासभा देशाला हिंदू राष्ट्र बनवू इच्छित होती; पण

बहुसंख्य लोकांनी सर्वसमावेशक अशा मार्गावर चालायचे ठरवले. गांधी-नेहरूंच्या नेतृत्वाचा तो परिणाम होता.

मला अमेरिकन कवी रॉबर्ट फ्रॉस्टची 'The Road Not Taken' या कवितेची आठवण होते. ही अतिशय आशयगर्भ कविता आहे. तिचा आशय खालीलप्रमाणे आहे. कवी प्रवासाला निघतो. काही वेळ चालल्यानंतर रस्ता दुभंगतो. जिथे तो फुटतो तिथे कवी थबकतो. एक रस्ता डाव्या बाजूने, तर दुसरा रस्ता उजव्या बाजूने पुढे जातो. दोन वेगवेगळ्या दिशांना जाणारे ते रस्ते असतात. कुठला रस्ता पकडायचा हे त्याला समजत नाही. पुढे जायचे तर कुठला तरी एक रस्ता पकडावाच लागणार. दोन्ही रस्त्यांचे तो निरीक्षण करतो. उजवीकडे जाणारा रस्ता इथूनतिथून सरळ असतो. त्यावर चढउतार नसतात. त्यावर दगडधोंडे नसतात. खाचखळगे नसतात. तो इथूनतिथून सपाट असतो. त्यावर काटेकुटे नसतात. तो रुळलेला रस्ता असतो. त्याच्या दोन्ही बाजूंस काटेरी झाडे-झुडपे नसतात.

डाव्या बाजूने जाणारा रस्ता मात्र नागमोडी वळणाचा असतो. त्यावर अनेक खड्डे असतात. दगडधोंडे असतात. त्या रस्त्यावर चढउतार असतात. रस्त्याच्या दोन्ही बाजूंनी काटेरी झाडाझुडपांची दाटीवाटी असते. त्यांच्या काटेरी फांद्या रस्त्यावर आलेल्या असतात. त्यावर चालताना पुढचे काहीच दिसत नाही. दोन्ही रस्ते ओसाड प्रदेशातून पुढे जाणारे असतात.

कवीला उजव्या बाजूच्या रस्त्यावर रहदारी दिसते. डाव्या बाजूच्या रस्त्यावर कुणी चालले असेल असे त्याला वाटत नाही. या ठिकाणी उभे राहताना कवीच्या मनात द्वंद्व निर्माण होतो. कोणता रस्ता पकडावा? डावा की उजवा? थोडा वेळ विचार करून डाव्या बाजूच्या रस्त्यावर चालण्याचा तो निर्णय घेतो. निर्भयपणे तो त्यावर चालतो. पायात काटे मोडतात. ठेचा लागतात. पाय रक्तबंबाळ होतात. काटेरी झुडपांमुळे अंगावरचे कपडे फाटतात. शेवटी तो रस्ता पार करतो. पुढे अतिशय रम्य अशा ठिकाणी तो पोहोचतो. शेवटी तो उद्‌गारतो, 'मी या सुंदर ठिकाणी आलो त्याचे कारण या रस्त्यावरून चालल्यामुळे!'

आमच्या राष्ट्रीय नेत्यांसमोरही असेच दोन रस्ते होते. त्यांनी डाव्या बाजूच्या रस्त्यावर चालण्याचा निर्णय घेतला. तो रुळलेला आणि मळलेला नव्हता. तो आधुनिकतेकडे जाणारा रस्ता होता. उजव्या रस्त्यावर चालायचे त्यांनी टाळले. तो मध्ययुगीन प्रदेशात घेऊन जाणारा होता. न मळलेल्या रस्त्यावरून पुढे जायचे हा निर्णय त्यांनी गांधीजींच्या नेतृत्वाखाली स्वातंत्र्यलढा आल्यानंतर घेतला होता. आमच्या नेत्यांनी अवघड रस्त्यावर चालण्याचा निर्धार केला होता. ते त्या अवघड रस्त्यावर चालले. 'And that has made all the difference!'

गांधीजींचे जीवनच सर्वधर्मसमभावाची प्रयोगशाळा होती. हिंदू-मुस्लीम ऐक्यासाठी तर त्यांनी आपले जीवन समर्पित केले होते. गांधींइतका धार्मिक माणूस क्वचितच झाला असेल. त्यांना हिंदू धर्माचा खूप अभिमान होता. पण त्यावरचे कलंकदेखील त्यांना स्पष्टपणे दिसत होते. ते मिटवण्यासाठी आयुष्यभर त्यांनी प्रयत्न केले. गांधीजी जेवढे धार्मिक होते, तेवढेच ते धर्मनिरपेक्षही होते. सत्य आणि अहिंसा यांनाच ते खरा धर्म मानत होते. ते हिंदू असले तरी हिंदुत्ववादी नव्हते. हिंदू धर्म हा सहिष्णू आणि समावेशी आहे. हिंदुत्व हे असहिष्णू आणि असमावेशक आहे. हिंदू धर्माला मूलतत्त्ववादी बनवणाऱ्यांनी त्याला असहिष्णू बनवण्याचाच प्रयत्न केला. राजकीय हत्यार म्हणून त्याचा वापर केला.

जवाहरलाल नेहरू हे धर्मनिरपेक्षतेचे प्रतीक होते. सेक्युलॅरिझम हा त्यांच्या रक्तातच होता. ते निसर्गतःच धर्मनिरपेक्ष होते. स्वातंत्र्यपूर्व काळात आणि स्वातंत्र्यप्राप्तीनंतर धर्मनिरपेक्षतेचे तत्त्व भारतीय मानसिकतेमध्ये रुजवण्याचे त्यांनी अथक प्रयत्न केले. काळाच्या पुढे चालणारे ते नेते होते. 'भारत एक विचार आहे, एक कल्पना आहे आणि एक स्वप्न आहे' अशी त्यांनी भारताची व्याख्या केली. आणि तो विचार, ती कल्पना आणि ते स्वप्न साकार करण्यासाठी त्यांनी आपली हयात घालवली. त्यांना भारताचे स्वप्न लोकशाही, समाजवाद आणि धर्मनिरपेक्षता या तीन संकल्पनांच्या माध्यमातून साकार करावयाचे होते. समाजवादी समाजरचना (Socialistic Pattern of Society) त्यांना हवी होती.

१९२९च्या लाहोर येथे झालेल्या काँग्रेस अधिवेशनामध्ये नेहरूंनी आपल्या अध्यक्षीय भाषणात संपूर्ण स्वराज्य आणि समाजवाद यांची घोषणा केली होती. १९३१च्या कराची काँग्रेस अधिवेशनामध्ये त्यांनी 'मूलभूत अधिकार आणि आर्थिक कार्यक्रम' या संबंधीचा ठराव मांडला होता. या ऐतिहासिक ठरावाचा मसुदा त्यांनीच स्वतः लिहिला होता. त्याचे शिल्पकार तेच होते. ठरावातील मूलभूत अधिकारांमध्ये धर्मनिरपेक्षतेचे तत्त्व अंतर्भूत करण्यात आले होते. आणि आर्थिक धोरणात समाजवादी समाजरचनेची तत्त्वे होती. त्यात स्पष्टपणे म्हटले होते, The state shall observe neutrality in regard to all religions. याचा अर्थ, भारत हे धर्माधिष्ठित राज्य असणार नाही. या ठरावात भारतीय संविधान कसे असू शकेल याचा संकेत होता.

॥ २ ॥

घटना निर्माण करण्याची ऐतिहासिक जबाबदारी गांधीजींनी डॉ. बाबासाहेब आंबेडकरांवर जाणीवपूर्वक सोपवली. बाबासाहेबांना जातिविहीन समाज हवा होता. गांधीजी, पंडित नेहरू, सरदार वल्लभाई पटेल, मौलाना अबुल कलाम आझाद यांनाही तेच हवे होते.

संविधानाची उद्दिष्टे काय असावीत हे ठरविणारा 'उद्दिष्टे ठराव' संविधान सभेत नेहरूंनी मांडला. चर्चेनंतर तो स्वीकारण्यात आला. त्यात उद्याचा भारत कसा असावा याचे चित्र स्पष्टपणे रेखाटण्यात आले होते. भारताची कल्पना (Idea) आणि स्वरूप हे संविधानानेच ठरवले आहे. अशा प्रकारे भारतात लोकयुग अवतरले.

नेहरूजी जवळपास अठरा वर्षे या देशाचे पंतप्रधान होते. या काळात त्यांनी ज्या तत्त्वांवर संविधान उभारलेले आहे, ती तत्त्वे शासनात तसेच समाजात रुजवण्याचा प्रयत्न केला. पण दुर्दैव असे की त्यांच्या सहकाऱ्यांत ही तत्त्वे फारसी रुजलेली नव्हती. एक-दोघांचा अपवाद असू शकतो. नेहरूजींचे व्यक्तिमत्त्वच असे होते की त्यांना उघडपणे कुणी विरोध करू शकत नव्हते. त्यांच्यानंतर मात्र धर्मनिरपेक्ष या तत्त्वाची अवहेलना होऊ लागली.

भारताची संकल्पना संविधानात परिभाषित झालेली आहे. पुन्हा त्यावर चर्चा करण्याचे काही कारण नाही. संविधान सभेमध्ये प्रत्येक कलमावर चर्चा होऊन बहुमताने संविधान पारित करण्यात आले आहे. त्यात दुरुस्ती करण्याची तरतूददेखील आहे. आणि त्यानुसार अनेक दुरुस्त्याही झालेल्या आहेत. पण घटनात्मकदृष्ट्या हे राज्य 'धर्मनिरपेक्ष' आहे यात बदल होऊ शकत नाही. भारताचा विचार आणि कल्पना यावर मतभेद असण्याचे काही कारण नाही; पण दुर्दैवाने त्या विचारालाच जातीयवादी पक्ष आणि संघटना आव्हान देत आहेत.

जगातील इतर लोकशाही राष्ट्रांमध्ये अशी चर्चा कधी झालेली फारशी दिसत नाही. युरोप हा पूर्णत: आधुनिक मूल्यांवर आधारलेला खंड आहे. युरोपीय देशांमध्ये तेराव्या शतकापासून अठराव्या शतकापर्यंत प्रबोधन चळवळ चालू होती. धर्मसुधारणेची चळवळ तिथे झाली. या चळवळींतून निष्पन्न झालेली मूल्येच सर्व युरोपीय देशांनी स्वीकारली. विज्ञानाने आधुनिक मूल्ये निर्माण केली. राज्य आणि धर्म यांची फारकत त्यांनी केली. बहुसंख्य जनता ही ख्रिश्चन असूनही युरोपीय राष्ट्रे धर्माधिष्ठित झाली नाहीत. 'जुने जाऊ द्या मरणा लागुनी' अशीच त्यांची मानसिकता होती आणि आहे.

अमेरिकेसह बहुतेक पाश्चिमात्य राष्ट्रांची उभारणी धर्मनिरपेक्षतेच्या पायावर झाली आहे. राज्यसंस्था आणि धर्म यांची गल्लत त्यांनी केलेली नाही. भारताची उभारणी धर्मनिरपेक्षतेच्या तत्त्वावर अद्याप पूर्ण झालेली नाही. उलट प्रतिगामी शक्तींनी त्याला आव्हान दिलेले आहे. राष्ट्रीयत्व आणि राष्ट्र यांचा शोध अद्याप संपलेला नाही हाच याचा अर्थ आहे. पण ज्या तत्त्वांवर आमचे संविधान उभे आहे, त्या तत्त्वांवरच भारतीय राष्ट्राची बांधणी पूर्णत्वास नेली पाहिजे. मार्गातील सर्व गतिरोधक हटवण्यासाठी निकराचे प्रयत्न झाले पाहिजेत.

॥ ३ ॥

हिंदू धर्म हा कितीही उदार असला तरी त्याचे राजकारण करणे म्हणजे त्याचे विद्रूपीकरण करणे होय. हिंदू धर्मातच धर्मनिरपेक्ष तत्त्व अंतर्भूत आहे, असे म्हणण्यात काही अर्थ नाही. सत्तेसाठी त्याला मूलतत्त्ववादी स्वरूप दिले जाऊ शकते. नाही, ते दिलेलेच आहे. धर्म पाळत धर्माच्या पलीकडे गेले पाहिजे, हा विचार दलाई लामा यांच्यासारख्या धर्माचार्याने सांगितला आहे. बुद्ध धर्म हा पूर्णतः इहवादी धर्म आहे. तो माणसामाणसामध्ये कसलाही भेद मानत नाही. असा हा धर्म पाळणारा एक धर्माचार्य धर्माच्या पलीकडे गेले पाहिजे, जाणे आवश्यक आहे असे आवर्जून सांगतो.

दलाई लामा म्हणतात, "I am a man of religion, but religion alone cannot answer all our problems."[१] असे विधान करून ते धर्मनिरपेक्ष नीतिशास्त्राची मांडणी करतात. ते धर्मनिरपेक्ष लोकशाहीची संकल्पना मांडतात. आजच्या काळात माणूस इतरांच्या साह्यावर अवलंबून असतो. मानवी समाजच परस्परावलंबी (Interdependent) झाला आहे. पाण्यात राहून माशाशी वैर त्याला करता येणार नाही असेच दलाई लामांना सुचवायचे आहे. आंतरिक मूल्यांची (Inner values) अर्थात आध्यात्मिकतेची आवश्यकता ते सांगतात. माणसाला माणसाशी आत्मिक संबंध जोडण्याची आवश्यकता आहे. ते म्हणतात, "More fundamental than religion, therefore, is our basic human spirituality. We have an underlying human disposition toward love, kindness and affection, irrespective of whether we have a religious framework or not."[२] मानवता ही सर्वांची सामाईक संपत्ती आहे. तीत सर्वांचा वाटा असला पाहिजे. धर्म नसला तरी चालेल. माणसाला गरज आहे ती आंतरिक मूल्यांची. त्या मूल्यांवरच मानवतावाद उभा असतो. दलाई लामांच्या दृष्टीने मानवतावाद हाच 'धर्मनिरपेक्षता' आहे. धर्मनिरपेक्षतेचा त्यांनी असा अर्थ लावलेला आहे. जगाला आज आवश्यकता आहे ती अशा धर्मनिरपेक्ष नीतिशास्त्राची. त्याची मांडणी त्यांनी आपल्या *Beyond Religion : Ethics for a Whole World* (२०१२) या पुस्तकात केली आहे.

हिंदुत्ववाद्यांचा आग्रह हिंदू या नावासाठी आहे. What is in a name? हा प्रश्न स्वातंत्र्यवीर सावरकर विचारतात आणि त्याचे उत्तरही देतात. ते म्हणतात,

> What is in a name? Ah! call Ayodhya, Honolulu, or nickname her immortal Prince, a Pooh Bah or ask the Americans to change Washington into a Chengizkhan or persuade a Mohammedan

to call himself a Jew, and you would soon find that the 'open sesame' was not the only word of its type.[३]

Hindu is not a word but a history असाही ते दावा करतात. या नावाला भारतातील सर्व धर्मीय लोकांची अर्थात सर्वच समाजघटकांची मान्यता असल्याशिवाय या राष्ट्राला हिंदू राष्ट्र ते कसे म्हणणार?

बहुसंख्येच्या आधारावर हिंदुत्ववादी भारताला धर्माधिष्ठित राज्य बनवू इच्छितात ही गोष्ट उघड आहे; पण हिंदू हे सर्व राज्यांमध्ये बहुसंख्य नाहीत ही वस्तुस्थिती ते लक्षात घेत नाहीत. भारतातील आठ राज्यांमध्ये हिंदू हे अल्पसंख्याक आहेत. पंजाब, लक्षद्वीप, मिझोरम, नागालँड, मेघालय, अरूणाचल प्रदेश, मणिपूर आदी राज्यांमध्ये हिंदूंची संख्या खूपच कमी आहे. राष्ट्रीय अल्पसंख्याक आयोगानेच ही माहिती दिली आहे.

आठ राज्यातील हिंदूंची संख्या

अ.क्र.	राज्य	टक्केवारी
१.	जम्मू-काश्मीर	८.४४
२.	पंजाब	८.४०
३.	लक्षद्वीप	२.५
४.	मिझोराम	२.७५
५.	नागालँड	८.७५
६.	मेघालय	१.५३
७.	अरुणाचल प्रदेश	२९
८.	मणिपूर	३१.३९

अलीकडे लडाखला स्वतंत्र राज्याचा दर्जा देण्यात आला आहे. लडाखमध्ये हिंदू हे अल्पसंख्याक आहेत. अशा प्रकारे वरील राज्ये आणि लडाखमध्ये हिंदू हे अल्पसंख्याक आहेत.

मिझोरम, नागालँड, मेघालय, अरुणाचल प्रदेश, मणिपूर या पाच राज्यांमध्ये आदिवासी बहुसंख्याक आहेत. त्यांनी ख्रिश्चन धर्म स्वीकारलेला आहे. ही आदिवासी राज्ये अधूनमधून बंडखोरी करत असतात. भौगोलिकदृष्ट्या ते जोडलेलेही आहेत. ते उद्या एक होऊन स्वतंत्र राज्याची मागणी करू शकतात. खलिस्तानची मागणी जुनीच आहे. पंजाबमध्ये शीख बहुसंख्याक आहेत. जम्मू-काश्मीर आणि लक्षद्वीपमध्ये मुस्लीम

बहुसंख्याक आहेत. लडाखमध्ये बौद्ध बहुसंख्याक आहेत. ही राज्ये धर्मनिरपेक्ष भारतामध्येच शांततेने नांदू शकतात. उद्या भारत हे हिंदू राष्ट्र झाले, तर ते उठाव करण्याची शक्यता नाकारता येत नाही. जम्मू-काश्मीरचा प्रश्न सतत चिघळत राहिलेला आहे. या राज्यात सतत दहशतवाद फोफावत आहे. १९९०मध्ये काश्मिरी पंडितांना निर्वासित व्हावे लागले. ते अद्याप परत जाऊ शकलेले नाहीत. ३७० हे कलम रद्दबातल केल्यानंतरही तेथे शांतता प्रस्थापित करण्यात आलेली नाही. दहशतवादी कृत्ये थांबलेली नाहीत.

दक्षिणेतील राज्यांचा हिंदुत्वाला पाठिंबा नाही. कर्नाटक याला अपवाद आहे. द्रविडस्थानची मागणी ही जुनीच आहे. हिंदुत्ववाद्यांचा राष्ट्रवाद सांस्कृतिक आहे. दक्षिणेतील राज्ये आपली संस्कृती वेगळी मानतात. त्यांचा सांस्कृतिक राष्ट्रवाद हा उद्या उफाळून येऊ शकतो. संस्कृत आणि हिंदी भाषेला त्यांचा विरोध आहे. भाषिक राष्ट्रवादही किती भयंकर रूप धारण करू शकतो याचा अनुभव राज्यपुनर्रचनेच्या काळात देशाने घेतला आहे. वांशिक (Racial), धार्मिक आणि भाषिक राष्ट्रवाद या तिन्ही राष्ट्रवादांचा किंवा उपराष्ट्रवादांचा राष्ट्राच्या ऐक्याला आणि एकात्मतेला धोका संभवतो. ही सर्व गुंतागुंत लक्षात घेऊनच संविधानकर्त्यांनी धर्मनिरपेक्षता स्वीकारली आहे. या सर्व अडथळ्यांमुळेच राष्ट्रनिर्मितीची प्रक्रिया रेंगाळलेली आहे ही गोष्ट उघड आहे. शिवाय या ठिकाणची जातिव्यवस्था हाही धर्मनिरपेक्ष राष्ट्रनिर्मितीच्या मार्गातला एक फार मोठा अडथळा आहे.

॥ ४ ॥

भारत हे परिपूर्ण राष्ट्र नाही. ते अद्यापही परिपूर्ण बनू शकले नाही याची खंत डॉ. बाबासाहेब आंबेडकरांनी अनेकदा व्यक्त केलेली होती. २३ मार्च १९४० रोजी स्वातंत्र्य चळवळीच्या संदर्भात गांधी आणि जिना यांच्या भूमिकांचा परामर्श घेणारा एक लेख त्यांनी लिहिला होता. त्याचा अनुवाद 'जनता'मध्ये प्रसिद्ध झाला होता. त्या लेखात त्यांनी म्हटले होते : 'My belief is that we are not a nation. But my confident hope is that we can be a nation provided processes of social amalgamation are set forth.' त्याहीपूर्वी ६ फेब्रुवारी १९४० रोजी घेतलेल्या एका वार्ताहर परिषदेत ते म्हणाले होते, 'मुस्लीम समाज राष्ट्र नाही, हिंदू समाज राष्ट्र नाही, हिंदू-मुस्लीम समाज हेही राष्ट्र नव्हे. राष्ट्र ही उपजत वस्तू नसते. ती प्रयत्नपूर्वक घडवायची वस्तू आहे.' हे राष्ट्र घडवण्यासाठी बाबासाहेब कटिबद्ध होते. त्यानुसार त्यांनी संविधानाचे शिल्प घडवले. त्यात राष्ट्र व्याख्यान्वित झाले आहे. पण ते घडले आहे का? हा प्रश्न आजही विचारला जातो. पाकिस्तान हे मुसलमानांचे राष्ट्र; पण भारतीयांच्या राष्ट्राचे काय?

एकत्वाची भावना निर्माण झाल्याशिवाय राष्ट्रनिर्मितीची प्रक्रिया गतिमान होऊ शकत नाही. सहजीवनातूनच राष्ट्र उभे राहते, या गोष्टीचा उल्लेख डॉ. आंबेडकरांनी घटना परिषदेतील आपल्या शेवटच्या भाषणात केला आहे. दि. २५ नोव्हेंबर १९४९ रोजी केलेले हे भाषण अत्यंत महत्त्वाचे आहे.

सामाजिक एकत्व हे बंधुभावातून निर्माण होते. बाबासाहेबांनी अमेरिकेचे उदाहरण दिले आहे. संयुक्त राज्यांची (United States of America - U.S.A.) निर्मिती झाली, तेव्हा अमेरिकेतील लोकांमध्ये एकत्वाची भावना इतकी कमी होती की, आपण एक राष्ट्र आहोत असे अमेरिकेच्या लोकांना वाटत नव्हते. भारतीय लोकांनादेखील वाटत नाही. कालांतराने अमेरिकन लोकांमध्ये एकात्मता निर्माण झाली. अमेरिका राष्ट्राच्या साच्यात (Crucible) ढाळली गेली. एकत्रित सौहार्दाने राहण्याच्या इच्छेतून अमेरिका हे राष्ट्र बनले. उकळत्या भांड्याचे (Melting Pot) स्वरूप अमेरिकेला प्राप्त झाले. त्यातून अमेरिकन हा नवा माणूस बाहेर पडला.

भारतीय समाजात दोन गोष्टींचा अभाव राहिलेला आहे. त्या दोन गोष्टी म्हणजे समता आणि बंधुत्व. समता आणि बंधुत्वामुळेच सामाजिक जीवनात एकता निर्माण होते. समाजाला एकजिनसीपणा प्राप्त होतो. आपण एक राष्ट्र आहोत ही भावना निर्माण होते. भारत हा हजारो जातींमध्ये आणि भाषांमध्ये विभागलेला देश आहे. जातीजातींमध्ये विभागलेल्या लोकांचे राष्ट्र कसे बनू शकेल?

डॉ. बाबासाहेब आंबेडकर आपल्या भाषणात म्हणतात :

> 'सामाजिक आणि मानसिकदृष्ट्या अजूनही आम्ही एक राष्ट्र नाही याची आम्हाला जेवढ्या लवकर जाणीव होईल, ते आमच्या हिताचे ठरेल. त्यानंतरच एक राष्ट्र होण्याच्या गरजेचे महत्त्व आम्हाला कळेल आणि आमच्या उद्दिष्टपूर्तीसाठी कोणत्या मार्गांचा आणि उपायांचा अवलंब करावा याचा आम्ही गांभीर्याने विचार करू शकू. या ध्येयाप्रत पोहोचणे अतिशय कठीण आहे. अमेरिकेतील लोकांना ते जेवढे कठीण होते त्याहीपेक्षा कितीतरी पटीने कठीण आहे. अमेरिकेत जातीची समस्या नाही. भारतात जाती आहेत. जाती या राष्ट्रविरोधी आहेत. पहिली गोष्ट त्या समाजजीवनात विभागणी करतात. त्या राष्ट्रविरोधी आहेत कारण त्या जाती-जातींमध्ये मत्सर आणि तिरस्काराची भावना निर्माण करतात. आम्हाला वास्तवात जर राष्ट्र व्हायचे असेल, तर या सर्व अडथळ्यांवर आम्ही मात केलीच पाहिजे. राष्ट्रनिर्मिती नंतरच बंधुत्व वास्तवात पाहावयास मिळेल. बंधुत्वाशिवाय असलेली समता आणि स्वातंत्र्य म्हणजे रंगाच्या वरवरच्या थरांसारखा केवळ बाह्य देखावा असेल.'

डॉ. आंबेडकरांनी येथे दोन गोष्टींचा स्पष्ट उल्लेख केलेला आहे :

१. भारत हे अद्याप राष्ट्र बनलेले नाही; कारण भारतीय समाजात एकत्वाची भावनाच नाही; आणि

२. राष्ट्राची निर्मिती करावयाची असेल तर स्वातंत्र्य, समता आणि बंधुभाव ही मूल्ये आत्मसात करावी लागतील. राष्ट्रनिर्मिती ही जातिनिर्मूलनावर अवलंबून आहे हेही त्यांनी स्पष्ट केले आहे.

१९४९मध्ये मांडलेला हा विचार आहे. त्यानंतर ७५ वर्षांचा कालावधी लोटलेला आहे. या पंचाहत्तर वर्षांच्या काळात बंधुत्वाची भावना किती प्रमाणात निर्माण झाली? आमचे समाजजीवन एकजिनसी बनले आहे का? लोक 'एकमय' झाले आहेत काय? एकमय लोक हेच खरे राष्ट्रमय लोक असतात.

स्वातंत्र्य चळवळीत भारतीय राष्ट्रवादाचा आविष्कार झाला. पण त्याला आपल्या राष्ट्रीय नेत्यांनी संकुचित स्वरूप येऊ दिले नाही. ते विकृत तर अजिबात बनले नाही. पाश्चिमात्य देशांमधल्या लोकांना राष्ट्रवादाने हैवान बनवले होते. अशा राष्ट्रवादाचा रवींद्रनाथ टागोरांनी धिक्कारच केला होता. ते म्हणतात, 'Nationalism is a great menace, it is the particular thing which for years has been at the bottom of India's trouble.'[४] पण गांधीजींनी भारतीय राष्ट्रवादाला नियंत्रणाबाहेर जाऊ दिले नाही. पं. जवाहरलाल नेहरूंनी तर राष्ट्रवादाचा विचार नेहमीच आंतरराष्ट्रीयत्वाच्या संदर्भात केला. भारतीय राष्ट्रवाद हा आंतरराष्ट्रीयवादाच्या दिशेतच गेला. भारतीय राष्ट्रीयता ही विश्वनिष्ठेकडे झुकलेली आहे.

पहिल्या महायुद्धानंतर जागतिक राजकारणाला हळूहळू विधायक स्वरूप मिळू लागले. दुसऱ्या महायुद्धानंतर पाश्चिमात्य राष्ट्रांनी युद्धाची पाळेमुळे खोदून टाकण्याचा गांभीर्याने विचार केला. त्या विचाराची परिणती राष्ट्रसंघाच्या स्थापनेत झाली. राष्ट्रसंघाने तयार केलेला 'चार्टर' म्हणजे जागतिक संघराज्याचे संविधान! ही घटना १९४५ सालची. १९४८मध्ये Declaration of Human Rights हा महत्त्वाचा दस्तऐवज निर्माण करण्यात आला. त्याच काळात भारतीय संविधानाचे शिल्प घडवले जात होते. भारत स्वतंत्र झाला होता. वसाहतवादाखालील इतर राष्ट्रांमध्ये स्वातंत्र्य आंदोलने पेटली होती. साम्राज्यवादातून वसाहतवाद निर्माण झाला होता.

॥ ५ ॥

भारताचा सांस्कृतिक वारसा मानवतावादाला मानणारा आहे. म्हणूनच येथे 'वसुधैव कुटुंबकम्' हा विचार जन्मला आहे. माणसाच्या मनात दोन प्रवृत्ती असतात. एक प्रवृत्ती माणसाला मागे खेचते आणि संकुचित बनवते; आणि दुसरी प्रवृत्ती त्याला विशाल बनण्याची प्रेरणा देते. आणि म्हणूनच मानव संसद (Parliament of Man) ह्या संकल्पनेचा १८३७मध्ये जन्म झाला. ज्या काळात राष्ट्र-राज्याचा (Nation-State) जन्म झाला, त्या काळात मानव संसदेची संकल्पना जन्माला आली. अल्फ्रेड टेनिसन हा इंग्लंडचा एक दृष्टा कवी, Lockley Hall या नावाची एक दीर्घ कविता त्याने लिहिली. त्या कवितेत त्याने Parliament of Manची संकल्पना मांडली. १८३७मध्ये मांडलेली संकल्पना दुसऱ्या महायुद्धानंतर अर्थात १९४५मध्ये साकार झाली. आजची स्वप्ने उद्याचे वास्तव ठरतात.

जागतिकीकरणाने जागतिक शासनाची (World Government) शक्यता वाढवली आहे. शासनाची मुख्यत: तीन अंगे असतात : कायदेमंडळ, कार्यकारी मंडळ आणि न्यायमंडळ. ही तिन्ही मंडळे आज अस्तित्वात आली आहेत. जनरल असेंब्ली, सिक्युरिटी काउन्सिल आणि आंतरराष्ट्रीय कोर्ट. या जागतिक राज्याला (World State) सार्वभौमिकता अद्याप प्राप्त झालेली नाही; पण राज्याच्या सार्वभौमिकतेची कल्पनाच आज धूसर होत चालली आहे. उद्या जागतिक राज्याला (World State) सार्वभौम सत्ता लाभेल. त्याला बराच काळ लागेल. पण त्या दिशेने जग चालले आहे यात शंका नाही.

नवीन जग निर्माण होत असताना जुने जग हे अस्पष्ट होणारच. हा निसर्गाचा नियम आहे. जागतिक संस्कृती निर्माण होत असताना तिचा जुन्या संस्कृतींशी संघर्ष हा होणारच. या संघर्षाचे चित्र Samuel Huttington या विचारवंताने *The Clash of Civilizations and the Remaking of World Order* (१९९७) या पुस्तकात रेखाटले आहे.

जगातील सत्ता संतुलन बदलत आहे. पाश्चात्त्य संस्कृतीचे वर्चस्व कमी होत आहे. आशियन संस्कृती ह्या आर्थिकदृष्ट्या, राजकीयदृष्ट्या आणि सैन्यशक्तीच्या दृष्टीने विकास पावत आहेत. इस्लामी देशांच्या हातात प्रचंड संपत्ती येत आहे आणि त्यांची लोकसंख्याही वाढतच चालली आहे. म्हणून ते आक्रमक बनत आहेत. रशियाच्या विभाजनानंतर तेथील धार्मिक शक्तींचे पुनरुज्जीवन होत आहे. सर्वच देशांमध्ये धर्म, भाषा, इतिहास, मूल्ये, चालीरीती आणि संस्था यांचे पुनरुज्जीवन होत आहे. संघर्षही वाढत चालला आहे.

वसाहतवाद संपल्यानंतर आशियन संस्कृतींना स्वतःच्या अस्तित्वाची जाणीव झाली आहे. बदल पावणाऱ्या या जगात राजकारणाने आपले स्वरूप बदलले आहे. स्थानिक पातळीवरचे राजकारण हे वांशिकतेवर (ethnicity) आधारलेले आणि जागतिक राजकारण संस्कृतींवर आधारलेले आहे. या प्रक्रियेची सुरुवात शीतयुद्ध संपल्या नंतर झाली.

मुस्लीम देशांमध्ये लोकशाहीचा ऱ्हास झाला. मुस्लिमांनी 'दार-ए-सलाम' आणि 'दार-उल्-हर्ब' असे जगाचे विभाजन केले आहे. मुस्लिमांची लोकसंख्या एक पंचमांश आहे. ते आपला प्रभाव वाढवू इच्छितात. आपले वर्चस्व निर्माण करू इच्छितात. पण त्यांचे सैन्यबळ कमी पडते. म्हणून दहशतवादाचा मार्ग त्यांनी स्वीकारला आहे. दहशतवाद हे दुर्बलांच्या हातातले शस्त्र आहे. पण ते बूमरँग आहे हे लक्षात ठेवले पाहिजे.

पाश्चात्त्य जग आणि पौर्वात्य जग अशी जगाची विभागणी झाली होती. पाश्चात्त्य जग हे कमजोर होत चालले आहे. ते अमेरिकेवर अवलंबून आहे. सोविएत रशियाचे विघटन झाले. चीन आणि इस्लामिक देशांमध्ये जवळीक वाढली. जागतिक शक्ती म्हणून चीनचा उदय झाला आहे. या संघर्षात भारताची भूमिका समन्वय आणि शांतता प्रस्थापित करणाऱ्या राष्ट्राचीच असेल.

संस्कृती आणि सभ्यता म्हणजे लोकांचा जीवन मार्ग. आज जगातील संस्कृती आणि सभ्यतांमध्ये आंतरक्रिया होत आहे. ती होत असताना संघर्षही निर्माण होतो आहे. संस्कृती आणि सभ्यतांमध्ये धर्माची प्रमुख भूमिका असते. धर्म हा प्रमुख घटक असतो. इस्लाम, ख्रिश्चन धर्म, हिंदू धर्म आणि कन्फ्यूशियनवाद ह्या जगातील प्रमुख सभ्यता आहेत. Civilization shapes the destiny of a nation. या जगातील सभ्यता आपापली शक्ती वाढवण्याचा प्रयत्न करत आहेत. आशियामध्ये आपापल्या संस्कृतींचे पुनरुज्जीवन करण्याचा प्रयत्न होतो आहे.

खरे तर आज सगळ्याच संस्कृतींसमोर अस्मितेचा प्रश्न उभा आहे. १९९०नंतर या प्रश्नाची तीव्रता अधिक प्रमाणात वाढली आहे. 'Who are we?', 'Where do we belong?', 'Who is not with us?' या प्रश्नांची उत्तरे लोक शोधीत आहेत. आम्ही कोण? हा अस्वस्थ करणारा प्रश्न आहे. लोक आपापल्या मुळांचा शोध घेत आहेत.

संस्कृती आणि सभ्यतांचा हा जो संघर्ष आहे त्यामुळे जागतिक शांततेला धोका निर्माण झाला आहे. आणि म्हणून आंतरराष्ट्रीय पातळीवर आधारलेल्या नवसंस्कृतींची निर्मिती होणे आवश्यक आहे असे हटिंग्टन यांना वाटते. म्हणून ते म्हणतात, "In the emerging era, clashes of civilizations are the greatest threat to world peace, and an international order based on civilizations is the surest safeguard against cold war."[५]

वेगवेगळ्या संस्कृतींमध्ये संघर्ष सुरू आहे, ही गोष्ट खरी असली तरी जग जवळही आलेलं आहे. त्याला जागतिक खेड्याचे स्वरूप प्राप्त झालेलं आहे. वेगवेगळ्या राष्ट्रांच्या अर्थव्यवस्था एकात्मिक होऊन जागतिक बाजारपेठेशी त्या बांधल्या गेल्या आहेत. मोठ्या प्रमाणात लोकांचे स्थलांतर होत आहे. जागतिकीकरणाची प्रक्रिया कोणालाही थांबवता येणार नाही. इंग्रजी आज जागतिक भाषा बनलेली आहे. इतर देशांशी, इतर संस्कृतींशी, निरनिराळ्या धर्मांच्या लोकांशी, निरनिराळ्या भाषा बोलणाऱ्या लोकांशी आणि निरनिराळे राष्ट्रीयत्व असणाऱ्या लोकांशी दैनंदिन सहकार्य वाढलेले आहे. घड्याळाचे काटे कुणालाही उलटे फिरवता येणार नाहीत. या सर्व बदलातून उद्या जागतिक संस्कृती आणि सभ्यता निर्माण होणे हे अपरिहार्य आहे. म्हणून राष्ट्रवादाची संकल्पना ही कालबाह्य होत चालली आहे. स्थलांतराचे प्रमाण प्रचंड प्रमाणात वाढले असल्यामुळे उद्या कुठल्याही राष्ट्रात एकाच धर्माचे वा संस्कृतीचे वा भाषेचे लोक असणार नाहीत, हे निश्चित.

॥ ६ ॥

स्वातंत्र्य चळवळीच्या मध्यमातून भारतात जो राष्ट्रवाद निर्माण झाला तो आंतरराष्ट्रीयत्वाच्या दिशेत जाणाराच होता. म्हणून आपल्या संविधानात आंतरराष्ट्रीय शांतता आणि सुरक्षा यावर भर देण्यात आला आहे. कलम ५१ म्हणते :

राज्य हे -

क. आंतराराष्ट्रीय शांतता आणि सुरक्षा यांचे संवर्धन करण्यासाठी;

ब. राष्ट्राराष्ट्रांमध्ये न्यायसंगत आणि सन्मानपूर्व संबंध राखण्यासाठी;

ग. संघटित जनसमाजांच्या आपापसातील व्यवहारांमध्ये आंतरराष्ट्रीय कायदा आणि तहांची आबंधने याबद्दल आदरभावना जोपासण्यासाठी; आणि

घ. आंतरराष्ट्रीय तंटे लवादाद्वारे मिटवण्यास प्रोत्साहन देण्यासाठी, प्रयत्नशील राहील.

भारतात नवसमाज व्यवस्था आणि जगात सामंजस्य आणि सौहार्दाची संस्कृती निर्माण करणे हे भारतीय संविधानाचे लक्ष्य आहे. 'Our Nationality is the Human Race' असे डॉ. एस. राधाकृष्णन यांनी म्हटले आहे. मानवजातीचा वारसा हाच भारताचा वारसा आहे. माझे हे राष्ट्रीयत्व आणि त्याचे ते राष्ट्रीयत्व असे म्हणून चालणार नाही. म्हणून डॉ. एस. राधाकृष्णन म्हणतात,

"We should not wish to conform to the groups from which we rose. We should transform ourselves so completely as to show that we are citizens of the world. Our one nationality is the human race, our home is the world."[६]

मानवजातीला वाचवावयाचे असेल तर जग हेच आमचे घर बनले पाहिजे. धर्मांनी माणसांना फोडण्याऐवजी जोडण्याचेच काम केले पाहिजे. खरे तर धर्मांचे तेच उद्दिष्ट आहे आणि असले पाहिजे. म्हणून राधाकृष्णन म्हणतात, 'All religions are human attempts to reach the ultimate Reality.'[७] जगाला आवश्यकता आहे ती सह-अस्तित्वाच्या तत्त्वज्ञानाची. आम्ही हिंदू आहोत की मुसलमान आहोत, ज्यू आहोत की ख्रिश्चन आहोत, हा महत्त्वाचा मुद्दा नाही; आम्ही चांगले आहोत की वाईट आहोत, सुसंस्कृत आहोत की असंस्कृत आहोत हा महत्त्वाचा प्रश्न आहे. कोणत्याही धर्माने शेवटचा शब्द उच्चारला नाही. एकमेकांचा आदर करावयाचा प्रयत्न आपण केला पाहिजे. वेगवेगळ्या धर्मीयांचे अनुभव सर्वांनी समजून घ्यायला हवेत. भारतीय राज्यघटनेला धर्मनिरपेक्ष राष्ट्रवाद अभिप्रेत आहे. धर्मनिरपेक्ष राष्ट्रवाद खालील घटकांवर आधारलेला असेल :

१. भौगोलिक सलगता,
२. समान नागरिकत्व,
३. बहुविध (Plural) समाजाची संमिश्र संस्कृती,
४. भारतीय राष्ट्रीयत्व,
५. समान ध्येय आणि समान भवितव्य,
६. राष्ट्रध्वज आणि राष्ट्रगीत यांच्या प्रति समर्पण.

या घटकांवर धर्मानिरपेक्ष राष्ट्रवाद निर्माण करावा लागेल. खरे तर संविधान हाच त्याचा स्रोत आहे. सांविधानिक मूल्ये हाच धर्मनिरपेक्ष राष्ट्रीयत्वाचा आधार आहे. तोच भारतीय राष्ट्रवाद असेल. तो कुठल्याही एका धर्मावर वा भाषेवर आधारलेला नसेल. 'हिंदुत्व हेच भारतीयांचे राष्ट्रीयत्व' हा हिंदुत्ववादी संघटनांचा आग्रह आहे. हा समाजाचे ध्रुवीकरण करणारा विचार आहे. खरे तर समान नागरिकत्व हेच राष्ट्रीयत्व असते. भारतीयत्व हेच आमचे राष्ट्रीयत्व आहे आणि असले पाहिजे; राष्ट्रीयत्व हे सगळ्यांना जोडणारे असले पाहिजे. ते तोडणारे असता कामा नये.

बहुवांशिक, बहुधार्मिक, बहुसांस्कृतिक आणि बहुभाषिक राष्ट्राचा आधार कोणताही एक धर्म, कोणताही एक वंश, कोणतीही एक भाषा अथवा कोणतीही एक संस्कृती असू शकणार नाही. आमच्या शालेय पाठ्यपुस्तकातील 'प्रतिज्ञा' ही त्या दृष्टीने महत्त्वाची आहे. त्यामध्ये धर्मनिरपेक्ष राष्ट्रीयत्व आणि राष्ट्रवादाचे घटक समाविष्ट आहेत. देशाचे नागरिकत्व हेच भारतीयांचे राष्ट्रीयत्व आहे.

प्रबोधन आणि शिक्षण या दोन गोष्टींवर भर देण्याची आवश्यकता आहे. संविधानाशी एकनिष्ठ राहून ते काटेकोरपणे अंमलात आणले तर धर्मनिरपेक्ष राष्ट्रनिर्मितीची प्रक्रिया पूर्ण होऊ शकेल. आमचे ध्येय समान आहे. आमचे भाग्य समान आहे. आमचे गंतव्यही एकच आहे. डॉ. बाबासाहेब आंबेडकर म्हणाले होते,

> "...I do not believe there is any place in this country for any particular culture, whether it is a Hindu culture or a Muhammedan culture or a Kanarese culture or a Gujarati culture. There are things we cannot deny, but they are not to be cultivated as advantages, they are to be treated as disadvantages, as something which divides our loyalty and takes away from us our common goal. That common goal is the building up of the feeling that we are all Indians. I do not like what some people say, that we are Indians first and Hindus afterwards or Muslims afterwards. I am not satisfied with that... I do not want that our loyalty as Indians should be in the slightest way affected by any competitive loyalty whether that loyalty arises out of our religion, out of our culture or out of our language. I want all people to be Indians first, Indians last and nothing else but Indians..."[८]

प्रबोधन आणि शिक्षण या गोष्टी अतिशय महत्त्वाच्या आहेत. धर्मनिरपेक्ष राष्ट्राच्या संवर्धनासाठी या दोन्ही गोष्टींना महत्त्व आहे.

भारताला निरंतर प्रबोधनाची प्रक्रिया आवश्यक आहे. आणि ते प्रबोधन सर्वंकष स्वरूपाचे असले पाहिजे. जीवनाच्या सर्वच अंगांना स्पर्श करणारे ते असले पाहिजे. त्याशिवाय समाजाचे आधुनिकीकरण होणार नाही. आधुनिकतेची कास धरूनच धर्मनिरपेक्षतेच्या दिशेत जाता येईल. एम. एन. रॉय यांनी प्रबोधनाला वाहून घेतले होते. नवसमाजाच्या निर्मितीसाठी आधुनिकीकरण आवश्यक आहे अशी त्यांची धारणा होती. धर्मनिरपेक्षता ही केवळ राजकीय संकल्पना नाही. ती सामाजिक आणि सांस्कृतिक संकल्पनादेखील आहे. धर्मनिरपेक्षतावादाला आव्हान देणाऱ्या प्रश्नांचा सतत परामर्श घेण्याची आवश्यकता आहे. धर्मनिरपेक्षता (Secularism) या शब्दाची अवहेलना हिंदुत्ववाद्यांनी भरपूर प्रमाणात केली आहे. धर्मनिरपेक्षतावाद्यांची ते 'छद्म-धर्मनिरपेक्षतावादी' (Pseudo-Secularists) म्हणून हेटाळणी करतात. हिंदुत्वालाच ते धर्मनिरपेक्षतावाद समजतात. सनातनी हिंदूंचे जसे धर्मनिरपेक्षतावादाला आव्हान आहे तसे मुस्लीम जातीयवादाचेदेखील आहे. पुरोगामी हिंदू आणि पुरोगामी मुसलमान एकत्र

येऊन प्रतिगामी हिंदू आणि प्रतिगामी मुसलमान यांच्याविरुद्ध संघटितपणे उभे ठाकतील तेव्हाच जातीय दंगली संपतील; पण हे शक्य झालेले दिसत नाही. आज तर दोन्ही समाजातील दरी प्रचंड प्रमाणात वाढली आहे. भारतीय लोकशाहीला अंध धर्मश्रद्धेचे फार मोठे आव्हान आहे. हिंदुत्ववाद्यांनी गोहत्येचा प्रश्न पुढे करून मुसलमानांना टार्गेट केले आहे. गोहत्याबंदी हा नेहमीच कळीचा मुद्दा राहिलेला आहे. गोहत्येच्या संदर्भात गांधीजींची भूमिका खालीलप्रमाणे होती :

> "हिंदू धर्माने गोहत्येचा प्रतिबंध हिंदूंना केला आहे, जगाला नव्हे. धार्मिक प्रतिबंध हा अंत:करणात निर्माण होत असतो. बाहेरून लादलेला कोणताही प्रतिबंध म्हणजे सक्ती आहे. अशी सक्ती धर्माला नामंजूर असते. भारत हा काही केवळ हिंदूंचा देश नाही. मुसलमान, शीख, पारसी, ख्रिश्चन आणि जे जे म्हणून स्वत:ला भारतीय म्हणवितात आणि भारताच्या संघराज्याशी एकनिष्ठ आहेत, त्या सर्वांचा हा देश आहे. हिंदूंनी जर धार्मिक कारणासाठी गोहत्येवर बंदी घातली तर, उदाहरणच घ्यावयाचे तर, त्याच कारणास्तव पाकिस्तान सरकारने मूर्तिपूजेवर का बंदी घालू नये? मी नेहमी मंदिरात जाणारा नाही, परंतु पाकिस्तानमध्ये मला जर मंदिरात जावयास प्रतिबंध करण्यात आला तर, मला जरी त्यासाठी मस्तक उतरून द्यावे लागले, तरी मी मंदिरात प्रवेश करण्याचा आग्रह धरीन. ज्याप्रमाणे शरीयत बिगर मुसलमानावर लादणे योग्य नाही त्याचप्रमाणे हिंदू कायदा बिगर-हिंदूवर लादणे हेदेखील युक्त नाही."[९]

गांधीजींच्या या भूमिकेवर भाष्य करण्याची आवश्यकता नाही. ती तर्कशुद्ध भूमिका आहे. हिंदू आणि मुस्लीम या समाजांमध्ये सौहार्दाचे वातावरण निर्माण करावयाचे असेल तर दोन्ही समाजांना सामंजस्याची भूमिका घ्यावी लागेल. मध्ययुगीन मानसिकता सोडून द्यावी लागेल. नियतीनेच दोन्ही समाजांना एकत्रित आणले आहे हे लक्षात घेऊनच परस्परातील संबंध सुधारणे आवश्यक आहे. काळाच्या भिंतीवर काय लिहून ठेवले आहे (Writing on the wall) हे त्यांना वाचता आले पाहिजे. त्याचा आशय आणि अर्थ समजला पाहिजे. केवळ बहुमतावर सर्वच प्रश्न सोडवता येणार नाहीत हे हिंदूंनी लक्षात घेतले पाहिजे. निव्वळ बहुंख्याकवाद लोकशाहीची पायमल्ली करत असतो. त्याच बरोबर टोकाची धर्मांधता ही लोकशाहीला प्रचंड हानी करत असते. खरे तर मुसलमानांना धर्मसुधारणेची नितांत आवश्यकता आहे. मुस्लीम समाजामध्ये फारसे प्रबोधन झालेले नाही. धर्मचिकित्सा केल्याशिवाय समाजसुधारणा शक्य नाही. म्हणून तरी सर्वंकष प्रबोधनाची गरज आहे. 'धर्मचिकित्सेनेच सर्व चिकित्सेला प्रारंभ होतो' हे कार्ल मार्क्सचे वचन लक्षात घेण्याची गरज आहे. व्यक्तीचे आणि समाजाचे जीवनच धर्माने पूर्णत:

व्यापलेले असल्यामुळेच धर्मचिकित्सा करण्याची आवश्यकता आहे. अर्धे राष्ट्र आधुनिक आणि अर्धे मध्ययुगीन, असे कसे चालेल?

हिंदू समाजाची सुधारणा अनेक धुरीणांनी केली. मुस्लीम समाजामध्ये राजा राममोहन रॉय, स्वामी दयानंद सरस्वती, महात्मा फुले असे सुधारक झाले नाहीत. मार्टिन ल्यूथरसारखा क्रांतिकारी धर्मसुधारक युरोपमध्ये होऊन गेला. युरोपमधील धर्मसुधारणेला प्रबोधनाची जोड मिळाल्यामुळे युरोपचा कायापालट झाला. इंग्रजांच्या आगमनानंतर हिंदू समाजात प्रबोधनाला सुरुवात झाली. मुस्लीम समाज सुधारणेपासून अलिप्तच राहिला. स्वत:च्या कोषाबाहेर तो पडलाच नाही. आधुनिकवाद मुस्लीम समाजाला फारसा स्पर्श करू शकला नाही. मुस्लीम समाजातील बुद्धिवाद्यांनी प्रबोधनाची चळवळ सुरू करण्याची नितांत आवश्यकता आहे. हमीद दलवाईंनी जे धाडस केले, तसे धाडस नंतर कुणी केलेले दिसत नाही. आपल्या जीवनपद्धतीमध्ये थोडाही बदल इस्लामला मान्य नाही. आणि म्हणून मुस्लीम समाजाला बदलाच्या काळाची आव्हाने पेलता आली नाहीत. बदललेल्या परिस्थितीच्या संदर्भात कुराणाचा अन्वयार्थ लावण्याची गरजच मुल्ला-मौलवींना वाटत नाही. आणि म्हणून इस्लामची परंपरा बुद्धिवादाला विरोध करत आली आहे. इस्लाममधल्या अनेक प्रथा ह्या महिलांना दुय्यम स्थान देणाऱ्या आहेत. बहुपत्नीत्व, कुटुंब कल्याण यांसारख्या कार्यक्रमांना त्यांचा विरोध होत आलेला आहे. तलाक, हलाला आदी कालबाह्य परंपरांना चिटकून राहण्यात अर्थ नाही.

परिवर्तनाची प्रक्रिया देशातील सर्वच समाजघटकांत सुरू झाली पाहिजे. त्यातला एखादा जरी समाजघटक परिवर्तनाला विरोध करणारा असेल तर विकासाला खीळ बसल्याशिवाय राहणार नाही.

लोकशाही आणि धर्मनिरपेक्षता हे समानार्थी शब्द आहेत. भारताने जाणीवपूर्वक 'सेक्युलर' लोकशाहीचा अवलंब केला आहे. त्यात सर्व नागरिकांना समान अधिकार आहेत. कुणाला दुय्यम प्रतीची वागणूक मिळत असेल, तर त्याविरुद्ध घटनेच्या शस्त्राने लढले पाहिजे. लोकशाहीतच फक्त सेक्युलॅरिझमचा अर्थ खऱ्या अर्थाने धार्मिक स्वातंत्र्य असा होतो. सेक्युलर राष्ट्रातच सर्व नागरिकांना धर्मस्वातंत्र्य मिळते. धर्मनिरपेक्षतेच्या मार्गावरूनच मानवतावादाकडे आपल्याला जाता येते. धर्मनिरपेक्षतेशिवाय लोकशाही अर्थहीन ठरते. लोकशाहीमध्येच व्यक्तिस्वातंत्र्याचा अधिकार उपभोगता येतो. मानवाची सर्जनशीलता वाढवायची असेल तर धर्मनिरपेक्ष लोकशाही शिवाय दुसरा पर्याय नाही. लोकशाही ही न्याय, स्वातंत्र्य, समता आणि बंधुता या मूल्यांवर उभी आहे. कुठल्याही धर्माने खरी समता आपल्या अनुयायांना दिलेली नाही. समतेचे मूल्य हे खरे तर लोकशाहीचा श्वास आहे. धर्मातीत झाल्याशिवाय लोकशाहीचे वर्म आणि मर्म आपल्या आकलनात येणार नाही.

धर्म, कायदा आणि व्यवहार हे सर्व अपरिवर्तनीय मानले तर विकासाला वावच राहणार नाही. त्या कोंडीतून कधीच सुटका होणार नाही. धर्मश्रद्धा ही कारागृह ठरता कामा नये. मुस्लीम समाजातील बुद्धिवंतांनी याचा गांभीर्याने विचार केला पाहिजे. मौलाना अबुल कलाम आझाद, ए. ए. ए. फैजी, रफिक झकारिया, मोइन शाकीर इत्यादींसारख्या इस्लामच्या पंडितांनी इस्लामचा अन्वयार्थ लावण्याचा प्रयत्न केला आहे. त्यांची मते आश्वासक होती. त्यांच्या आधारे प्रबोधनाची प्रक्रिया सुरू करता येऊ शकेल. दोन्ही समाजातील बुद्धिवंतांनी एकत्र यायला काहीच हरकत नाही.

असा प्रयत्न मागच्या काळात महाराष्ट्रात हमीद दलवाईंनी सुरू केला होता. त्यांच्या प्रयत्नांना एस. एस. जोशी, ना. ग. गोरे, बाबा आढाव, प्रा. अ. भि. शाह, देवदत्त दाभोळकर, नरहर कुरुंदकर, शरद पवार आदी मंडळींनी साथ दिली होती. त्यांचे नीतिधैर्य वाढवले होते. सय्यदभाईंनी त्यांच्याबरोबर हिरिरीने काम केले होते. प्रा. तांबोळी आदी पुरोगामी मंडळींनी मुस्लीम सत्यशोधक मंडळाच्या कामामध्ये रस घेतला होता.

महाराष्ट्रामध्ये आधुनिक मूल्यांचा प्रचार-प्रसार करण्याच्या कामी पुणे येथील 'समाज प्रबोधन संस्थे'ने फार मोठा वाटा उचलला. गं. बा. सरदार, डॉ. वि. म. दांडेकर, मे. पुं. रेगे, अ. भि. शाह, प्रा. देवदत्त दाभोळकर आदी मंडळींनी महाराष्ट्रात प्रबोधन चळवळ जोमात चालवली. विवेक आणि विज्ञान यांच्यावर आधारलेल्या धर्मनिरपेक्ष लोकशाहीची मूल्ये जन मानसात रुजवण्यासाठी प्रा. अ. भि. शाह यांनी मोलाचे प्रयास केले. ते पुणे येथे 'सेक्युलर फोरम' चालवत असत. *द सेक्युलरिस्ट* या नावाचे नियतकालिकदेखील ते चालवत असत. मुस्लीम प्रश्न त्यांनी ऐरणीवर आणला होता. मुस्लीम समाजाने आधुनिक मूल्ये स्वीकारावीत म्हणून त्यांनी अथक प्रयत्न केले. *Challenges To Secularism* (१९६८) हे त्यांचे पुस्तक त्यादृष्टीने अतिशय महत्त्वाचे आहे.

अलीकडे महाराष्ट्रात मुस्लीम मराठी साहित्याची चळवळ सुरू झालेली आहे. मुस्लीम मानसिकतेचा आणि अस्मितेचा आविष्कार त्यातून होत आहे. मुख्य प्रवाहात येण्याची त्यांची धडपड चालू आहे. गतकाळात मुस्लीम मराठी संतांनी हिंदू-मुस्लिमांना जोडण्याचे ऐतिहासिक काम केले होते. अशा प्रकारचे प्रयत्न देशभर ठिकठिकाणी होण्याची आवश्यकता आहे. धर्मनिरपेक्षतेला हिंदुत्ववाद्यांनी फार मोठे आव्हान दिले आहे. मुस्लीम समाजाचे आव्हानही मोठे आहे. धर्मनिरपेक्षतावाद्यांनी हे आव्हान स्वीकारले पाहिजे. दोन आघाड्यांवर त्यांना वैचारिक लढा द्यावयाचा आहे. भारतीय संविधानाला अभिप्रेत असणारा नवसमाज निर्माण करणे हेच त्यांच्यासमोरचे गंतव्य आहे.

हिंदुत्ववादी संघटनांनी संविधान, इतिहास आणि शिक्षणपद्धती बदलण्याचा नेहमीच प्रयत्न केला आहे. संविधानाचा मूळ ढाचा बदलता येणार नाही असा सर्वोच्च न्यायालयाचा निर्णय आहे. देशाचा इतिहास आणि शिक्षणपद्धती बदलण्याचे प्रयत्न चालू आहेत. सगळे

शैक्षणिक क्षेत्र हिंदुत्ववादी विचारांच्या नियंत्रणाखाली आणण्याचा खटाटोप केला जातो आहे. काही विद्यापीठांच्या प्रांगणात सत्ताधाऱ्यांनी गोंधळ घालण्याच्या घटना घडल्या आहेत. दिल्लीतील जवाहरलाल नेहरू विद्यापीठाचे (जेएनयू) उदाहरण ताजे आहे. या विद्यापीठात सुरुवातीपासून डाव्या विचारांचे प्राबल्य राहिलेले आहे. तेथील विद्यार्थी संघटनेला देशद्रोही ठरवण्याचा प्रयत्न केला गेला. जे हिंदुत्ववादी नाहीत ते देशद्रोही असा शिक्का मारण्यात येऊ लागला. 'राष्ट्रवादा'च्या नावाखाली डाव्या विचारांच्या लोकांना देशद्रोही ठरवण्यात येऊ लागले. जेएनयूच्या शिक्षक संघटनेने विरोध दर्शवला. शिक्षक संघटना आणि विद्यार्थी संघटना यांनी 'Save JNU' अशी चळवळच सुरू केली.

जेएनयू शिक्षक संघटनेने राष्ट्रवादाच्या निरनिराळ्या अंगांवर व्याख्याने आयोजित केली. व्याख्यात्यांमध्ये वैज्ञानिक, समाजशास्त्रज्ञ, राजकीय विचारवंत आणि लेखक होते. राष्ट्रवाद, आविष्कार स्वातंत्र्य, विद्यापीठांची स्वायत्तता अशा महत्त्वपूर्ण विषयांवर त्यांनी व्याख्याने दिली. त्या व्याख्यानांचे *What the Nation Really Needs to Know* (२०१६) या नावाचे पुस्तक जेएनयू शिक्षक संघटनेने प्रकाशित केले आहे.

जेएनयू विद्यापीठामध्ये घडले तेच जामिया मिलिया, हैदराबाद केंद्रीय विद्यापीठ, जाधवपूर विद्यापीठ आणि अन्य काही विद्यापीठांमध्ये घडले. इतकेच नव्हे तर संघ परिवाराशी संबंधित लोकांच्या कुलगुरूपदी नियुक्त्या करण्यात येऊ लागल्या. संघाला मानणारे लोकच विद्यापीठांच्या निरनिराळ्या मंडळांमध्ये घुसवण्यात येऊ लागले.

देशाची शिक्षणपद्धती ही संविधानाला जे अभिप्रेत आहे त्यानुसारच असली पाहिजे. पण तिच्यात जाणीवपूर्वक बदल केले जात आहेत. राष्ट्रसंघाने एकविसाव्या शतकातल्या शिक्षणाची जी उद्दिष्टे ठरविली आहेत त्यातले सर्वात महत्त्वाचे उद्दिष्ट 'Learning how to live together' हे आहे. इतरांबरोबर राहावे कसे आणि वागावे कसे हे शिकले पाहिजे. या जगात अनेक धर्म, अनेक संप्रदाय, अनेक वंश, अनेक संस्कृती आणि अनेक भाषा आहेत. भारतातली विविधता हीच आहे. भारत म्हणजे जगाचा लसावि. सर्वांबरोबर सौहार्दाने राहावे कसे हे शिकणे अतिशय आवश्यक आहे. त्यालाच तर 'धर्मनिरपेक्षता' म्हटले जाते. पण याला आपल्या देशात आज खीळ बसली आहे. धर्मनिरपेक्षता हा भारतीय शिक्षणपद्धतीचा गाभा असला पाहिजे. सांविधानिक मूल्यांवर ती आधारलेली असली पाहिजे.

भारतीय संविधानात हे राष्ट्र 'सार्वभौम समाजवादी धर्मनिरपेक्ष लोकशाही प्रजासत्ताक' आहे असे म्हटले आहे. लोकशाही हा या राष्ट्राचा पाया आहे आणि धर्मनिरपेक्षता हा त्याचा कळस आहे. खरे तर लोकशाही ही अतिशय व्यापक आणि बहुआयामी संकल्पना आहे. धर्मनिरपेक्ष राज्य हे लोकशाही राज्य कदाचित असणार नाही; पण लोकशाही राज्य हे मात्र धर्मनिरपेक्ष राज्य असतेच आणि असले पाहिजे. लोकशाहीचे स्वरूप

कळले तर धर्मनिरपेक्षतेचे स्वरूप आपोआप कळेल. लोकशाहीची गुणवैशिष्टे मी याआधी सांगितलेली आहेतच.

मात्र धर्मनिरपेक्ष राष्ट्राच्या निर्मितीची प्रक्रिया अद्याप पूर्ण झालेली नाही. त्याचे चित्र आमच्या कल्पनेत आहे. भावी राष्ट्राचे कल्पना चित्र प्रथम आम्ही संविधानात रेखाटले आहे. आणि आता ते प्रत्यक्षात उभे करावयाचे आहे.

असे धर्मनिरपेक्ष राष्ट्र भारतीय लोकशाहीला अभिप्रेत आहे. पण त्याच्या निर्मितीची प्रक्रिया अद्याप संपलेली नाही. त्या राष्ट्राचे चित्र आमच्या 'व्हिजन'मध्ये आहे. ते चित्र प्रथम आम्ही संविधानात शब्दबद्ध केले आहे. संविधान पारित झाल्यानंतर त्या दिशेने प्रवासही सुरू झाला होता. त्या प्रवासातले दमदार पाऊल म्हणजे 'हिंदू कोड बिल'. त्याचे श्रेय पंडित जवाहरलाल नेहरू आणि डॉ. बाबासाहेब आंबेडकर या दोघांना द्यावे लागेल. हे दोघे धर्मनिरपेक्ष लोकशाहीचे चॅम्पियन होते. हिंदू विवाह विधेयक, हिंदू वारसा विधेयक, हिंदू अज्ञानत्व आणि पालकत्व विधेयक आणि हिंदू दत्तक आणि पोटगी विधेयक या चार विधेयकांचा त्यात समावेश होतो. हिंदू कोड बिलासाठी डॉ. बाबासाहेब आंबेडकरांनी अपार कष्ट घेतले. हिंदू कोड बिलाला संसदेमध्ये आणि बाहेर प्रचंड विरोध झाला. खुद्द राष्ट्रपती राजेंद्र प्रसादांनीच त्याचा विरोध केला. नेहरूजींचा त्यांच्याशी प्रदीर्घ पत्रव्यवहार झाला. काँग्रेसमधील काही पुराणमतवादी सदस्यांचा हिंदू कोड बिलाला विरोध होता. ते पास होण्यास विलंब झाला. त्यामुळे डॉ. बाबासाहेब आंबेडकरांनी कायदेमंत्रीपदाचा राजीनामा दिला. विवाह, वारसा, घटस्फोट, पोटगी यांसंदर्भातले हे बिल हिंदू स्त्रियांसाठी अक्षरशः मुक्तिदायी ठरले. हिंदुत्ववादी संघटनांनी हिंदू कोड बिलाचा प्रचंड विरोध केला. हिंदू संस्कृतीवरचा तो आघात आहे असा त्यांनी अपप्रचार केला. हिंदू कोड बिलासाठी नेहरू आणि डॉ. आंबेडकर यांनी केलेली धडपड अपूर्व होती. धर्मनिरपेक्षतेच्या दिशेतले ते एक महत्त्वाचे ऐतिहासिक पाऊल होते. मुस्लीम कायद्यामध्येदेखील असाच बदल करायला मुस्लिमांचा विरोध होता. शरियतला सोडायला ते तयार नव्हते. आजही नाहीत.

बेनेडिक्ट अँडरसन (Benedict Anderson) या लेखकाने राष्ट्राला 'Imagined Community' (काल्पनिक जनसमुदाय) असे म्हटले आहे. कल्पनेतला समाज म्हणजे काय? कल्पनेतला समुदाय म्हणजे आज अस्तित्वात नसलेला समुदाय. त्याच्यासमोर काही आदर्श असतात. पुढच्या क्षितिजांना ओलांडून पुढे जाण्याचा संकल्प त्यात असतो. भारतीय संविधानात आम्ही आदर्श समाजाचीच कल्पना केली आहे. संविधानातला समाज हा न्याय, स्वातंत्र्य, समता आणि बंधुत्व या आदर्श तत्त्वांवर उभा करावयाचा आहे. संविधानाच्या प्रास्ताविकामध्ये त्याचे सुरेख चित्र रेखाटण्यात आले आहे. उद्याच्या राष्ट्राचे ते इंद्रधनुष्य आहे. लोकशाही, धर्मनिरपेक्षता आणि एकता यावर उभारण्यात येणारे ते राष्ट्र आहे. India is a myth, an idea, a dream and a vision, and yet very real and present and parvasive असे नेहरूंनी भारताचे वर्णन केले आहे. त्यांच्या व्याख्येत भूत, वर्तमान आणि भविष्य ह्या तिन्ही काळांचे मीलन आहे. त्यात महत्त्वाचा आहे तो भारतासमोरचा आदर्शवाद. तो आदर्शवादच संविधानात परिभाषित झालेला आहे. आजचा आदर्शवाद म्हणजे उद्याचे वास्तव. 'What else is idealism, save the realism of tomorrow' हेही नेहरूजींनी सांगितले आहे.

॥ ७ ॥

संविधानातला आदर्शवाद हा अद्याप वास्तवात उतरला नाही. खरे तर हे आव्हानात्मक काम आहे. राष्ट्र हे 'आम्ही' या भावनेवर निर्माण होत असते. 'आम्हीत्वा'ची भावना निर्माण होणे हे भारतासारख्या बहुजिनसी राष्ट्रात अतिशय कठीण आहे. आम्ही या भावनेशिवाय खरी लोकशाही अस्तित्वात येणे कठीण आहे. 'The idea of India has gone through a paradigm shift', असे आनंदकुमार या विचारवंताने म्हटले आहे. हा बदल संविधानामुळे झाला आहे. स्वातंत्र्य आंदोलनात निर्माण झालेली 'आम्हीत्वा'ची भावना स्वातंत्र्योत्तर काळात टिकली नाही. लोकशाहीच्या मागे 'लोकभावना' असल्याशिवाय तिच्या आशयाला अर्थ प्राप्त होत नाही. 'पीपलहुड' (peoplehood) निर्माण झाल्याशिवाय 'नेशनहुड' (nationhood) निर्माण होत नाही.

भारतीय समाज हा विविध अस्मितांमध्ये विभागला गेला आहे. अस्मिता ह्या कशा निर्माण होतात याचे समाजशास्त्र समजून घेतले पाहिजे. त्या संदर्भात आनंदकुमार यांनी म्हटले आहे :

> In the sociology of identity formation, there are seven interconnected principles of identity formation in all parts of modern world as they are also for us in India: 1. Individuality, 2. Locality, 3. Community, 4. Ethnicity, 5. Nationality, 6. Civilization, and 7. Humanity.[१०]

व्यक्तिमत्त्व, परिसर, समुदाय, वांशिकता, राष्ट्रीयता, सभ्यता आणि मानवता या सात पातळ्यांवर अस्मिता निर्माण होत असतात. आपल्या व्यक्तिमत्त्वाचा विकास, आपल्या परिसराशी (जन्मभूमी, कर्मभूमी) असलेला जिव्हाळा, आपल्या समुदायाशी असलेला संबंध, आपल्या वंशाचा आणि वारशाचा अभिमान, आपले राष्ट्रीयत्व, आपली संस्कृती आणि सभ्यता आणि शेवटी मानवता या क्रमाने अस्मिता निर्माण होत असते. व्यक्तिमत्त्वाच्या विकासापासून मानवतेपर्यंत जाता आले पाहिजे. त्यातला अंत:संबंध

लक्षात घेतला पाहिजे. प्रत्येकाला आपल्या धर्माचा, भाषेचा, जातीचा, वंशाचा, संस्कृतीचा आणि राष्ट्रीयतेचा अभिमान असतो. पण शेवटी मानवतेपर्यंत जाता आले पाहिजे. अस्मितेचे तेच गंतव्य असते. आपल्या अस्मितेचा संघर्ष दुसऱ्याच्या अस्मितेशी होता कामा नये. असे झाले तरच समाजात सौहार्द निर्माण होऊ शकेल. सर्वांचा केंद्रबिंदू एकच असेल तर त्याभोवती कितीही वर्तुळे काढली, तरी ती एकमेकांना छेद देत नाहीत. मानवता हाच तो केंद्रबिंदू आहे. मानवतेला केंद्र मानून समाजाची पुनर्रचना करता आली तरच संविधानाला अभिप्रेत असलेल्या राष्ट्राची निर्मिती होऊ शकेल.

मागास जाती आणि मागास जमातींना तसेच इतर मागासवर्गीयांना आरक्षण देऊन त्यांना पुढे आणण्याचा प्रयत्न आपण केला आहे. पण त्यामुळे जाती मजबूत झाल्या की काय याची शंका येते. सर्व समाजघटकांना सामाजिक आणि आर्थिकदृष्ट्या पुढे आणण्याचा प्रयत्न करण्यात येतो आहे. आणि तो आवश्यकही आहे. भाषिक तत्त्वावर राज्यपुनर्रचनेच्या माध्यमातून राष्ट्रनिर्मितीचा प्रयत्न झाला. भाषिक राष्ट्रवाद धार्मिक राष्ट्रवादाइतकाच तीव्र आणि दाहक असतो याचा देशाने अनुभव घेतला आहे. तरी पण राज्याराज्यांमध्ये सौहार्द निर्माण करता आलेले नाही. जम्मू-काश्मीर आणि पूर्वोत्तर राज्यांमध्ये असंतोष आहे. केंद्र-राज्यांमध्ये सलोखा आढळून येत नाही. केंद्र-राज्यांमधले संबंध ताणले गेले तर राष्ट्रांचे विघटन होऊ शकते.

लोकशाही म्हणजे निवडणूक असे समीकरण निर्माण झाले आहे. जातीयवाद उफाळून आला आहे. धर्मांधता वाढली आहे. लोकशाहीमध्ये बहुसंख्येला महत्त्व असते हे नाकारण्याचे काही कारण नाही. मात्र हे बहुमत राजकीय असले पाहिजे. ते जातीय किंवा धार्मिक असता कामा नये. पण दुर्दैवाने ते बहुमत जातीय स्वरूपाचे आहे. बहुसंख्याकवाद अल्पसंख्याकांना न्याय देऊ शकत नाही. जातीय बहुसंख्याकवाद लोकशाहीला आंधळी बनवतो. लोकशाहीच्या प्रक्रियेमध्ये अल्पसंख्याकांचे प्रतिनिधित्व हवे. पण आज ते चित्र दिसत नाही. उलट्या दिशेने प्रवास चालू आहे.

संविधानाच्या मुख्य शिल्पकारांना केवळ राजकीय लोकशाहीच अभिप्रेत नव्हती. राजकीय लोकशाही बरोबर त्यांना हवी होती सामाजिक लोकशाही आणि आर्थिक लोकशाही. सामाजिक लोकशाही थोड्याबहुत प्रमाणात अस्तित्वात आलेली आहे. पण आर्थिक लोकशाहीचे स्वप्न आपल्यापासून फार दूर गेलेले आहे.

आनंदकुमार या समाजशास्त्रज्ञांच्या मते भारतीयांना पाच गोष्टींची आवश्यकता आहे. आणि त्या म्हणजे : न्याय, आत्मसन्मान, अस्मिता, शांतता आणि प्रगती.[११] भारतीय संविधानाने या गोष्टींचे आश्वासन दिले आहे. ते अद्याप पूर्ण झालेले नाही. अनेक समाज घटक त्यांपासून वंचित आहेत. ही वंचितता संपल्याशिवाय आम्ही ही भावना निर्माण होणार नाही. आम्हीत्व म्हणजे जनलोकत्व (Peoplehood) जनलोकत्वातूनच राष्ट्रीयत्व

आणि राष्ट्रीयत्वातून राष्ट्र उभे राहते. राष्ट्रातील सर्व समाज घटक हे राष्ट्रीय समाजाचे अविभाज्य अंग बनले पाहिजेत.

धर्मनिरपेक्ष राष्ट्रीयता आणि राष्ट्रवाद भारतीय संविधानाला अभिप्रेत आहे. सांप्रदायिक नागरिकत्व संविधानाला मान्य नाही. सर्व नागरिक समान आणि प्रथम दर्जाचे आहेत. अशा नागरिकत्वावर धर्मनिरपेक्ष राष्ट्रीयता आणि राष्ट्रवाद आधारलेला आहे. आणि त्याची पाळेमुळेच खोलवर जनमानसात रुजली पाहिजेत. राष्ट्रवाद हा शब्द कानांवर पडताच वेगळेच चित्र आपल्या डोळ्यांसमोर उभे राहते.

आचार्य दादा धर्माधिकारी यांनी म्हटले आहे :

> ''मग राष्ट्रवादाची आधुनिक कल्पना कोणती? आता राष्ट्रवाद नाही, राष्ट्रीयता हवी. नॅशनॅलिझम नको, नॅशनॅलिटी हवी. एक्झिस्टन्स ऑफ अ नेशन इज ए डेली प्लेबिसाइट, जस्ट ॲज द एक्झिस्टन्स ऑफ इंडिव्हिज्युअल इज ए कन्टिन्युअल अफर्मेशन ऑफ द विल टू लिव्ह. मनुष्य जगतो म्हणजे प्रत्येक श्वासागणिक तो आपली जगण्याची जिद्द व्यक्त करतो त्याप्रमाणे लोक दर क्षणाला आपले सार्वमत व्यक्त करतात, त्यातून राष्ट्रीयतेची जिद्द प्रकट होते. जिथले लोक परस्परांजवळ राहू शकतात आणि तसा संकल्प नित्य व्यक्त करतात त्या ठिकाणी राष्ट्रीयता आहे, असे मानता येईल.''[१२]

Nation is a daily plebiscite असे रेनाननेही म्हटले आहे.

पण अलीकडे या प्रक्रियेला खीळ बसली आहे असे वाटते. दलित, महिला आणि अल्पसंख्याकांच्या मनात आज असुरक्षितता निर्माण झालेली आहे. बीजेपी सत्तेवर येण्यापूर्वी या समस्या नव्हत्या असे नाही. पण त्यात मोठ्या प्रमाणात वाढ झाली आहे.

मुस्लीम समाजावर अविश्वासाची तलवार टांगली आहे. ते या देशाचे नागरिक आहेत हे कागदपत्रांच्या आधारे सिद्ध करण्याची जबाबदारी त्यांच्यावर टाकण्यात आली आहे. बांगलादेशी मुसलमानांचा शोध घेण्यासाठी हा सर्व उपद्व्याप केला जात असला, तरी रोगापेक्षा हे औषध भयंकर आहे. घुसघोरीच्यामागे खरे तर रोजीरोटीचा प्रश्न आहे. घुसखोरीचा प्रश्न केवळ भारतासमोरचाच प्रश्न नाही. तो जगभरातला प्रश्न आहे. घुसखोरीला आळा घातलाच पाहिजे यात काही शंका नाही. काँग्रेसच्या काळात जे काही प्रयत्न झाले ते यशस्वी झाले नाहीत. हा प्रश्न मुख्यत: आसाममधला आहे. कोरोनामुळे हा प्रश्न प्रलंबित राहिला. तो पुन्हा हाती घेतला तर त्याचे परिणाम भयंकर होतील. सूडभावनेने प्रश्न सुटत नसतात. उलट एका प्रश्नातून दुसरे अनेक प्रश्न निर्माण होतात.

भाजप शासनामुळे राज्ये आणि केंद्र यांच्यातील संबंध सौहार्दपूर्ण राहिलेले नाहीत. संविधानाने संघराज्य रचना मान्य केली; पण ती तोडण्याचे प्रयत्न केले जात

आहेत. राज्यांच्या अधिकाराखालील विषयांमध्ये केंद्रशासनाचा हस्तक्षेप वाढला आहे. उदाहरणार्थ, सहकार हा विषय पूर्णता राज्याच्या अखत्यारीतला. पण केंद्राने सहकाराचे मंत्रालय बनवले आहे. शेती हा विषय केंद्र आणि राज्य यांचा सामाईक विषय आहे. पण राज्यांना विश्वासात न घेता आणि त्यांच्याशी चर्चा न करता शेती आणि शेतकरी यांच्या संदर्भातले निर्णय केंद्र सरकार ते घेत आहे. भाजपचे सरकार नसलेल्या राज्यांशी केंद्राचे संबंध ताणले गेले आहेत. जी.एस.टी. लागू झाल्यापासून राज्यांना स्वतःचा आर्थिक स्त्रोतच राहिलेला नाही. ते आर्थिकदृष्ट्या पूर्ण परावलंबी झालेले आहेत. भाजपचे सरकार नसलेल्या राज्यांची त्यामुळे आर्थिक कोंडी झालेली आहे. याच्या मागचे हेतू स्पष्ट आहेत. बिगर बीजेपी राज्यांना सापत्न वागणूक दिली जात आहे.

हिंदुत्व हेच खरे राष्ट्रीयत्व आहे अशी हिंदुत्ववाद्यांची धारणा आहे. हा विचार सर्व भारतीयांवर लादण्याचा त्यांचा प्रयत्न आहे. देशातील वातावरण आज मोठ्या प्रमाणात दूषित झाले आहे. अल्पसंख्याकांच्या मनात आज असुरक्षिततेचे आणि अस्वस्थतेचे वातावरण निर्माण झालेले आहे. लोकशाहीमध्ये सर्वांनाच प्रतिनिधित्व मिळाले पाहिजे. मुस्लिमांना प्रतिनिधित्व द्यायचे नाही असे त्यांनी ठरवलेले दिसते. त्याशिवाय त्यांना सत्तेत वाटा कसा मिळणार? त्यांना दुय्यम प्रतीची वागणूक दिली जात आहे. मुस्लीम समाज मोठ्या प्रमाणात गरीब आणि अशिक्षित आहे. त्यांचे दारिद्र्य आणि अज्ञान संपवल्याशिवाय तो आधुनिकतेकडे (Modernity) वळू शकणार नाही.

सच्चर आयोगाचा अहवाल वाचल्याशिवाय मुस्लिमांच्या त्यांच्या आर्थिक आणि सामाजिक दुःस्थितीची कल्पना येऊ शकणार नाही. धर्मांधतेच्या कचाट्यात सापडण्याचे कारण त्यांचे दारिद्र्य आणि अज्ञान हेच प्रामुख्याने आहे. जातिव्यवस्थेने निर्माण केलेल्या विषमतेमुळे अनेक जातींचे शोषण झाले. अशा मागास वर्गांना आरक्षणाचा फायदा मिळतो आहे. ही जातिव्यवस्था मागच्या दाराने मुस्लीम, शीख आणि ख्रिश्चन समाजामध्येही घुसली आहे. या समाजामध्येही सामाजिक उच्च-नीचता निर्माण झालेली आहे. मुस्लीम समाजामध्येही दलित मुस्लीम आहेत, शीख समाजामध्येही दलित शीख आहेत आणि ख्रिश्चन समाजामध्येही दलित ख्रिश्चन आहेत. त्यांनाही आरक्षणाचा लाभ मिळायला हवा होता.

भाजप शासनाच्या अजेंड्यावरील विकासाचे मुद्दे बाजूला पडलेले आहेत. धार्मिक परिभाषेचा राजकारणात सर्रास उपयोग केला जात आहे. धर्मनिरपेक्ष म्हणविणारे पक्षही अप्रत्यक्षरीत्या धर्माकडे वळत आहेत. सौम्य हिंदुत्व हा शब्दप्रयोग कशाचा द्योतक आहे? धर्मनिरपेक्षतेच्या ऱ्हासाला तेही कारणीभूत ठरत आहे. जानवे गळ्यात घालण्याची भाषा आज वापरात आली आहे. जयप्रकाश नारायणांनी संपूर्ण क्रांतीचा नारा दिला होता. 'जानवे तोडा, लोक जोडा' ही त्यांची घोषणा होती.

जयप्रकाश नारायण यांना अभिप्रेत असलेली संपूर्ण क्रांती समाजाच्या प्रत्येक अंगाला स्पर्श करणारी होती. सामाजिक क्रांती, आर्थिक क्रांती, राजकीय क्रांती, सांस्कृतिक क्रांती, वैचारिक किंवा बौद्धिक क्रांती, शैक्षणिक क्रांती आणि आध्यात्मिक क्रांती अशा सात प्रकारच्या क्रांत्या मिळून संपूर्ण क्रांती होते. जयप्रकाशजींनी समग्र क्रांतीचाच विचार मांडला होता. स्वातंत्र्यपूर्व काळात गांधीजींनी 'Quit India' (छोडो भारत) ही क्रांतिकारक चळवळ सुरू केली होती. स्वातंत्र्योत्तर काळात बाबा आमटे यांनी 'Knit India' (जोडो भारत) हे अभियान सुरू केले होते. त्यांच्या या अभियानात संपूर्ण क्रांतीचाच आशय होता. आमचा राष्ट्रवाद भारत जोडणारा होता; तो भारत तोडणारा राष्ट्रवाद नव्हता. विनोबाजींच्या भूदान चळवळीमध्येदेखील भारताला भौतिकदृष्ट्या आणि आध्यात्मिकदृष्ट्या जोडण्याचाच प्रयत्न होता. त्यांची पदयात्रा ही भारत जोडण्यासाठीच होती.

सर्वधर्मसमभावाच्या वाटेवरूनच मानवतावादाकडे जाता येईल हे विसरून चालणार नाही. भारतीयत्व हे आमचे राष्ट्रीयत्व आहे हे सहस्र जिव्हांनी सांगण्याची आवश्यकता निर्माण झाली आहे.

हिंदुत्ववाद्यांच्या समोर खरे तर हिंदूसमाजाचेच आव्हान आहे. हा समाज अनेक पंथोपपंथांमध्ये आणि हजारो जातीपोटजातींमध्ये विभागला गेला आहे. काही संप्रदाय तर आपला स्वतंत्र धर्म असल्याचा दावा करत आहेत. हा समाज आजही भेगाळलेला आणि चिरफळलेला आहे. तो एकसंध करण्याविषयी हिंदुत्ववादी बोलत नाहीत. आंबेडकरांच्या नावाचा आपल्या राजकारणासाठी किती दिवस उपयोग करणार? मुसलमानांच्या विरोधात त्यांना किती दिवस फितवणार? वाळूच्या ढिगाऱ्यावर बांधलेले हिंदू राष्ट्र टिकेल का? महात्मा फुल्यांनी राष्ट्र निर्माण करायचे असेल तर लोक 'एकमय' झाले पाहिजेत असे विधान केले होते. मागच्या प्रकरणात याविषयी मी उल्लेख केला आहे.

केंद्रशासन सत्तेचे अशा प्रकारे केंद्रीकरण करत आहे. केंद्रीकरण हे एकाधिकारशाहीकडे घेऊन जाते. विकेंद्रीकरण हे लोकशाहीला व्यापक बनवते. संविधानाला राजकीय, सामाजिक आणि आर्थिक लोकशाही अभिप्रेत आहे. लोकशाही आकुंचन पावत आहे. बीजेपी शासन असंसदीय मार्गांचा बहुमताच्या जोरावर अवलंब करत आहे. बहुसंख्याकवाद (Majoritarianism) त्याने निर्माण केला आहे.

शासन आणि समाज यांचा श्वास म्हणजे धर्मनिरपेक्ष राष्ट्रीयत्व! त्यावर आमचे राष्ट्र उभे करता आले पाहिजे. गांधी-नेहरूंचा हाच राष्ट्रवाद होता. 'जय जगत्' म्हणणारे विनोबाजी तर विश्वालाच घर मानत होते. त्यांनी एके ठिकाणी म्हटले आहे,

'हम किसी भी देश-विदेश के अभिमानी नहीं। किसी भी धर्म-विशेष के आग्रही

नहीं। किसी भी संप्रदाय में या जाति-विशेष में बद्ध नहीं। विश्व के उपलब्ध सद्विचारों के उद्यान में विहार करना, यह हमारा स्वाध्याय, सद्विचारों को आत्मसात करना यह हमारा धर्म। विविध विशेषताओं में सामंजस्य प्रस्थापित करना, विश्व-वृति का विकास करना, यह हमारी वैचारिक साधना।'

भारतीय राष्ट्रवाद हा आंतरराष्ट्रवाद आहे. गांधीजी म्हणाले होते, 'India's nationalism spells internationalism.' भारतीय राष्ट्रवाद हा विध्वसंक नाही; तो सर्जनशील आहे. स्वातंत्र्यलढ्यात त्याचाच आविष्कार झाला होता.

बहुविधता (Pluralism) हे भारताचे प्राचीन काळापासूनचे गुणवैशिष्ट्य आहे. भारत हा अनेक धर्मपंथांचा, अनेक संस्कृतींचा, अनेक भाषांचा संगम आहे. संगम हा पवित्र मानला जातो. संगम म्हणजे पवित्र असे महातीर्थ! बहुविधता हेच भारताचे सारतत्त्व (Essence) आहे. बहुविध समाजाची संस्कृती ही संमिश्रच असणार. बहुधार्मिक, बहुजातीय, बहुसांस्कृतिक आणि बहुभाषिक राष्ट्राचे राष्ट्रीयत्व हे धर्मनिरपेक्षच असले पाहिजे यात शंका नाही. भारत अशा राष्ट्राच्याच शोधात आहे.

आधुनिक युगात संविधान हा राष्ट्रधर्म मानला जातो. त्यात राजधर्म परिभाषित केलेला असतो. राज्यकर्त्यांनी आणि नागरिकांनी श्रद्धेने त्याचेच पालन केले पाहिजे. सर्वच समाजघटकांनी संविधानाशी एकनिष्ठ राहिले पाहिजे. तेच सर्वांचे प्राक्तन ठरवते. सर्वांचे भवितव्य त्याच्यावरच अवलंबून असते. सगळ्यांच्याच योगदानातून राष्ट्राचे भवितव्य घडते. आणि म्हणून सगळ्यांना एका सूत्रात बांधणाऱ्या राष्ट्रवादाची आणि राष्ट्रीयत्वाची आवश्यकता आहे. भारताच्या संविधानात तो राष्ट्रवाद आणि ते राष्ट्रीयत्व परिभाषित झालेले आहे. निरनिराळ्या सूरांतून सिंफनी (Symphony) तयार होत असते. निरनिराळ्या रंगांतून इंद्रधनुष्य तयार होत असते. सर्वच सुरांचे आणि रंगांचे स्वतंत्र असे अस्तित्व राखूनही त्यांच्या मीलनातून नवसर्जन होत असते. ह्या नवसर्जनाचीच आज भारताला आवश्यकता आहे. त्याचे ते प्राचीन काळापासूनचे स्वप्न आहे. ते अद्याप साकार झालेले नाही. भारत हा जगातला एक वैशिष्ट्यपूर्ण देश आहे. एवढी विविधता दुसऱ्या कुठल्याही राष्ट्रात नाही. ह्या बहुधार्मिक, बहुवांशिक, बहुभाषिक आणि बहुसांस्कृतिक राष्ट्राची संस्कृती ही संमिश्रच असणार. 'एक धर्म, एक संस्कृती, एक राष्ट्र' हे येथे शक्य नाही. पण ही गोष्ट काही लोकांच्या आकलनातच येत नाही. रवींद्रनाथ टागोरांनी तर यापेक्षाही मोठे स्वप्न पाहिले होते. जगातील सर्व संस्कृतीचा संगम भारतात व्हावा, असे त्यांचे स्वप्न होते. विश्वभारतीची स्थापना त्यांनी याचसाठी केली होती.

रेनानच्या शब्दांचा पुन्हा मी येथे उच्चार करतो. तो म्हणतो, 'Nation is a living soul, a spiritual principle.' राष्ट्राला तो जिवंत आत्मा मानतो. राष्ट्र हे आध्यात्मिक

तत्त्व आहे असे तो म्हणतो. आत्म्याला शस्त्र कापू शकत नाही; अग्नी त्याला जाळू शकत नाही; पाणी त्याला भिजवू शकत नाही आणि वारा त्याला सुकवू शकत नाही. त्याला शाश्वतता प्राप्त झालेली असते. ही शाश्वतता म्हणजे त्याचे सार्वभौमत्व. समाज हाच राष्ट्राचा आत्मा असतो. लोक हेच राष्ट्राचे आत्मतत्त्व. आम्ही भारतीय लोक... म्हणजेच भारत. भारत हाच भारतीयांचा भाग्यविधाता!

वंश म्हणजे राष्ट्र नाही. भाषा म्हणजे राष्ट्र नाही. इतिहास म्हणजेदेखील राष्ट्र नाही. इतिहासात केवळ भूतकाळ असतो. इतिहास आपण कोणत्या दिशेत जात आहोत हे सूचित करतो. केवळ एखादा भूभाग म्हणजेदेखील राष्ट्र नाही. केवळ संस्कृतीदेखील राष्ट्र नव्हे. राष्ट्राचे ते विविध अंग आहेत. राष्ट्र म्हणून नवभारताची खरी सुरुवात झाली ती स्वातंत्र्य प्राप्तीनंतर. आम्ही भारतीय आहोत ही जाणीव आमच्यामध्ये स्वातंत्र्य आंदोलनानेच निर्माण केली. विविध धर्मपंथांच्या, विविध भाषा बोलणाऱ्या, विविध सांस्कृतिक परंपरा असलेल्या लोकांनी एकत्रित येऊन स्वातंत्र्य मिळवले. तिथून पुढे नवभारताच्या उभारणीला सुरुवात झाली. भविष्यातील भारत कसा असावा याचे मनोहर चित्र आम्ही संविधानाच्या रूपाने रंगवले. त्याची रूपरेषा तयार केली; पण त्यात रंग भरण्याचे काम अद्याप अधुरे आहे.

एकत्रित राहण्याच्या ऊर्मीतून आणि इच्छाशक्तीतून राष्ट्रनिर्मितीच्या प्रक्रियेला सुरुवात होत असते. ती ऊर्मी आणि इच्छाशक्ती अद्याप आविष्कृत झालेली नाही. बंधुभावाच्या भावनेने एकत्रित राहण्याच्या उर्मी आणि इच्छाशक्तीमुळेच आध्यात्मिक तत्त्व (Spiritual Principle) निर्माण होऊ शकेल. अध्यात्म म्हणजे धर्म नव्हे हे लक्षात ठेवले पाहिजे. ते आध्यात्मिक तत्त्व पूर्णपणे अद्याप आमच्या हाती आलेले नाही. प्रवास खूप लांबचा आहे. काट्याकुट्यांनी भरलेल्या रस्त्यावरचा तो प्रवास आहे. क्षितिजाच्या पलीकडे आमचे गंतव्य दडलेले आहे. जसजसे आम्ही पुढे चालत राहू तसतसे पुढचे प्रदेश आमच्या दृष्टिपथात येतील. ही शोधयात्रा निरंतरपणे चालूच ठेवावी लागणार आहे!

'सर्वप्रथम आम्ही भारतीय आहोत आणि शेवटीही भारतीयच आहोत', असे जोपर्यंत या देशातील सर्व समाजघटक म्हणणार नाहीत, तोपर्यंत राष्ट्रनिर्मितीची प्रक्रिया पूर्ण झाली असे म्हणता येणार नाही. या म्हणण्यातच 'आयडिया ऑफ इंडिया' आहे. भारतातील सर्वच जातिधर्मातील लोकांनी बंधुभावाने एकत्रित राहण्याचा नित्य संकल्प व्यक्त करायला हवा. त्या संकल्पसिद्धीतूनच नवभारताची उभारणी होऊ शकेल असे मला प्रामाणिकपणे वाटते.

संदर्भ

१. Dalai Lama, *Beyond Religion*, P. 3

२. तत्रैव, P. 17

३. V. D. Savarkar, *Hindutva* (Mumbai : Swatantryaveer Savarkar Rashtriya Smarak, 1999), P. 2

४. Rabindranath Tagore, *Nationalism* (New Delhi : Niyogi Books, 1917), P. 98

५. Samuel P. Huttington, *The Clash of Civilizations and the Remaking of World Order* (Penguin Books, 1997), P. 321

६. Dr. S. Radhakrishnan, *Towords New Order* (New Delhi : Orient Paperbacks, 1990), P. 143.

७. तत्रैव, P. 68

८. Quoted by Romila Thapar, Foreword to *Nationalism*, P. xiv

९. उद्‌धृत- प्रा. अ. भि. शाह, *भारतीय लोकशाहीला अंध धर्मश्रद्धेचे आव्हान* (पुणे : समाज प्रबोधन संस्था, १९७०), - पुस्तकाच्या आरंभी दिलेले कोटेशन : Epigraph

१०. Anand Kumar, 'Nation Building in India and Its Contemporary Challenges', *What the Nation Really Needs to Know*, P. 310

११. तत्रैव, P. 319

१२. आचार्य दादा धर्माधिकारी, *संपूर्ण क्रांती*, पृ. २४

◆◆◆

८
संदर्भग्रंथ सूची

इंग्लिश

- Aloysius, G., *Nationalism without a Nation in India*, New Delhi : Oxford University Press, 1997
- Ambedkar, Dr. Babasaheb, *Pakistan or The Partition of India* (Writings and Speeches, Vol. 8), Bombay : Govt. of Maharashtra, 1990
- Aurobindo, *India's Rebirth*, Paris : Institute of Evolutionary Research, 1993.
- Aurobindo and the Mother, *Call to the Youth of India*, Pondecherry : Sri Aurobindo Society, 1993
- Ayaz, Baber, *What is Wrong with Pakistan*?, New Delhi : Hay House India, 2013
- Azad, Maulana Abul Kalam, *Words of Freedom : Ideas of a Nation*, Penguin Books, 2018
- Ed. Azad, Rohit and Others, *What the Nation Really Needs to Know*, New Delhi: Harper Collins Publishers India, 2016
- Bapat, N. S., *Nationalism Vs. Communalism*, Poona : G. S. Bapat, 1943
- Ed. Bhabha, Homi, *Nation and Narration*, New York : Routledge, 1990
- Burns, C. Delisle, *Political Ideals*, Calcutta : The World Press Pvt. Ltd, 1960
- Chagla, M. C., *Roses in December* (Autobiography), Bombay :

Bhartiya Vidya Bhavan, 1978

- Chaudhri, Sandhya, *Gandhi and the Partition of India*, New Delhi : Sterling Publishers Private Limited, 1984
- Collins, Larry and Lapierre, Dominique, *Freedom at Midnight*, Delhi : Vikas Publishing House Pvt.Ltd, 1976
- D'Cruz, Edward, *India : The Quest for Nationhood*, Bombay : Lalvani Publishing House, 1967
- Durant, Will and Ariel, *The Lessons of History*, New York : Simon Schuster, 1968
- Durant, Will, *The Case for India*, Mumbai : Strand Book Stall, 2007
- Embree, Ainslie, *Utopia in Conflict* : Religion and Nationalism in Modern India, Delhi : Oxford University Press, 1972
- Embree, inslie, *India's Search for National Identity*, Delhi : Chanakya Publictions, 1980
- Esteves, Sarto, *Nationalism, Secularism and Communalism*, Delhi : South Asia Publications, 1996
- Gandhi, M. K., *Democracy : Real and Deceptive*, Ahmadabad : Navjeevan Publishing House, 1961
- Gajendragadkar, P. B., *Secularism and the Constitution of India*, Bombay : University of Bombay, 1971
- Ghosh, Partha S., *BJP and Evolution of Hindu Nationalism*, New Delhi : Manohar Publishers and Distributors, 1999
- Golwalkar, M. S., *Bunch of Thoughts*, 1960
- Graham, Bruce, *Hindu Nationalism and Indian Politics*, Cambridge University Press, 1993
- Ed. Hingorani, Anand T., *Gandhi for 21st Century : The Hindu-Muslim Unity*, Mumbai : Bharatiya Vidya Bhavan, 1998
- Huttington, Samuel P., *The Clash of Civilizations and the Remaking of World Order*, Penguin Books, 1997
- Huttington, Samuel, *Who Are We?* New Delhi : Penguin Books, 2004
- Karve, Irawati, Yuganta : *The End of an Epoch*, Pune : Deshmukh Prakashan, 1969
- Khilnani, Sunil, *The Idea of India*, Penguin Books, 2004

- Krishan, Yuvraj, *Partition and Pakistan*, New Delhi : Mosaic Books, 2013
- Lama, Dalai, *Beyond Religion*, New Delhi : Harper Collins Publishers India, 2012
- Majumdar, R. C., *Three Phases of India's Freedom Struggle*, Bombay : Bharatiya Vidya Bhavan, 1961
- Muller, F. Max, *India - What Can It Teach Us?* New Delhi : Munshiram Manoharlal Publishers Pvt.Ltd., 1991
- Narayan, Jayaprakash, *Three Basic Problems of Free India*, Bombay : Asia Publishing House, 1964
- Nehru, Jawaharlal, *Independence and After*, New Delhi : The Publication Division, Ministry of Information and Broadcasting, Government of India, 1949
- Nehru, Jawaharlal, *The Discovery of India*, New Delhi : Oxford University Press, 1989
- Nehru, Jawaharlal, *India : Today and Tomorrow* : New Delhi : Indian Council for Cultural Relations, 1959
- Oommen, T. K., *Nation, Civil Society and Social Movements*, New Delhi : Sage Publications, 2004
- Paine, Thomas, *The Rights of Man*, Radford : Wilder Publications, 2007
- Palkhivala, N. A., *We, the People, Bombay* : Strand Book Stall, 1984
- Pandian, M. S. S., *Brahmin and Non-Brahmin*, Ranikhet : Permanent Black, 2008
- Parashar, Parmanand, *Nationalism : Its Theory and Principles in India*, New Delhi : Sarup and Sons, 1996
- Pattanaik, D. D., *Hindu Nationalism in India*, Vol. I, New Delhi : Deep and Deep Publications, 1998
- Radhakrishnan, Dr. S., *Towards New World*, New Delhi : Orient Paperbacks, 1990
- Ranade, Mahadeo Govind, *Rise of Maratha Power*, New Delhi : Publication Division, Government of India, 1974

- Report of the Liberhan Ayodhya Commission of Inquiry, 2009
- Roy, M. N., *Historical Role of Islam*, New Delhi : Ajinta Publications, 1990
- Santhanam, K., *Gospel of Gandhi*, Bombay : Bharatiya Vidya Bhavan, 1961
- Sapru, Tej Bahadur, *Welding the Nation*, Bombay : N. M. Tripathi Private Ltd., 1974
- Sarkar, Jadunath, *Short History of Aurangzeb*, Delhi : Orient Black Swan, 2009
- Savarkar, V. D., *Hindutva : Who is a Hindu?*, Mumbai Swatantryaveer Savarkar Rashtriya Smarak, 1999
- Sen, Amartya, *The Argumentative Indian*, Penguin Books, 2005
- Setalvad, M. C., *Secularism*, All India Radio : Sardar Patel Memorial Lectures, 1966
- Shah,. B., *Challenges to Secularism*, Bombay : Nachiketa Publications Pvt. Ltd., 1969
- Singh, Karan, *Prophet of Indian Nationalism*, Bombay : Bharatiya Vidya Bhavan, 1967
- Singh, Khushwant, *The End of India*, Penguin Books, 2003
- Singer, Peter, *One World*, Hyderabad : Orient Longman Private Limited, 2004
- Tagore, Rabindranath, *Nationalism*, New Delhi : Niyogi Books, 1917
- Thapar, Romila and Others, *On Nationalism*, New Delhi : Aleph Book Company, 2016
- Thirumaavalavan, *Uproot Hindutva*, Kolkata : Samya Publication, 2004
- Ed. Vijay, *India is One*, Pondecherry : Sri Aurobindo Society, 1983
- Zakaria, Rafiq, *The Man Who Divided India*, Mumbai : Popular Prakashan, 2001

हिंदी

- चतुर्वेदी, मधुसूदन, राष्ट्र, *राष्ट्रीयता एवं राष्ट्रवाद*, जयपुर : आर.बी.एस.ए. पब्लिशर्स, २०१०
- दिनकर, रामधारीसिंह, *संस्कृति के चार अध्याय*, इलाहाबाद : लोकभारती प्रकाशन, १९५६

- प्रियव्रत वेदवाचस्पती, आचार्य वेदमार्तण्ड, *वेद का राष्ट्रीय गीत*, हरिद्वार : श्री स्वामी श्रद्धानन्द अनुसंधान प्रकाशन केन्द्र, १९२४
- सातवलेकर, डॉ. श्रीपाद दामोदर, *अथर्ववेद भाष्यम्*, नई दिल्ली : विश्वमानव उत्थान परिषद, २००५
- शर्मा, चन्द्रिकाप्रसाद, *कविराजनेता अटल बिहारी बाजपेयी*, नई दिल्ली : किताबघर, १९९७
- शर्मा, एच. सी., *राष्ट्र-निर्माण तथा राष्ट्रीय हित विचारधारा*, दिल्ली : आर्या पब्लिकेशन्स, २०१२
- यादव, डी. पी., राष्ट्र-निर्माण, *राष्ट्रीयता तथा क्षेत्रीयता*, नई दिल्ली : सुमित इन्टरप्राइजेस, २०१३

मराठी

- चव्हाण, दिलीप, समकालीन भारत : *जातिअंताची दिशा*, माण : क्रांतिसिंह नाना पाटील अकादमी आणि हरिती पब्लिकेशन, २०१९
- धर्माधिकारी, आचार्य दादा, *संपूर्ण क्रांती*, पुणे : जनबोध प्रकाशन, १९७८
- भाषांतर : धायगुडे, डॉ. सुरेश आणि पुंडे, डॉ. द. दि., *तेन यांचा वाङ्मय सिद्धान्त*, पुणे : रोहन प्रकाशन, २०१९
- गांधीजी, *हिंद-स्वराज्य*, पवनार : परमधाम प्रकाशन, १९९८
- गायकवाड, जयदेव, *संविधान-सभेत डॉ. आंबेडकर*, पुणे : पद्मगंधा प्रकाशन, २००८
- गोळवलकर गुरुजी, *चिंतनसुधा- समग्र गुरुजी खंड-११*, पुणे : भारतीय विचार साधना, २००६
- जोशी, तर्कतीर्थ लक्ष्मणशास्त्री, *वैदिक संस्कृतीचा विकास*, वाई : प्राज्ञपाठशाळा, १९५१
- कसबे, डॉ. रावसाहेब, *हिंदू-मुस्लीम प्रश्न आणि सावरकरांचा हिंदू राष्ट्रवाद*, पुणे : सुगावा प्रकाशन, १९९४
- कसबे, डॉ. रावसाहेब, *धर्मग्रंथ आणि मानवी जीवनप्रवाह*, मुंबई : लोकवाङ्मय गृह, २०१५
- संपा : केळकर, इंदुमती आणि केळकर, श्रीपाद, *लोहिया विचारदर्शन*, पुणे : गोपाळ मोकाशी, सदाशिव बागाईतकर स्मृतिमाला, १९९१
- मोहिते, प्रा. शेषराव, *सावरकरांचा बुद्धिवाद : अेक चिकित्सक अभ्यास*, नांदेड : निर्मल प्रकाशन, १९८८
- राजूरकर, डॉ. न. गो., *विचारयात्रा*, औरंगाबाद : रजत प्रकाशन, २०१७
- शाह, प्रा. अ. भि., *भारतीय लोकशाहीला अंध धर्मश्रद्धेचे आव्हान*, पुणे : समाज, प्रबोधन संस्था, १९७०
- साबळे, डॉ. आर. डी., *भारतीय संविधानाचे वैचारिक अंतरंग*, नांदेड : क्रिएटिव्ह पब्लिकेशन्स, २०१६
- वाघमारे, डॉ. जनार्दन, *समाज परिवर्तनाच्या दिशा*, औरंगाबाद : साकेत प्रकाशन, १९९५

◆◆◆

विषय सूची

भ

म

य

र

ल

व

श

स

ह

लेखक परिचय

डॉ. जनार्दन वाघमारे हे विचारवंत, शिक्षणतज्ज्ञ आणि साहित्य समीक्षक म्हणून उभ्या महाराष्ट्राला परिचित आहेत. त्यांचा मूळ पिंड हा शिक्षणतज्ज्ञाचा आहे. प्राध्यापक, प्राचार्य, कुलगुरू या भूमिकांतून त्यांनी भारतीय शिक्षणपद्धतीवर मूलभूत चिंतन व लेखन केले आहे. सगळ्या महाराष्ट्रात गाजलेल्या लातूर पॅटर्नची निर्मिती त्यांच्याच नेतृत्वाखाली झाली. नांदेड येथील 'स्वामी रामानंद तीर्थ मराठवाडा विद्यापीठा'चे से. संस्थापक कुलगुरू होते.

डॉ. वाघमारे हे सिद्धहस्त लेखक आहेत. त्यांच्या वैचारिक साहित्यावर आजपर्यंत पाच संशोधकांनी पीएच.डी. आणि दोन संशोधकांनी एम.फिल. पदवी प्राप्त केली आहे. विविध विषयांवर त्यांनी विपुल लेखन केले आहे. आतापर्यंत त्यांची ६७ पुस्तके प्रकाशित झाली आहेत. त्यांच्या बऱ्याच पुस्तकांना उत्कृष्ट वाङ्मय म्हणून महाराष्ट्र शासनाचा पुरस्कार प्राप्त झाला आहे. त्यांच्या 'समाजपरिवर्तनाच्या दिशा' या पुस्तकाला महाराष्ट्र फाऊंडेशनचा (अमेरिका) पुरस्कार प्राप्त झाला आहे. मराठवाडा साहित्य परिषदेचे ते अध्यक्षही होते. विविध साहित्य संमेलनांचे त्यांनी अध्यक्षपदही भूषविले आहे. महाराष्ट्रातील अनेक व्याख्यानमालांत त्यांनी व्याख्याने दिली आहेत. अनेक अखिल भारतीय मराठी साहित्य संमेलनांच्या परिसंवादांत त्यांनी भाग घेतलेला आहे.

सामाजिक व राजकीय क्षेत्रातही त्यांच्या व्यक्तिमत्त्वाचा ठसा उमटलेला आहे. लातूर जिल्ह्यातील भूकंपग्रस्त भागात जातीपातींच्या भिंती नसलेल्या, 'राष्ट्रीय सेवाग्राम' या नावाने ओळखल्या जाणाऱ्या एका नवीन गावाची त्यांनी रचना केली आहे.

लोकनिर्वाचित नगराध्यक्ष या नात्याने लातूर शहराच्या विकासात डॉ. जनार्दन वाघमारे यांनी महत्त्वाचे योगदान दिले आहे. त्यांनी राज्यसभेचे सदस्य म्हणूनही सहा वर्षे काम केले आहे. अशा प्रकारे शैक्षणिक, साहित्यिक, सामाजिक आणि राजकीय क्षेत्रांतील त्यांचे कार्य व योगदान उल्लेखनीय आहे.

डॉ. जनार्दन वाघमारे यांचे निवडक साहित्य

- अमेरिकन नीग्रो : साहित्य आणि संस्कृती
- महाराष्ट्रातील राजकारण व समाजकारण
- हाक आणि आक्रोश
- शिक्षण : समाज परिवर्तन व राष्ट्रीय विकास
- प्राथमिक शिक्षण : यशापयश आणि भवितव्य
- आजचे शिक्षण : स्वप्न आणि वास्तव
- साहित्य चिंतन
- समाजपरिवर्तनाच्या दिशा
- चिंतन एका नगराध्यक्षाचे
- स्वामी रामानंद तीर्थ यांचा शिक्षक धर्म
- बदलते शिक्षण : स्वरूप आणि समस्या
- लोकशाही आणि शिक्षण
- व्यक्तिवलये (व्यक्तिचित्रे)
- बखर एका खेड्याची (कादंबरी)
- दलित साहित्याची वैचारिक पार्श्वभूमी
- डॉ. बाबासाहेब आंबेडकरांचे क्रांतिकारक शैक्षणिक विचार आणि कार्य
- स्वातंत्र्य : एक चिंतन
- डॉ. बाबासाहेब आंबेडकर आणि जातिवंतांचा लढा
- राष्ट्रनायक डॉ. बाबासाहेब आंबेडकर
- गुलामी : एक दृष्टिक्षेप
- यमुनेचे पाणी
- डॉ. बाबासाहेब आंबेडकर : संवैधानिक विचार आणि धर्मचिंतन (पुस्तिका)
- नवमहाराष्ट्राचे शिल्पकार : यशवंतराव चव्हाण
- अमेरिकन ब्लॅक लिटरेचर
- तत्त्वज्ञ महाराजा सयाजीराव गायकवाड
- हैद्राबाद स्वातंत्र्यलढ्याचे अंतरंग
- सत्ता, समाज आणि संस्कृती
- साहित्य : प्रबोधन आणि परिवर्तन

■ ■ ■

www.ingramcontent.com/pod-product-compliance
Lightning Source LLC
LaVergne TN
LVHW050844051026
849532LV00006BA/2106